மீஸான் கற்கள்

மீஸான் கற்கள்

புனத்தில் குஞ்ஞப்துல்லா (1940 – 2017)

1940இல் பிறந்தார். தலைச்சேரி பிரணன் கல்லூரியிலும் அலிகார் முஸ்லிம் பல்கலைக்கழகத்திலும் கல்வி பயின்றார். எம்.பி.பி.எஸ். படித்து சிறிதுகாலம் சவுதி அரேபியாவில் தமாம் என்னுமிடத்தில் பணிபுரிந்தார். கேரளா, வடகரையில் (அல்மா ஹாஸ்பிட்டல்) மருத்துவப் பணியாற்றியவர்.

மனைவியும், மூன்று பிள்ளைகளும் கொண்ட குடும்பம்.

அலிகார் கைதி, சூரியன், கத்தி, ஸ்மாரக சிலைகள், கலீபா, மருந்து, மலை முகட்டில் அப்துல்லா, நவக்கிரகங்களின் சிறைச்சாலை, (சேதுவுடன் இணைந்து) குஞ்ஞப்துல்லாவின் குரூரங்கள், வருத்தப் படுவர்களுக்கு ஒரு நிழல் தாங்கல், சதி, மினிக்கதைகள், தவறுகள், நரபலி, கிருஷ்ணனின் ராதை, ஆகாயத்தின் மறுபுறம், என் பெற்றோர் களின் நினைவாக, காலாட்படையின் வருகை, அஞ்ஞானி, காமப்பூக்கள், பாவியின் காசாயம், டாக்டர் உள்ளேதான் இருக்கிறார், தேர்ந்தெடுக்கப்பட்ட கதைகள், கன்யா வனங்கள், நடைப் பாதைகள், சட்டையில்லாத கதாபாத்திரங்கள், மேகக்குடைகள் போன்றவை இவரது முக்கிய படைப்புகள்.

விருதுகள் : *மலைமுகட்டில் அப்துல்லா* கேரளா சாகித்ய அகாடமி, *ஸ்மாரக சிலைகள்* (மீஸான் கற்கள்) மத்திய, மாநில சாகித்ய அகாடமி விருது, *மருந்து* விஸ்வதீபம் விருது.

முகவரி : Punathil Kunhabdulah
Municipal Park Road, Badagara
Calicut 673 101, Kerala

குளச்சல் யூசுஃப்
(மொழி பெயர்ப்பாளர்)

குமரி மாவட்டம், குளச்சலில் பிறந்தவர். தற்போது நாகர்கோவிலில் வசித்து வருகிறார். வைக்கம் முகம்மது பஷீரின் படைப்புகள் உட்பட முப்பதுக்கும் மேற்பட்ட நூல்களைத் தமிழில் மொழிபெயர்த்துள்ளார். செம்மொழித் தமிழாய்வு மத்திய நிறுவனத்துக்காக நாலடியார் அறநூலை மலையாளத்திலும் மொழியாக்கம் செய்துள்ளார். மொழிபெயர்ப்பிற்கான சாகித்ய அகாதெமி, தொ.மு.சி. ரகுநாதன், ஆனந்த விகடன், உள்ளூர் பரமேஸ்வரய்யர், வி.ஆர். கிருஷ்ணய்யர், நல்லி திசையெட்டும், ஸ்பாரோ கவிக்கோ உட்பட பல்வேறு விருதுகள் பெற்றுள்ளார்.

மின்னஞ்சல்: kulachalsmyoosuf@gmail.com

அலைபேசி : 99949 23926

ஓவியக்கலைஞர் நம்பூதிரி
(கோட்டோவியங்கள்)

இந்திய அளவில் மிகச் சிறந்த கோட்டோவியக் கலைஞரான நம்பூதிரி 1925 செப்டம்பர் 13 இல் கேரளாவில் பொன்னானியில் பிறந்தார். முழுப்பெயர் வாசுதேவன் நம்பூதிரி. சென்னை ஓவியக் கல்லூரியில் ராய் சௌத்ரி, கே.சி.எஸ் பணிக்கர் போன்றவர்களிடம் ஓவியக்கலை பயின்றார். 1960 முதல் 'மாத்ருபூமி'யில் ஓவியராக பணியாற்றி 1980 முதல் 'கலா கௌமுதி'யிலும் தொடர்ந்து, 'மலையாளம்' இதழிலும் பணியாற்றினார். இப்போது 'பாஷா போஷிணி'யில் பணியாற்றுகிறார்.

கோட்டோவியம், பெயிண்டிங் போன்றவைகளில் மட்டுமல்ல, சுடுமண் சிற்பம், மரச்சிற்பம், உலோகம் அனைத்திலும் திறன் பெற்ற சிற்பக்கலை வல்லுனரும் ஆவார்.

கலா மண்டலத்திற்காக ஃபைபர் கண்ணாடியில் இவர் வரைந்த கதகளி சிற்பங்களும் செப்புத்தகட்டில் செதுக்கிய மகாபாரதக் கதையின் மீட்டுருவாக்கமும் இவரது புகழ்பெற்ற படைப்புகள்.

உலகப்புகழ்ப்பெற்ற இயக்குனரான அரவிந்தன், பத்மராஜன் ஆகியவர்களுடன் சினிமாத் துறையிலும் பணியாற்றியிருக்கிறார்.

கேரள லளித கலா அக்காதமியின் தலைவராகவும் பணி புரிந்துள்ளார்.

புனத்தில் குஞ்ஞுப்துல்லா

மீஸான் கற்கள்

தமிழில்:
குளச்சல் யூசுஃப்

காலச்சுவடு பதிப்பகம்

மீஸான் கற்கள் ◆ நாவல் ◆ ஆசிரியர்: புனத்தில் குஞ்ஞப்துல்லா ◆ மலையாளத்திலிருந்து தமிழில்: குளச்சல் யூசுஃப் ◆ © புனத்தில் குஞ்ஞப்துல்லா குடும்பத்திற்கு ◆ முதல் பதிப்பு: நவம்பர் 2004, திருத்தப்பட்ட இரண்டாம் பதிப்பு: ஜூன் 2012, நான்காம் பதிப்பு: பிப்ரவரி 2021 ◆ வெளியீடு: காலச்சுவடு பப்ளிகேஷன்ஸ் (பி) லிட்., 669 கே. பி. சாலை, நாகர்கோவில் 629001

Meesan Kargal ◆ Novel ◆ Punathil Kunhabdulla ◆ Translated from Malayalam by: Colachel Yoosuf ◆ © Punathil Kunhabdulla's family ◆ Language: Tamil ◆ First Edition: November 2004, Reprint with Corrections: June 2012, Fourth Edition: February 2021 ◆ Size: Demy 1 x 8 ◆ Paper: 18.6 kg maplitho ◆ Pages: 304

Published by Kalachuvadu Publications Pvt. Ltd., 669 K.P. Road, Nagercoil 629001, India ◆ Phone: 91-4652-278525 ◆ e-mail: publications@kalachuvadu.com ◆ Printed at Mani Offset, Chennai 600077

ISBN: 978-81-87477-92-1

02/2021/S.No. 101, kcp 2788, 18.6 (4) ass

நன்றி

எழுத்தாளர் ஜெயமோகனை ஒரு முறை சந்தித்தபோது தென் திருவிதாங்கூரின் வரலாற்று நிகழ்வுகள் குறித்த மலையாள நூல்களை தமிழில் மொழிபெயர்க்க நினைப்பது பற்றி பேசினேன். அவர் 'உங்களால் சொந்தமாக நாவல் எழுத முடியும், யோசியுங்கள்' என்றார். எனக்கு மொழிபெயர்ப் பதிலிருக்கும் ஆர்வத்தை மீண்டும் தெரிவித்தபோது அப்படி யானால் 'ஸ்மாரக சிலகள்' நாவலை தமிழாக்கம் செய்யலாம் என்று ஆலோசனை கூறினார்.

தோப்பில் முஹம்மது மீரானிடம் இது பற்றிக் கூறியபோது அவரும் உற்சாகமூட்டினார்.

இதன் படியை, மொழிபெயர்ப்பாளரும் பிழைத்திருத்து னருமான திரு. எம். எஸ். அவர்களும் திரு. ஸ்ரீனிவாசனும் பிரேமானந்த குமாரும் மூலப்பிரதியுடன் ஒப்பிட்டுப் பார்த்து திருத்தங்கள் செய்து, ஆலோசனையும் கூறினார்கள். இவர் களுக்கு என் மனமார்ந்த நன்றி.

என் கட்டுரைகளையும் மொழிபெயர்ப்புக் கதைகளையும் வெளியிட்டதுடன் எனக்கு நம்பிக்கையூட்டிக்கொண்டிருக்கும் தமிழ்நாடு கலை இலக்கிய பெருமன்றத் தோழர்கள், சொக்கலிங்கம் அண்ணன், 'நிறைய எழுத வேண்டிய நீங்கள் வேற ஏதேதோ செய்கிறீர்கள் போல' என்று அன்புடன் கடிந்து கொண்ட கவிஞர் ஹெச். ஜி. ரசூல், இதனை வழக்கமான செய்நேர்த்தியுடன் வெளியிடும் காலச்சுவடு பதிப்பகத்தார் மற்றும் விஜயகுமார், சதீஷ்குமார், ஜெயா, கனிதாதேவி ஆகியோர்களையும் நன்றியுடன் நினைவுகூர்கிறேன்.

குளச்சல் யூசுஃப்

1

ஆம்! பழைமை வாய்ந்த பள்ளி வாசலையும் அதன் சுற்றுப்புறங் களையும் பற்றிய கதைதான் இது.

ஊரில் காலரா பரவியபோது புதியதாக கட்டியிருந்த கல்லறை களை இடித்துத் தோண்டி அதற்குள் உயிரோடும் உயிரற்றதுமான உடல்களைப் புதைத்து மூடிய பள்ளிவாசலையும் பள்ளி வளா கத்தையும் பற்றிய கதை.

சிதிலமடைந்திருந்த பெரிய பள்ளி வாசல், அதில் உயர்ந்து நிற்கும் மினாரா. மினாராவின் மேல் செங்குத்தாக நிற்கும் கோபுரம். மினாராவுக்கும் கோபுரத்திற்கும் கீழ்ப்பகுதியில் பள்ளி வாசல்.

மீஸான் கற்கள் 9

அதைப் பள்ளிவாசல் என்று எளிமையாகக் கூறிவிட இயலாது. பெரிய விசாலமான வெளிப்பிரகாரமும் உட்பிரகாரமுமாக இரண்டு பகுதிகளைக் கொண்ட அந்தப் பிரம்மாண்டமான பள்ளிவாசலைச் சுற்றிலும் பாசிப் படர்ந்த மதில் சுவர்கள். பழங்கால செங்கற்களால் கட்டப்பட்டவை. பல்லாயிரக்கணக்கான மக்கள் அமர்ந்து பிரார்த்தனை செய்யுமளவுக்கு விசாலமானது. அதற்குள் கர்ப்பப்பாத்திரம் போன்று சிறு உட்பகுதி. அதிலமர்ந்துதான் பெரிய பெரிய மகான்கள் பிரார்த்தனை செய்திருக்கிறார்கள். அந்நேரம் முகட்டுப் பகுதியிலிருந்து வெளவால்களும் மாடப்புறாக்களும் சிறகடிக்கும் ஓசை கேட்கும்.

பள்ளிவாசலையடுத்து அகண்ட, சுத்தமான நடைபாதையின் மறுபுறத்தில் நொச்சில் காடுகள். நொச்சில் காடுகள் கூட்டம் கூட்டமாக வளரும் தன்மை கொண்டவையல்ல, தனிப்பட்ட சில சமுதாயங்களைப் போன்று ஓரமாக சதுர வடிவில் இடைவிட்டு வளர்ந்திருந்தன. அதற்கிடையில் பனைமரங்கள். பனைகளிலிருந்து வாயில் நீர் சுரக்க வைக்கும் மணம் வீசும் பழுத்து உலைந்த பனம் பழங்கள். கீழே அற்ப உயிரினங்களான குழியான்களும் பிருஷ்ட பாகங்களை பிணைத்தபடி ஊர்ந்து செல்லும் மலமுருட்டி வண்டுகளும்.

இதிலிருந்து சற்று விலகிய இருண்ட, வெளிச்சமில்லாத ஒரு பகுதியில் அடர்ந்துவிரிந்த மரங்களும் நிறைய கல்லறைகளும். அவற்றை மூடிப் பொதிந்து முற்றி வளர்ந்து நிற்கும் இயற்கையான காடு, அதில் கதிமோட்சம் கிடைத்ததும் கிடைக்காததுமான அனேகமாயிரம் ஆவிகளும் நச்சுப் பிராணிகளும் நிறைந்திருந்தன.

நடை பாதையில் இறங்கினால் ஏற்றம் இறைக்கும் ஓசை கேட்கும். பல வருடங்களாக கல்தூணில் பிணைக்கப்பட்டிருக்கும் ஒரு கிழக்கைதியின் முனகல் போன்று ஒலிக்கும் அதன் ஓசை.

பள்ளிவாசலைத் தொட்டபடிதான் கிணறு. கிணற்றுக்குத் தடுப்புச் சுவரேதும் கிடையாது. ஆனால் கிணற்றைச் சுற்றி அரையடி உயரத்திற்கு நெடுநீளமான செங்கற்கள் அடுக்கப்பட்டிருந்தன. அவ்வளவு அகலமான கிணறு அந்த ஊரில் வேறு இல்லை. தொலைதூரத்திலிருந்து அழைத்து வரப்பட்ட கிணறு தோண்டும் ஆட்களால் தோண்டப்பட்ட அந்தக் கிணறு வெறும் கண்களால் பார்த்து தெரிந்து கொள்ள முடியாத ஆழம் கொண்டது. கோணல் களில்லாத செங்கற்களில் நிற வித்தியாசமும் உள்ளே பார்த்தால் இருட்டாகவும் தெரியும். தண்ணீர் கறுப்பாக, சற்று எண்ணெய் பசையுடன் இருக்கும். அதற்கு கீழே அதலப்பாதாளம்தான்.

அகலமான செங்கற்களின் மீது நின்று கொண்டு, தளர்ந்து மெலிந்த ஒரு உருவம் துண்டு மட்டும் உடுத்தியபடி ஏற்றம் இறைப்பதைப் பார்க்கலாம். அவர்தான் எரமுள்ளான் மோதீன். ஏற்றம் உறுதியான ஒரு மாமரத்தின் மீது பிணைக்கப்பட்டிருந்தது.

நீண்ட காலங்களாகியும் அந்த மாமரம் இதுவரை பூத்ததில்லை, இத்தனை ஆண்டுகளாக இறந்த உடல்களை மட்டும்தான் அந்தமரம் பார்த்து வருகிறது, அத்தனை உடல்களும் மாமரம் நிற்கும் அந்த தோட்டத்தில்தான் குடி கொண்டிருக்கின்றன.

ஏற்றம் இறைத்துக்கொண்டேயிருந்த எரமுள்ளான் தளர்ந்தார். அப்போதுதான் தண்ணீர் தொட்டி நிரம்பி வழிவதைக் கண்டார்.

பள்ளி வாசலில் இருக்கும் சிமெண்ட் தொட்டியில் தண்ணீர் நிரப்பவேண்டும்; தொட்டி நிறைவது வரை இறைக்க வேண்டும் என்பது போன்ற அளவுகோல்கள் எதுவும் அவர் வைத்திருக்க வில்லை. உடல்தளர்வதுவரை தண்ணீர் இறைப்பதுதான் அவர் வழக்கம். எரமுள்ளான் தளரும்போது பெரும்பாலும் தொட்டி நிரம்பி வழியும். சில வேளைகள் நிரம்பாமலும் இருக்கும்.

கடைசித் தோண்டியை செங்கல்லின் மீது வைத்துவிட்டு அதிலிருந்த தண்ணீரை கைகளால் மொண்டு முகம் கழுவினார் எரமுள்ளான்.

நீண்டு மெலிந்த உடலை, பளபளக்கும் தலையை, ஒட்டிய கன்னங்களை, நரைத்துப் போன தாடியை எல்லாம் நன்றாகக் கழுவி சுத்தம் செய்தார். பிறகு கால்களை சுத்தம் செய்தார்.

பள்ளி வாசலுக்குள் ஏறி உடுத்தியிருந்த துண்டை மாற்றி மல்மல் துணியினாலான குப்பாயமும், காரிக்கன் முண்டும் அணிந்தார். கடைசியாக குப்பாயப் பையிலிருந்து ஒரு துண்டு புகையிலையை எடுத்து கறைபிடித்திருந்த பற்களினிடையே திணித்துக் கொண்டார்.

பள்ளி வாசலின் உட்புறம் சென்று கிழக்குமுகமாகத் திரும்பி நின்று இன்னொரு முறை வேட்டியை உதறி முறுக்கிக் கட்டிக் கொண்டார். காதுகளில் கை விரல்களைத் திணித்து பாங்கு சொல்லத் தொடங்கினார்.

“அல்லாஹு அக்பர் ... அல்லாஹு அக்பர்.”

எரமுள்ளானின் பாங்கு சத்தம் பள்ளி வாசலைக் கடந்து பெருவெளியில் பரவியது. அந்த ஊரில் எரமுள்ளானைப் போன்று உச்சத்திலும் தெளிவாகவும் பாங்கு சொல்லும் மோதீன்கள் அந்தக் காலத்தில் யாருமில்லை. தூரத்திலுள்ள சாலியத் தெருக்களில் வேலையாட்கள் கரையேறுவது எரமுள்ளானின் பாங்கு சத்தம் கேட்டுத்தான்.

பாங்கு சத்தம் கேட்ட மாப்பிளை முஸ்லீம்கள் தலைப் பாகைக் கட்டுகளை இறுக்கிக் கட்டிக் கொண்டு பள்ளி வாசலை நோக்கி நடந்தார்கள்.

இமாம் முன்னால் நின்றார். நீளக் குப்பாயம், மருதாணி தேய்த்து சிவந்திருந்த தாடி இடையிடையே காற்றில் பிரிந்து கூடியது.

இறைவனின் முன் இமாமைப் பின்பற்றி எல்லோரும் ஒன்றாக கூடி நின்றார்கள்.

தொழுகையை முடித்து விட்டு வெளியே வரும்போது ஒரு சிறுவன் ஓடி வந்தான். அவன் தலை வியர்வையால் நனைந்திருந்தது. முகத்தில் பதற்றமும் கண்களில் அச்சமும் நிழலிட்டு நின்றன.

அழுது கொண்டே சோகத்துடன் அவன் செய்தியைச் சொன்னான்.

"பாலப்புர மம்மது ஹாஜியாரு எறந்துட்டாரு."

எல்லாரையுமே திடுக்கிடச் செய்தது அந்தச் செய்தி. வயது முதிர்ந்தவர்களுக்கு மிகவும் அதிர்ச்சியாக இருந்தது. நேற்றுவரை இந்த வழியாக நடந்துபோனவர் மம்மது ஹாஜியார். குப்பாயப் பையிலிருந்து மூன்று ரூபாய் திருடியதற்காக தன் சொந்த மருமகனை வீட்டிலிருந்து வெளியேற்றி ஒரு வாரம் கூட ஆகவில்லை. தனது ஐம்பத்தாறாவது வயதில் பதினாறு வயதான பீயாத்துவை ஒரு மாதத்திற்கு முன்புதான் திருமணம் செய்து கொண்டார். என்னென்ன அற்புதங்களெல்லாம் அரங்கேறுகின்றன இந்த உலகத்தில்! இதையெல் லாம் நினைத்துக் கொண்டு நிற்கும்போது பட்டாளம் இபுறாகி கேட்டான். அவன் ஒரு நல்ல பாடகன்.

"நீ எதுக்குடா இப்பிடி அலறுதே? எறந்து போன விசயத்த மெதுவாகச் சொல்லத் தெரியாதா?"

பையன் சொன்னான்.

"சத்தமாச் சொல்லத்தான் எங்கிட்டே சொல்லி இருக்காங்கோ."

பள்ளி வாசலுக்கு வந்த பலரும் இந்தத் துயரச் செய்தியை தெரிந்து கொண்டார்கள். ஒவ்வொருவரின் மனதிலும் ஒவ்வொரு விதமான சிந்தனைகள் நிழலாடின. ஹாஜியாரின் மரணத்தில் மிகவும் மகிழ்ச்சியடைந்தது எரமுள்ளான் மோதீன் மட்டும்தான்.

யதார்த்தம் அறிந்த தத்துவஞானி எரமுள்ளான் மோதீன். மரணம் ஒரு லாபம் என்ற தத்துவத்தை வாழ்க்கை நியதியாக ஏற்றுக் கொண்ட மனிதர் அவர்.

அவர் மனத்திற்குள் சிரித்துக் கொண்டார்.

மரணச் செய்தியை சொல்ல வந்த சிறுவன் போகாமல் நிற்பதைக் கண்டதும் இமாம் கேட்டார்.

"எதுக்குடா குந்தங்கணக்கா நிக்கிதே?"

"எரமுள்ளான் காக்காவெ கையோடி கூட்டிட்டு வரச்சொல்லி இருக்கிதாங்கோ."

எரமுள்ளான் மோதீன் வந்துதான் சடலத்தை குளிப்பாட்ட வேண்டும். எரமுள்ளான் யாருக்குமே தேவையற்றவர்தான். ஆனால்

அந்திமக் கருமங்களுக்கு அனைவருமே அவரைத்தான் சார்ந்திருக்க வேண்டும்.

சென்ற முப்பது வருடங்களாக அந்த ஊரில் எரமுள்ளானின் கைபடாத சடலங்களே இல்லை. இத்தனை வருட அனுபவங்களின் பலனாக தன் வேலையில் அவர் நுட்பமும் பிரசித்தியும் பெற்றிருந்தார்.

பையனின் பின்னால் எரமுள்ளான் நடந்தார். ஒரு நாழிகை தூரம் நடந்த பிறகு குறுக்குப் பாதை வந்தது. குறுக்குப் பாதையைக் கடந்து நடந்து வயல் வெளியை அடைந்து வயலில் இறங்கும் போது பையன் சொன்னான்.

"இந்த வயலு முழுவதும் மம்மது ஹாஜியாருக்குத்தான்."

கண்ணுக்கெட்டாத தூரம் வரை பரந்து விரிந்த வயல்வெளி. இதிலுள்ள ஒவ்வொரு வரப்பின் மீதும் ஹாஜியாரின் கால்கள் பதிந்திருக்கும். குனிந்தபடி வேலை செய்யும் ஒவ்வொரு பெண்ணை யும் அவர் கூர்மையாகப் பார்த்திருப்பார். ஒரு நெல் மணிகூட பாழாகாமல், கதிர்களை முழுவதும் பாலப்புரை நெல்லறைக்கு கொண்டு சேர்க்க அவர் மிகுந்த சிரமம் எடுத்திருப்பார்.

காய்ந்து வெடித்த வயலின் மீது நடந்தார் எரமுள்ளான். தூரத்தில் எங்கோ அடிவானத்துக்கு அப்பால் சூரியன் பழுக்கக் காய்ச்சிய கிண்ணம் போல் பிரகாசித்தான்.

வயலை நெடுகப் பிளந்தபடி மலை வெள்ளம் பாயும் சால். இப்போது செத்துலர்ந்த ஒரு மலைப் பாம்பு போல் ஒடுங்கிப் போய் கிடந்தது. சென்ற ஆண்டு கரைபுரண்டோடிய இந்தச் சாலில் தான் தேங்காக்காரன் கோயாட்டி விழுந்து இறந்தான். கோயாட்டிக்கு தேங்காய் வியாபாரத்துடன் காக்காய் வலிப்பும் உண்டு. யாரும் தீண்டாத அந்த மய்யத்தை எரமுள்ளானும் கிருஷ்ணன் நாயரும் தான் தங்கள் கைகளால் தூக்கியெடுத்தார்கள். கிருஷ்ணன் நாயர் கான்ஸ்டபிள் 420. அந்த மய்யத்தை குளிப்பாட்டியதும் எரமுள் ளான்தான். ஆனால் ஆஸ்பத்திரியில் நடந்த வெட்டிப் பிளக்கும் அந்த கொடூரம்தான் தாங்க முடியவில்லை. இரத்தமில்லாத சவசரீரத் தின் மீது இரக்கமற்றவர்கள் இறக்கிய கத்தி. ஆண்டவா!

நடந்து நடந்து எரமுள்ளான் கரையேறினார். நான்கைந்து குறுக்குப் பாதை கடந்தால் பாலப்புரை மம்மது ஹாஜியாரின் வீடு. எங்கோ கேட்பது போல் அழுகைக்குரல்கள். எரமுள்ளான் புரிந்து கொண்டார். அழுதழுது ஓய்ந்திருப்பார்களாக இருக்கும்.

"வேகமாப் போங்கோ."

அழைக்க வந்த சிறுவன் பின்னாலிருந்து அவசரப்படுத்தினான்.

கடைசியாக அவர்கள் மதில்கூடப் படிக்கட்டில் ஏறினார்கள். வீடும் சுற்றுப்புறமும் தலைப்பாகைகளும், மொட்டைத் தலைகளு

மீஸான் கற்கள் 13

மாக நிறைந்திருந்தன. முற்றம் நிறைய வெற்றிலைத் துப்பல்களும் சுருட்டுத்துண்டுகளும்!

எரமுள்ளான் நேராக உள்ளே சென்றார். வராந்தாவில் நின்ற பலரும் அவரை முறைத்துப் பார்த்தார்கள். வரத் தாமதித்ததற்காக சிலர் அவரைக் கடிந்து கொண்டார்கள்.

கூடத்தின் நடுவே போடப்பட்டிருந்த மாம்பலகைக் கட்டிலில் பாலப்புரை மம்மது ஹாஜியார் நீண்டு நிமிர்ந்து கிடந்தார். மூடியிருந்த வெள்ளைத் துணியை விலக்கி சடலத்தின் முகத்தைப் பார்த்ததும் எரமுள்ளான் பயந்து விட்டார். வாய் திறந்தபடியே இருந்தது. கதிமோட்சம் அடையாத உடலின் அடையாளம். இறந்த பிறகும்கூட ஆசையடங்காத வாய்!

வாயை அடைக்க நீண்ட நேரமாக தாடையைப் பிடித்து அமுக்கினார் எரமுள்ளான். மந்திரித்த நூலால் தலையையும் தாடையையும் சேர்த்துப் பிணைக்க முயற்சித்தார். எல்லா முயற்சியும் பயனற்றுப் போனதும் "தாமதமாகிப்போச்சு" என்றபடியே தொடர்ந்தார்.

"வாய் தெறந்திருந்தாலும் வாடெ இல்லெ. அதிசயம்னு தான் சொல்லணும். வேறு என்னெ சொல்ல இருக்கு."

மய்யத்தை குளிப்பாட்ட வேண்டிய ஆயத்தங்கள் தொடங்கின. நான்கைந்து பேராக மய்யத்தைத் தூக்கித் தெற்குப் புறமாக முற்றத்தில் கிடந்த கட்டிலில் கிடத்தினார்கள். பத்து குடம் தண்ணீர் பிடிக்கும் இரண்டு செம்பு பாத்திரங்களில் நீர் நிறைக்கப்பட்டிருந்தது. ஒன்றில் தண்ணீர், இன்னொன்றில் வெந்நீர்.

புலையன் முடைந்த புதுப்பாயை நடுவே விரித்து அதில் சுத்தம் செய்யப்பட்ட உடலைக் கிடத்தினார்கள். கோராத் துணியால் உடல் பொதியப்பட்டது. பொதிவதற்கு முன் நிர்வாணமான உடலின் மீது மருதாணி இலைகளைத் தூவினார்கள்.

மூன்று கட்டுகளையும் எரமுள்ளான்தான் கட்டினார். எல்லா வற்றையும் நிசப்தமாக ஊர் மக்கள் பார்த்துக் கொண்டு நின்றார்கள்.

சடலத்தை மய்யத்து கூண்டுக்குள் வைத்து கூண்டின் கொக்கி களை இறுக்கினார்கள்.

"செரி! பெறப்புடலாமா?"

"லா இலாஹா இல்லல்லா."

உள்ளேயிருந்து மீண்டும் கூட்ட அழுகைக் குரல்கள் உயர்ந்தன. தேய்ந்து போன ஊசியில் இயங்கும் கிராமபோன் இசை போலிருந்தது அந்த அழுகைச் சத்தம்.

குறுக்குப் பாதைகளும் வயல் வரப்புகளும் கடந்து மய்யத்துக் கூண்டு ஊர் மக்களோடு பள்ளி வளாகத்தை நோக்கி சென்று கொண்டிருந்தது. அனைவருக்கும் பின்னால் ஒரு வால்போல் எரமுள்ளான் நடந்தார்.

மய்யத்துத் தொழுகை ஆரம்பித்தது. கூண்டின் பின்புறமாக அனைவரும் பிரார்த்தனையிலாழ்ந்தார்கள்.

பிறகு சடலத்தை அடக்கம் செய்யும் வேலை. அடக்கம் செய்வது பள்ளி வளாகத்தில் நொச்சில் காடுகளுக்கு இடையில். கடைசிக் கல்லை ஊன்றியதும் ஆட்கள் பிரிந்தார்கள். மய்யத்துக் குழி தோண்டியவர்கள் மண்புரண்ட கைகளை குப்பாயத்தில் துடைத்துவிட்டு கூலியும் வாங்கிக் கொண்டு இடம் பெயர்ந்தார்கள்.

எரமுள்ளான் பார்த்துக்கொண்டே நின்றார் - மய்யத்து குளிப் பாட்டிய கூலிக்காக!

தலை குனிந்து நின்றிருந்த மம்மது ஹாஜியாரின் மகன் கல்லறையை கடைசியாக ஒருமுறைப் பார்த்துக் கொண்டான். அதுவரை அவனையே பார்த்துக் கொண்டு நின்ற எரமுள்ளானைக் கவனிக்காமல் நடந்தான்.

பள்ளி வளாகத்தைக் கடந்து ரோட்டை எட்டியதும் எரமுள் ளான் வேகமாக நடந்து அவனைப் பின்னாலிருந்து விரல்களால் தொட்டார்.

"உம்?"

உலகமே வீழ்ந்துவிட்டதைப் போல் தோன்றியது எரமுள்ளா னுக்கு! அத்தனை கம்பீரமாக ஒலித்தது அந்த "உம்."

"உம்?"

மீண்டும் அவன் உருண்டை கண்களை உருட்டி உறுமினான். முகம் இருண்டது. உலகமே இருண்டு விட்டதைப் போல் தோன்றியது எரமுள்ளானுக்கு.

எரமுள்ளான் சொன்னார்.

"மய்யத்து குளிப்பாட்டுன கூலி..."

"நாளெக்கி."

ஒரே வார்த்தையில் பதில் சொல்லிவிட்டு நடந்து ரோட்டின் வளைவில் மறைந்தான்.

அப்படியே ஸ்தம்பித்து நீண்ட நேரமாக நின்ற எரமுள்ளான் மீண்டும் நடந்தார். ரோட்டை நோக்கியல்ல, தன் இருப்பிடமான பள்ளி வாசல் நோக்கி!

மீஸான் கற்கள்

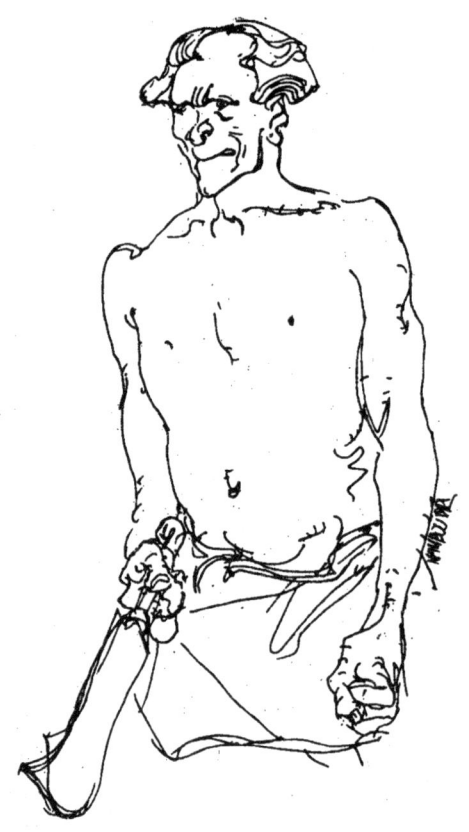

2

கல்யாணமாகாமல் கர்ப்பிணியான நீலி மயக்கம் போட்டு கீழே விழுந்து கிடந்தாள். நீலியின் தந்தை கொடுவாளை கையிலேந்தி முற்றத்தில் இறங்கினான். சடை பிடித்துக் காடு போலக் கிடந்த தலையை உலுப்பியபடி வலது கையில் வாளை உயர்த்திப்பிடித்து சாணிமெழுகிய முற்றத்தில் கூண்டிலடைத்த புனுகு பூனைபோல் ஓடினான். உயர்த்திப் பிடித்த கொடுவாள் தாழ்வான பழையக் கூரைக்கீற்றிலும், கமுகுக் கம்புகளிலும் இடையிடையே உரசி, காய்ந்த ஓலைத்தும்புகளும் உளுத்துப்போன மரத்துகள்களும் உதிர்ந்தன.

நீலியின் அருகே ஒரு கோமரத்தாடி போல் நின்று கொண்டு ரைரு அலறினான்.

"யாருன்னு சொல்லு! இந்த கொடுவாளால ஒங்கொடலையும் அவங்கொடலையும் நா உருவுவேன். என்னெ யாருன்னு நெனைச்சே? நா ரைருவாக்கும்! ஆமா . . . ரைரு."

ஆனால் நீலியால் பதில் சொல்ல இயலவில்லை. அவள் உதடுகள் வெளுத்துலைந்து தளர்ந்து கிடந்தன, கண்ணிமைகள் அடைத்து, முகம் காகிதம் போல் வெளுத்திருந்தது.

மிகச் சிறிய மார்பகங்கள் மட்டும் சில நேரங்களில் தாழ்ந்து, உயர்ந்துகொண்டிருந்தன. உடுத்திருந்த முண்டு மேலே உயர்ந்து கணுக்கால்கள் தெரிந்தன. வாடிய சேம்பந்தண்டு போல் அவள் திண்ணையில் விழுந்து கிடந்தாள்.

ரைருவின் உரமேறிய கைகளால் வாங்கிய அடியின் வீரியமேற்று தரையில் விழுந்து கிடந்தாள் நீலியின் தாய். அடர்ந்த புதர்க் காட்டில் குறுநரிகளின் ஊளையை விட சத்தமாக அடிக்கடி தேம்பிக் கொண்டிருந்தாள் அவள்.

ரைரு கொடுவாளை முற்றத்தில் வீசியெறிந்தான். ஆண்டுகளாக உலைக்கப்பட்ட அந்த வாள், பிடி வேறாகவும் வாள் பகுதி வேறாகவும் முற்றத்தின் இரண்டு இடங்களில் போய் விழுந்தது.

ரைரு மீண்டும் அலறினான். தன் மனைவியைச் சுற்றி ஒரு குறுநரியைப்போல் முரண்டியபடி வந்து அவளை எச்சரித்தான்.

"நாய்க்குப் பெறந்தவளே, மூச்சுவிட்டுராதே, மூச்சு விட்டேன்னா கொன்னுருவேன்! நீ செரியா இருந்தா இப்பிடி ஆயிருக்குமா? சொல்லு பொலியாடி."

ரைரு முஷ்டியை இறுக்கினான். அதனுள் எத்தனையோ ஆண்டுகளாக சுத்தியல் பிடித்து உருவான காய்ப்புகள் நெரிந்தது.

"வேண்டாத்தனம் ஒண்ணும் காட்டாதே ரைரு."

திண்ணையின் ஒரு மூலையில் செய்வதறியாது கூரை முகட்டை பார்த்துக்கொண்டிருந்த ரைருவின் வயதான தாய் அவனை எச்சரித்தாள். ரைருவின் அருகில் வருவதற்காக அவள் எழுந்தாள். கரி பிடித்த முண்டு உருவி கீழே நழுவிக் கொண்டிருந்தது. இடது கையால் வேட்டியைத் தாங்கிப் பிடித்தவாறு கிழவி நடந்தவாறே சொன்னாள்.

"எங் கண்ணு தெரியுத காலமாயிருந்தா இப்பிடியெல்லாம் ஆயிருக்குமா? அறக்கல் பகவதியே! நீ தான் காப்பாத்தணும்!"

திண்ணைச் சுவரில் தொங்கிக்கிடந்த சிம்னி விளக்கு அணையத் தொடங்கியது. தீச் சுடரின் சிவந்த நாக்குகள், சுவரில் உருவாக்கி யிருந்த தெளிவற்ற சித்திரங்களை பார்த்தபடியே அணைந்தது. திண்ணையும் மனிதர்களும் இருட்டில் மூழ்கினார்கள்.

ரைரு திண்ணைச் சுவரில் சாய்ந்து தளர்ந்து அமர்ந்து விட்டான். கார்த்திகை மாதக் குளிர் காற்றிலும் அவனுக்கு வியர்த்தது. இடையிடையே நீண்ட பெருமூச்சுகளை இழுத்து விட்டுக் கொண்டிருந்தான். அதைக் கேட்டு ரைருவின் பிள்ளைகள் பயந்து போய் திண்ணையில் ஒரு புறமாக விரிக்கப்பட்டிருந்த ஓலைப்பாயில் கண் மூடி சுருண்டு கிடந்தன, காதுகளை மட்டும் கூர்மையாக்கிக் கொண்டு.

யாரும் எதுவும் பேசவில்லை. நீலியின் பாட்டி இருப்புக் கொள்ளாமல் அரட்டினாள். என்ன செய்வது என்றறியாமல் அந்தக் கிழவி தெய்வமே! தெய்வமே..! என்று புலம்பிக் கொண்டிருந்தாள்.

பிறகு எழுந்து ஒரு பழந்துணி போல் தரையில் கிடக்கும் நீலியின் அருகில் வந்து அவளை உலுப்பி சத்தமாக கூப்பிட்டாள் கிழவி.

“எடியே! நீலி, எழும்புடீ.”

நீலி அப்போதும் மயக்க நிலையில்தானிருந்தாள்.

நீலியின் பாட்டி திண்ணையில் பெயர்ந்து கிடந்த படிக்கற்களை மிதித்து கீழே இறங்கினாள். முற்றத்தை அடி வைத்து நடந்து கிணற்றடிக்குச் சென்றாள். வெளியே இரவு வெளிச்சமிருந்தது. அடிவானம் இருண்டு கிடந்தது.

பனையோலைத் தோண்டியை கிணற்றில் இறக்கி கிழவி தண்ணீரிறைத்தாள். மீன் செதில்போல் சுருக்கம் நிறைந்ததோல், கணுக்கால்களில் மேலும் கீழுமாக இழுத்தது. சேற்றில் புதைந்த கால்களை உருவியெடுத்து முற்றத்தில் தேய்த்தாள். ஒரு சிரட்டையில் தண்ணீருடன் திண்ணைக்கு வந்தாள்.

வீடு மயான அமைதியுடனிருந்தது. சிரட்டையிலிருந்த நீரை, நீண்டு மெலிந்த தன் கைகளில் ஏந்தி நீலியின் முகத்தை நனைத்தாள். காலத் தேய்மானம் ஏற்றிருந்த விரல்கள் இளம் கன்னங்களை தீண்டியபோது கிழவியின் நினைவுகள் கடந்த காலத்திற்குத் திரும்பின.

கிழவிக்கு நீலியிடம் சிறிது கூட வெறுப்பு தோன்றவில்லை. நானும் இதுபோல்தானே? எத்தனையோ வருடங்களுக்கு முன் நீலியின் அப்பாவை – இந்த ரைருவை கர்ப்பம் தரித்தது எப்படி? நினைக்கும்போது புல்லரித்தது! குளி முறை தவறிய பின்தானே கல்யாணம் நடந்தது. ஒரு ஆணாகப் பிறந்தவன் ஆசைப்பட்டு கையைப்பிடித்தால் மறுத்துப் பேசவா முடியும்?

கிழவி திரும்பவும் எதையெதையோ நினைத்துக் கொண்டாள். புடவை கிடைப்பதற்கு முன் தன் கையைப் பிடித்த வேலுவைப் பற்றித்தான்! பெருமூச்சுடன் கிழவியின் கண்கள் தோட்டத்தில் நிற்கும் மாமரத்தினடியில் கொஞ்ச நேரம் அசைவற்று நின்றன.

திரும்பி ரைருவைப் பார்த்தாள். ரைரு சுவரில் சாய்ந்து நிற்கிறான். ஒரு கரிய நிழல்போல்! அவன் சுவாசச்சூடு அந்தத்

திண்ணையில் நிறைந்து நின்றது. தன் மகன் ரைருவால் எப்படி பொறுமையாக இருக்க முடியும். உண்மையைத் தவிர அவன் எதுவும் பேசியதில்லை. நேர்வழியில் மட்டும்தான் அவனுக்கு நடக்கத் தெரியும். தப்பான ஒரு பாதை அவனுக்குத் தெரியாது.

கோழி கூவுமுன் அவன் எழுந்து நான்கு நாழிகை தூரம் நடந்து பட்டணம் செல்வான். அங்கே ஒரு பட்டறையில் பகல் முழுவதும் சுத்தியல் பிடித்து தங்க நகைகள் செய்வான். தங்கத்துடன் செம்பை இதுவரை அவன் தொட்டுப் பார்த்ததும் இல்லை. மாற்றுக் குறைந்த ஒரு வியாபாரம் அவன் செய்ததாக இதுவரை யாருமே ஆவலாதிப்பட்டதில்லை. ஆனாலும் அவனுக்கு இப்படியொரு நிலை வந்துவிட்டதே! என் அறக்கல் பகவதியே...! கிழவியால் நீண்ட பெருமூச்சுகள் விட இயலவில்லை, சோர்ந்து போய் விட்டாள். ஆண்டுகளாக நீடித்திருக்கும் இருமலால் பாதித்திருந்தன சுவாசக் குழல்கள்.

சிரட்டைத் தண்ணீர் முழுவதும் நீலியின் உடலில்தான் பட்டது. கண்ணுள்ள சிரட்டையில் துவாரமிருந்தது.

சுவரில் சாய்ந்திருந்து நீலியின் நனைந்த மார்புகளையும் கன்னங்களையும் வருடி விட்டு அவள் தலையை உயர்த்தி தன் மடியில் வைத்தாள் கிழவி. பிறகு முடியிழைகளில் விரல் பாவிக் கொண்டிருந்தாள்.

பொழுது புலர்ந்தது.

திடுக்கிட்டெழுந்த கிழவியின் கைகள் மடியைத் துழாவின. முதல்நாள் துவைத்து உடுத்திய தன் முண்டில் நீலியின் தலை சாய்ந்திருந்த பகுதியில் எண்ணெய்ப் பசை மட்டுமிருந்தது. அதே சுவரில் தலையை ஒரு பக்கமாக சாய்த்து, தன்னை மறந்து தூங்கிக் கொண்டிருந்தான் ரைரு. கரி படிந்த கன்னங்களுடன் ரைருவின் மனைவி தரையில் படுத்துக்கிடந்தாள். பயந்து போய் ஓலைக் கீற்றில் சுருண்டு கிடந்தன குழந்தைகள்.

பாட்டி எழுந்து நடந்தாள். பதற்றத்துடன் திண்ணையில் இரண்டு தடவை நடந்து வடக்கும் தெற்கும் பார்த்தாள். வீட்டினுள் துழாவினாள். வெளியே வந்து நடுக்கத்துடன் "நீலீ" என்று கூப்பிட் டாள். வெண்கலத்தில் அடித்தது போலிருந்தது அந்த ஓசை. அதைக் கேட்டு மற்றவர்களும் பதறி எழுந்தார்கள்.

வலது கையில் கொடுவாளுமாக மீண்டும் ரைரு எழுந்தான். அவன் உதட்டின் ஒரு புறம் உமிழ் நீர் வடிந்து உறைந்திருந்தது. கொடுவாளை உயர்த்தி சடை பிடித்த தலையை உலுப்பியபடி கேட்டான்.

"எங்கே அந்த மூதேவி?"

மீசான் கற்கள்

முதலில் பதறிக் கொண்டெழுந்தவள் ரைருவின் மனைவி. பஞ்சம் பிடித்த ஊரில் நிறைய குட்டிபோட்டு தளர்ந்து போன நாயைப் போல் மூச்சு வாங்கினாள். எலும்பு துருத்திய நெஞ்சும் ஒட்டி உலர்ந்து, தோல்கச்சைப் போன்ற மார்பகங்களுடன், கண்களை கசக்கிய அவள்மீது அலறிக் கொண்டு பாய்ந்தான் ரைரு.

"அந்த மூதேவி எங்கே? அவளெ எங்கே ஒளிச்சி வெச்சிருக்குதே?"

ரைருவின் மனைவி அழத்தொடங்கினாள். கண்ணீருக்கும் பஞ்சம்தான் போலிருந்தது. ஒட்டிய கன்னங்கள் இடையிடையே இழுத்துக் கொண்டன. பெருமூச்சு மட்டும் வெளிப்பட்டது.

ரைரு கொடுவாளை கையில் பிடித்து சுயக் கட்டுப்பாட்டை இழந்து குடிசையைச் சுற்றி வந்து கொண்டிருந்தான். ஒளிக்கீற்று போல் ஓடிக்கொண்டிருக்கும் தன் மகனை நீண்ட நேரமாகப் பார்த்துக் கொண்டிருந்தபடியே திண்ணையில் சாய்ந்தாள் கிழவி. ஒரு பட்டாம் பூச்சியின் லாவகத்துடன் அந்த உடல் தரையில் விழுந்தது. கனமோ, ஓசையோ எதுவுமின்றி! ரைரு அங்கேயும் பாய்ந்தான்.

"நீயாவது கொஞ்சம் செரியா இருந்தா இப்படியெல்லாம் நடந்திருக்குமா?"

வெறி பிடித்ததுபோல் அலறிக் கொண்டு ரைரு தெற்குத் தோட்டத்தில் பாய்ந்தான். மாமரத்தின் கீழ் தன் தந்தையின் சமாதியின் மீது நின்றுகொண்டிருந்தபோது சிவந்த எறும்புகள் காலில் ஏறின. திரும்பவும் அலறியபடி எறும்புகள் மீதும் மனிதர்கள் மீதும் வஞ்சம் தீர்ப்பது போல் சுற்றுப்புறம் முழுவதும் ஓடி நடந்தான். ஓடும்போ தெல்லாம் கேட்டான், "எங்கே அந்த மூதேவி?"

பக்கத்து தோட்டங்களில் குடியிருப்பவர்கள் ஓடிவந்தார்கள். மரத்தடியில் செண்டை பயிற்சி செய்யும் அப்புக்குட்டி மாராரின் மகன் கோவிந்தன் கையில் செண்டைக் கோல்களுடன் அங்கே வந்தான். ரைரு முன்பின் யோசிக்கவில்லை. ஒரு கோலை அவனிட மிருந்து பிடுங்கிக் கொண்டான். ஒரு கையில் கொடுவாளும் இன்னொரு கையில் கோலுமாக நின்று அலறினான்.

"கொல்லுவேன் அவளெ."

எல்லோருமாக ரைருவை அமைதிப்படுத்தினார்கள். பலவித மான ஆறுதல் குரல்கள் கேட்டன. எல்லாவற்றையும் கேட்ட ரைரு சோர்ந்தான். கூடி நின்றவர்கள் நீலியைத் தேடி நாலா புறமும் நடந்தார்கள்.

3

ஏரமுள்ளானின் பாங்கு சத்தம் கேட்டு கான்பகதூர் பூக்கோயாத் தங்ஙள் எழுந்தார். வெள்ளிக் குமிழ்போட்ட தன் மிதியடியை அணிந்து கொண்டார். இரு புறமும் மூட்டி தைத்திருந்த சிங்கப்பூர் கைலியை நன்றாக உதறி இறுக்கமாகக் கட்டிக்கொண்டார். பிறகு பதினாலாம் நம்பர் விளக்கின் திரியைத் தூண்டினார்.

தங்ஙளின் மனைவி ஆற்றபீவி அடுத்த கட்டிலில் அயர்ந்து தூங்குகிறாள். மிதியடியணிந்த கால்கள் அந்தப் பக்கமாக நகர்ந்தன. சதைப் பிடிப்பான அவள் தோள்களை; பிடித்து அமுக்கியபடி அழைத்தார்.

"ஆற்றபீவி! எழும்பு, சுப்ஹு பாங்கு சொல்லியாச்சி."

ஆற்றபீவி சிணுங்கிக்கொண்டே படுக்கையில் விரிந்து அலட்சிய மான கண்களை மெல்லத் திறந்தாள்.

"பல்லெ வெளக்கிட்டு ஓதுன தண்ணியைக் குடி."

திருமணம் நடந்து பதிமூன்று வருடங்களுக்குப் பிறகு ஆற்றபீவி கர்ப்பம் தரித்திருக்கிறாள். காணிக்கையும் பிரார்த்தனையுமாக மிகுந்த பிரயத்தனத்தின் பயனாக உருவான கர்ப்பம், கலைந்து விடுமோ என்ற பயத்துடன் மருந்தும் மந்திரமுமாக கண்காணித்து வந்தார் தங்ஙள்.

அறைக்குள்ளிருந்து வெளியே வந்து தாயரங்கு கதவின் தாழ்ப் பாளை அகற்றினார். வழக்கம் போல் கதவு ஓசையெழுப்பியது.

அறைகளும், ரகசிய அறைகளும், பத்தாயமும், இரும்புப் பெட்டி களுமுள்ள அந்தப் பெரிய இல்லத்தின் வாசல் கதவுக்கு ஒரு பிரத்யேகத் தன்மை உண்டு. அடைக்கும்போது அமைதியாயிருக்கும், திறக்கும் போது ஓசை எழுப்பும்! அந்த ஓசையைக் கேட்டுதான் மருமக்களும், விருந்தினர்களும், வேலைக்காரர்களும், காரியஸ்தனும் எழுந்திருப்பார்கள். சிங்கப்பூரிலிருந்து அழைத்து வரப்பட்ட புத்த மதத்தைச் சேர்ந்த ஒரு ஆசாரி இந்தக் கதவைச் செய்தான். கதவு மட்டுமல்ல, வீட்டையும் அவன்தான் கட்டினான். ஆனால் வேலை பூர்த்தியாவதற்குள் அந்த ஆசாரி இறந்து விட்டான். வீட்டுக்காரர்கள் குடியேறுவதையும் பால் காய்ச்சுவதையும் புத்தமத ஆசாரிக்கு பார்க்கக் கொடுத்து வைக்கவில்லை.

கான்பகதூர் பூக்கோயாத் தங்ஙளைப் போல் பிரதாபம் மிகுந்த ஒரு வாரிசு அறக்கல் குடும்பத்தில் இதுவரைத் தோன்றிய தில்லை. பூக்கோயாத் தங்ஙளின் பேரும் பெருமையும் அந்தக் காலத்தில் நாடெங்கும் புகழப்பட்டிருந்தது. நாட்டிற்காக உழைப்பதற் கான வெகுமதியாக வெள்ளைக்காரன் அளித்ததுதான் கான்பகதூர் பட்டம்.

பூக்கோயாத் தங்ஙளின் வாப்பா ஆற்றக்கோயா சிங்கப்பூரில் பெரிய வியாபாரியாக இருந்தார். ஊருக்கு வரும் ஒவ்வொரு முறையும் சுற்றுவட்டாரங்களிலுள்ள தோப்புகளையும் வயல்களை யும் குறைந்த விலைக்கு வாங்கி கைவசப்படுத்திக் கொண்டார். ஆற்றக்கோயா இறக்கும்போது ஊரின் குறிப்பிட்டஅளவு நிலமாகவும் பிற சொத்துக்களாகவும் அவர் கைவசம் வந்திருந்தது. ராஜ இல்லத்து புறமேரித்தம்புரானுக்கு பிறகு ஊரின் மிகப்பெரிய நிலக்கிழார் ஆற்றக்கோயாதான்!

ஆற்றக்கோயா இறந்த பின் பூக்கோயாத் தங்ஙள் சொத்துக்களை யும் வியாபாரத்தையும் ஏற்றெடுத்தார். சிங்கப்பூர் வியாபாரத்தை மேலும் அபிவிருத்திச் செய்தார். ஊரில் நிலங்கள், வயல்கள் மட்டுமல்ல, காடுகளையும் மலைகளையும் விலைக்கு வாங்கத் தொடங்கினார். குடியிருக்கும் வீட்டை ஒரு அரண்மனைபோல் அழகுபடுத்திக் கொண்டார். விசாலமான தாயரங்கை சித்திர வேலைப்பாடுகள் கொண்ட மிகப்பெரிய தூண்களால் அழகு செய்தார். வாசல்நிலைகளில் சிங்கப்பூர் நர்த்தகிகளின் அழகிய உருவம் இடம் பிடித்தது. ஜன்னல்களில் வர்ணப் பகிடு கொண்ட ஜெர்மன் கண்ணாடிகள், தரையில் கால் வைத்தால் வழுக்கிக் கொள்ளும் விதமான மார்பிள் கற்கள், அதன் மீது விசேஷமான பச்சை நிறக் கம்பளங்கள்.

இவ்வளவு பெரிய அரண்மனைக்கேற்ற வகையில் போதுமான ஆட்களுமிருந்தார்கள். தங்ஙளின் மூன்று சகோதரிகள், அவர்களது கணவர்கள், குழந்தைகள் உட்பட முப்பது பேர் அறக்கல் குடும்பத் தில் உண்டும் குடித்தும் உயிர் வாழ்ந்தார்கள்.

பத்தாண்டுகள் சிங்கப்பூரில் வியாபாரம் செய்து சம்பாதித்த பின் போதும் என்று ஏராளமான பணத்துடன் முதல் தரமான ஒரு குதிரையும், புத்த மதத்தைச் சார்ந்த ஒரு குதிரைக்காரனுமாக தங்ஙள் ஊருக்குத் திரும்பினார்.

பூக்கோயாத் தங்ஙள் தன் முன்னோர்களைப் போல் மூட நம்பிக்கை கொண்டவரல்ல! சிங்கப்பூரில் நீண்ட காலம் வாழ்ந்த அவர் ஒரு நல்ல நாகரீக மனிதராக தன்னை மாற்றிக் கொண்டார். ஆனால் மாந்திரீகங்களில் மட்டும் அவர் சற்று நம்பிக்கை வைத் திருந்தார்.

ஜப்பான் சில்க் முழுக்கை குப்பாயம் அணிந்து அதன் மேல் அணில் கோடுகள் உள்ள சிங்கப்பூர் கைலியுடுத்து, அதற்கு மேல் கோட்டும் அணிந்து, விரித்து விடப்பட்ட மீசையுடன், சிவந்து துடுத்த முகமும் முகத்தைவிட துடுத்த ஷூவும் அணிந்து நடந்த தங்ஙளை ஊரிலுள்ளவர்கள் அபிமானத்துடன் பார்த்துக்கொண்டு நின்றார்கள். அவர் நடந்து போகும் பாதையில் சிங்கப்பூர் சென்ட் டின் வாசம் வியாபித்து நிற்கும்.

அதிகாலை நேரத்தில் எரமுள்ளானின் பாங்கு சத்தம் கேட்டு கான்பகதூர் பூக்கோயாத் தங்ஙள் எழுந்தார். பற்பசையை அழுத்தி பிரஷில் தோய்த்துக் கொண்டு பல் துலக்கத் தொடங்கினார். தங்ஙள் சோப்பு போட்டு பல்துலக்குகிறார் என்ற செய்தியை அவரைச் சுற்றி இருப்பவர்கள் ஊர் முழுக்க பிரபலப் படுத்தியிருந் தார்கள்.

டர்க்கி டவலால் முகத்தைத் துடைத்து விட்டு சாய்வு நாற்காலி யில் அமர்ந்ததும் வேலைக்காரன் குட்டி ஹைதுரூஸ் திடமான

சூடு சாயாவுடன் வந்தான். அத்துடன் தங்ஙளின் தினசரி வாழ்க்கை ஆரம்பித்தது.

சாயா குடித்த உற்சாகத்துடன் தொழுகையில் ஈடுபட்டார். நெஞ்சின் மீது கைகளைக் கட்டிக்கொண்டு குனிந்தும் நெற்றி பாயில் படும்படியும் அல்லாஹ்வை தியானித்து விட்டு கோரைப் பாயிலிருந்து விலகி நின்று கம்பீரமாக அழைத்தார்.

"அத்துராமான்!"

சிங்கப்பூரிலிருந்து வந்த புத்தமதக் குதிரைக்காரன் உயிர் பெற்று எழுந்தது போல் லாயத்திலிருந்து குதிரையுடன் மார்பிள் பதித்த திண்ணைக்கருகில் ஓடி வந்தான். அதற்குள் தங்ஙள் காக்கி உடைக்கு மாறியிருந்தார்.

தன் நீண்ட உறுதி வாய்ந்த கையால் குதிரையைத் தட்டிக் கொடுத்து, ஜோடி கிடைத்துவிட்ட ஒரு மிருகம் போல் தங்ஙள் குதிரையின் மீது தாவினார்.

வாசலைக் கடந்து, பள்ளிவளாகம் தாண்டி, நொச்சில் காடு களை புறந்தள்ளி, ராஜபாதையில் பாய்ந்தது, இரண்டு படி தீவனம் அனாயாசமாக தின்று தீர்க்கும் உக்கிரமான குதிரை.

தங்ஙள் தன் நிலங்களையும் வயல்களையும் காட்டையும் தாண்டி வேறெங்கும் செல்வதில்லை.

குதிரை கடற்கரையை லட்சியமாக்கி பாய்ந்து கொண்டிருந்தது. மணல் பரப்பை அடைந்ததும் மணலுக்குள் புதைந்த கால்களை உருவி எடுத்தபடியே நிறைய குடிசைகளை சுற்றி கடைசியில் ஒரு குடிசைக்கு முன் வந்து நின்றது.

பொழுது இன்னும் விடியவில்லை. தங்ஙள் குனிந்து குதிரை யின் புறங் கழுத்தில் ஒரு முத்தம் கொடுத்து விட்டு குதித்திறங்கினார்.

குடிசையில் வெளிச்சமில்லை. ஆண்கள் மீன் பிடிக்க போயிருக் கும் நேரம். தங்ஙள் ஓலைச்சாய்வின் மீது கை வைத்தார். சத்தம் கேட்டதும் சாய்வு திறந்தது.

கச்சைக்கட்டாத மார்பகம் வெளியே எட்டிப்பார்த்துவிட்டு விலகியதும் தங்ஙளும் உள்ளே சென்று மறைந்தார்.

நீண்ட நேரமாகக் குளம்புகளை உதைத்துக் கொண்டே நின்ற குதிரை பிறகு மூச்சு வாங்கத் தொடங்கியது.

பொழுது விடிந்த பின் தங்ஙள் குதிரையுடன் வீடு திரும்பினார். மதில் கூடத்தின் காவல்காரன் புகாரி, தங்ஙளைக் கண்டதும் பீடியைத் தரையில் தேய்த்தான். தங்ஙளைக் கண்டதும் பீடியை தேய்ப்பதைத் தவிர புகாரிக்கு வேறு வேலை எதுவுமில்லை.

மதில் கூடத்தை கடந்ததும் அத்துராமான் வந்து குதிரையைப் பிடித்துக் கொண்டான். அதன் தாடையைத் தட்டிக் கொடுத்து

24 புனத்தில் குஞ்ஞப்துல்லா

வாயில் பதைத்து வந்த நுரையை வலதுகை விரல்களால் துடைத் தெறிந்தான். குதிரையை ஏதேதோ வைது கொண்டான்.

தங்ஙள் குளிக்கக் கிளம்பினார். வாசனை சோப்பின் மணம் வெளித் திண்ணைக்கும் பரவியது. குளித்து, பெரிய வயிற்றின் மீது கட்டிய கைலியுடன் தலையை தடவிக்கொண்டே திண்ணைக்கு வந்தார். திண்ணையில் அப்போது விருந்தினர்களும் மருமக்களும் சாப்பிடுவதற்காக வட்டமாக அமர்ந்திருந்தார்கள். கழுவிய கைகள் தங்ஙளை எதிர்பார்த்திருந்து காய்ந்திருந்தன. வேலைக்காரன் குட்டி ஹைதுரூஸ் காலியாகும் பீங்கான் தட்டுகளுக்காகக் காத்து நின்றான்.

சுப்ராவைச் சுற்றி அமர்ந்திருந்தவர்கள் தங்களுக்குள் போட்டி போட்டுத் தின்றார்கள். அவர்களின் கண்கள் புடைத்து நீர் வடிந்தது. அனைவரும் ஏப்பம் விட்டுக்கொண்டே கையலம்பத் தொடங்கினார்கள்.

இல்லத்தின் திண்ணையில் பகல் முழுக்க சர்ச்சைகள்தான். தங்ஙள் யானைச் செயரில் அமர்ந்தார். மார்பிள் பதித்த திண்ணையில் காரியஸ்தர்கள் அமர்ந்திருந்தார்கள். தேங்காய் பறிப்பு, நாட்டு நடப்பு, புத்திகூர்மை, மாடுசேர்த்தல், கோர்ட் விவகாரம் எல்லாவற்றைக் குறித்தும் சர்ச்சை நடக்கும்.

சுருட்டை இழுத்து புகையை நிறுத்திக் கொண்டு ஒரு கேள்வி உதயமாகும்.

“செரிதானே, கன்னாரா?”

“ஆ . . .!” காரியஸ்தன் பாப்புக்கன்னாரன் ஒப்புக் கொள்ள வேண்டும். ஒப்புக் கொள்வார். கன்னாரன் எனும் பாப்புக் கன்னாரன் ஒத்துக் கொண்டால்தான் தங்ஙளுக்குத் திருப்தியாகும். பாப்புக்கன்னாரன்தான் தங்ஙளின் நம்பிக்கைக்குரிய காரியஸ்தன். சென்ற பத்து வருடங்களாக கன்னாரன் தங்ஙளிடம் காரியஸ்தனாக இருக்கிறார். சிங்கப்பூரில் தங்ஙளின் முன்னேற்றத்திற்கு கன்னாரன் ஒரு முக்கியமான மைல்கல்லாக இருந்தார். சிங்கப்பூரில் வியாபாரத்தை நிறுத்திவிட்டு ஊருக்கு நிரந்தரமாக வந்து விட உபதேசம் செய்ததும் இதே பாப்புக்கன்னாரன்தான்.

பிரச்சினைகளும் சர்ச்சைகளும் ஓய மத்தியானம் ஆகிவிட்டது.

மத்தியான தூக்கம் முடிந்ததும் தங்ஙள் எழுந்து புதினா சேர்த்த சாயா குடித்தார். இஸ்திரி போட்ட மல்மல் ஜிப்பாவும் வெள்ளை நிற பைஜாமாவும் தொப்பியுமணிந்து சாயங்காலக் காற்று வாங்கக் கிளம்பினார். அத்துராமானும், ஆமது சீதியும், முகம்மதுகுஞ்ஞியும், பூச்சுணக்கனும், எரமுள்ளானும் அவர் சேவகர்களாக பின் தொடர்ந்தார்கள்.

பற்பல செய்திகளும் விநோதங்களும் ஊர் விவகாரங்களும் பேசிக்கொண்டே நடக்கும்போது அவர்கள் அதைக் கண்டார்கள்.

தங்ஙளின் வாப்பா ஆற்றக்கோயாத் தங்ஙளின் சவக்கல்லறையின் மீது யாரோ ஒரு ஆள் மயங்கிக் கிடக்கிறார்.

பேச்சுச் சத்தம் நின்றது. எல்லோரும் கல்லறையின் அருகே சென்றார்கள். பள்ளி வளாகம் இருண்டிருந்தது, சந்தணத்திரியின் வாசம் எங்கிருந்தோ காற்றில் உயர்ந்து வந்தது.

ஒரு நிமிடம் தங்ஙள் ஆச்சரியத்தில் உறைந்துபோய் நின்றார். ஒரு பெண்! மயங்கிக்கிடக்கும் அந்தப் பெண்ணின் உடலை தொட்டுப் பார்த்தார்.

"சூடு இருக்கு."

கனவிலிருந்து விடுபடுவது போல் சொன்னார் தங்ஙள்.

"கன்னாரா! ஓம் பெஞ்சாதியை கூப்பிடச்சொல்லு, பெம்பிள்ளயள நம்மோ தொடூது செரியில்லே."

உடனே பரபரப்பும் ஓட்டமும் தொடங்கின. பலரும் பல திசைகளுக்கு ஓடினார்கள். சிலர் குளிர்ந்த நீருடன் வந்தார்கள், முகத்தில் தெளிக்க! சிலர் அது பேயாக இருக்கலாம் என்று பயந்தோடினார்கள்.

அப்போது பாப்புக்கன்னாரனின் மனைவி பொக்கி கபறின் அடுத்து வந்தாள். கன்னாரனும் பொக்கியும் சேர்ந்து சுய நினைவற்றிருந்த அந்தப் பெண்ணைத் தூக்கினார்கள்.

4

பாப்புக்கன்னாரனின் வீட்டு முற்றத்தில் எங்கிருந்தோ கொண்டு வந்திருந்த சாய்வு நாற்காலியில் கால்மேல் கால்போட்டு தங்ஙள் அமர்ந்திருந்தார். திண்ணையில் விரிக்கப்பட்டிருந்த தாழைப்பாயில் மற்றவர்கள் அமர்ந்திருந்தார்கள். கிரகணம் பிடித்ததுபோல் திண்ணையும் முற்றமும் நிசப்தமாக இருந்தது. வீட்டுக்குள் என்ன நடக்கிறது என்று தெரிந்துகொள்வதற்கு எல்லோரும் காத்திருந்தார்கள்.

கன்னாரனின் மனைவி அர்ஜுனனின் அம்புபோல் பாய்ந்து வெளியே வந்து ஒரே வார்த்தையில் சொன்னாள்.

"போதம் தெளிஞ்சாச்சி."

"எல்லாம் ஆண்டவனோட கிருபை" என்றவாறே தங்ஙள் எழுந்து கேட்டார்.

"ஏதாவது பேசுனாளா?"

"இல்லெ! கண்ணெத் தொறந்து லேசா சிரிச்சா."

எரமுள்ளான் மோதீன் காலொடிந்த ஒரு பெஞ்சில் அமர்ந்து கருப்பு நூல் மந்திரித்துக் கொண்டிருந்தார். நூற்றொரு முடிச்சு போட்டு நூற்று ஒன்றாவது முறையாக முடிச்சில் ஊதும்போது கருப்பு நூல் நனைந்து விட்டிருந்தது.

"இதெ வலது கை தோள்லே கெட்டி உடு! எந்த இஃப்ரீத்தா இருந்தாலும் ஜின்னா இருந்தாலும் உட்டுப் போயிரும்."

நூலை உட்புறம் நீட்டி எரமுள்ளான் சொன்னார்.

கன்னாரனின் மனைவி நூலை வாங்கி நோயாளியின் தோளில் கட்டினாள். அடுத்ததாக மந்திரம் ஜெபித்த நீரை முகத்தில்

தெளித்தாள். அதற்குள் ஆண்களும் பெண்களுமாக நிறைய பேர்கள் வந்து கூடி வீட்டுக்குள்ளும் வெளியிலும் நின்றார்கள்.

தங்ஙள் வீட்டுக்குள் நுழைந்தார்.

அழகான முகம், கறுப்பு நிறம், தலைக்குமேல் பாயில் பரந்து விரிந்து கிடக்கும் அடர்ந்த தலைமுடி. எல்லாவற்றிற்கும் மேலாக குப்பாயம் அணியாத மார்புகள்.

"ஒரு விசியம்! ஒடனே அவளுக்கு குப்பாயம் போடணும். இது நமக்கு பாக்கக் கூடாத ஒண்ணு. ஓதுன வெள்ளத்தைகூட பெறவு குடுக்கலாம்."

அந்தக் காலத்தில் நாயர் பெண்களைத் தவிர மற்றவர்கள் குப்பாயம் அணிவதில்லை. சிங்கப்பூருக்குச் சென்று நாகரிகம் படித்த தங்ஙளால் இதை சகித்துக்கொள்ள முடியவில்லை. இதில் ஒரு மாற்றம் கொண்டு வர வேண்டும் என்று முடிவு செய்தார். தங்ஙளின் கட்டுப்பாட்டிற்குள் உள்ள பெண்கள் ஒவ்வொருவருக்கும் குப்பாயம் அணிவிக்கத் தொடங்கினார். கெஜம் கணக்கில் சீட்டித்துணி வாங்கி தையல்காரனை வீட்டில் வைத்து நிறைய குப்பாயங்கள் தைத்தார். ஒவ்வொரு பெண்ணையும் அழைத்து முதல் குப்பாயத்தை தங்ஙள் தன் கைகளால் கொடுத்தார். அறக்கல் மதில் சுவருக்குள் வைத்து பெண்கள் மார்பகம் மூடும் காட்சியை தங்ஙளின் மனைவி ஜன்னல் வழியாகப் பார்த்து ஆனந்தம் கொண்டாள்.

ஆனால் பொக்கி மட்டும் இதுவரை குப்பாயம் போடவில்லை அதுவும் தங்ஙளின் விசுவாசக் காரியஸ்தன் பாப்புக்கன்னாரனின் மனைவி!

தங்ஙள் வழக்கம் போல் காற்றாட நடந்து கொண்டிருந்த ஒரு நாள் பொக்கியைப் பார்த்தார். பொக்கி ஒரு முண்டு மட்டும் உடுத்தியபடி நடந்து வந்து கொண்டிருந்தாள். தங்ஙளால் அதை பொறுத்துக் கொள்ள முடியவில்லை. கோபத்தைவிட அவருக்குப் பிடிவாதம்தான் அதிகரித்தது.

"நா அவளெக் குப்பாயம் போடவெப்பேன் கன்னாரா! அதுக்கொரு ஒரு வழி இருக்கு."

தங்ஙள் சபதம் செய்வது போல் சொன்னார்.

புகைந்து கொண்டிருக்கும் சிம்னி விளக்கின் மங்கிய வெளிச் சத்தில், தரையில் விரித்த தாழைப் பாயில், தளர்ந்து கிடக்கும் இளவயதுப் பெண்ணை தங்ஙள் இயல்பாக பார்த்துக் கொண்டு நின்றார்.

"ஆ...!" கன்னாரன் 'உம்' கொட்டினார்.

செவ்வாய்க் கிழமை சாயங்காலம் வடகரைச் சந்தையிலிருந்து சாதனங்கள் வாங்கி ஒரு கூடையில் வைத்து தலையில் சுமந்தபடி

ஒவ்வொரு அடியாக வைத்து நிதானமாக நடந்து வந்து கொண்டிருந் தாள் பொக்கி. பெருவழியில் ஆள் நடமாட்டமுமிருந்தது. தங்ஙளும் அவரது சேவகர்களும் வேடிக்கைகள் பேசி நடந்து வரும்போது எதிரில் வந்த பொக்கியைக் கண்டார்கள். தங்ஙள் தன்னுடன் வந்த இரண்டு குறும்புக்கார பையன்மாரிடம் ஏதோ ரகசியம் சொன்னார்.

பையன்மார் வேகமாகச் சென்று எதிரில் வந்த பொக்கியை தடுத்து நிறுத்தி கைகளால் அவள் மார்பகங்களை ஏந்திப் பிடித்தார் கள். திடுக்கிட்ட பொக்கியின் தலையிலிருந்து கூடை கீழே விழுந்து பொருட்கள் சிதறின. பொக்கி ஓட்டம் பிடித்தாள். பின்னால் பையன்மார் விரட்டிச் சென்றார்கள்.

"இண்ணு பூராவும் இந்த பையம்மாரெ கொண்டுட்டு திரிஞ்சது வீணாவல்லெ."

குலுங்கிச் சிரிக்கும் தன் பரிவாரங்களைப் பார்த்து தங்ஙள் சொன்னார்.

பாப்புக்கன்னாரன் மட்டும் சிரிக்கவில்லை.

அந்த சம்பவத்திற்குப் பிறகு குப்பாயம் அணியாத எந்தப் பெண்ணும் அந்தப் பகுதியில் நடமாடியதில்லை.

யாரென்று தெரியாத ஒரு பெண்ணாக இருந்தாலும் கூட அவள் குப்பாயமணியாமல் இருப்பதை தங்ஙளால் ஏற்றுக்கொள்ள முடியவில்லை.

பொக்கி தன் தகரப்பெட்டியைத் திறந்து ஒரு குப்பாயத்தை வெளியே எடுத்தாள். அதை எப்படியோ சிரமப்பட்டு அந்த இளவயதுப் பெண்ணின் உடலில் அணிவித்தாள்.

"அவளுக்கு குடிக்க ஏதாவது குடுங்கோ." தங்ஙள் கட்டளை யிட்டார்.

ஒரு பீங்கான் குடுவையில் சூடான தெளிநீருடன் யாரோ வந்தார்கள். அவள் தாழைப் பாயில் கையூன்றியபடியே எழுந்து தெளிநீரை ஒரே மூச்சில் குடித்துத் தீர்த்தாள்.

"செரி! இப்போ சொல்லு, ஓம் பேரென்னெ?"

கைகளையூன்றி சாய்ந்திருந்தவாறே அவள் தங்ஙளைப் பார்த்தாள். சிவந்து ஈரமான கண்களில் லாந்தரின் ஒளி பிரதிபலித்தது.

"பேடிக்காண்டாம், ஒனக்கு நாங்கோ இருக்கோம். ஓம் பேரைச் சொல்லு."

சிவந்து கொழுத்த முகத்தில் சுருட்டி விடப்பட்ட மீசையும் விரிந்த கூர்மையான அரபிக்கண்களுமுள்ள தங்ஙளைப் பார்த்து அவள் சொன்னாள்.

மீஸான் கற்கள் 29

"நீலி."

"நல்ல பேரு! எனக்கு ரெம்ப பிடிச்சிருக்கு, ஒன் ஊரு யாது?"

நீலி அழத்தொடங்கினாள். அமர்ந்திருந்தவள் மீண்டும் பாயில் விழுந்தாள்.

"செரி! இனி எல்லாம் நேரம் வெளுத்த பெறவு." தங்ஙள் முற்றத்தில் இறங்கினார்.

"கன்னாரா! நீ இங்கெயே இரு. ஏதாவது விசேசம்னா ஒடனே எனக்குத் தெரிவிக்கணும்."

தங்ஙள் நடந்தார். பத்து முப்பதடி தூரம் நடந்திருக்க மாட்டார், அப்போது பாப்புக்கன்னாரன் மூச்சிரைக்க ஓடிவந்தார்.

"உம் . . .! என்னெ?"

தங்ஙள் திரும்பி நின்று கேட்டார்.

"அவெ கெர்ப்பமா இருக்கா."

"யாரு சொன்னது?" என்று கேட்டார் தங்ஙள்.

"பறச்சி! சத்தம் கேட்டு வந்த பறச்சி வயித்தை தடவிப் பாத்துட்டு சொன்னா."

தங்ஙள் பதிலெதுவும் சொல்லாமலிருப்பதைக் கண்டதும் கன்னாரன் சொன்னார்.

"உள்ளதுதான் தங்ஙளே."

தங்ஙளுக்குக் கோபம் வந்தது.

"அதுக்கிப்போ என்னெ செய்த்தானே? புள்ளெ உண்டாயிருந்தா பெறட்டு, பிரசவம் பாக்க இந்த ஊருலே ஆளா இல்லெ?"

'வேணுமானா புள்ளெ குடுக்கவும் ஆளிருக்கு' – கன்னாரனுக்கு சொல்லத் தோன்றியது. ஆனால் கை வாயை மூடியது. தின்கிற கை! தலையைத் தாழ்த்தியபடி கன்னாரன் திரும்பிச் சென்றார்.

வீட்டுக்கு வந்து சேரும் வரை தங்ஙள் எதுவும் யாரிடமும் பேசவில்லை. அவர் சிந்தனை முழுவதும் எங்கிருந்தோ வந்த கர்ப்பிணிப் பெண்ணின் மீதும் கர்ப்பிணியான தன் மனைவியின் மீதும் தான் இருந்தது.

படுக்கை அறைக்குள் சென்றபோது பீவி உறக்கத்திலாழ்ந்திருந்தாள். தங்ஙள் விளக்குத் திரியைத் தூண்டினார். மிகவும் வாடித்தளர்ந்தது போல் தெரிந்தாள் பீவி. உள் குப்பாயம் மட்டுமணிந்திருந்த அவள் வயிற்றை தங்ஙள் சற்று நேரம் பார்த்தார். உந்தி நிற்கும் வயிறு, வீங்கியதற்கேற்றபடி விரிந்துமிருந்தது. அதற்குள் தன் உயிரணு ஒரு கருவாகக் கிடக்கிறது என்பதை உணர்ந்தபோது தங்ஙளின் ரோமங்கள் சிலிர்த்துக்கொண்டன.

மனச்சோர்வு அடையும் விதமான நீண்ட பதிமூன்று வருட காத்திருப்பிற்கு பின் உருவான கர்ப்பம். பதிமூன்று வருடங்களுக்கு முன் ஒரு சபிக்கப்பட்ட நாளில் முதல் கரு கலைந்து போனது. ஒரு துண்டு பப்பாளிப்பழம் எல்லாவற்றையுமே தாறுமாறாக்கி விட்டது.

அன்று பதினாலாம் இரவின் நிலவு வெளிச்சத்தில் பின்வாசல் முற்றத்திலிருந்து ஆற்றபீவி ஆகாயத்தைப் பார்த்துக் கொண்டிருந் தாள். முற்றத்தில் நின்றிருந்த பப்பாளி மரத்தின் இலைகளினூடே நிலவு தவழ்ந்து கொண்டிருப்பதைப் பார்த்தபோது பீவிக்கு ஒரு ஆசை!

'ஒரு துண்டு கறுமூஸ தின்னா கொள்ளாம்!'

நீண்ட கொக்கியுடன் பப்பாளி மரத்தின் அடியில் போய் நின்று பெரிய ஒரு பப்பாளிப் பழத்தின் தண்டை கொக்கியால் வெட்டி இழுத்தாள். திடுமென பப்பாளிப்பழம் விழுந்தது. கூடவே வெட்டுப்பட்ட தண்டிலிருந்து பப்பாளிப்பால் வடிந்தது. துளித்துளி யாக விழும் பால் நிலவொளியில் மின்னுவதை பீவி பார்த்துக் கொண்டே நின்றாள்.

பப்பாளிப் பழத்தைத் தின்றதும் அடி வயிறு வலிக்கத் தொடங்கியது. மருந்துகளாலும் மந்திரங்களாலும் பப்பாளிப் பழத்தை தோல்வியடையச் செய்ய முடியவில்லை.

இது பதிமூன்று வருடங்களுக்கு முன் நடந்தது. தங்ஙள் அறையிலிருந்து வெளியேறி முற்றத்தைக் கடந்து மதில் கூடத்துக்கு வந்தார். காவல்காரன் புகாரியை நீண்ட நேரமாகக் கூப்பிட்டுப் பார்த்தார். எப்போதுமே மதில்கூடத் திண்ணையில் தூங்கும்' இந்தப் பன்றிக்கு இன்று என்ன ஆயிற்று?

பிறகு எதுவும் யோசிக்காமல் பள்ளி வளாகம் நோக்கி நடந்தார். நல்ல இருட்டு. நொச்சில் காடுகளில் மின்னுட்டாம் பூச்சிகள் வட்டமிட்டுப் பறந்தன.

பள்ளி வாசலில் விளக்குகள் அணையவில்லை. ஏற்றம் இறைக் கும் சத்தம் கேட்டது, நீண்ட காலமாக நோயுற்றிருப்பவனின் குறட்டையொலி போல்! எரமுள்ளான் மோதீன் ஏற்றம் இறைத்து பள்ளிவாசல் தொட்டியில் வெள்ளம் நிரப்புகிறார்.

"எரமுள்ளா! நீ இனியும் ஒறங்கலியா?"

நடு சாமத்தில் தங்ஙளின் சத்தம் கேட்டதும் எரமுள்ளானின் கையிலிருந்து கயிறு விடுபட்டு ஏற்றம் இரைந்தபடியே தூக்கியது. பழைய தோண்டி கிணற்றிலிருந்து பாய்ந்து வந்து எரமுள்ளானின் தாடையில் இடித்தது.

“நீ ஒரு காரியஞ் செய்யி, பாப்புக்கன்னாரன் ஊடுவரைப் போ! போய்ச் சொல்லு, இப்ப வந்த பெண்ணுக்கு கறுமூஸக்கா கூட்டு வெச்சிருந்தா, அதெக் குடுக்க வேண்டாமுண்ணு சொல்லு.”

எரமுள்ளான் விழித்துக் கொண்டு நின்றார். அவருக்கு எதுவும் பிடிபடவில்லை, அவர் எதையும் கேள்விப்படவுமில்லை. அவரின் காதுகளில் இப்போதும் ஏற்றத்தின் இரைச்சல்தான் கேட்டுக் கொண்டிருந்தது. தாடையில் வலியுமிருந்தது. அவர் கீழே பார்த்தார். பள்ளிவளாகக் கிணறு இருட்டில் ஆழ்ந்திருந்தது.

“எடேய்.” தங்ஙள் கூப்பிட்டார்.

“ஆ ...!.”

“எதாவது வெளங்குதா?”

“இல்லெ.”

தங்ஙள் தன் கைகளைச் சேர்த்துப் பிடித்து நெரித்தார். கோபத்தை வேறு எப்படி வெளிப்படுத்துவது?

“எடேய்! கன்னாரன் ஊட்டுலெ ஒரு பெண்ணு வந்திருக்குதில்லியா? அதுக்கு கறுமூஸக்கா கூட்டு வச்சிருந்தா குடுக்க வேண்டாண்ணு சொல்லு.”

எரமுள்ளான் ஓடத் தொடங்கினார். அவரைத் தடுத்து நிறுத்திக் கொண்டு தங்ஙள் மீண்டும் கேட்டார்.

“வெளங்கிச்சா?”

“வெளங்கிச்சி.” எரமுள்ளான் பதில் சொன்னார்.

“செய்த்தானே! அதுக்கில்லெ!” தங்ஙள் விளக்கமாகச் சொன்னார்.

“இப்ப வந்த வயசுப் பெண்ணு புள்ளெ உண்டாயிருக்கா.”

எரமுள்ளான் திருதிருவென முழித்துக் கொண்டு நிற்பதைக் கண்டு திரும்பவும் கேட்டார்.

“என்ன உண்டாயிருக்கா?”

“புள்ளெ.” எரமுள்ளான் சொன்னார்.

5

அறக்கல் தங்ஙளின் பள்ளிவளாகம் சுமார் இரண்டு ஏக்கர் விஸ்தீரணம் கொண்டது. நாலு மைல் சுற்றளவில் யார் இறந்தாலும் அங்கே தான் அடக்கம் செய்வது. பள்ளிவளாகம் முழுவதும் காடுதான்! அதனுள் பாம்புகளும் சகலவிதமான விஷ ஜந்துக்களுமிருந்தன.

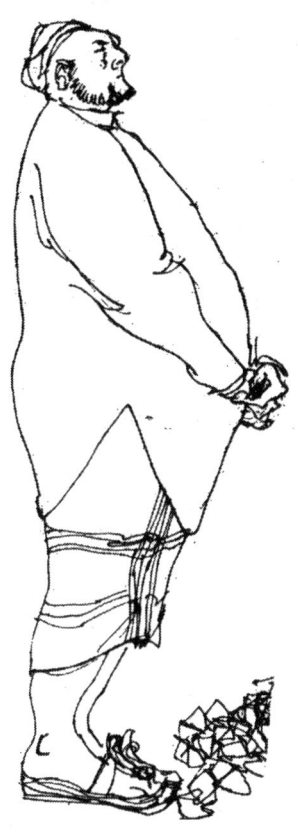

அதற்கு காவலாக இறந்தவர்களின் ஆவிகள்! காட்டை வெட்டித் திருத்தி புதியவர்களை அடக்கம் செய்யக் குழி தோண்ட வேண்டும். ஆண்டுகள் செல்லுந்தோறும் பழைய கபறுகள் காடாகிவிடும். மீண்டும் வெட்டித்திருத்திய காடுகளில் புதிய உறுப்பினர்கள் இடம் பிடிப்பார்கள்.

தங்ஙள்கள் ஓய்வு கொள்ளத் தனி கபறுகள். மாப்பிளைகளை அடக்கம் செய்யும் கபறின் அருகே தங்ஙள்களை அடக்கம் செய்வதில்லை.

உயிரோடிருந்த காலங்களில் பல அற்புதங்கள் செய்து காட்டிய தங்ஙள்களின் கபறை நாடி எல்லா ஜாதி மனிதர்களும் நேர்ச்சையுடன் வருவதுண்டு. அவர்கள் கையில் தேங்காயெண்ணையும் சந்தணத்திரியும் கொண்டு வருவார்கள். எண்ணையை முகாமிலிருக்

கும் எரமுள்ளான் மோதீனிடம் கொடுக்க வேண்டும். சந்தணத்திரியை அவர்களே பற்றவைத்து கபறின் அருகில் ஊன்றி வைப்பார்கள்.

கான்பகதூர் பூக்கோயாத் தங்ஙளின் வாப்பா பெரிய மகானாக வாழ்ந்தவர். அவரது மீஸான் கல்லைச் சுற்றி எப்போதும் சந்தணத் திரி புகைந்து கொண்டிருக்கும். ஊரில் யாருக்காவது ஒரு சிறு வியாதி வந்தால் போதும், உடனே சொல்வார்கள், செய்யது தங்ஙளின் கபறுஸ்தானில் முக்காலணாவுக்கு சாம்பிராணி திரி கொளுத்தணும்.

"என் உம்மாக்கு கன்னப்புத்து தீரணும்."

"என் ஊட்டுக்காரருக்கு கொடலெறக்கம் தீரணும்."

"என் நாயருக்கு தலைக்கு சொ்கம் கெடைக்கணும்."

"எம் புள்ளெ திரும்பி வரணும்."

இது போன்ற பிரார்த்தனைகள் கபறைச் சுற்றிலும் கேட்கும். மனத்துயரங்கள் காற்றில் அலைமோதும். அந்தக் காலத்தில் தங்ஙள் நிறைய அற்புதங்கள் நிகழ்த்தியிருக்கிறார். நடக்க முடியாத வனை நடக்கவும் ஊமையைப் பேசவும் வைத்தார். குழந்தையில்லாத பெண்ணை கர்ப்பம் தரிக்கச் செய்தார். தீராத சொறி நோயை தீர்த்து வைத்தார். ஆனால் இதையெல்லாம் விட அற்புதம் அந்த ஊரில் புகைவண்டி நிலையம் வரவைத்ததுதான். அந்த காலத்தில் ஐம்பது, அறுபது மைல் தூரத்தில்தான் புகைவண்டி நிலையமிருந் தது. கோழிக்கோடு போய் அங்கிருந்து மதறாஸ் மெயிலில் புறப் பட்டுத்தான் தங்ஙள் சிங்கப்பூர் செல்வது வழக்கம். தங்ஙளின் குடும்ப வீடான அறக்கல் இல்லத்திலிருந்து பெட்டியும் சுமைகளை யும் எடுத்து கோழிக்கோட்டிற்கு போவதென்பது மிகுந்த சிரமமான ஒரு விசயமாக இருந்தது. காரும் பேருந்து வசதிகளும் இல்லாத ஒரு காலம் அது!

ஜட்கா வண்டிகளில் தான் சவாரி. சிங்கப்பூருக்கு போகும் போது தங்ஙள் தலச்சேரியிலிருந்து மம்முகேயியின் ஜட்காவை வரவழைத்து அதில் சாதனங்களை ஏற்றி கோழிக்கோட்டுக்குப் போவது வழக்கம்.

அப்படியாக ஒருமுறை, தங்ஙள் சிங்கப்பூருக்குப் புறப்படும் வேளையில் தலச்சேரிக்குச் சென்று மம்முகேயியின் ஜட்காவை அனுப்பக் கேட்டுபோன ஆள் திரும்பி வந்தான். கேயி முக்கியமான ஏதோ காரணத்திற்காக காசர்கோடு போயிருக்கிறார். தங்ஙளுக்கு மறுநாள் புறப்படவேண்டும். நடந்து போனாலும் போய்ச்சேர இயலாது. ஒரு நாள் தாமதமாகிவிட்டால் கூட அடுத்த கப்பலில் தான் போக முடியும். அடுத்த கப்பல் புறப்பட மூன்று மாதம் காத்திருக்க வேண்டும்.

தங்ஙள் உண்மையில் திகைத்துப் போய்விட்டார். குறிப்பிட்ட காலத்திற்குள் போய்ச்சேர இயலாமல் ஆகிவிட்டால் ஏற்படப்

போகும் சிக்கல்களை நினைத்துப் பார்த்தபோது அவருக்கு வியர்த்து விட்டது.

குடும்பத்தினர்களும் ஊர் மக்களும் கவலைப்பட்டார்கள். அனைவருடைய மூளையையும் கசக்கிய பிரச்சினை தங்ஙள் எப்படிச் செல்வார் என்பதுதான்! ஆனால் தங்ஙள் தன் ஆயாசங்களை வெளிப்படையாகக் காட்டிக் கொள்ளாமல், நரைத்த மீசையினூடே சிரிப்பை உதிர்த்தவாறே வழக்கம்போல ஊர் நிலவரங்களை அலசத்தொடங்கினார். தங்ஙள் கொஞ்சமும் பதற்றமில்லாமல் இருப்பதைக் கண்ட ஒரு ஆள் சந்தேகத்துடன் கேட்டார்.

"தங்ஙளு நாளக்கு கோழிக்கோட்டுக்குப் போய்ச் சேருதப் பத்தித்தான் நாங்கோ யோசிக்கிதோம். தங்ஙளு இருக்குதப் பாத்தால்...! என்னெ இந்த சபறு போவுதா முடிவு செய்யல்ல போல...?"

தங்ஙள் புகைந்து கொண்டிருந்த சுருட்டை தன் கூர்மையான வாயிலிருந்து எடுத்து, அதில் கனமாக இருந்த சாம்பலை கீழே சுண்டி விட்டு இன்னொரு முறை தீவிரமாக இழுத்து விட்டு சொன்னார்.

"நாங் கோழிக்கோட்டுக்கு ரெயில்லே போவேன்."

"ரெயில் வண்டியிலேயா?"

எல்லோருக்கும் அதிசயமாக இருந்தது. மூக்கில் விரல் வைத்து கேட்டார்கள்.

"ஓ! ரெயில் வண்டியிலேயேதான்."

"பரியாசம் அடிக்காதீங்கோ தங்ஙளே."

"பரியாசமா...? நா அப்பிடி பரியாசம் அடிக்கியதில்லியே? அதும் முக்கியமான காரியங்களைப் பத்தி பேசும்போ! நாளக்கி அறக்கல் ஆற்றக்கோயாக்க யாத்திரை ரெயில் வண்டியிலெதான்!"

மறுநாள் காலை. சிங்கப்பூருக்கு கொண்டு செல்வதற்கான சாதனங்கள் எல்லாம் கட்டி வைக்கப்பட்டன. தொழுகைக்கான முசல்லா, படிக்கம், கெண்டி, ஹுக்கா, படுக்கை தலையணைகள், நீளக் குப்பாயம், ஊறுகாய் ஜாடி, இரும்புப் பெட்டிகள் என்று வரிசைக்கிரமமாய் அடுக்கி வைக்கப்பட்டிருந்தன.

பத்து மணியானதும் சுற்றிலுமுள்ளவர்கள் தங்ஙளை வழியனுப்புவதற்காக கூடினார்கள். ஆனால், எல்லோருக்குமே ஆச்சரியம்தான். தங்ஙள் எப்படி மதராஸ் போய்ச் சேருவார். பஸ்ஸோ, வண்டியோ இல்லை. அந்த எண்ணம் தான் அனைவரையும் குடைந்து கொண்டிருந்தது.

பத்தரை மணி ஆனதும் தங்ஙள் வேலைக்காரர்களைப் பார்த்தார். ஆப்பிரிக்கா நாட்டிலிருந்து வந்த அடிமைகளைப் போல் நின்றார்கள் வேலைக்காரர்கள். தங்ஙளிடமிருந்து உத்தரவு கிடைத்தது.

“பெறப்புடுலாம்.”

கட்டுகளையும் சுமைகளையும் சுமந்து வேலைக்காரர்கள் தங்ஙளின் பின்னால் நடந்து வாசல்படியில் இறங்கினார்கள். பள்ளிக்காடுகளைத் தாண்டி குறுக்கு வழியாக நடந்து ரயில் தண்டவாளத்தையடைந்தார்கள். அந்த வழியாக கோழிக்கோடு வரை இனி நடக்க வேண்டியதாக இருக்கும் என்று வேலையாட்கள் நினைத்தபோது தங்ஙள் சொன்னார்.

“சாதனங்களெ எறக்கி இங்கெ வெய்.”

தண்டவாளத்தின் ஒரு புறமாக கட்டும் சுமைகளும் இறக்கி வைக்கப்பட்டன. அதனருகில் தங்ஙளின் பரிவாரங்கள் அமைதியாக ஒதுங்கி நின்றன.

பங்குனி மாதத்தின் அனல் பறக்கும் வெயிலில் தண்டவாளம் தீப்பற்றி எரிந்து கொண்டிருந்தது. நிழல் தரும் ஒரு மரம் கூட இல்லை. தண்டவாளம் சென்றடையும் இடத்தில், அடிவானத்தில் வெயிலின் ஆவி கானல் நீராக உயர்ந்து கொண்டிருந்தது.

திடீரென்று கூவும் சத்தம் கேட்டது. கறுப்பாக, வளைந்து, ஒரு கோடு போல் நீண்டு பழுத்து நிற்கும் தண்டவாளத்தின் முடிவில் புகைவண்டி தென்பட்டது.

தங்ஙள் கண்களை மூடி எதையோ உச்சரித்துக் கொண்டிருந் தார். வண்டி சீறியபடியே ஓடி வந்து கொண்டிருந்தது. ஓடி, ஓடி, ஓடி நெருங்கியது. திடீரென்று மீண்டும் கூவியது. கூவலின் வீரியம் அதிகரித்து. உடனே தளர்ந்துபோய் விட்டதைப்போலானது. கர்ஜனை சத்தம் அடங்கி சக்கரங்களின் சுழற்சி குறைந்தது, தண்டவாளத்தில் தீப்பொறிகள் அடங்கின. ஒரு பறவையின் லாவகத்துடன் வண்டி நின்றது.

தங்ஙள் கண்களைத் திறந்தார்.

கடைசிப்பெட்டியிலிருந்து கொடியுடன் கார்டு குதித் திறங்கினார்.

முதல் பெட்டியிலிருந்து கரி பிடித்த டிரைவரும் குதித்தார்.

புகைவண்டியின் ஜன்னல் வழியே பயணிகள் வெளியே எட்டிப் பார்த்தார்கள். சிலர் வெளியே எச்சில் துப்பிக் கொண் டார்கள். எஞ்சினை அடுத்த பெட்டியைப் பிடித்து தங்ஙள் அதிலேறிக்கொண் டதும் வாசல் திறந்தது. உள்ளே புகுந்த தங்ஙள் வெளியே ஆட்கள் ஆச்சரியத்துடன் திகைத்துப் போய் நிற்பதைக் கண்டதும் சொன்னார்,

“செய்த்தானுவளே, என்ன பாத்துட்டு நிக்கிதீங்கோ? வண்டி இப்போ பெறப்புடும், சீக்கிரமா சாதனங்களைத் தூக்கி வெய்யுங்கோ.”

வண்டி ஏன் நின்றது என்பது தெரியாமல் குழம்பிப் போய் நின்ற ஓட்டுனர் தங்ஙள் ஏறியதைக் கவனிக்கவில்லை. ஆனால்

கார்டு பார்த்தார். அவர் தங்ஙளின் பக்கத்தில் சென்றார். தங்ஙள் கண்களை அகலத் திறந்து லேசாக சிரித்தபடி சொன்னார்.

"வண்டி பெறப்புடட்டு."

கார்டு திகைத்துப் போய் நின்றார்.

"ஒண்ணும் பேசாண்டாம், வண்டி பெறப்புடலாம்னு சொன்னேன்."

கார்டு தங்ஙளிடம் எதுவோ கேட்க முனைந்தார் என்றாலும், தங்ஙளின் கண்களில் தென்பட்ட தீட்சண்யத்தின் முன் கார்டின் உதடுகள் அசைய மறுத்தன. கைகள் மட்டும் இயங்கின. பச்சைக் கொடி அசைந்தது, எஞ்சின் டிரைவர் மீண்டும் எஞ்சினை இயக்கினார். அதிசயம் என்பதைத் தவிர சொல்வதற்கு வேறு என்ன இருக்கிறது? வண்டி ஓடத் தொடங்கியது.

அதற்குப் பிறகு இந்தச் சம்பவம் ஊர் முழுவதும் செய்தியாகப் பேசப்பட்டது. இப்படித்தான் தங்ஙளின் அன்பளிப்பாக அங்கே புகை வண்டி நிறுத்தம் தொடங்கப்பட்டது. இப்போதைய ஸ்டேசன் மாஸ்டர் கப்ரியேலின் தந்தை அந்தோணி மாஸ்டர்தான் முதல் நிலைய அதிகாரியாக பொறுப்பேற்றுக் கொண்டார்.

6

ஆற்றபீவிக்கு ஏழாம் மாதம் பிறந்தது. அன்று சரடு கட்டும் நாள். ஆற்றபீவி பல மணி நேரங்களை குளியலறையில் செலவு செய்தாள். வேலைக்காரிகள் தண்ணீர் நிறைத்து வைத்திருந்த பல செம்பு பாத்திரங்கள் காலியானது. குளியலறையின் சிறு துவாரம் வழியாக வெளியேறிய நீர் ஓடைச்சாலின் வழியாக வந்து தரையில் பரந்து வற்றியது. காய்ச்சிய எண்ணெய்ப் பசையும் சோப்பு நுரைக் குமிழ்களும் மண்ணில் தங்கி நின்றது. குமிழ்கள் மெல்ல உடைந்து சாந்தமானது. ஆனால் எண்ணெய்ப் பசை தேங்கி நின்றுவிட்டது.

குளித்து முடித்த பீவி இடுப்பில் புதிய சரடு கட்டிக் கொண்டாள்.

புடைத்து வழவழப்பாகத் தெரிந்த தொப்புளில் சிவப்புப் பட்டுநூல் மின்னுவதைக் குனிந்து பார்த்தாள். பார்த்துக் கொண்டே நின்றதில் வெட்கம் தோன்றியதும் உடனே சில்க் முண்டும், குப்பாயமும், அடிக்குப்பாயமும், முக்காடும் அணிந்து வெளியே வந்தாள். எவ்வளவு துவட்டினாலும் ஈரம் காயாத முடியிழைகளினூடே நீர் கசிந்து

முக்காடின் மீது படர்ந்தது. முக்காடில் ஈரத் திட்டுகள் மேலும் விரிந்தன.

குளித்து புதுத்துணிகள் அணிந்த பீவியை நடு வீட்டுக் கட்டிலில் இருத்தினார்கள். பெரிய இல்லங்களிலிருந்து வந்திருந்த பீவிகளும் மற்ற வீடுகளிலிருந்து வந்திருந்த மாப்பிளைப் பெண்களும் ஆற்ற பீவியைச் சுற்றி அமர்ந்திருந்தார்கள். நடு வீட்டில் வெளிச்சமில்லை. எரியும் லாந்தர் விளக்கை எடுத்துக் கொண்டு வேலைக்காரன் குட்டி ஹைதுரூஸ் நடு வீட்டுக்கு வந்தான். ஒரு நாற்காலியில் ஏறி மிகுந்த சிரமத்துடன் லாந்தரை உத்தரத்திலுள்ள துருப்பிடித்த ஆணியில் மாட்டினான்.

அப்போது வெள்ளிக்கிண்ணத்தில் மருதாணியுமாக குறைஷிப் பாத்து வந்தாள்.

சமையலறையின் மகாராணி குறைஷிப்பாத்து. பத்து பதினைந்து வேலைக்காரிகள் இருக்கிறார்கள். பெரிய வீட்டின் சமையலறையில் ஏழு வயது முதல் எழுபது வயது வரையுள்ளவர் கள். இவர்களை தனி கோத்திரத்தார் என்று கூட வர்ணிக்கலாம். அவ்வளவு சிக்கலானது அவர்களின் பிரச்சினைகளும் இலகுவான ஆகார முறைகளும்.

பகல் முழுவதும் இவர்கள் சமையலறையிலும் சமையலறைத் திண்ணையிலும் சமையலறை முற்றத்திலுமாக புழங்கி பொழுதைக் கழிப்பார்கள். சமையலறையின் இருபுறமுமுள்ள இருண்ட அறை களில் இராத் தூங்குவார்கள். கோழிகளும் வாத்துகளும் அவற்றுக் கான கூடுகளில்!

எல்லாவற்றுக்குமே நாயகி பாத்துதான். ஒவ்வொருவருக்கும் அங்கே வேலை இருக்கும். அரைக்க, குத்த, கோழி வாத்துகளை கவனிக்க, தண்ணீர் எடுக்க, துணி துவைக்க, விறகு கீற, கடைக்குப் போய் பச்சைமிளகு, சவுக்காரம் போன்ற சில்லறை சாதனங்கள் வாங்க என்று பல வேலைகளுக்குமாக வயது வாரியாக தேர்வு செய்து ஒவ்வொருவரையும் அதற்கென நியமிப்பது பாத்துதான். இவர்கள் அனைவருக்கும் பொதுவான ஒரு அடையாளம் முகத்தில் கரி!

சமையலறையிலிருந்து வருவதான எந்த அடையாளமும் பாத்துவிடம் தெரியவில்லை. முகத்தை நன்றாகக் கழுவி, துவைத்து உடுத்திய குப்பாயமும் முன் பகுதியில் சாயம் தோய்த்து உடுத்திய கச்சைமுறி முண்டும் அணிந்திருந்தாள். மட்டமான வாசனைத் தைலத்தின் எரிவு வாசம் அவளிடமிருந்து வீசியது. தேய்பிறை வடிவில் நகங்களில் அழுக்கு நிறைந்திருந்தது.

வெள்ளிக் கிண்ணத்திலிருந்து மருதாணியை நுள்ளியெடுத்து பீவியின் இடது கையில் பாத்துதான் முதலில் சித்திரம் வரைந்தாள். தொடர்ந்துஆற்றபீவியின் நகங்களும், உளளங்கையும், விரல்களும் மருதாணிப் புள்ளிகளால் நிறைந்தன.

சுற்றி நின்றவர்கள் ஒவ்வொருவரும் தங்கள் இடது கை சுண்டு விரலில் மருதாணியிட்டுக் கொண்டார்கள். பிறகு மருதாணி சிவப்பதற்காக நீண்ட நேரம் காத்திருந்தார்கள். நடு வீட்டில் வைக்கப்பட்டிருந்த படிக்கத்தில் எல்லாரும் எச்சில் துப்பிக் கொண்டார்கள். ஏராளமான உலர்ந்த பாக்குகள் பெரிய இல்லத்தில் காலியாகி விட்டிருந்தது.

சமையலறையில் நெய்யப்பம் பொரிக்கும் வேலை மும்முரமாக நடந்து கொண்டிருந்தது. நெய்யப்பம் பொரிக்கும் கதீஜா நடு வீட்டுக்கு வந்தாள். சிவந்த நெய்யப்பத்திலிருந்து ஆவி பறந்தது.

நெய்யுருகி கண்ணாப்பையின் ஓரத்திலிருந்து துளித்துளியாக விழுந்து கொண்டிருந்தது. கூடியிருந்தவர்களின் பார்வை ஆவி பறக்கும் நெய்யப்பத்தில் பதிந்தது. முதலில் பொரித்தெடுத்த நெய்யப்பத்தின் வடிவத்தைக் கொண்டுதான் பிறக்கப்போகும் குழந்தையின் இனம் கண்டறியப்படும்.

"பெங்கொளந்தெ."

முத்துபீவி சத்தமாகக் கூவினாள். சுற்று வட்டார ஊர்களில் நடக்கும் எல்லா விருந்துகளுக்கும் தவறாமல் அழைக்கப்படுபவள், மரியாதைக்குரியவள் மூதாட்டி முத்துபீவி. யாருமற்ற அவள் தினமும் ஐந்து நேரத் தொழுகையும் ரமளான் மாதத்தில் முப்பது நாளும் நோன்பும் அனுஷ்டித்து வருபவள். உயிரோடிருப்பதற்காக மட்டுமே உண்பவள். அதனால் அவள் ஒரு சொல் என்பது விலைமதிக்க முடியாதது. அனைவரும் அதை ஏற்றுச் சொன்னார்கள்.

"பெங்கொளந்தெ... பெங்கொளந்தெ."

பிறகு ஆரவாரம் தொடங்கியது. உரையாடல்கள் சூடு பிடித்தது. படிக்கங்கள் மீண்டும் நிறைந்தன.

"இன்னாருங்கோ. அத்தர்."

திரை விரிப்பின் இடையிலூடே ஒரு பெரிய கை உள்ளே வந்தது. முழங்கை முழுவதும் சுருண்டு கிடக்கும் கரிய ரோமங்கள் மங்கிய ஒளியில் பிரகாசித்தன.

குறைஷிப்பாத்து அத்தரை வாங்கினாள். அப்போதுதான் பிறந்த ஒரு சிசுவின் சுண்டு விரலை விடவும் சிறிய பாட்டில் ஒன்று. அதற்கொரு கார்க்குமிருந்தது. கிழிந்த குப்பாயத்தைத் தைக்க உதவும் ஊசியால் பெருமுயற்சிக்குப் பின் கார்க் நீக்கப்பட்டது. சுட்டு விரலை வாய்ப் பகுதியில் வைத்து பாட்டிலைக் கவிழ்த்து முதலில் ஆற்றபீவியின் உடலில் அத்தர் பூசினாள் குறைஷிப்பாத்து. பிறகு எல்லோருடைய குப்பாயத்திலும் ஒரு முறை தொட்டு வைப்பதற்குள் அவள் சோர்ந்து விட்டாள்.

"நில்லுங்கோ."

"அத்தர் எனக்கு வேண்டாம்."

"அத்தரில்லே."

பாத்து அரைத்த மருதாணி வைத்திருந்த வெள்ளிக் கிண்ணத்துடன் திரை விரிப்பை அடுத்து வந்தாள். தங்ஙளின் சுண்டு விரலில், பெரிய நகத்தில் மருதாணி போட்டு விடும்போது தனக்கு புல்லரிப்பதை உணர்ந்தாள் பாத்து.

"செரி! பசிக்குது."

முத்துபீவி சத்தம் கொடுத்தாள். உடனே எல்லா வயிறுகளும் பசியை உணர்ந்தன.

விருந்துக்கான வட்டம் உருவானது.

நடு வீட்டில் ஒரு சுப்ராவை விரித்து பெண்கள் வட்டமாக அமர்ந்திருந்தார்கள். எல்லோரும் அமர்ந்து விட்ட பிறகும் இன்னும் சிலர் நின்றிருந்தார்கள், இடமில்லாமல்.

“நல்லா நெருங்கி, நெருங்கி இரியுங்கோ.” எங்கிருந்தோ ஒரு குரல் கேட்டது.

அமர்ந்திருந்த தடித்த, மெலிந்த பெண்களினிடையில் நின்று கொண்டிருந்த பெண்கள் நுழைந்து இடம் பிடித்தார்கள். இறுகித் தெறிக்கும் ஒரு வட்டச் சங்கிலியைப் போல் நெருக்கமாக அவர்கள் சாப்பிடக் காத்திருந்தார்கள். நெய்யப்பமும் நெய்ச்சோறும் நிறைந்த பாத்திரங்கள் வெளியே வந்தன. ஆனால், அவை நேராக வெளித் திண்ணைக்குப் போய்க் கொண்டிருந்தன.

வேலைக்காரன் குட்டிஹைதுரூஸ் இடம் வலம் பார்க்காமல் உணவு வகைகளை வெளித்திண்ணைக்கு கொண்டுபோய்க் கொண்டிருந்தான். அங்கேயும் நிறைய பேர்கள் சாப்பிடுவதற்காக வட்டமாகக் காத்திருந்தார்கள்.

கடைசியில் குறைஷிப்பாத்து ஒரு பெரிய சானில் நெய்யப்பம் கொண்டு வந்து அதைப் பெண்கள் வட்டத்திற்குள் சிரமப்பட்டு வைத்தாள். சர்க்கரையும் தேங்காயெண்ணெயும் கலந்த வாசமெழுந்தது.

சங்கிலி அசைந்தது. வளையலணிந்த கரங்கள் உடலோடு ஒட்டியபடியே தாமரை பூ போல் சுப்ராவில் குவிந்தன.

சாப்பாடு முடிந்ததும் வெளித்திண்ணையில் பாட்டுக் கச்சேரி தொடங்கியது. பட்டாளம் இபுறாகியின் ஆர்மோனியம் முதலில் இரைந்தது. கூடவே இபுறாகி வாய் பிளந்து, இரைந்து பாடத் தொடங்கினான். நிறைந்த வயிற்றுடனிருந்த மாப்பிளைகள் பாட்டுக்குத் தாளமிட்டார்கள்.

அப்போது தங்ஙள் உள்ளே வந்தார்.

“இங்கெ என்னா ஓஞ்சுபோய் கெடக்கு, சத்தமும் பெகளமும் இல்லாமெ?”

வடகரை கீழங்காடியிலிருந்து வந்திருந்த ஒப்பனை பாட்டுக் காரிப் பெண்கள் அப்போது உஷாரானார்கள். ஒரு அணி வகுப்பு போல் தொடங்கி சில நிமிடங்களில் வட்டமாக நின்றார்கள். வயது வித்தியாசமில்லாமல் ஒரு கோஷ்டியாக அவர்கள் வந்திருந்தார்கள். அனைவருக்கும் ஒரேவிதமான ஆடைகள். பெரிய சிவப்பு கரையிட்ட கச்சைமுறி முண்டு காற்றில் உயரும் போது கால்கள் தெரிந்தன. அடிக் குப்பாயம் அணியாமல், தொளதொளக்கும் மேல் குப்பாயங்கள். தலையில் மடித்துவைக்கப்பட்ட முக்காடு, உதடுகளில் வயதுக்

கேற்றபடி சிவப்பும் துடிப்பும். ஆனால் உள்ளங்கைகள் ஒரே விதமாக இருந்தன. நீண்டகாலமாக தங்களுக்குள் கைகளைத் தட்டி உரசிக் கொண்டதில் தழும்பேறிப் போய்த் தடித்திருந்தன அந்தக் கைகள்.

அவர்கள் எதிரிப்படைகளைப் போல, சாவேர் படை நாயர்களைப் போல எதிர்ப்படும் பெண்களின் கைகளில் அடித்துக் கொண்டார்கள். அடித்தடித்துத் தளர்ந்தார்கள். கசங்கிப் போயிருந்த குப்பாயங்கள் வியர்வையால் உடம்பில் ஒட்டிக்கொண்டன. நனைந்த குப்பாயங் களுக்குள் சில கண்கள் தெரிந்தது. வட்டமாக சுற்றிவந்து கைகொட்டிப் பாடுவர்களின் நடுவே வைக்கப்பட்டிருந்த பாத்திரத்தில் நாணயங் கள் விழுந்து கொண்டிருந்தன. ஓரணா, இரண்டணா, கால்ரூபாய் ...! கடைசியாக ஒரு வெள்ளி ரூபாய் விழுந்ததும் வியர்த்த உடல்கள் ஊக்கம் பெற்றன. சத்தத்தின் முறையும் ராகமும் அதிகரித்தது.

"புறப்பட்டார் ஹூராளீங்களின் நடுவில் நபி ...

இறையோனில் சுஜூதாகிப் பிறந்த நபி

பிரிசம் வச்சும்மாத்தோளில் இருந்த நபி

பிறக்கும்போ காத்தூனாகப் பிறந்த நபி."

வேலைக்காரன் குட்டி ஹைதுரூஸ் சிங்கப்பூரிலிருந்து கொண்டு வந்த சிறு தம்ளர்களில் மிளகும், சர்க்கரையும், ஏலக்காயும் கலந்து தயார் செய்யப்பட்ட 'காவா' கொண்டு வந்ததும் பாட்டு நின்றது. வளையணிந்த கைகள் காவா தம்ளருக்காக நீண்டன.

7

கார்த்திகை மாதத்தின் ஒரு குளிர் காலைப்பொழுது. கான்பகதூர் பூக்கோயாத் தங்ஙள் ஜீன்சும் குப்பாயமும அணிந்து முற்றத்தில் வந்து நின்றார். வழக்கமாக தங்ஙள் முற்றத்திலிறங்கியதும் அத்து ராமான் குதிரையுடன் வந்து நிற்பான். இப்போது அத்துராமானின் சத்தமோ, குதிரையின் குளம்படியோசையோ எதுவுமில்லை. தங்ஙள் சிறிது நேரம் வானத்தைப் பார்த்துக் கொண்டு நின்றார். அறக்கல் இல்லத்தை நோக்கி சில்லென்று ஒளிவீசியது அரை வட்ட நிலவு.

கீழ்வானத்திலிருந்து கரிய மேகக் கீற்று வேகமாகத் தவழ்ந்து வந்து நிலவைக் கடந்து செல்லும் போது, நிலவின் மீது மெல்லிய இருள் கவிந்தது. அத்துராமான் இன்னும் வரவில்லை. தங்ஙளின் மீசை உயர்ந்தது, கனத்த சத்தத்துடன்!

"டேய், அத்துராமான்."

குதிரை லாயத்தை அடுத்த அத்துராமான் லாயத்திலிருந்து அவன் வெளியே வந்தான. அஸ்தமன சந்திரனின் வெளிறிய ஒளியில் ஒரு நிழல்போல் வெளியேறிய அத்துராமான் நடந்து திண்ணைக்கருகில் வந்து நின்றான். தாழ்ந்திருந்த அவன் முகத்தில் பரிதாபம் நிழலாடியது. சப்பியிருந்த மூக்கு இன்னும் அதிகமாக உள்ளமுங்கித் தெரிந்தது. சிறு கண்களில் பதினாலாம் நம்பர் விளக்கின் ஒளி ஒரு புள்ளியாக ஒளிர்ந்தது. இரு விரல் அகலமான எழுத்தச்சன் நெற்றியில் வியர்வைத் துளிகள்.

அத்துராமான் தேம்பியபடியே தங்ஙளின் முன் நின்றான்.

தங்ஙள் ஆச்சரியத்தால் ஸ்தம்பித்துவிட்டார். அத்துராமான் அழுகிறான். அவன் அழுவதை தங்ஙள் இப்போதுதான் முதல் முதலாகப் பார்க்கிறார். சிங்கப்பூரில் அத்துராமனின் மனைவி

விஷம் குடித்து தற்கொலை செய்து கொண்ட போதும், கீறிப்பிளந்த தன் மனைவியின் உடலைக் கண்டபோதும், சொந்த நாட்டை விட்டு தேசாந்திரியாக புறப்பட்டபோதும் கூட அவன் அழுததில்லை. அத்தனை இறுக்கமானது அவன் மனது.

அத்துராமானின் இதயம் முழுவதும் தங்ஙள்தான் நிறைந்து நின்றார். தங்ஙளின் பரிவுக்கு முன், தங்ஙளின் பாதுகாப்பு வளையத்தில் அத்துராமானுக்கு துக்கமேற்பட்டதில்லை. அவன் கண்களில் இதுவரை பயம் நிழலாடியதில்லை. அதனால்தான் மனைவி தற்கொலை செய்து கொண்ட போதும், உடல் போஸ்ட் மார்ட்டம் செய்யப்பட்டபோதும், பிறந்த நாட்டுக்கு விடைகொடுத்து எங்கோ தூர தேசத்துக்குப் புறப்பட்டபோதும் அத்துராமானுக்கு அழுகை வரவில்லை. அப்படிப்பட்ட அத்துராமான் இப்போது அழுகிறான். தன் ஆச்சரியத்தை தங்ஙள் வெளிப்படுத்திக் கொள்ளவில்லை. மெதுவாக நடந்து சென்று பழைய புத்தமதக்காரனான அத்துராமானின் அருகில் போய் அவன் வாழ்க்கையில் நேர்ந்த இந்த மிகப் பெரிய சோகம் என்னவென்பதை அறிந்து கொள்வதற்காக, இயல்பாக வெங்கலக் குரலில் பேசும் பூக்கோயாத் தங்ஙள் ஒரு பட்டாம் பூச்சியின் மென்மையுடன் கேட்டார்.

"அத்துராமா, நீ எதுக்குடா அழறே?"

சில நிமிடங்களுக்கு அவனால் பதில் எதுவும் சொல்ல இயலவில்லை. மீண்டும் தேம்பிக்கொண்டே சொன்னான்.

"எங் குதிரெ."

இதற்குமேல் அவனால் பேச முடியவில்லை. அவன் இதுவரை 'என் குதிரை' என்று சொன்னதில்லை. குதிரையை கப்பலிலேற்றி இந்தியாவில் கொண்டு வந்து சேர்த்த நாள் முதல் அவன் கான்பகதூரின் குதிரை என்றுதான் சொல்லி வந்தான். அத்துராமான் என்ற தன் முத்திரையை இதுவரை எதிலுமே பதித்ததில்லை. பொன்னானிக்குச் சென்று தொப்பி போட்டது கூட அவனைப் பொறுத்தவரை புதிய ஒரு தொப்பி. அவ்வளவுதான்! அத்தனை எளிமையானது அவன் மத மாற்றமும். எப்போதுமே தன் அடையாளத்தை பிற அடையாளங்களின் மீதுதான் அவன் பதித்துக் கொண்டிருந்தான் என்பதால், அவனின் என் குதிரை என்ற சொல் தங்ஙளை ஆச்சரியப்பட வைத்தது. ஆனால் எந்த உணர்ச்சியையும் வெளிப்படுத்திக் கொள்ளாமல் தங்ஙள் கேட்டார்.

"குதிரெக்கி என்னடா ஆச்சு?"

அத்துராமான் கண்களை இடுக்கியவாறு பரிதாபமான குரலில் சொன்னான்.

"குதிரெக்கி வயித்துப்போக்கு...!"

தங்ஙள் உடனே "அதுக்கென்னடா இப்போ?" என்று கேட்டார்.

அத்துராமான் திக்கி திக்கிச் சொன்னான்.

"குதிரெயால நடக்க முடியலே"

தங்ஙள் எதுவும் பேசாமல் அத்துராமான் பின் தொடர லாயத்தை நோக்கி நடந்தார். லாயத்தினுள் கால் வைக்க முடிய வில்லை. அவ்வளவுக்கு அருவருப்புடனிருந்தது குதிரைச் சாணமும் அதன் நாற்றமும். தங்ஙள் டார்ச் அடித்துப் பார்த்தார். லாயம் குளம்போல் ஆகிவிட்டிருந்தது.

தங்ஙள் குதிரையைப் பார்த்தார். மெல்லிய ரோமங்களைத் தாழ்த்தி வாடிய இலைபோல் கிடந்தது குதிரை.

இனி தாமதிக்க முடியாது, தாமதித்தால் குதிரை செத்துப்போகும்.

"எழும்புங்கடா! எல்லாரும்... எழும்புங்கோ" தங்ஙள் கட்டளை யிட்டார்.

திண்ணையிலும் நெல்லறையிலும் மதில்கூடத் திண்ணையிலும் தூங்கிக் கொண்டிருந்தவர்கள் எழுந்தார்கள். இல்லத்திற்குள் தூங்கிக் கிடந்த மருமக்கள்கள் விழித்துக் கொண்டார்கள். ஆனால் எழுந் திருக்கவில்லை. இல்லத்தில் எது நடந்தாலும் அவர்களுக்கு எதுவு மில்லை. அவர்கள் பொருட்படுத்துவது ஒன்றே ஒன்றுதான். வயிறு நிறையவேண்டும்.

"பாப்புக்கன்னாரனெ விளிச்சிட்டு வா!"

எந்தப் பிரச்சினையாக இருந்தாலும் தங்ஙள் முதலில் பாப்புக் கன்னாரனைத்தான் கூப்பிடுவார். எந்த முக்கியமான விசயங்களை யும் அவருக்கு பாப்புக்கன்னாரனுடன்தான் விவாதிக்க வேண்டும்.

தன் குதிரை, மனைவியை விடவும் தான் அதிகமாக நேசிக்கும் குதிரை, சிங்கப்பூர் குதிரை, ஊர் சுற்றி முடித்த பிறகும் மயிர் சிலிர்த்து நிற்கும் குதிரை தளர்ந்து போய்க் கிடக்கிறது. இந்த விசயத்தை பாப்புக்கன்னாரனைத் தவிர வேறு யாருடனும் தங்ங ளால் விவாதிக்க இயலாது.

நிமிடங்களுக்குள் பாப்புக்கன்னாரன் வந்து நின்றார்.

"தங்ஙளே?" கண்களில் திகைப்பு மேலிட கேட்டார் கன்னாரன்.

"நம்மெ குதிரெக்கி வயித்துப்போக்கு உண்டாயிருக்கு, கோமப் பன் வைச்சியரை உடனே வருத்தணும்."

உடனே முக்காளிக்கு ஆளனுப்பப்பட்டது. அந்த ஊரில் மனிதர்கள், மிருகங்களென்று வித்தியாசம் பார்க்காமல் சிகிச்சை செய்யும் திறமை கொண்டவர் கோமப்பன் வைத்தியர். சரகரையும் சுஸ்ருதரையும் அவதாரங்களாக வரித்தும் அஷ்டாங்க ஹ்ருதயத்தை மனதில் பதித்தும் கொண்டவர். வியாதிகளின் முன் ஒரு பராக்கிரம சாலியாக தன்னை நிரூபித்துக் கொண்டவர். ஒருவேளை சிகிச்சை

மீஸான் கற்கள் 45

யின்போது யாராவது மரணமடைந்தால் அதற்கு நோயாளியின் ஆயுள் குறைவுதான் காரணமாக இருக்கும். ஆயுர்வேதத்தின் நூற்றியொரு அடவுகளையும் கைவசப்படுத்திக் கொண்டவர். ஔஷதங்களின் வீரியத்தை கிரகித்துக் கொண்டவர். நோயாளிகளை யும் வளர்ப்பு மிருகங்களையும் தன் கைகளிலிட்டு அனாயாசமாக விளையாடத் தெரிந்தவர்.

அடுத்த ஒரு மணி நேரத்தில் வைத்தியர் அறக்கல் இல்லத்தின் மதில் கூடம் ஏறி முற்றத்துக்கு வந்து ஓலைக் குடையை திண்ணையில் வைத்தார். ஓலைக்குடையின் துணையில்லாமல் இதுவரை வைத்தியர் எங்குமே சென்றதில்லை.

பொறுமையிழந்து போய் முற்றத்தில் குறுக்கும் நெடுக்குமாக லாந்திக் கொண்டிருந்த தங்ஙளைப் பார்த்துச் சொன்னார்.

"அடியேன்."

தங்ஙளின் எல்லா ஆக்ரோச பாவங்களும் அடங்கின. தயை கூர்ந்த ஒரு வார்த்தையில் தங்ஙளின் இரத்தம் குளிர்ந்தது. தங்ஙள் சொன்னார்.

"என்னெக் ரெச்சிக்கணும். எங் குதிரெ."

கோமப்பன் வைத்தியர் குதிரை லாயத்துக்குள் புகுந்தார்.

சூரியன் உதித்த பிறகும் லாயத்தினுள் வெளிச்சமில்லை. மூக்கைப் பிடித்துக் கொண்டு கோமப்பன் வைத்தியர் உரக்கச் சொன்னார்.

"வெளக்கு."

மீண்டும் உயிரூட்டப்பட்ட பதினாலாம் நம்பர் விளக்குடன் ஒரு ஆள் லாயத்துக்குள் பிரவேசித்தான். கோமப்பன் வைத்தியர் குதிரையை மேலும் கீழுமாக உற்றுப் பார்த்தார். பிறகு வயிற்றில் இடதுகை விரலை வைத்து மெதுவாகச் சுண்டினார். தும் . . . தும் . . . என்ற சத்தம் லாயத்தில் முழங்கியது. வாலைப்பிடித்து உயர்த்திப் பார்த்தார். அப்போது அத்துராமான் சொன்னான்.

"சமுட்டீரும் . . .! கெவனமா"

கோமப்பன் வைத்தியர் வாலின் பிடியை விட்டு வெளியே வந்து சொன்னார்.

"ஓலெ."

தங்ஙள் அழகான வெள்ளைக் காகிதத்தை ஒரு பலகையின் மீது வைத்து பவுண்டன் பேனாவுடன் வைத்தியரின் அருகில் வந்தார். பேனாவை வாங்கிக்கொண்ட வைத்தியர் முகம் விகசிக்கச் சொன்னார்.

"நல்ல பௌண்டன்." தலையுயர்த்தி தங்ஙளைப் பார்த்து சந்தேகத்துடன் கேட்டார்.

"லீக்கடிக்குமோ ?"

தங்ஙள் கண்களை அகலத்திறந்து சொன்னார்.

"நீங்கோ பேனாவைத் தெறயுங்கோ, எழுதும்போதல்லாத மற்றபடி மையிட்டுப் பார்த்தாலும் மை தெரியாது."

வைத்தியர், சரகரையும் சுஸ்ருதரையும் மனதுக்குள் தியானித்து அஷ்டாங்க ஹ்ருதயத்துக்கு நன்றி சொல்லி எழுதத் தொடங்கினார்.

ஓலையை தங்ஙளின் கையில் கொடுத்து விட்டுச் சொன்னார்.

"கடுக்கா, தாணிக்கா, நெல்லிக்கா வெதை நீக்கி. இஞ்சி, பொடலங்கா வகைக்கு அரையர களஞ்சி வீதம். கற்பூரம், ரஸ்னாதி, செந்தெங்கின் வேரு, மட்டை, பாரிஜாதப்பூவு அரசங்கொட்ட, எல நீக்கிய தெற்றிப்பூவு வகைக்கு ஒவ்வொரு களஞ்சி. ஆடாதோட, குறுந்தொட்டி அடிவேரு வகைக்கு ரெண்டு களஞ்சி. எல்லாம் சேத்து அரச்சி ஒண்ணாக்கி, பின்னும் சேத்தரச்சி, மொதக் குட்டி போட்ட கழுதப் பால்லே கலந்து, மூணாமது பிராவஸ்யம் முறையா பின்னும் அரைச்சி நல்லபடியா கலந்து கொள்ளணும். பின்னெ இந்த சேருவய சுத்தம் செய்யப்பட்டதான ஊமத்தங்காய்க்குள்ள நெறச்சி பனெயோலெயால சேத்துக் கெட்டி, கோமூத்திரத்துலே மூணுமணிநேரம் வேக வெக்கணும். வெந்த பெறவு எறக்கி, ஒவ் வொண்ணா வெளியெ எடுத்து வயநாடங் காட்டு சிறுதேன்ல அரச்சி ரெண்டு வேளயாக் குடுக்கணும்."

தங்ஙள் எதுவும் விளங்காமல் திகைப்புடன் ஓலையை வாங்கி யதும் வைத்தியர் எழுந்தார்.

"செரி! நான் கெளம்புதேன்." ஓலைக்குடையுடன் புறப்பட எத்தனித்தார் வைத்தியர். தங்ஙள் எதையோ நீட்டினார்.

"நம்மளுக்குப் பணமா . . .? வேண்டாம், அது தேவையில்லை."

"எதாவது வாங்கிக் கொள்ளணும்."

தங்ஙள் தாழ்மையாய் கேட்டுக் கொண்டார்.

"அப்பிடீண்ணா அந்த பௌண்டம் பேனாயெத் தரணும்! மத்தவங்களுக்கு ஓலையெழுத அது பிரயோஜனப்படும்."

தங்ஙள் குப்பாயப்பையிலிருந்து பேனாவை எடுத்து நீட்டினார். கோமப்பன் வைத்தியர் அதை வாங்கி மடியில் வைத்து விட்டு ஓலைக்குடையுடன் மதில்கூடப் படியிறங்கினார்.

மருந்துகள் மிகுந்த சிரமத்துடன் மத்தியானத்திற்குள் தயாராகி விட்டிருந்தன. மருந்து ஒரு வேளை மட்டும்தான் கொடுக்க வேண்டி வந்தது. உடனே வயிற்றுப் போக்கு நின்று விட்டது. இரண்டாவது வேளை கொடுப்பதற்கு தங்ஙள் சம்மதிக்கவில்லை.

சாயங்காலத்திற்குள் அத்துராமான் களைத்துப்போய்விட்டான். மருந்து தயாரிப்பதற்கான அனைத்து வேலைகளையும் அவன்தான் முன்னின்று செய்தான்.

அந்தி சாயும்போது குதிரை நொறுங்கத் தின்றது. அதற்குப் பிறகுதான் அத்துராமானுக்கு உற்சாகம் வந்தது. அவனும் கஞ்சி குடித்தான்.

8

பள்ளிவாசல் லாந்தரை அணைத்து விட்டு எரமுள்ளான் படுத்தார். அத்துடன் அந்தக் கிராமத்தின் கடைசி வெளிச்சமும் அணைந்தது.

கான்பகதூர் பூக்கோயாவுக்குத் தூக்கம் வரவில்லை. லாந்தர் திடீரென அணைந்ததைக் கண்டார். எல்லா இரவுகளிலும் பீவியைப் பற்றிய சிந்தனைகள்தான். எப்போது பிரசவிப்பாள். பிரசவத்தின் போது ஏதாவது அபத்தங்கள் நேர்ந்து விடுமா? பேறு காலத்தின் போது எத்தனையெத்தனை பெண்கள் இறந்து போயிருக்கிறார்கள். பீவிக்கும் அதுபோன்ற அசம்பாவிதங்கள் எதுவும் நிகழ்ந்து விடுமா? சுற்றுப்புற பகுதிகளில் டாக்டர்கள் யாரும் இல்லை. டாக்டரைப் பார்க்க வேண்டும் என்றால் கோழிக்கோட்டுக்குப் போகவேண்டும். அங்கே கூட ஒரே ஒரு பெண் டாக்டர்தான் இருக்கிறார். அலமேலு! அவளைப் பற்றி நிறைய கேள்விப்பட்டிருக்கிறார் தங்ஙள். நல்ல வெளுத்த நிறத்திலுள்ள பாலக்காட்டுக்காரி, மாமிசம் சாப்பிடாத அழகி, காந்தம் போல் ஈர்ப்பவள்.

அலமேலுவைப் பற்றி முதன்முதலில் சொன்னவர் குஞ்ஞிராமன் வக்கீல். சிவில், கிரிமினல் இரண்டிலுமே வாய் தேர்ந்த வழக்கறிஞர் அவர். பிரதிவாதிகளை சண்டைக் கோழி போல் கொத்தி இரத்தம் வரவைப்பவர்.

அலமேலுவின் கணவனும் வக்கீல்தான். பெட்டிக் கேஸ்களை மட்டும்தான் அவர் எடுத்துக் கொள்வார். எட்டணா தான் ஃபீஸ். கறுத்த கோட் பாக்கெட்டில் எப்போதும் வறுத்த கடலை இருக்கும். அதை கொறித்துக்கொண்டுதான் நடப்பார். வழக்கு நடக்கும் போதும் வாய்ப்பு கிடைத்தால் ஒரு கடலையை வாயிலிட்டு கொறித்துக் கொள்வார். குஞ்ஞிராமன் வக்கீலும் அலமேலுவின் கணவனும் மதறாஸில் ஒன்றாகச் சட்டம் பயின்றவர்கள். குஞ்ஞி ராமன் ஒருமுறை கோழிக்கோட்டில் தன் நண்பனைப் பார்க்கப் போன கதையை தங்ஙளிடம் சொல்லியிருந்தார்.

குஞ்ஞிராமன் வக்கீல் தலச்சேரியிலும் அலமேலுவின் கணவன் கோழிக்கோட்டிலுமாக பிராக்டிஸ் செய்து கொண்டிருந்த காலத்தில் கோழிக்கோட்டிலிருந்து குஞ்ஞிராமன் வக்கீலுக்கு ஒரு கடிதம் வந்தது. கோழிக்கோட்டிற்கு வரச்சொல்லி சாமி கடிதம் அனுப்பி யிருந்தார். சொந்த ஜட்கா வண்டியில் குஞ்ஞிராமன் வக்கீல் கோழிக்கோடு சென்றார். அலுமேலுவின் கணவரான சாமியை மீண்டுமொரு முறை சந்தித்துக் கொண்டார்.

சாமி மீன் சாப்பிடுவதில்லை, மாமிசம் தொடமாட்டார் ஆனால் மது அருந்துவார். அதுவும் சீமைச்சாராயம் மட்டும் தான்! தொட்டுக் கொள்ள அப்பளமும் பருப்பு வடையும்! சேம்ப இலையை கடலை மாவில் தோய்த்து, நயம் நெய்யில் பொரித்த பக்காவடையும், வயிற்றில் இடமிருந்தால் கொஞ்சம் தயிர் சாதமும் உண்பார்.

அன்றைய தினமும் மதுபானம் இடம் பெற்றது. குஞ்ஞிராமன் வக்கீலும் சாமியும் சேர்ந்தமர்ந்து சீமைச் சரக்கு அருந்தத் தொடங்கினார்கள். இரண்டு பேரும் சந்தித்துக் கொண்ட உற்சாகத்தில் மதி மறந்து நிறைய குடித்து விட்டார்கள். அளவுக்கு அதிகமாகக் குடித்து, நிறைய சாப்பிட்டு, நிறையப் பேசிக்கொண்டார்கள்.

சாமி சீக்கிரமாக சாய்ந்துவிட்டார். வாந்தி எடுத்த சீமைச்சரக்கிலும் தயிர் சாதத்திலும் தலை சாய்த்து ஜமுக்காளத்தில் போத மற்றுப்போய்க் கிடந்தார். அப்போது அலமேலு அடிப்பாவாடையுடன் அங்கே பிரவேசித்தாள். இளமைத் துடிப்புடனிருந்த குஞ்ஞிராமன் வக்கீலை தன் பார்வையால் கணித்தாள். அதில் குஞ்ஞிராமன் விழுந்தார்.

இதுவரையிலும் குழந்தை பெறாத அலமேலுவின் சௌந்தரியம் கண்ட குஞ்ஞிராமனின் இந்திரியாம்சங்கள் சூடேறின. குஞ்ஞிராமன் வக்கீல் எழுந்தார். இரண்டு பேருமாக அடுத்த அறைக்குள் சென்றார்கள். அலமேலுவை திருப்தியடையச் செய்து விட்டு குஞ்ஞிராமன் வெளியே வந்தார்.

இதையெல்லாம் குஞ்ஞிராமன் வக்கீல்தான் தங்ஙளிடம் சொன்னார். காரணம், இரண்டு பேருமே அனேகபத்தினி விரதத்தில் ஆர்வம் கொண்டிருந்ததுதான்!

தங்ஙள் எல்லாவற்றையுமே நினைத்துப்பார்த்தார். முதலில் அலமேலுவை ஒரு மருத்துவச்சியாகவும் பிறகு ஒரு பெண்ணாகவும் அவர் நினைத்துப் பார்த்தார். டாக்டர் அலமேலுவின் சிகிச்சைக்குட்பட தங்ஙள் விரும்பினார்.

தங்ஙளின் அமைதி குலைந்து போனது. ஒரு புறம் உடலின்பம் குறித்த வேட்கை, மறுபுறம் பீவிக்கு ஆபத்து எதுவும் ஏற்பட்டுவிடுமோ என்ற சஞ்சலம்.

தங்ஙள் முற்றத்திலிறங்கினார். ஆகாயம் அம்மைத் தளும்புகளுடன் பிரகாசித்துக் கொண்டிருந்தது. அப்படியே பார்வையை கீழே திருப்பினார். பூமியில் அறக்கல் இல்லமும் பள்ளி வாசலின் சுற்றுப்புறமும்.

திடீரென்று அத்துராமானின் லாயத்திலிருந்து வளை கிலுங்கும் ஓசை கேட்டது, ஏதோ பேச்சுக்குரல்களும்! தங்ஙள் ஆகாயத்தைப் பார்த்து நட்சத்திரங்களை கணக்கிட்டு நேரத்தைத் கணித்துக் கொண்டார். மணி ஒன்றிருக்கலாம். 'அத்துராமான் இன்னும் தூங்கவில்லையா?' அது யாருடைய குரல், பெண் குரலாகத் தெரிகிறதே?

தங்ஙள் சத்தமில்லாமல் நடந்து குதிரை லாயத்தையடுத்த அத்துராமான் லாயத்தின் சிறு ஜன்னலினூடே பார்த்தார். அங்கே தெரிந்த காட்சி தங்ஙளை சிலிர்க்க வைத்தது. வெறும் ஒரு ஜடப்

பொருளாக எண்ணியிருந்த அத்துராமான் இப்போது ஒரு பெண்ணுடனிருந்தான். தங்களால் நம்ப முடியவில்லை.

சரி! ஆனால் இவள் யார்? நடு ஜாமத்தில் அறக்கல் இல்லத்தின் படியேறி வந்து தன் குதிரைக்காரனுடன் சல்லாபம் செய்பவள்?

தங்களின் மனதிற்குள் அக்னிப்பிரவாகித்தது. உள்ளுக்குள் அதை அமர்த்திப்பிடித்தபோது தீயின் புகை மட்டும்தான் வெளியானது. அவள் வெளியே வரட்டும், அந்தத் தைரியசாலிப் பெண் யார் என்பது தெரிந்துவிடும். இவ்வளவு தைரியமுள்ளவள் விடியும் வரை காத்திருக்க மாட்டாள். தூக்கம் விழித்திருந்தாவது அவளைப் பிடித்துவிட தீர்மானித்துக் கொண்டார் தங்ஙள். ஒரு சாய்வு நாற்காலியை சத்தமில்லாமல் தூக்கி முற்றத்தில் போட்டு சாய்ந்து கொண்டார்.

சற்றுநேரம் நிசப்தமாக இருந்தது. கெட்டுப்போன மின்சார விளக்கு மீண்டும் எரிய முற்படுவது போல் லாயத்திலிருந்து அடக்கிப் பேசும் சத்தம் வந்தது.

அத்துராமான் தளர்ந்திருப்பான். அந்தப் பெண்ணும் தளர்ந்திருப்பாள்.

தங்ஙள் ஆகாயத்தில் தெரியும் வெளிச்சத்தையும் பள்ளிவளாகத்தின் இருட்டையும் திரும்ப திரும்பப் பார்த்துக் கொண்டார்.

தெய்வங்களைப் பற்றியும் ஆவிகளைப் பற்றியும் மீண்டும் மீண்டும் சிந்தனையோடிக்கொண்டிருந்தது.

திடீரென்று லாயத்தின் கதவைத் திறக்கும் சத்தம் கேட்டது. ஒரு நிழல், வளையோசையுடன் வெளியேறி சமையலறையை நோக்கி நகர்ந்தது.

"நில்லு அங்கே."

நிசப்தமான அந்த நேரத்தில் தங்ஙளின் சத்தம் இடிமுழக்கம் போலிருந்தது. நிழல் அசையாமல், பதிலேதும் சொல்லாமல் அப்படியே நின்றுவிட்டது. தங்ஙள் நாற்காலியிலிருந்து எழுந்து நிதானமாக நடந்தார். சலவை செய்த குப்பாயமணிந்த ஒரு உருவம். தங்ஙள் தீக்குச்சியை உரசினார்.

நெற்றியிலுள்ள வியர்வைதான் முதலில் தெரிந்தது. பிறகு முகம். அரபிப் புளியமரத்தின் இறுகிக் கிடந்த நிழலில் மறைந்துவிட முயற்சித்தாள் அவள்.

சமையலறைப் பெண்களை முழுவதும் அடக்கி வழி நடத்த வேண்டியவள். பெயரைச் சொல்லி அழைத்து நான்கு மோசமான வார்த்தைகளால் திட்டிவிடத்தான் தோன்றியது. ஆனால் எதுவும் சொல்லவில்லை. அர்ச்சனை வாங்கிக் கொண்டது அத்துராமான்தான்.

“வெளியெ வாடா! நாய்க்குப் பெறந்தவனே.”

அத்துராமான் நடுங்கிக் கொண்டே வெளியே வந்தான். இருட்டில் அவன் முகத்தை தங்ஙளால் பார்க்க இயலவில்லை. அவன் முகபாவம் எப்படியிருக்கிறது என்று தெரியவில்லை. ஆனால் காய்ச்சல் வந்தவனைப்போல் நடுங்கிக் கொண்டு நின்றான். அதுவரை அனுபவித்த சுகத்தின் எல்லாச் சுமைகளும் நடுங்கும் கால்களில் குடியேறியிருந்தது.

தங்ஙள் கோபத்துடன் சொன்னார்.

“எடேய், அத்துராமான்.”

“ங்ே . . .!”

“நாளெ ஒனக்குக் கலியாணம். வெபச்சாரம் செய்யுது நமக்குப் புடிக்காது.”

9

புத்த மத அத்துராமானின் முதலிரவு. எல்லோரும் போய்விட்டார்கள். காந்த விளக்கை கையில் எடுத்துக்கொண்டு தங்ஙள் கடைசியாகப் புறப்பட்டார். போகும் போது தங்ஙள் பரிகாசம்போல் சொன்னார்.

“அத்துராமான், ஒன் ஆசைகளெல்லாம் எல்லாம் இங்கெ வெச்சி நெறவேறட்டு.”

அத்துராமான் புகையிலை மென்று கறுத்துப்போன தன் ஈறுகளைக் காட்டிச் சிரித்தான்.

வீடு நிசப்தத்தில் மூழ்கியது.

அத்துராமான் தங்ஙள் தைத்து தந்திருந்த அல்பாக் குப்பாயமும் மூட்டித் தைத்த சிங்கப்பூர் கைலியும் உடுத்து சந்தணத்திரி புகைந்து கொண்டிருந்த அறைக்குள் குறைஷிப் பாத்துவை எதிர்பார்த்து படுத்திருந்தான். பாத்து, பாலுடன் அறைக்குள் பிரவேசித்தாள்.

மெல்லிய மல்மல் துணியால் தைக்கப்பட்ட குப்பாயம், அதற்குள் துள்ளிக் கொண்டிருந்த முற்றிய மார்பகங்கள்.

அத்துராமானின் தவிப்பு எல்லா உறுப்புகளையும் சூடேற்றிக் கொண்டிருந்தது. கீழிருந்து மேலாக அவனின் அத்தனை அவயங்களும் கொதிப்போடிருந்தன.

பாத்துவை அவன் பலமுறை தன் கைக்குள் வைத்திருந்தான் என்றாலும், பாத்து இன்று புது மணப்பெண்.

அத்துராமான் பாலை வாங்கினான். குடிக்கத் தோன்றவில்லை. தம்ளரை ஜன்னல் படியில் வைத்தான். சிறு ஜன்னல் வழியாக ஆகாயத்தில் தெரிந்த நிலாமகள் பாலுக்குள் புகுந்து நின்றாள்.

அத்துராமான் பாத்துவைத் தொட்டான். வாசனைத் திரவியத் தின் மணமும் கன்னங்களின் மிருதுவும் அவனைக் கிளர்ச்சியடையச் செய்தன.

கிளர்ச்சி உக்கிரமடைந்தபோது சிங்கப்பூர் கைலி கசங்கியது.

அத்துராமான் வியர்த்துப் போயிருந்தான். வியர்வையின் வெறியாட்டத்தில் தளர்ந்து கட்டிலில் சாய்ந்தான். பக்கத்தில் படுத்திருந்த பாத்து "பயங்கர புழுக்கம்" என்றபடி குப்பாயத்தை

மீஸான் கற்கள்

உருவினாள். பாத்துவின் நிர்வாணம் அத்துராமானை உரசியது. ஆனால் அத்துராமானிடம் மீண்டுமொரு கிளர்ச்சிக்கான எதுவும் மிச்சமிருக்கவில்லை. அவன் பாத்துவை மறந்து விட்டான். நினைவு முழுவதும் குதிரையைப் பற்றியே இருந்தது. லாயத்தில் கால்களை மாற்றி மாற்றியுதைத்தவாறு சாணிபோட்டுக் கொண்டிருக்கும் தன் குதிரை.

இரவு கடந்து கொண்டிருந்தது.

அத்துராமானுக்கு தூக்கம் வரவில்லை. பாத்துவின் அழகோ, அவளிடமிருந்து வீசிக்கொண்டிருக்கும் சுகந்த வாசமோ, படுக்கை யின் மிருதுவோ அல்ல தூக்கம் வராததற்கான காரணம்.

அத்துராமான் குதிரை லாயத்தின் அடுத்து, பாய்விரித்த கரடுமுரடான கட்டில் குறித்த கனவுடன் படுத்திருந்தான். அதிலுள்ள கணக்கற்ற மூட்டைப் பூச்சிகளின் அருகாமை அவனுக்குத் தேவையாக இருந்தது.

அவனுக்குத் தூக்கம் வரவில்லை. நீண்ட காலமாக அவனின் படுக்கையறைத் துணையாக இருந்து வரும் குதிரையைப் பிரிந்து, குதிரைச் சாணத்தின், அதன் மூத்திரத்தின் வாசம் இல்லாத, அறக்கல் இல்லத்தை நினைவுப்படுத்தாத இன்னொரு உலகத்தில் அவனால் எப்படி தூங்க முடியும்?

அவன் கட்டிலிலிருந்து எழுந்தான். பாத்து நல்ல தூக்கத்தில் ஆழ்ந்திருந்தாள்.

சிறு ஜன்னல் அழிகளினூடே அவன் வெளியேப் பார்த்தான். பௌர்ணமி நிலவு யாரோ முகம் தெரியாத ஒருத்தியைப்போல் மூலையில் உறைந்திருந்தது. உறைந்து போய் தங்கம் போல் ஜொலிக் கும் நிலவை கிழக்கிலிருந்து வந்த கரிய மேகக் கூட்டம் அடிக்கடி இருட்டாக்கி மறைத்தன.

மெதுவாக ஓலைப்படல் மறைவை நீக்கி வெளியே வந்தான்.

பீடித் துண்டுகளும், சுருட்டுத் துண்டுகளும், வெற்றிலை எச்சில் களும் நிறைந்து கிடக்கும் முற்றத்தைக் கடந்து தென்னை மர நிழல்களினூடே புகுந்து நடந்தான்.

பாத்து அவனைப் பின் தொடரவில்லை. என்றாலும், நிலாப் பெண் அவனைப் பின் தொடர்ந்தாள். அது அவனுடைய சொந்த நிலா. வேகமாக நடந்து அறக்கல் இல்லத்தின் மதில் கூடத்தை யடைந்தான். அவன் வந்து ஏறியதும் வாசல் கதவு திறக்கப்பட்டது. எரிந்து கொண்டிருக்கும் பீடியுடன் அவனை ஆச்சரியமாகப் பார்த்தான் புகாரி. அத்துராமானுக்கும் ஆச்சரியமாகத்தானிருந்து. இந்த புகாரி தூங்கவே மாட்டானா என்பதுதான் அத்துராமானின் ஆச்சரியம். மதில் கூட வாசல் மீண்டும் அடைந்தது. பீடி மீண்டும் கனல் கொண்டது.

புகாரியுடன் வீண் பேச்சுகளில் எதுவும் ஈடுபடாமல் நேராக முற்றத்தில் இறங்கினான். இறங்கியதுமே குதிரை லாயத்தின் வாசம் அவனை எதிர்கொண்டது. குதிரை குளம்புகளை அடித்துக் கொண்டது. ஒரு உயிரின் உற்சாகத் தளிர்கள் அந்த இரவில் பூத்து நின்றன.

அத்துராமான் லாயத்துக்குள் நுழைந்தான். குதிரை வழக்கம் போல் நின்று கொண்டிருந்தது. காதுகளைத் தளர்த்தி, கண்களை யடைத்து, உறக்கத்தின் லயத்தில் ஆழ்ந்து நின்றது கொம்பில்லாத குதிரை.

விலாப் பகுதியை ஆதரவாகத் தடவி அதை உசுப்பி விட்டான். குதிரைக் கண்களைத் திறந்தது.

அத்துராமானின் வாசனையையுணர்ந்த குதிரை சிரித்தது. அத்துராமானும் சிரித்தான்.

பள்ளி வாசலில் ஏற்றம் இரையும் சத்தமும் அதைத் தொடர்ந்து எரமுள்ளானின் இருமல் சத்தமும் கேட்டது. அத்துராமான் நினைத்துக் கொண்டான். பாவம்! எரமுள்ளான் இன்னும் தூங்க வில்லை.

ஏற்றம் இடைவிடாமல் இரைந்து கொண்டேயிருந்தது. அத்து ராமானுக்கு புரிந்து விட்டது. தண்ணீர்த் தொட்டி நிரம்பி வழிந்து கொண்டிருக்கலாம். எரமுள்ளான் தன் இரத்தத்தின் ஒவ்வொரு அணுவும் தளர்வது வரை இறைத்துக் கொண்டேயிருப்பார்.

அத்துராமான் பாயை விரித்துப் படுத்தான். வெறும் பாய் மட்டும் விரித்த கட்டிலில் அவனுக்கும் மூட்டைப் பூச்சிகளுக்குமான நெடுநாள் உறவில், உறக்கத்தின் பாதாளத்தில் வீழ்ந்தான்.

அத்துராமானைப் பொறுத்தவரை அந்த இரவு பொருள் செறிந்த மற்றுமொரு இரவாக இருந்தது.

அதுபோல் எரமுள்ளான் மோதீனின் அன்றைய இரவும் புலரும் வரை பொருள் செறிந்த இரவாகயிருந்தது. ஏற்றம் இறைத்த இரவு நேரம் முழுவதும் அவரின் நினைவுகளை ஆக்கிரமித்து நின்றவள் பாத்துதான்.

பல வருடங்களுக்கு முன், பாத்துவின் பதினான்காவது வயதில் அவளை முதலில் கல்யாணம் செய்தவர் எரமுள்ளான். அப்போது எரமுள்ளான் பள்ளிவாசல் மோதீனாக இல்லை. அவருக்கு மீன் வியாபாரம். மடப்பள்ளி கடற்கரையிலிருந்து மத்தி சாளையும் அயலை மீனும் கூடைகளில் வைத்து நீண்ட கழியின் இரு முனைகளிலும் கூடையைத் தொங்க விட்டு கழியை தோளில் சுமந்தபடியே வியர்க்க வியர்க்க பதினாறு மைல் தூரத்திலிருக்கும் குற்றியாடிவரை மீன் ... மீன் ... என்று கூவிக்கொண்டே ஓடுவது அவர் தொழில்.

அப்போது அவருக்கு இருபது வயதுதான் இருக்கும். பதினான்கு வயதான பாத்துதான் எப்போதும் மீன் வாங்குவதற்காக இல்லத்தின் சமையலறை மதில் கூடத்துக்கு வருவாள். மீன் எடுத்துக் கொடுக்கும் போது பாத்துவின் கண்களைப் பார்ப்பான் எரமுள்ளான். குறைந்த விலைக்கு நிறைய மீன் கிடைக்கத் தொடங்கியபோது வீட்டில் சந்தேகம் உருவானது.

அப்படியாக எதிர்ப்புகளுக்கிடையில் பாத்துவை நிக்காஹ் செய்து கொண்டான் எரமுள்ளான்.

ஆனால் ஒரு இரவு கூட பாத்துவுடன் சேர்ந்து வாழவில்லை எரமுள்ளான். முதலிரவிலேயே அவன் பாத்துவை தொட்டபோது கையை வெடுக்கென தட்டி உதறிவிட்டு பாத்து சொன்னாள்.

“நாத்தம் அடிக்குது.”

“என்னது?”

முகத்திலடித்ததுபோல் சொன்னாள் பாத்து.

“மீனு.”

அன்றிரவே அந்த அறையிலிருந்து வெளியே வந்தவன்தான் எரமுள்ளான். அதற்குப் பிறகு மீன் கூடையை அவன் கையால் தொட்டதில்லை. பாத்துவையும்!

பாத்து தன்னை எடுத்தெறிவதுபோல் வேண்டாம் என்று சொன்ன மறுநாள் பொன்னானிக்கு ஓதுவதற்காகச் சென்றான் எரமுள்ளான்.

மூன்றாண்டு காலம் பட்டினி கிடந்து பொன்னானிப் பள்ளியில் லாந்தர் வெளிச்சத்தில் ஓதித் தேறினான்.

எல்லாவற்றையும் அசைபோட்டு பார்ப்பதற்குள் கிணறு வற்றிவிட்டது. ஏற்றம் பிடித்த உள்ளங்கைகள் உரிந்து, இரத்தமும் நீரும் வெளியானது.

10

மிளகை மொத்தமாக விற்க வேண்டுமென்றால் தலச்சேரிக்குத் தான் போக வேண்டும். கான்பகதூர் பூக்கோயாத் தங்ஙளுக்கு மிளகு பல மூட்டைகள் வந்து சேரும்.

மிளகு பறிப்பது, காய வைப்பது, தலச்சேரி அங்காடிக்கு கொண்டுபோய் விற்பனை செய்வது எல்லாம் பாப்புக்கன்னாரனின் பொறுப்பு.

அந்த ஆண்டும் நிறைய மிளகு சேர்ந்தது. ஏணியும் முககோணக் கூடையுமாக வேலையாட்கள் நாலா ஊர்களிலிருந்தும் வந்து சேர்ந்தார்கள். பலாமரத்திலும் இலவ மரத்திலுமாக படர்ந்து காடு தட்டிக்கிடந்த மிளகுகளைப் பறிக்க சிவப்புக் கோவணமும் மேலே சிறு துண்டுமுடுத்திய வேலைக்காரர்கள் களமிறங்கினார்கள் கோவண வாலில் ஊர்ந்து ஏறிய உலாத்தி எறும்புகள் குண்டியில் கடிக்கும்போது சொறிந்து கொள்ள முடியாமல் அவர்கள் பல்லைக் கடித்துக் கொள்வதை கீழேயிருந்து பாப்புக்கன்னாரன் பார்த்து ரசித்தார்.

மிளகு பறிப்பது, பிறகு அதை மெருகு படுத்துவது, காயவைப் பது என்று வேலை பல நாட்கள் நீண்டுபோனது. ஒரு நாள்

காலையில் சூரியன் உதிப்பதற்கு முன் குஞ்ஞாமனின் காளை வண்டியில் மிளகு மூட்டைகளை ஏற்றத்தொடங்கினார்கள்.

வண்டி நிரம்பியதும் குஞ்ஞாமன் காளைகளின் வாலைப் பிடித்து நெம்பி "ஹை... ஹை..." என்றான். காளை வண்டி புறப்பட்டது.

அப்போது பாப்புக்கன்னாரன் சொன்னார்.

"நாய்க்குப் பெறந்தவனே! நான் ஏறாண்டாமா?"

குஞ்ஞாமன் மூக்கணாங்கயிற்றை இழுத்துப் பிடித்ததும் வண்டி நின்றது. கன்னாரன் ஏறிக்கொண்டார்.

பாதையில் நாட்டு வெளிச்சம் கொஞ்சமுமில்லை. குஞ்ஞாமன் வண்டியிலிருந்து கீழே இறங்கி, வண்டியின் அடிவயிற்றில் கட்டப் பட்டிருந்த லாந்தர் விளக்கின் திரியைத் தூண்டினான். செம்மண் தடம் தெளிவாகத் தெரிந்தது. செம்மண் கட்டிகள் நிறைந்த பாதையில் காளைவண்டி நகர்ந்து கொண்டிருந்தது. விளக்கின் அசைவுகளுக் கேற்றபடி நிழல்கள் சிறிதாகவும் பெரிதாகவும் அசைந்தாடின.

மாச்சனாரி ஒந்தை மேட்டையடைந்ததும் குஞ்ஞாமன் வண்டியிலிருந்து இறங்கினான். இனி சரிவுப் பாதை! எத்தனையோ மாட்டுவண்டிகள் கவிழ்ந்து விழுந்துவிட்ட சம்பவங்கள் நடந்த தலைகீழான சரிவுப்பாதை. அவன் வண்டிக்கடியில் குனிந்தமர்ந்து அச்சாணிகளை முடுக்கிக் கொண்டான். பிறகு நுகத்தடியில் குதித்தேறி காளைகளின் வாலை இரு புறமும் பிடித்துக் கொண்டான்.

அச்சாணியின், வண்டிச்சக்கரங்களின் கரகரப்பு கலந்த பயங் கரச் சத்தத்துடன் வண்டி நகர்ந்தது. புத்தன்புரை தண்ணீர்ப் பந்தலையடைந்தபோது குப்பாயமணியாத ஒரு பெண் தலையில் ஒரு மூட்டையுடன் நின்று கொண்டிருந்தாள். மூட்டை நிறைய ஏதோ சாதனங்கள்.

"குஞ்ஞாமண்ணா."

குஞ்ஞாமன் வண்டியை நிறுத்தி குதித்திறங்கினான். அவள் தலைச்சுமடை வாங்கி வண்டியில் வைத்தான். மூட்டை நிறைய உலர வைத்த தேங்காய்ப் பருப்பு இருந்தது. கவிழ்த்து வைக்கப்பட்டி ருந்த இரண்டு சிரட்டைகளில் தான் அவன் கண்கள் நிலைகுத்தி நின்றன. அதற்குப் பிறகு பேசிக்கொள்ள என்ன இருக்கிறது என்பது போல் குஞ்ஞாமனும் அந்த வயதுப் பெண்ணும் தண்ணீர்ப் பந்தலின் பின்புறமுள்ள இருட்டில் மறைந்தார்கள்.

பாப்புக்கன்னாரன் திகைத்துப் போய் நின்றார். நிமிடங்கள் கரைந்தபோது குஞ்ஞாமனும் அவளும் திரும்பி வந்தார்கள். அவள் தண்ணீர்ப் பந்தலின் மறைவிலேயே நின்று கொண்டாள்.

“கன்னாரண்ணா! எனக்கொண்ணும் அவசரமில்லே.”

பாப்புக்கன்னாரனுக்குக் ரோசம் பொத்துக் கொண்டு வந்தது.

“சீ ...! நாய்க்குப் பெறந்தவனே.”

குஞ்ஞாமன் தனக்குள் முனகிக் கொண்டான்.

“ஒரே கலயத்துலெ மட்டும் குடிக்கதுக்குதான் இவுனுவளுக்கு குடுத்து வெச்சுருக்கு.”

வண்டி மீண்டும் நகர்ந்தது. குஞ்ஞாமனின் வீட்டில் இரவு நேரங்களில் தினமும் ரகளை நடக்கும். மனைவியைத் தூக்கிப் போட்டு குஞ்ஞாமன் பந்து விளையாடுவான். அதற்கான காரணம் என்ன என்பது இப்போது கன்னாரனுக்குப் புரிந்தது. அப்படி ஒவ்வொன்றாக சிந்தித்துக் கொண்டிருந்தபோது வண்டி தலச்சேரியை வந்தடைந்தது.

மம்முகேயியின் பண்டக சாலையில் மிளகு மூட்டைகள் இறங்கின. சிறு துண்டுகளை மட்டும் உடுத்தியிருந்த, கரும் ஈட்டியின் நிறமுள்ள வேர்த்து வடியும் அடிமைகள் மிளகு மூட்டைகளை முதுகிலேந்தி மூசு மூசென்று இரைத்தபடி பண்டக சாலைக் குள் ஏற்றினார்கள்.

பாப்புக்கன்னாரன் மம்முகேயியின் மேஜைக்கு எதிரில் கிடந்த ஸ்டூலில் அமர்ந்து மூட்டைகள் எடை போடப்படுவதைக் கவனித்துக் கொண்டிருந்தார். மம்முகேயி வாயல் துணி பனியனுக்குள் இடது கையை நுழைத்து, கணக்கு கூட்டிக் கொண்டும் இடையிடையே சொறிந்து கொண்டுமிருந்தார்.

அப்போது மசால்வடையும் சாயாவும் வந்தது. மசால் வடையின் காரத்தில் கன்னாரன் உற்சாகமடைந்தார்.

“இன்னா! ஒரு சுருட்டு வலியுங்கோ!”

கேயி கன்னாரனிடம் ஒரு சுருட்டை நீட்டினார். பர்மா சுருட்டு.

சிங்கப்பூரில் பர்மா சுருட்டு தாராளமாகக் கிடைக்கும். சிங்கப்பூரிலிருந்து வந்த பிறகு பர்மா சுருட்டு புகைத்து ஆனந்தம் பெறும் வாய்ப்பு கேயியைப் பார்க்கும்போது மட்டும்தான்.

மசால் வடையின் காரத்தில், பர்மா சுருட்டின் வாசத்தில் கன்னாரன் தன்னை மறந்து கண்ணயர்ந்தார்.

“நூத்தி பந்துரெண்டு ரூவா.”

கேயியின் குரல் கேட்டதும் திடுக்கிட்டு தன்னுணர்வுக்கு வந்தார் கன்னாரன்.

கேயி வெள்ளிப்பூண் போட்ட கைப்பிடியை இழுத்து மேஜையைத் திறந்தார்.

ஒரு நூறு ரூபாய் தாளும், ஒரு பத்து ரூபாய் தாளும், இரண்டு வெள்ளி நாணயங்களும் கன்னாரனின் கையில் கொடுத்தார். ராஜாவின் தலையுள்ள நூறு ரூபாய் நோட்டை வாங்கும்போது புது மனைவியை ஸ்பரிசித்தது போல் சிலிர்த்துப் போனார் கன்னாரன். அந்த பதற்றத்தில் வெள்ளி நாணயம் ஒன்று கீழே விழுந்தது. கன்னாரன் அதை எடுக்க முயற்சிக்கும்போது அது உருண்டோடி மிளகு மூட்டைகளுக்கிடையில் மறைந்தது.

கேயி சொன்னார்.

"சாரமில்லெ! வேற தாறேன்."

புதிய வெள்ளி நாணயம் மீண்டும் கன்னாரனிடம் வந்தது.

வண்டிக்காரன் குஞ்ஞாமன் பண்டக சாலைக்கு வெளியே நின்று கொண்டிருந்தான்.

"இங்கெ வாடா. பிலாயே!"

கேயி குஞ்ஞாமனை அழைத்தார். கறைபிடித்த பற்களை இளித்தபடி குஞ்ஞாமன் பண்டகச் சாலைக்குள் நுழைந்தான். மம்முகேயி ஒரு ரூபாய் வெள்ளி நாணயத்தை குஞ்ஞாமனின் கையில் வைத்தார்.

குஞ்ஞாமன் மீண்டும் ஒரு முறை சிரித்தான்.

ஒரு ரூபாய்!

வடகரை சந்தையில் காளைகளின் வாயிலிருந்து நுரை தள்ளு வது வரை வேலை செய்தாலும் எட்டணாதான் கிடைக்கும். தலச்சேரி மம்முகேயியிடம் வரும்போது மட்டும்தான் ஒரு முழு வெள்ளி ரூபாயை பார்க்க முடிகிறது. தலைக்குள் நிலவுதித்தது போலிருந்தது குஞ்ஞாமனுக்கு!

வெயில் சாயும்போது காலியான காளை வண்டியுடன் புறப்பட்டார்கள் கன்னாரனும் குஞ்ஞாமனும். இருட்டத் தொடங் கும் நேரத்தில் காரக்காட்டை எட்டிவிடலாம்.

பாப்புக்கன்னாரன் வண்டியில் தூங்கிக்கொண்டிருந்தார். திடீரென்று வண்டி குலுங்கியதும் திடுக்கிட்டு விழித்தார்.

"என்னடா ஆச்சி?"

"தண்டு ஒடிஞ்சிட்டுது."

குஞ்ஞாமன் நுகத்தடியிலிருந்து குதித்திறங்கினான். அதற்குள் ஒரு புறமுள்ள சக்கரம் கழன்று விழுந்து, வண்டி ஒரு பக்கமாக சாய்ந்தது. காளைகள் கால் குழைந்து கீழே விழுந்து கத்தத் தொடங்கின. சக்கரங்களை பிணைத்து நிற்கும் இரும்புப் பட்டை இரண்டாக ஒடிந்து தரையில் கிடந்தது.

"பகவதியம்மே." கன்னாரன் பெருமூச்சு விட்டார்.

"படச்சவந்தான் நம்மளெக் காப்பாத்துனான். மொளவு கொண்டு வரும்போ இது சம்பவிச்சிருந்தா நம்மெ கெதி? எல்லாம் பெரிய தங்ஙளோட அனுக்கெரகம்தான்!"

குஞ்ஞாமன் காளைகளை அவிழ்த்துப் பக்கத்திலிருந்த ஆல மரத்தின் நிழலில் கட்டி புல்லை அள்ளி வைத்தான்.

"கொல்லன வெச்சுதான் அச்செ செரியாக்கணும், அதைவிட்டா வேற எந்த வழியுமில்லெ."

தலச்சேரியை விட்டால் மய்யழியில் தான் கொல்லன் கிடைப்பான். மய்யழி போகவேண்டும் என்றால் மூன்று நாழிகை தூரம் நடக்க வேண்டும்.

குஞ்ஞாமனும் பாப்புக்கன்னாரனும் கொல்லனைத்தேடி மய்யழிக்கு நடக்கத் தொடங்கினார்கள்.

மய்யழியை அடைந்த பின்புதான் விபரம் தெரிந்தது. கொல்லப் பட்டறை பூட்டிக்கிடந்தது. கொல்லன் போன வருடம் பரவிய காலராவில் இறந்து போய்விட்டான்.

அவர்கள் திரும்பி வந்தார்கள்.

இனி என்ன செய்வது? வேறு வண்டி எதுவும் வருவது போல் தெரியவில்லை. கொல்லனைப் பிடிக்க வேண்டும் என்றால் இனி ஊருக்குத்தான் போக வேண்டும். காளைகளை உசுப்பிக் கொண்டு நடந்து விட வேண்டியதுதான் என்று தீர்மானித்தார்கள்.

வண்டியையும் சக்கரங்களையும் வழித்தடத்தில் ஒரு ஓரமாக வைத்து பக்கத்திலுள்ள ஒரு வீட்டுக்காரனிடம் ஒரு கண் கவனித்துக் கொள்ளச் சொல்லி ஒப்படைத்து விட்டு காளைகளைப் பிடித்துக் கொண்டு நடக்கத் தொடங்கினார்கள். அப்போதே இருட்டத் தொடங்கியிருந்தது. குறைந்தது ஐந்தாறுமணிநேரம் நடக்க வேண்டும்.

வெள்ளிக்கிழமை இரவு. ஜின்களும் மலக்குகளும் நடமாடத் தொடங்கும் இரவு. மெல்லிய நிலவு அரசமரங்களுக்கும் ஆலம் விழுதுகளுக்குமிடையே பனித் தூறல்போல் பொழிந்து கொண்டிருந்தது.

வேர்த்து, விறுவிறுத்து தாகத்தால் தொண்டை வறள தொடர்ந்து நடந்தார்கள். காளைகளும் நடந்தன. காளைகள் களைத்துப்போய் மூச்சு வாங்கியது. அதன் வாயிலிருந்து நுரை பதைத்து வெளியாகிக் கொண்டிருந்தது.

புழுதி புரண்ட செம்மண் கால்களுடன் மனிதர்களும் மிருகங்களும் நீண்டயாத்திரை செய்து கொண்டிருந்தார்கள்.

குஞ்ஞிப்பள்ளி மைதானத்தை அடைந்ததும் அவர்கள் நின்றார்கள். குஞ்ஞிப்பள்ளி மைதானம் பாப்புக்கன்னாரனையும் குஞ்ஞாமனையும் பொறுத்தவரை ஒரு கெட்ட கனவு. இரவு

அந்த வழியாக யாத்திரை செய்வது பயங்கரமானது. செம்மண் கட்டிகள் நிறைந்த ரோட்டின் ஒரு புறம் விசாலமான மய்யவாடியும் பள்ளிவாசலும். மறுபுறம் கண்ணுக்கெட்டாத தூரம் வரை காடு களால் நிரம்பியப் பெருவெளி. இதற்கிடையில் இருட்டையும், திருடர்களையும், அனேக மர்மங்களையும் உள்ளடக்கிய நிறைய அரச மரங்கள்.

குஞ்ஞிப் பள்ளிவாசலில் வருடத்திற்கொருமுறை நேர்ச்சை வழங்குவதுண்டு. அன்றைய தினம் ஜன நெருக்கடி அதிகமிருக்கு மென்பதால் வியாபாரச் சந்தையும் கூடும். இன்று அது போன்ற ஒரு நேர்ச்சை நாள் என்ற விசயத்தை கன்னாரன் ஏற்கனவே அறிந்திருக்கவில்லை.

பாப்புக்கன்னாரன் சொன்னார்.

"நமக்கு ஆளுக்கொரு சாயா குடிக்கலாம்."

குஞ்ஞாமன் காளைகளை ஆலமரத்தில் கட்டி புல் அள்ளிப் போட்டான். அதிகமாகக் கூட்டமில்லாத ஒரு சாயாக் கடையில் ஏறி, முகம் கழுவிக்கொண்டு பெஞ்சில் வந்தமர்ந்தார்கள். அடுத்த நிமிடம் பெரிய இரண்டு தம்ளர்கள் நிறைய சாயா வந்தது. ஒருபுற கண்ணாடி போடப்பட்டிருந்த பெரிய டப்பாவிலிருந்த பூந்தியைப் பார்த்தும் குஞ்ஞாமனின் வாயில் நீரூறியது. "முக்காலணாக்கு பூந்தி."

ஒரு அலுமினிய தட்டு நிறை பூந்தி வந்தது.

சாயாவும் பூந்தியும் சாப்பிட்டு முடித்ததும் சோர்வு தட்டியது.

"நாங்கோ இந்த பெஞ்சிலெ கொஞ்சம் படுத்துக்கிடலாமா?" அனுமதி கேட்டார் கன்னாரன்.

"ஓ! தாராளமாப் படுத்துக்கிடலாம்" என்றான் கடைக்காரன்.

"அப்புடீண்ணா இந்நா, இந்தப் பணத்தைக் கொஞ்சம் வெச்சுக் கிடுங்கோ, போவும்போ தாருங்கோ."

கன்னாரன் நூற்றிப் பனிரெண்டு ரூபாய் இருந்த பணப்பையை கடைக்காரனிடம் நீட்டினான்.

நீளமான இரண்டு பெஞ்சுகளில் சோர்வை களைவதற்காக படுத்துக் கொண்டார்கள். தூக்கம் எப்போது வந்தது என்று நினைவில்லை.

தூக்கம் விழித்ததும் பாப்புக்கன்னாரன் எழுந்து நின்று நடுங்கி னார். அந்த இடத்தில் கடைகளோ, வியாபாரமோ ஆள் நடமாட் டம் இருந்ததற்கான தடயங்களோ எதுவுமில்லை.

பரந்து விரிந்து, காடுகொண்ட குஞ்ஞிப்பள்ளி மைதானம் மட்டுமிருந்தது. ஒருபுறம் மய்யவாடியும் மறுபுறம் பெரிய பள்ளிவாச

லும். அந்தக் காடுகளினிடையே உள்ள மைதானத்தில் புழுதி நிறைந்த மண்பாதையில் இரண்டு பேரும் நீண்டு நிமிர்ந்து படுத்திருந் தார்கள். பக்கத்திலுள்ள அரச மரத்தினடியில் காளைகள் படுத்து அசைபோட்டுக் கொண்டிருந்தன. கொஞ்ச நேரத்திற்கு பாப்புக்கன் னாரனால் எதுவும் பேச முடியவில்லை.

"டேய் நாய்க்குப் பெறந்தவனே! குஞ்ஞாமா, எளும்புடா"

குஞ்ஞாமனின் தோளில் அடித்து சத்தம் போட்டு எழுப்பினார் பாப்புக்கன்னாரன்.

குஞ்ஞாமன் எழுந்து கொட்டாவி விட்டான். கொட்டாவி விடும்போதுதான் அவனுக்கு சமகால போதம் வந்தது. முதலில் அவன் கண்கள் முடிந்தவரைக்கும் விரிந்து கொடுத்தது. குரல் வளையில் இரும்பைக் குத்தி நுழைத்தது போல் தோன்றியது. ஆச்சரியத்தால் விக்கித்துப்போய் நின்ற குஞ்ஞாமனால் திறந்த வாயை மூட முடியவில்லை.

பாப்புக்கன்னாரன் ஒரு வழியாக இயல்பு நிலைக்குத் திரும்பி சம்பவங்களைப் புரிந்து கொண்டார்.

என்னவோ அற்புதங்கள் நடந்திருக்கிறது. ஏதோ பேய், பிசாசு களின் சித்து வேலைகளாக இருக்கலாம். ஆனால் தர்ம சங்கடமான விசயம் என்னவென்றால் அதிசயத்தின் தாக்குதலால் திகைத்துப் போன குஞ்ஞாமனின் வாய் திறந்தபடியேதான் இருக்கிறது. கொட்டாவி விட்ட அதேநிலையில், வெறித்த கண்களுடன், பார்ப்பதற்கு பரிதாபமாக எதுவும் பேசமுடியாமல்! குஞ்ஞாமன் கதகளி ஆடத் தொடங்கினான். கண்களில் நீர் கோர்த்துக் கொண் டது. கை கால்கள் சக்தி இழந்தது போலானது.

படித்த வித்தைகள் அத்தனையும் பிரயோகித்தும் திறந்த வாயை மூடவைக்க கன்னாரனால் இயலவில்லை. கடைசியில் திறந்த வாயுடன் குஞ்ஞாமனுடனும் மூக்கணாங்கயிறுகளில்லாத காளைகளுடனும் பாப்புக்கன்னாரன் ஊருக்கு ஓடினார்.

ஓடி ஓடி அறக்கல் இல்லத்தை வந்தடைந்தார்கள். நடு முற்றத்தில் யானைச் செயரிலமர்ந்து சுருட்டு பிடித்துக் கொண்டிருந்த தங்ஙளிடம் திகைப்பு நீங்காமலேயே எல்லாவற்றையும் சொன்னார் கன்னாரன்.

தங்ஙளிடம் எந்த பாவமாற்றமும் ஏற்படவில்லை. சிங்கப்பூர் சுருட்டுத் துண்டை முற்றத்தில் எறிந்தார். பிறகு சிறிது நேரம் எதுவோ சிந்தித்தபடியே திறந்த வாயுடன் நின்ற குஞ்ஞாமனை ஒரு நிமிடம் கூர்ந்து பார்த்தார். அடுத்த நொடியில் ஒரு சீறும் பாம்பைப் போல் குஞ்ஞாமனைக் குறிவைத்து குதித்துப் பாய்ந்தார். பயந்து நடுங்கிப்போன குஞ்ஞாமன் அலறினான்.

"ஹோா . . . ய்."

தங்ஙள் சிரித்தவாறே சொன்னார்.

"பேடிக்காண்டாம்."

கன்னாரன் பயந்து போய் நின்று கொண்டிருந்தார்.

தங்ஙள் சொன்னார்.

"இதெல்லாம் ஜின்னுகளுக்கெ வெளயாட்டு."

கன்னாரன் நிராசையுடன் தூணில் சாய்ந்தமர்ந்தார்.

"நூத்திப் பன்னிரெண்டு ரூவா! வீணாப்போயிட்டு."

செயரிலிருந்து எழுந்த தங்ஙள் கன்னாரனின் தோளில் தட்டிக் கொடுத்துச் சொன்னார்.

"ஒண்ணும் பேடிக்காண்டாம்! பணம் திரும்பக் கெடைக்கும். அடுத்த வருயம் இதே நாளு, இதே நேரம், குஞ்ஞிப் பள்ளிக்குப் போனா, இதுபோல எல்லாமே அண்ணு காணுலாம். அதே சந்தை, அதே சாயாக்கடைகாரன் எல்லாமே! அங்கெ போய் அவங்கிட்டே சொல்லணும். நேத்து வெச்சிக்கிடச் சொல்லி தந்த பணத்தை தாருங்கோ! எங்களுக்கு போவணும்."

கன்னாரனுக்கு திகைப்பு அப்போதும் நீங்கவில்லை. மாறாக அதிகரித்தது.

"டேய்! ஜின்னுகளுக்கு ஒரு நாள்னு சொல்லூது மனுசம் மாருக்கு ஒரு வருயம்."

11

நீலிக்கு பிரசவ வேதனை தொடங்கியது. கடந்த ஒன்பது மாதமும் கர்ப்பத்துடன் துக்கத்தையும் சுமந்து கழித்து விட்டாள் நீலி அவளது ஒரே ஒரு ஆசுவாசம் பாப்புக்கன்னாரனின் மனைவி பொக்கிதான்.

பெற்ற தாயைப் போல் நீலியை கவனித்தாள் பொக்கி. மூன்றா வது மாதம் வாந்தியெடுத்தபோது முதுகைக் தடவிக் கொடுத்தாள். நாலாவது மாதம் தொப்புள் வலியுண்டானதும் கோமப்பன் வைத்தியரை அழைத்து ஓலை எழுதி வாங்கினாள். ஆறாவது மாதத்தில் இரத்த சோகை ஏற்பட்டபோது நவலெளகீகப் பஸ்பம் வாங்கி தேனில் குழைத்துக் கொடுத்தாள். ஏழாவது மாதம் நீர்க் கடுப்பு உண்டானதும் வெண்டைக்காய் சூப்பு வைத்துக் கொடுத்தாள்.

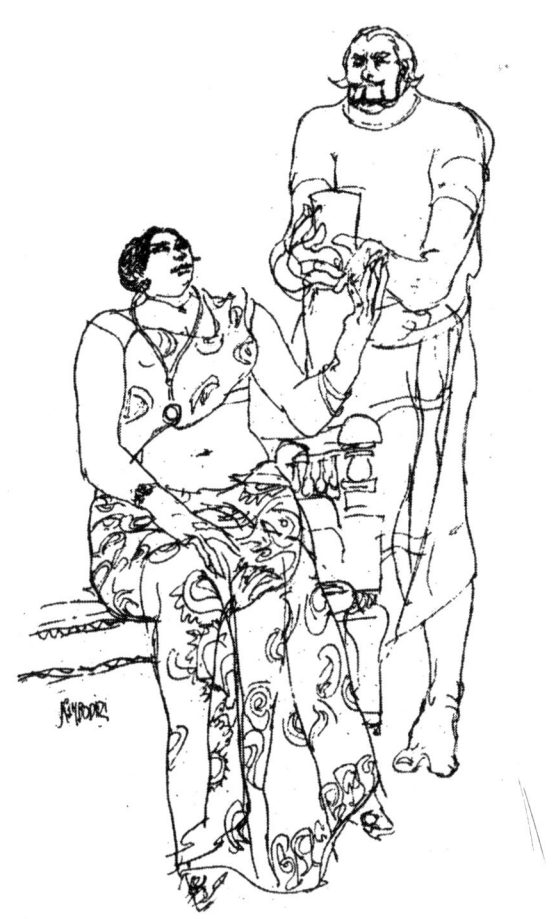

வேதனை என்றால் என்னவென்று நீலி தெரியாமலிருந்தாள்.

குழந்தை பெறாத பொக்கி கர்ப்ப வேதனையைப் பற்றி தெரிந்து கொண்டு எல்லாம் செய்தாள். நீலி பொக்கியிடம் கொண்ட கடப்பாடுக்கு இது கூட காரணமில்லை. இவ்வளவு காலம் கூடவேயிருந்தும் குழந்தைக்கு காரணக்காரனை ஆட்சேபித்து இதுவரைப் பொக்கி எதுவும் பேசியதில்லை. மட்டுமல்ல, இந்தச் சதிக் குழிக்குள் உன்னைத் தள்ளியது யார் என்று கூட அவள் கேட்டதில்லை.

"பகவானே."

நீலி வேதனையின் உச்சத்திற்கு போக ஆரம்பித்தாள் முதுகெலும்பின் கீழேயிருந்து ஒரு கத்தி அசைவதைப் போல் ஆரம்பித்த

மீஸான் கற்கள்

வலி படிப்படியாக பேய் அலைகளாகவும் கொடுங் காற்றாகவும் சுழன்றடித்து அடிவயிற்றுக்குள் பிரவேசித்தது. கர்ப்பப் பாத்திரத்தை அப்படியே உருவியெடுத்து, தொடைகளின் மாமிசக் கூறுகளை நோக்கி, பாறையைத் துளைத்துக் கொண்டு செல்வதைப் போல் சஞ்சரித்தது. அதோடு ஒரு கண்டம் முடிந்தது. ஓரிரு நிமிடங்கள் வலி எதுவும் தெரியாமல் கிடந்தாள். மீண்டும் வலி யெடுத்தது.

தன் வயிற்றிலிருப்பது சதைக் கோளங்களாலான ஒரு சிசுவல்ல, உருக்கி வார்க்கப்பட்ட இரும்பு வார்ப்படம் என்பதுபோல் நீலிக்குத் தோன்றியது. அந்த இரும்பு வார்ப்பை வெளியே இழுத்துப் போட்டு காலால் மிதித்து துவம்சம் செய்துவிட வேண்டும் போலிருந்தது அவளுக்கு.

வேதனையின் பராக்கிரமங்களை பார்த்தபடி அருகிலேயே அமர்ந்திருந்தாள் பொக்கி. நீலியின் உதடுகள் கறுத்து, நெற்றியில் வியர்வைத்துளிகள் உருத்திரண்டு வந்தது. கன்னங்கள் நீலம் பாரித் தன. கண்கள் பாதி மூடிக் கொண்டன.

“பகவானே” நீலி புழுவாகத் துடித்தாள்.

அப்போது நீலிக்கு புத்தி சொன்னாள் பொக்கி.

“இப்படியெல்லாமில்லே கெடந்து சத்தம் போடுது, பல்லெக் கடிச்சிட்டு சத்தம் கேக்காமெ பகவான விளிக்கணும்.”

நீலி உடம்பின் எல்லா சக்தியையும் ஒரு சேரத்திரட்டி அடிவயிற்றுக்குக் கொண்டு சென்றாள். பல்லைக் கடித்துக் கொண்டு அழைத்தாள்.

“அறக்கல் பகவதியம்மே.”

நீலிக்கு வேதனைத் தொடங்கிய அதே நேரத்தில் அறக்கல் இல்லத்தில் ஆற்றபீவிக்கும் பிரசவ வலி தொடங்கியது. ஆற்றபீவியை விடவும் வேதனையை அதிகம் உணர்ந்தது அவள் கணவன் பூக்கோயாத் தங்ஙள்தான். தங்ஙளின் எண்ணம் முழுவதும் பிரசவத்தின் போது இறந்து போன பெண்களைப் பற்றியதாகவே இருந்தது.

“டேய்! அத்துராமான்.”

தங்ஙளின் விறைத்த குரல் கேட்டு அத்துராமான் மூச்சு வாங்க ஓடி வந்தான்.

“குதிரெயிலயே போ! போயி குஞ்ஞிராமன் வக்கீலுட்டே இந்தக் காயிதத்தெக் குடு.”

தங்ஙள் தமாஷ் செய்கிறார் என்றுதான் முதலில் அத்துராமா னுக்குத் தோன்றியது. குதிரையின் மீது இதுவரை அவன் ஏறியதில்லை. குதிரைக்கு பண்டுவம் பார்ப்பதுவும் தீவனம் போடுவதுவும்

மட்டும்தான் அவன் வேலை. குதிரையின் மீதேறி சவாரி செய்வது தங்ஙளின் வேலை.

"செய்த்தானே! சீக்கிரமாப் போ."

புறங்காலில் நீர் கட்டி வீங்கியிருந்த கால்களைத் தூக்கி குதிரையின் மீதேறிக் கொண்டான் அத்துராமான்.

குதிரை குதித்துப் பாய்ந்தது.

ஆறாம் ஜார்ஜ் சக்கரவர்த்தியின் கீழே பூக்கோயாத் தங்ஙளின் சிநேகிதர் குஞ்ஞிராமன் வக்கீல் பத்திரம் வாசித்துக் கொண்டிருந் தார். அவர் எதிரிலிருந்த கட்டுகளிலிருந்து பழைய காகிதத்தின் வாசனையும் இரட்டை வால் மூட்டைப்பூச்சிகளும் வெளிவந்து கொண்டிருந்தன.

அத்துராமான் லேசாக கனைத்து சத்தமெழுப்பினான்.

சிவந்துருண்ட கண்களும், கடா மீசையும், இரண்டாகப் பிரித்து விட்டிருந்த தாடியும் கொண்ட குஞ்ஞிராமன் வக்கீல் வெளியே பார்த்தார்.

அந்த உருவமும் அதன் நோட்டமும் கண்ட அத்துராமான் பயந்துபோய் ஒரு புறமாக விலகி நின்றான்.

வக்கீல் தன் பணியைத் தொடர்ந்தார். நேரம் போய்க் கொண்டேயிருந்தது. திரைச்சீலையை உயர்த்தி மீண்டும் இருமியும் கனைத்தும் சத்தம் கொடுத்தான் அத்துராமான். பத்திரத்திலிருந்து கண்களை விலக்கி மீண்டும் வெளியே பார்த்தார் வக்கீல். அத்து ராமான் பயந்துபோய் மறுபடியும் விலகிக் கொண்டான் வக்கீல் திரும்பவும் படிக்கத் தொடங்கினார்.

அத்துராமான் அடுத்தது என்ன செய்வதென்று தெரியாமல் தடுமாறினான்.

கடைசியில் எலலாத் தைரியங்களையும் ஒன்று கூட்டி உள்ள டக்கியபடி சொன்னான்.

"நா இங்கெதான் இருக்கேன்."

"யார்டா?" செப்புத்தகட்டில் அடிப்பது போல் சத்தம் வெளியானது.

"நா தான்."

"உள்ள வாடா."

அத்துராமான் பயந்து நடுங்கிக்கொண்டே கடிதத்தைக் கொடுத்தான்.

வக்கீல் தலையை அங்குமிங்குமாக அசைத்து கடிதத்தை வாசித்து விட்டு கோட்டுப்பையில் வைத்தார்.

"நீ தங்ஙளுக்கு யாரு?"

"குதிரெக்காரன்."

"ஓனக்கேன் இவ்வளவு பயம்?"

"மீசையைப் பாத்து பயந்துட்டேன்."

வக்கீல் சிரிப்பையடக்கிக் கொண்டார்.

"நீ எந்த நாட்டுக்காரன்?"

"சிங்கப்பூரு."

"செரி! நீ கௌம்பு. டாக்டரையும் கூட்டிட்டு வாறேன்னு தங்ஙளுட்ட சொல்லு."

அத்துராமான் குதிரையிலேறித் திரும்பினான்.

தங்ஙள் பொறுமையிழந்து போயிருந்தார்.

தைரியம் சொல்ல ஆளில்லை. வியர்வை பெருக்கெடுக்க அங்குமிங்குமாக நடந்து கொண்டிருந்தார்.

கடைசியில், சில மணி நேரத்திற்குப் பிறகு அஞ்சல்காரனின் மணியோசையுடன் குஞ்ஞிராமன் வக்கீலின் குதிரை வண்டி அறக்கல் மதில் கூடத்தில் வந்து நின்றது.

டாக்டர் அலமேலு வண்டியிலிருந்து இறங்கினார். பொன்னிற மேனி, விரிந்த மனோகரமான கண்கள், சிவந்த உதடுகளின் மேல் மெல்லிய ரோமக்கீற்று, முற்றி வடிவமைந்த மார்பகங்கள் துணி மறைவில், வாழைக்குருத்து போன்ற அடிவயிறு, யானையின் அசைவு.

டாக்டரின் பின்னால் வந்துகொண்டிருந்த ஆயாவின் கையில் கறுப்பு நிறப் பை. அது நிறைய உயிர் காக்கும் மருந்துகள்.

அலமேலு, தங்ஙளை அனுக்கிரகித்திருக்கிறார்.

தங்ஙள் வியர்வையை துடைத்துக் கொண்டு சொன்னார். "என்னெ ரெச்சிக்கணும்."

அலமேலு வீட்டுக்குள் சென்றார். கறுத்த தோல் பையுடன ஆயாவும் சென்றாள். வாசல் கதவு சாத்தப்பட்டதும் தங்ஙளின் பதற்றம் அதிகரித்தது. உள்ளேயிருந்து கேட்டுக் கொண்டிருந்த அலறல் வீரியமடைந்தது.

திண்ணையிலும் சமையலறையிலும் பழைய சலனப்படங்கள் போல் மனிதர்களின் அசைவுகள் மட்டுமே தெரிந்தன.

"கொஞ்சம் வடிகெட்டின சுத்தமான சூடுவெள்ளம்."

வாசலைத் திறந்து தலையும் கையும் நீட்டி ஆயா கேட்டாள். வாசல் கதவு மீண்டும் அடைந்தது. தங்ஙளின் காதுகளில் எதுவுமே விழவில்லை. இடையிடையே மருத்துவ கருவிகள் உரசும் சத்தம்

மட்டும்தான் கேட்டது. கடைசியில் அதுவும் கேட்கவில்லை. சூன்யமான மனதும் உடலுமாக உலாத்திக் கொண்டிருந்தபோது நேரம் போனது தெரியவில்லை.

“பெங்கொளந்தெ.”

இடி முழக்கம் போல் தங்ஙளுக்கு ஒரு சத்தம் கேட்டது.

திரும்பிப் பார்த்த போது வாசலை நிறைத்தபடி ஆயா நின்று கொண்டிருந்தாள். அவள் கறுத்த முகத்தில் திருப்தி நிறைந்திருந்தது. பின்னால் வியர்வையில் நனைந்த, கசங்கிய ஆடைக ளுடன் டாக்டர் அலமேலு.

“ஒங்க மனைவியும் குழந்தையும் நல்லாயிருக்காங்க.” தங்ஙளைப் பார்த்துக் சொன்னார் டாக்டர் அலமேலு.

தன் மகிழ்ச்சியை எப்படி வெளிப்படுத்துவது என்று தெரியாமல் தங்ஙள் திகைத்தார். மனதின் சமநிலை தவறிய தங்ஙள் சொன்னார்.

“வாருங்கோ! மேல போய் கொஞ்சம் இருக்கலாம்.”

விருந்தினர் அறைக்குள் வெல்வெட் படுக்கையில் அலமேலு அமர்ந்தார். பாதாம் பருப்பும் திராட்சையும் கலந்து, தேனும் சர்க்கரையும் சேர்த்த பானம் இரண்டு தம்ளர்களில் வைக்கப்பட்டிருந்தது.

“சாப்பிடுங்கோ.”

தங்ஙள் தம்ளரை எடுத்து நீட்டினார்.

தம்ளரை வாங்கும்போது அலமேலுவின் கண்கள் ரோமம் படர்ந்த தங்ஙளின் முழங்கையில் படிந்தது.

தங்ஙளிடம் சந்தோச உணர்வு மட்டும்தான் மேலோங்கி நின்றது. பலவீனமான கணவனையடைந்த அலமேலுவைப் பற்றி தங்ஙள் அப்போது சிந்திக்கவில்லை. எந்த இழப்புகளுக்கும் ஆளா காமல் தான் தப்பிக்க நேர்ந்த அனுக்கிரகத்தைக் குறித்து சிந்தித்தார். தன் தலைமுறை மேலும் தொடரும். தன் பெண் குழந்தை வளர்ந்து, திருமணமாகி அவளுக்கும் நிறைய சந்ததிகள் உருவாகும். அறக்கல் இல்லத்தின் உயிர்ச் சங்கிலிகள் இன்னும் விரிந்து கொண்டே போகும்.

“ஒங்க உதவிக்கு ரெம்ப நன்றி.”

தங்ஙள் அலமேலுவைப் பார்த்துச் சொன்னார்.

ஆனால் அலமேலுவின் எண்ணங்கள் முழுவதும் தங்ஙளின் மீது படர்ந்து நின்றது. அலமேலு விகாரம் பூண்ட தன் கண்களால் தங்ஙளைப் பார்த்தார். இரத்த அழுத்த நோயாளியைப் போல் அலமேலு தளர ஆரம்பித்திருந்தார். முகம் வெளுத்து, கால்கள் நடுங்குவதை கண்டதும் தங்ஙள் பக்கத்தில் சென்றார்.

தங்ஙள் டாக்டரைப் பிடித்து எழச்செய்தார். காவி நிறத் தரையில் நான்கு கணுக்கால்கள் பின்னிப் பிணைந்து, பிரிந்தன.

கொஞ்ச நேரத்திற்குப் பிறகு டாக்டர் அலமேலு கூறினார்.

"போதும், ரொம்ப சந்தோஷம். ஒரு வேண்டுகோள், எனக்கு இன்னும் இங்கே வரணும்."

"அதுக்கென்னெ ? தாராளமா வருலாமே" என்றார் தங்ஙள். கீழே மதில் கூடத்தின் வெளியில் நிறையபேர் கூடி நின்றார்கள். அவர்களுக்கு பெண் டாக்டரை பார்க்க வேண்டுமாம். அந்த ஊரில் ஒரு டாக்டரின் பாதம் அன்று தான் முதல் முறையாகப் பதிந்திருக்கிறது. கோமப்பன் வைத்தியரைத் தவிர வியாதிகளை குணப்படுத்தும் இன்னொருவர் அந்தப் பகுதிக்கு இதுவரை வந்ததில்லை. ஒரு டாக்டரை, அதுவும் அழகான ஒரு பெண் டாக்டரை, ஒரு கண் பார்த்து விட கூட்டம் அலை மோதி நின்றது.

அப்போது பாப்புக்கன்னாரனின் மனைவி பொக்கி மதில் கூடத்தையும் காவல்காரன் புகாரியையும் தாண்டி வேகமாக முற்றத்துக்கு வந்தாள். தாங்கமுடியாத பாரத்தை இழுத்துச் செல்லும் காளை மாட்டைப்போல் அவள் மூச்சு வாங்கினாள். வார்த்தைகள் அவள் தொண்டைக்குள் சிக்கிக்கொண்டது.

"என்னெ ?" அலமேலுவுக்கு அகம்படி சேவித்து நின்றிருந்த தங்ஙள் கேட்டார்.

"நீலி !"

"நீலி, நீலிக்கு என்னெ ?"

"தாங்க முடியாத நொம்பலம்."

"கொளந்தெ பெறந்தாச்சா ?"

"பெறந்தாச்சி." மூச்சையடக்கிக் கொண்டு சொன்னாள்.

"ஆனா, ரெத்தம் கொடகொடா வெளியாவுது."

"செரி !" தங்ஙள் அலமேலுவைப்பார்த்துக் கேட்டார்.

"ஒரு பத்து நிமுசம் ?"

"ஓ . . . ! அதுக்கென்ன." அலமேலு சம்மதித்தார்.

அலமேலுவின் உதடுகள் அப்போதும் இனித்துக் கொண்டிருந்தன.

பள்ளிவாசலையும், பள்ளிவளாகத்தையும், புகைவண்டி நிலையத்தையும் கடந்து பாப்புக்கன்னாரனின் வீட்டையடைந்தார்கள்.

ஒரு சிறு வீடு ! ஒரு சோக நாவலைப்போல் பழகி இற்றுப்போன ஓலை வேய்ந்த கூரை கீழே சரிந்து திண்ணையை மறைத்திருந்தது. இருண்டு கிடந்த உள்கூடத்துக்குள் அலமேலு நுழைந்தார். இரத்த வாடை அந்த சிறு வீடு முழுவதும் நிறைந்து நின்றது.

தரையில் தெற்குப் புறமாக விரிக்கப்பட்டிருந்த தாழைப்பாயில் ஒரு பிணம் போல் கிடந்தாள் நீலி. கால்களுக்கிடையில் தொப்புள் கொடியிலிருந்து பெருகி வரும் இரத்தத்தில் குழந்தை. ஒரு மாமிசக்கூறுபோல், நீல நிறத்தில்! வாயில் இரத்தமும். இரத்தத்தில் கறுப்பு நிலவு போன்று ஒரு மச்சமும்.

அலமேலுவிற்கு எல்லாக் கோபமும் ஒன்று சேர்ந்து வந்தது.

"ஏன் இதையெல்லாம் சுத்தம் செய்யலை?"

பொக்கி தயக்கத்துடன் சொன்னாள்.

"பறச்சியம்மாளு இதுவரக்கும் வரயில்லே."

"ஏன்?"

"அவொ, தங்கச்சி ஊட்டுக்கு விருந்துக்கு போயிருக்கா."

"கொப்புள் கொடியை யாரு அறுத்தா?"

"நா தான்" மன்னிப்பு கேட்பதுபோல் பதில் சொன்னாள் பொக்கி.

"எதெ வெச்சு அறுத்தது?"

"அருவா வெச்சி."

"அருவாளு வெச்சா?"

கோபமும் ஆச்சரியமும் மேலிட அலமேலு நடுங்கினார். மன்னிப்பு கேட்பதைப் போல் பொக்கி சொன்னாள்.

"வயலுக்கு கொண்டு போற அருவா இல்லெ, மீனு அறுக்கத அருவா"

அலமேலுவின் கண்களில் கோபம் கொழுந்து விட்டெரிவதைக் கண்ட பொக்கி அதற்கு மேல் எதுவும் பேசவில்லை.

அலமேலுவுக்கு யார் மீதென்றே இல்லாமல் கோபம் வந்தது. நோயாளி தரையில் கிடத்தப்பட்டிருந்தாள், வெளிச்சமில்லை, பரிசோதிக்க வேண்டுமென்றால் கால்களை முட்டி போட்டு அமர்ந்து கொள்ள வேண்டும். பலமுறைகள் இப்படி அமர வேண்டியது வந்திருக்கிறது என்றாலும், அமரும் ஒவ்வொரு முறையும் ஏனோ கோபமும் வருகிறது.

அலமேலு இரத்தக் களத்தினருகில் முட்டிப் போட்டு அமர்ந்து டார்ச் அடித்து நோயாளியின் முகத்தைப் பார்த்தார். முகம் காகிதம் போல் வெளுத்திருந்தது. கண்கள் செத்த மீனின் கண்களைப் போலிருந்தன. நெற்றியில் வியர்வைத்துளிகள் தெரியவில்லை. உடனே இரத்தம் உறைந்திருந்த யோனிக்குள் கிளவுஸ் அணிந்த விரல்கள் நுழைந்தன.

மீசான் கற்கள்

மரணத்திற்கான காரணம் கைவிரல்களில் தட்டுப்பட்டது. அருகிலிருந்த சிறு பாத்திரத்தில் கையை அலம்பிவிட்டு இரத்தத்தில் குதிர்ந்து கிடந்த சிசுவைப் பார்த்தபடி கேட்டார்.

“இதெக் குளிப்பாட்டலியா?”

“இல்லெ.”

“ஒடனே குளிப்பாட்டுங்க! பாவம், இதாவது பொழைக்கட்டும்.”

நீலிக்காக யாருமே அழவில்லை. யாருக்குமே அழுகை வரவில்லை. தன் உதிரத்தில் வித்தை ஊன்றியவனைக் குறித்து கர்ப்பமேந்தி நடந்த காலத்தில் அவள் யாரிடமும் ஒரு வார்த்தை கூட சொல்லவில்லை. எஞ்சி நின்ற அந்த பரம ரகசியத்தை இந்த உலகத்தின் முகத்தில் வீசி விட்டு நீலி கண்மூடி விட்டாள்.

அதோடு நீலியின் ஜீவசரித்திரம் முற்றுப்பெற்றது.

ஆனால் நீலியின் குழந்தையின் வரலாறு முற்றுப்பெறவில்லை. அது இனிமேல்தான் எழுதப்படவேண்டும். வரலாற்றியலாளர்களுக்கும் ஆய்வாளர்களுக்குமென மிச்சமிருக்கும் ஒரு குறிப்புதவி நூல் அது.

அதற்கு பால் தருவதற்கான மார்பகங்கள் இல்லை. அந்த மார்பகங்கள் பாப்புக்கன்னாரனின் நிலத்தில் பப்பாளி மரத்தினடியில் மண் தாங்கி தூங்குகிறது.

நீலியின் குழந்தை அழுதது. பாப்புக்கன்னாரனின் மனைவி பொக்கி ஆறிக் குளிர்ந்த நீரைத் தொட்டு குழந்தையின் வாயில் வைத்தாள்.

அது ஒரு பிரச்சினையாக இருந்தது. ஒரு குழந்தையை வளர்ப்பதற்கான முறை பொக்கிக்குத் தெரியாது. அதுபோலவே பாப்புக்கன்னாரனும் அந்த விசயத்தில் அஞ்ஞானிதான்.

பாப்புக்கன்னாரனின் வீட்டு முற்றத்தில் கிடந்த பெஞ்சில் ஆலோசனையுடன் அமர்ந்திருந்த நாலைந்து பேர் நாடியில் கை வைத்திருந்தார்கள். அப்போது தங்ஙள் பாப்புக்கன்னாரனின் வீட்டு முற்றத்துக்கு வந்து நின்றார்.

“கொளந்தைக்கு சீவங் கெடக்கா?” தங்ஙள் கேட்டார்.

திடீரென்று எழுந்த கேள்வி எல்லோரையும் திகைக்க வைத்தது. அவர்கள் பயந்துபோய் எழுந்து நின்றார்கள். யாரும் எதுவும் பேசவில்லை.

“அதுக்கு யார் மொல குடுக்குது?” தங்ஙள் கேட்டார்.

யாரிடமிருந்தும் பதில் வரவில்லை. வீட்டினுள் தாழைப்பாயில் கிடந்த குழந்தை “ஙே . . .” என்றழுதது.

“ஏன் யாரும் பதில் சொல்லாமயிருக்கீங்கோ?”

“அக்கம் பக்கங்கள்லே கொளந்தெ பெத்த பெண்ணாப் பெறந்தவொ யாருமே இல்லெ.”

“எல்லா மாரும் வத்திப்போச்சா?” தங்ஙள் கேட்டார்.

குழந்தை மீண்டும் “ங்கே ...” என்றழுதது.

“அது சொன்னது காதுலே விழுந்துதா? ‘அல்லா’ எண்ணாக்கும் சொல்லுது. கொளந்தக்கெ வாப்பா இஸ்லாமானவந்தான், கொளந்தெயெ எடு.”

யாருக்கும் எதுவும் விளங்கவில்லை.

“கொளந்தையெ தூக்கிட்டு எங்கூட வரச்சொன்னேன்.”

இரத்தக் குருத்து போன்ற சிசுவை பழந்துணியில் பொதிந்து நீலி ஓய்வு கொள்ளும் புது மண்ணைக் கடந்து தங்ஙளின் பின்னால் நடந்தாள் பொக்கி.

தங்ஙள் அறக்கல் இல்ல வாசல்படியேறினார். பின்னால் வந்த பொக்கி புறவாசல் மதில் கூடத்தை நோக்கி நடக்கத் தொடங்கினாள்.

அப்போது தங்ஙள் தடுத்துச் சொன்னார்.

“இதுவழியே வா! கொளந்தெ நம்ம புள்ளெதான்.”

குழந்தையை அணைத்தபடியே பொக்கி வாழ்க்கையில் முதல் தடவையாக அறக்கல் இல்லத்தின் முன் வாசல் படியில் காலெடுத்து வைத்தாள். கண் மூடித் தொங்கிக் கிடந்த சரவிளக்குகளின் கீழாக அவள் குழந்தையையும் கொண்டு பீவியின் படுக்கையறைக் குச் சென்றாள். பீவியின் அருகில் விரிக்கப்பட்டிருந்த கோரைப் பாயில் குழந்தையை படுக்க வைத்தாள்.

“செரி! இனி நீ போ” பொக்கியைப் பார்த்துச் சொன்னார் தங்ஙள். வெளியே வந்து எரமுள்ளானை அழைத்து வரச்சொல்லி ஆளனுப்பினார். வியர்த்துக் கொட்டியபடி எரமுள்ளான் வந்தார்.

தங்ஙள் சொன்னார்.

“பாங்கு விளி. வேறொரு கொளந்தெ கூட உண்டு.”

“அல்லாஹு அக்பர்...”

எரமுள்ளான், தூக்கு விளக்குகளின் கீழே நின்று காதுகளில் விரல் நுழைத்து பாங்கு சொன்னார். தங்ஙள் உள்ளே சென்று குழந்தையை கைகளில் ஏந்தி அதன் கன்னத்தில் முகம் அமர்த்தினார்.

பீவி படுத்திருந்த கட்டிலையடுத்திருந்த ஸ்டூலின் மீது ஒரு கிண்ணத்தில் தேன் இருப்பதைக் கண்டார். தன் உதிரத்தில் பிறந்த வாரிசுக்குக் கொடுத்த தேன்! தங்ஙள் மெதுவாக கிண்ணத்தை கையிலெடுத்தார். கை விரலில் கிடந்த மோதிரத்தை உருவி தேனில்

அமிழ்த்தினார். அந்தத் தேனை நீலியின் குழந்தையின் நாவில் வைத்தார்.

கட்டிலில் பீவியின் பக்கத்தில் குழந்தையை படுக்கவைத்துச் சொன்னார்.

“மொல குடு. எரட்டைக்கொளந்தெ பெத்ததா நெனைச்சுக்கோ.”

பீவி பெற்ற குழந்தை ஒரு நிலவு போல் அவளருகில் கிடந்தது. பீவி தயங்கினாள்.

“மொல குடுக்கச் சொன்னேன்.”

தங்ஙளின் கண்களில் அக்னி தெறித்தது.

பீவி அமைதியானாள்.

அவள் விருப்பமில்லாமல் குழந்தையை கையிலெடுத்தாள்.

“எங் கொளந்தைக்கு கூட இனியும் மொல கொடுக்கல.”

“செரி! இவம் மொதல்லே குடிக்கட்டு.”

மஞ்சள் நிறப் புதுப்பாலை குழந்தை சப்பிக் குடிக்கத் தொடங்கியது. தங்ஙளின் கண்களில் நீர் தளும்பிக் கொண்டது.

“இவம் பேரென்னெ தெரியுமா?” தங்ஙள் கேட்டார்.
பீவி மலைப்போடு பார்த்தாள். தங்ஙள் சொன்னார்.

“குஞ்ஞாலி.”

12

புத்த அத்துராமான் குதிரை லாயத்தில்தான் தூங்குவான் என்பது எல்லாரும் அறிந்த விசயம் தான். பாத்துவை நிக்காஹ் செய்த அன்று இரவு சில மணி நேரம் பாத்துவுடன் அவன் இருந்ததைத் தவிர அவன் வேறெங்குமே இரவு தங்கியதில்லை.

வேறு எந்த இடத்திலும் அவனுக்குத் தூக்கம் வராது.

குதிரையின் குளம்படி சங்கீதத்தைக் கேட்டு, குதிரைச் சாணத்தின் சூட்டை சுவாசித்து, குதிரை லாயத்தையடுத்த அத்து ராமான் லாயத்தில் அன்றும் தூங்கிக் கொண்டிருந்தான். அப்போது ஒரு குழந்தையின் அழுகைச் சத்தம் கேட்டது.

பார்த்தபோது குஞ்ஞாலி.

குஞ்ஞாலியை எடுத்துக் கொண்டு பாத்து வெளியே வந்தாள். குழந்தை பெறாத பாத்து குஞ்ஞாலியை மார்போடு அணைத்துக் கொண்டிருந்தாள்.

மெல்லிய நிலவொளி வீசிக் கொண்டிருந்தது.

அத்துராமான் வானத்தைப் பார்த்தான். புட்டுக்குழலினூடே தெரியும் வட்டம்போல் வானம் தெரிந்தது. அவ்வளவு இடுங்கியது குதிரைலாயம். அறக்கல் இல்லத்தின் நாலுகெட்டும், குதிரைலாய மும், விறகு போட்டுவைக்கும் அறையும், வென்னீர் சூடாக்கும் பள்ளமும் சேர்ந்து அத்துராமானை நெருக்கிக் கொண்டிருந்தன.

அவன் எழுந்து வெளியே வந்தான். குழந்தையை வாங்கி இரண்டு கைகளால் நிமிர்த்தி, ஏந்திப் பிடித்தான்.

குஞ்ஞாலிக்கு ஆறு மாதமாகிவிட்டது.

ஆறாவது மாதத்தில் பீவி அவனுக்கு பால் கொடுப்பதை நிறுத்திவிட்டாள். ஆட்டுப்பாலில் அதே அளவு நீர் சேர்த்து, கொதிக்க வைத்து, ஆறியதும் கற்கண்டு சேர்த்து குடிப்பதுதான் அவன் உணவு. சமையலறை சாய்வினுள், பாத்துவின் இடுப்புச் சூட்டில் அவன் வளர்ந்தான். அத்துராமானும் பாத்துவும் அவனுக்கு உணவையும் கனிவையும் ஊட்டினார்கள். அவன் ஈறுகளைக் காட்டி அவர்களைப் பார்த்து சிரித்தான்.

குஞ்ஞாலியின் பால் குடியை பீவி நிறுத்தியது ஒரு எதிர்பாராத வேளையில். ஒரு நாள் திடீரென்று அவள் இடி முழக்கம் போல் அலறினாள்.

“ரெண்டு பேருக்கு மொல குடுக்க என்னால ஏலாது.”

தங்ஙள் பீவியின் சலனங்களையும் வார்த்தைகளையும் கவ னித்து கொண்டுதானிருந்தார். அவள் சொல்வதிலிருந்த நியாயத்தை யும் அவர் உணர்ந்திருந்தார். இரண்டு குழந்தைகளுக்கும் பால் கொடுக்கத் தொடங்கிய பின் பீவியின் ஆரோக்கியம் நலிந்ததுபோல் தோன்றியது. அவள் கண்களின் கீழ்ப்பகுதி கறுத்துவிட்டது. முகம் வெளிறியது. உடல் தளர்ந்தது.

எந்த மருந்திலும் மந்திரத்திலும் பீவியின் உடல் தேற வில்லை. கடைசியில் தங்ஙள் சொன்னார்.

“குஞ்ஞாலிக்கு இனிமே பாலு குடுக்காண்டாம்.”

உண்மையில் பீவி தளர்ந்தது இரண்டு குழந்தைகளுக்கு பால் கொடுப்பதால்தானா? தான் பெற்ற குழந்தைக்காக சுரக்கும் பாலை கள்ள உறவில் பிறந்த வேறொரு குழந்தைக்கு கொடுப்பதில் பீவிக்கு வருத்தமிருந்தது. தன் கெட்ட காலத்தை நினைத்து, யாரிடமும் எதுவும் சொல்லாமல், யாருக்கும் தெரியாமல் தினமும் இரவு நேரங்களில் அழுதாள். அவளைப் பொறுத்தவரை குஞ் ஞாலிக்கு

பால் கொடுப்பது ஒரு கேவலமான விசயம். அவள் வாழ்க்கையில் சந்திக்க நேர்ந்த மிகப்பெரிய துக்கம் இது!

வேறு ஏதோ ஒரு மதத்திலுள்ள பெண் பிரசவித்த குழந்தைக்கு ஊர் பெயர் தெரியாத, ஹராமாக பிறந்த குழந்தைக்கு பால் கொடுக்கவேண்டுமாம், அதுவும் நிர்ப்பந்தம் செய்து! இத்தனை விவேகம் உள்ள தன் தங்ஙளுக்கு இதைச் சொல்ல எப்படி மனது வந்தது?

பீவியின் வாழ்க்கையில் ஏற்பட்ட மிகப்பெரிய சோகம் இது. நல்லதும் கெட்டதும் பிரித்தறியத் தெரிந்த தன் கணவன், ஐந்து நேரம் தொழுபவர், சுஜூது செய்த தளும்பை நெற்றியில் கொண்டவர், பல அற்புதங்களை செய்து காட்டிய பெரிய தங்ஙளின் மகன் இதற்கு ஏன் உடன்பட்டார், எப்படி இந்த வலையில் விழுந்தார்? ஒவ்வொரு மனிதனும் தான் வீழ்வதற்கென்றே ஒரு வலையைப் பின்னிக்கொள்கிறார்களா? முடியாது, என்னால் முடியாது! கண்ணீர் வழிந்தது. தன் செல்ல மகளுக்காக சேமிக்கும் பாலை. ஒரு பிசாசைப்போல் உறிஞ்சிக் கொள்ளும் குஞ்ஞாலியை அவள் எப்போதுமே வெறுத்தாள்.

குஞ்ஞாலி அழகான குழந்தை, மாம்பழ நிறம், நீலக்கண்கள் செம்பட்டை நிறத்தில் தலைமுடி, முறம் போன்ற பெரிய காதுகள் . . .!

ஏதோ ஒரு பெரிய மனிதனின் வாரிசு.

அது அவிழ்க்கப்பட முடியாத ரகசிய முடிச்சாக மிஞ்சியிருந்தது.

இதில் மிகவும் சங்கடப்பட்டது பாத்துதான். குஞ்ஞாலி என்ற குழந்தையை நினைத்து பல இரவுகளை அவள் அழுது தீர்த்திருக்கிறாள். தன்னால் பால் தர முடியவில்லையே என்பதை நினைத்தும் அவள் துக்கப்பட்டாள். பால் சுரக்க தன்னால் இயலாது என்பதே தன் வாழ்க்கையின் மிகப்பெரிய சோகம் என்று நினைத்தாள். என்றாலும், சமையலறை சாய்வினுள் குஞ்ஞாலி அவள் வயிற்றோடு ஒட்டிக் கிடக்கும்போது யாரும் காணாமல் தன் வயலட் நிற முலைக் காம்புகளை குஞ்ஞாலியின் வாயில் திருகி வைப்பாள்.

குஞ்ஞாலி ஆவேசத்துடன் இரண்டு, மூன்று தடவை ஈறுகளை இறுக்கிப் பார்ப்பான். பிறகு வீறிடத் தொடங்குவான் உடனே அவனை எடுத்துக்கொண்டு பாத்து வெளியே வருவாள்.

அப்படித்தான் அன்று குஞ்ஞாலியை எடுத்துக் கொண்டு வெளியே வந்தாள்.

குள்ளமான அத்துராமான் குழந்தைக்கு முத்தம் கொடுத்தான். மீசையில்லாத மங்கோலிய முகத்தின் முத்தம் குழந்தைக்கு மிருதுவாக இருந்திருக்க வேண்டும். குழந்தையை அணைத்தபடியே அவன் அறக்கல் இல்லத்தின் முற்றத்தை சுற்றி லாந்திக் கொண்டிருந்தான்.

பதினான்காம் நாள் சந்திரன் ஆகாயத்தின் நெற்றியிலிருந்து குளிர் வாரிச்சொரிந்து கொண்டிருந்தது. குஞ்ஞாலி சந்திரனைப் பார்த்து கைகளைக் குழைத்தான்.

திடீரென்று தாயரங்கின் வாசல் கதவு இரைந்தது. பாத்து பயந்து போய் குஞ்ஞாலியை தூக்கிக் கொண்டு மூச்சு வாங்க பின்புறமாக ஓடினாள். வாசலைத் திறந்து வெளியே வந்தது தங்ஙள்தான்.

தங்ஙளின் கைகளிலிருந்து அழுகைச் சத்தம் கேட்டது. தங்ஙளின் பிஞ்சுக் குழந்தை அழுது புரண்டு கொண்டிருந்தது. ஒரு மணி நேரமாக குழந்தை தங்ஙளின் அறையில் கிடந்து அழுது கொண்டிருந்தது. பால் கொடுத்தும், தாலாட்டுப் பாடியும், முதுகைத் தட்டிக்கொடுத்துத் தூங்கச் செய்தும், ஓதிப் பார்த்தும், மருந்து கொடுத்தும், நேர்ச்சைகள் நேர்ந்தும் குழந்தை அழுகையை நிறுத்திய பாடில்லை.

சாய்வு நாற்காலியை இழுத்துப் போட்டு தங்ஙள் முற்றத்தில மர்ந்தார். குழந்தை மடியிலிருந்து கண்களை விரித்து ஆகாயம் பார்த்தது. ஆகாயத்தில் பதித்த கண்களை அகற்றாமல் அழுது புரண்டு கொண்டிருந்தது குழந்தை.

தூங்கிக் கிடந்த எல்லோரும் எழுந்தார்கள். மதில் கூடத்திலிருந்து பீடியை அணைத்துவிட்டு முதலில் புகாரி வந்தான். பிறகு நாலாபுறங்களிலிருந்தும் முண்டுகளை உதறி உடுத்தியபடி வந்த ஆட்கள், முற்றத்தில் விரிந்து கிடந்த நிலவொளியில் நிழல்களாக உறைந்து நின்றனர்.

திடீரென்று தங்ஙளின் குரல் உயர்ந்தது.

“பாப்புக்கன்னாரனுக்கு ஆள் உடுங்கோ.”

அப்போது பாப்புக்கன்னாரன் வந்து நின்றார். யாரோ அவரை முன்கூட்டியே அழைத்து வந்திருக்கிறார்கள்.

“நா இங்கெதான் இருக்கேன்.” கன்னாரனின் மெல்லிய குரல்.

“கன்னாரா. கோமப்பன் வைத்தியரை ஒடனே விளிக்கணும்!”

நடு இரவில், நிலவு வெளிச்சத்தில் மனித உருவங்கள் கோமப்பன் வைத்தியரின் ஊரான சோம்பான் கடற்கரையை நோக்கி புறப்பட்டன. அவர்கள் போய்ச் சேரும்போது கோமப்பன் வைத்தியர் ஆழ்ந்த தூக்கத்திலிருந்தார்.

அரைமணி நேரத்தில் கோமப்பன் வைத்தியர் வந்தார். மதில் கூடத்தில் காலடி சத்தமும் ஓலைக் குடை மதிலில் உரசும் சத்தமும் காதுகளில் விழுந்ததும் தங்ஙள் ஆசுவாசமானார். நடுச்சாமமாக இருந்தாலும் ஓடைக் குடையில்லாமல் வைத்தியர் வெளியே செல்வதில்லை.

அரை நிர்வாணத்துடனிருந்த வைத்தியர் தங்களின் முன்னாலிருந்த நாற்காலியில் அமர்ந்தார். குழந்தையை உச்சி முதல் உள்ளங்கால் வரை பரிசோதித்தார் – கண்களாலும் கைவிரல்களாலும்!

குழந்தை அழுது கொண்டேதானிருந்தது. தங்க விக்ரகம் போன்ற குழந்தையின் முகம் அழுதழுது நீலம் பாரித்திருந்தது. உடலிலுள்ள பிஞ்சு நரம்புகள் புடைத்துத் தெரிந்தன.

குழந்தை கைகளை ஆகாயத்தை நோக்கி குழைத்துயர்த்தி அழுதது. வைத்தியர் குழந்தையின் வயிற்றைத் தடவிப் பார்த்தார். நெஞ்சில் கை வைத்துப் பார்த்தார். மிகுந்த சிரமப்பட்டு நாடி பிடித்துப் பார்த்தார்.

"கன்னாரா, ஓலெ எடுத்துட்டு வா." வைத்தியர் பரிசோதனையை நிறுத்தியதும் தங்கள் சொன்னார்.

"ஓலெ வேண்டாம்." உடுமுண்டை இறுக்கிக்கட்டியவாறு கோமப்பன் வைத்தியர் சொன்னார்.

"ஒரு சிறியக் கண்ணாடி வேணும்."

"கண்ணாடியா?" தங்கள் ஆச்சரியத்தோடு கேட்டார்.

"ஆமா! கண்ணாடிதான்."

"எதுக்கு?" தங்களுக்கு சந்தேகம் வந்தது.

"மொதல்லே கண்ணாடி வரட்டு, பெறவு சொல்லுதேன்."

சிங்கப்பூரிலிருந்து கொண்டு வந்திருந்த சிறு கண்ணாடி ஒன்று வெளித்திண்ணைச் சுவரில் தொங்கிக் கிடந்தது. கன்னாரன் அதைப் பிடுங்கியெடுத்தார்.

தங்களின் மடியில் கிடந்து முரண்டு பிடிக்கும் குழந்தையை எடுத்து தன் மடியில் வைத்துக்கொண்டார் கோமப்பன் வைத்தியர். பிறகு ஆகாயத்தில் தெரியும் நிலவை முழுவதுமாக கண்ணாடியில் பிரதிபலிக்கச் செய்து கண்ணாடியை குழந்தையின் கையில் கொடுத்தார்.

குழந்தை கண்ணாடியைப் பார்த்தது. கண்ணாடிக்குள் முழுநிலவு. குழந்தை கையில் கண்ணாடி அசையும்போது நிலவும் அசைந்தாடியது. கண்ணாடி விலகும்போது நிலவும் நீங்கியது. குழந்தையின் அழுகை நின்றது. அவள் சந்திரனை வசப்படுத்தி விட்டாள். தாம்பூலம் தரித்து எச்சில் துப்பிக்கொண்டு வைத்தியர் கேட்டார்.

"நா பெறப்புடட்டா?"

13

பிஞ்சுக் குழந்தையின் உதட்டில் தங்க நாணயம் கரைத்த தேனை தொட்டுவைத்து விட்டு கான்பகதூர் பூக்கோயாத் தங்ஙள் சத்தமாகச் சொன்னார்.

"பூக்குஞ்ஞி பீவி."

அந்தப் பெயர் சூட்டி நாலு வருடங்கள் உருண்டோடி விட்டன. அழுதும், தவழ்ந்தும், நின்றும், நடந்தும், தங்ஙளின் ஒரே வாரிசான, நித்திய வசந்தமான பூக்குஞ்ஞி பீவி வளர்ந்தாள். பூக்குஞ்ஞி பீவியை வயிற்றுடன் ஒட்டிப் படுக்க வைத்து மூலத்தில் தாளம் தட்டி உம்மா ஆற்றபீவி சொன்னாள்.

"பீவிக்குட்டி ஒறங்கு"

"க் கொரு கதெ சொல்லு"

"என்னெ கதெ"

"ஜின்னு கதெ"

தினமும் ஜின்களின் கதையைக் கேட்டுத்தான் பூக்குஞ்ஞி பீவி தூங்கினாள். ஆற்றபீவி வழக்கம்போல் கதை சொல்லத் தொடங்கினாள்.

"பண்டு, பண்டு பண்டொரு காலத்திலெ ஒரு ராஜகுமாரி இருந்தாளாம். ஒன்னைப்போல அழகும், பேரும், பெருமையும் உள்ளவொ, நல்லவொ, அந்த ராஜகுமாரியும் ஒன்னைப் போல ஒத்தைக்கொரு வாரிசுதான். தங்கம் போல நெறமும் புத்தி கூர்மை யும் உள்ளவொ, பட்டுஉடுதுணிகளும், சுவர்ணாபரணங்களும் அணிஞ்சவொ, நாட்டு மக்களும் ராஜாவும் அவொமேல உயிரையே வெச்சிருந்தாங்கோ! மரிச்சிபோன ராஜாத்தி உயிரோடிருக்கும்போ அவளும் அவொமேல உயிரையே வெச்சிருந்தா. அரண்மனெக்கும் இவொதான் உயிரு. அந்த தேசமே இவொ மேல் உயிரெயே வெச்சிருந்தது.

ராஜகுமாரி கொளந்தையாக இருக்கும்போ ராஜாத்தியின் வயித்தோடி சேந்துதான் ஒறங்குவாள். ராஜாத்தி மொவளுக்கு ஒறக்கம் வரூதுவரெ கதெகள் சொல்லிக் கொடுப்பா.

ஜின்னுகளின் கதெகள்

மலக்குகளின் கதெகள்

இஃப்ரீத்தின் கதெகள்

செய்த்தானின் கதெகள்

ரூஹானிகளின் கதெகள்

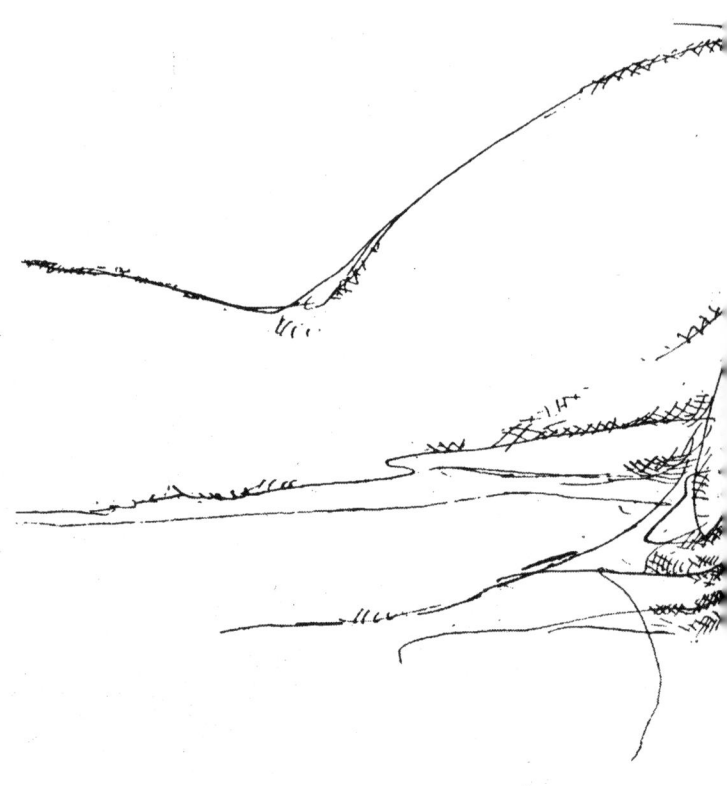

பள்ளி வெளைகளப் பத்தி, பள்ளி வாசல்களெப் பத்தி, செய்குமார்களைப் பத்தினக் கதெகள்.

அப்பிடி கதெகள் கேட்டு கேட்டு ராஜகுமாரி ஒறங்கினா, கதெகள் கேட்டு ராஜகுமாரி தளந்தா, கதெகள் கேட்டு ராஜகுமாரி வளந்தா. வளந்து, வளந்து பேரளகியா மாறுனா. நீண்ட நீலக் கண்ணுகளும் ஒயரமான ஒத்த சரீரமுமுள்ள பேரளகி.

அவளெக் கலியாணம் கெட்டுதுக்கு எல்லாத் தேசங்கள்லே இருந்தும் நெறெய ராஜகுமாரன்மார் அரண்மனெக்கு வந்து போயிட்டிருந்தாங்கோ.

ஆனா, ராஜகுமாரிக்கு யாரெயுமே புடிக்கெயில்லெ! பேரரசரான, ராஜகுமாரியின் தவுப்பனான சுல்தான் ரெம்ப சங்கடப்பட்டாரு.

சுல்தான் ஒரு நா ராஜகுமாரியெ கூட்டிட்டு வரச் சொன்னாரு. ரெத்தினம் பதிச்ச சிம்மாசனத்துலெ கெம்பீரமாயிருந்து, தனக்கு முன்னெ தர்பாருலெ தலெதாத்தி நிக்கும் தம் மவளான ராஜகுமாரியை விளிச்சாரு.

"மகளே! ராஜகுமாரி."

கூப்பிட்டதுக்கு காது குடுத்தா ராஜகுமாரி.

"உனக்கு நான் மிகப்பொருத்தமான ஒரு ஆண் மகனைத் தேர்வு செய்திருக்கிறேன். ஆண்மையிலும், சாம்ராஜ்ய விஸ்தீரணத்திலும், கல்வி கேள்விகளிலும் பாண்டித்தியமுள்ள அந்த அரசகுமாரனை வெல்ல யாருமே இல்லை. அதோ! அந்த அரச குமாரனை நீயே பார்."

ராஜகுமாரி, ராஜா சுண்டிக் காட்டிய தெசயிலே பாத்தா, பேரளகுள்ள அந்த ராஜகுமாரன் அளகுலெ ஒரு நிமுஷம் லெயிச்சி நிண்ணு, பின்னயும் தலெ தாத்திக் கொண்டா.

"உன் முடிவைச் சொல் ராஜகுமாரி."

"எனக்கு வேண்டாம் தந்தையே" எண்ணு சொன்னா ராஜகுமாரி.

"அப்படி என்றால் உனக்கு யார் வேண்டும்?"

ராஜகுமாரி தலெயெ ஒயத்தி ராஜாவுக்க கோவந் தெறிக்கும் கண்ணுகளைப் பாத்தா. அதுலெ கோவம் தீ போல எரிவதை அவ லெட்சியம் செய்யல்லெ.

இடிமொழக்கம்போல பின்னெயும் ராஜாவுக்க கொரலுயர்ந்தது.

"சொல்! சீக்கிரமாகச் சொல். இந்த உலகத்தில் உனக்கு யாரைப்பிடித்திருந்தாலும் சொல். என்னால் செய்ய முடியாதது எதுவுமில்லை."

ராஜகுமாரி தலெ தாத்திச் சொன்னா.

"எனக்கு ஒரு ஜின்தான் மாலையிட வேண்டும்."

சொல்லிட்டு ராஜகுமாரி நடந்தா. தனக்க அறைக்குப்போயி கதவச் சாத்துனா, தோழிமாரு யாருமே அங்க இல்லெ, நெறெய நேரம் அழுதா.

'ஜின்னைப் போலெ தெங்கின் ஒயரமும், மதல்புரை வாசல் அகலமும், வானத்தைப்போலெ விரிஞ்ச நெஞ்சும் அந்த நெஞ்சிலெ காடுபோலெ அடர்ந்த முடியுமுள்ள ராஜகுமாரன்.' இதைக் கேட்டதும் ஸ்தம்பிச்சு நின்னுபோன ராஜாக்கு பிடிவாதம் கூடி அவரு சத்தம் போட்டு அலறுனாரு.

"இந்த இளவரசன்தான் உன் மணவாளன்."

அப்புடியா அந்த ராஜகுமாரன் ராஜகுமாரிக்கு மாலயிட்டான். அவுங்க கலியாணத்தெ அந்த தேசம் முழுவதுமே கோலாகலமா கொண்டாடிச்சிது. அண்ணு தேசம் முழுதும் தானியங்கள வினி யோகிச்சாரு அரசரு. பூமிபூராவும் தானியங்களெ வாரி வெதச்சாரு.

இராவு ராஜகுமாரன் மணவறயிலெ இருந்து ராஜகுமாரி வருதெ எதிர்பாத்து காத்திருந்தான். நிலவுதிச்சதுபோலெ மணவறக் குள்ள வந்தாள் ராஜகுமாரி.

ராஜகுமாரன் அப்பிடியே நென்னுட்டான். அவ அளகுக்க பிரகாசத்துலெ போதம் கெட்டு கிட்டகெடந்த பட்டு மஞ்சத்திலெ விளுந்தான். ராஜகுமாரியும் அடுத்த கட்டிலிலெ விளுந்தா. ராஜ குமாரி தம் மனசுலெ இருந்த காதலனெ நெனச்சபடியே படுத்திருந்தா.

நடுச்சாமம். ஆளும் அனக்கமுமில்லாத அந்த ஏகாந்த நேரத்துலெ, வெளியே நிலாவு புதுப்பிரகாசத்தோடிருந்து. ராஜகுமாரிக்க மணவற கிளிவாசல் கதவுலெ வெரல் தட்டும் சத்தம் கேட்டுது.

ராஜகுமாரி கண்ணு முழிச்சுப்பாத்து சந்தோசப்பட்டா! அவ கண்டு வந்த கினாவு யதார்த்தியமாயிருக்குது. ஜன்னல் கதவுகளெ மலரத் தெறந்துட்டு தெங்கு ஓயரத்திலெ அவளுக்க ஜின்னு.

ரெம்ப காலமா அவெ கினாவு கண்ட ஜின்னு.

ஜின்னு ஜன்னல் அழிகளுக்குள்ளோடி அதுக்க நீண்ட, பெலமான கைகளெ நொளச்சி அவளெ விளிச்சிது. சத்தம் போடாம ராஜகுமாரி எழும்பி ஒறங்கிக் கெடந்த ராஜகுமாரனெ ஒரு நிமுசம் பாத்தா. பெறவு மணவறக் கதவத் தெறந்து வெளியே வந்தா.

வெளியெ ஜின்னு ராஜாவு ராஜகுமாரிக்கு வேண்டி காத்திருந்தது. கிட்ட கெம்பீரமான ஒரு குதிரெ. அவளை வாரியெடுத்து குதிரெ மேல இருக்கவெச்சி தன்னோடி சேர்த்தணைச்சிட்டு குதிரெய ஓட்டியது ஜின்னு ராஜாவு

மறுநா காலத்தெ நேரம் வெளுக்கும்போ ராஜகுமாரன் ஒறக்கத்திலேருந்து முளிச்சி எளும்பினான். அடுத்த கட்டில்லே பாத்தான் அங்கெ ராஜகுமாரி இல்லெ! ராஜகுமாரி எழும்பி வெளியே போயிருப்பாண்ணு நெனச்சிப் பேசாம படுத்துக் கெடந்தான்.

நேரம் போயிட்டேயிருந்தது. தெறந்து கெடந்த மணவற வாசல் வழியா ராஜகுமாரி திரும்பி வரயில்லெ. ஒடனே ராஜகுமாரன் அதே வாசல் வழியா வெளியே வந்தான்.

"எங்கே, எங்கே என் ராஜகுமாரி?"

"எங்கே, எங்கே என் பிரிய சகி?"

எண்ணு ராஜகுமாரன் அலறும் சத்தம் கேட்டதும் எல்லாரும் எளும்பினாங்கொ, அரண்மனெ பூராவும் முழிச்சிது. ஆனா ராஜகுமாரி அரணமனெயிலெ இல்லெ.

சேவகம்மார் எல்லாரும் நாலா தெசைகளுக்கும் ராஜ குமாரியைத் தேடிப்பெறப்புட்டாங்கொ, எல்லா ஜாதிக்காரன்மாரும் பெறப்புட்டாங்கொ.

அயல் தேசங்களுக்கும் தூரப்பிரதேசங்களுக்கும் ராஜ குமாரியைத் தேடி ஜனம் பெறப்புட்டது. கடைசியா ஒரு முக்குவன் ராஜகுமாரியைக் கண்டுபிடிச்சான்.

கடப்புறத்துலெ, ஆளும் அனக்கமுமில்லாத சமுத்திரக் கரயிலே, ஈர மணல்லே கெடந்து ராஜகுமாரி ஒறங்குதா. ஒரு சொர்ண மீனப்போலெ. கடைசி ஒறக்கம்!

கதைச் சொல்லி முடிக்கும்போது பூக்குஞ்ஞி பீவி தூங்கியிருப் பாள். அடுத்த நாள் காலையில் எழும்போது அழுது கொண்டே தான் எழுந்திருப்பாள்.

கடற்கரை ஈர மணலில் இறந்து கிடக்கும் ராஜகுமாரியை நினைத்து! ஜின் அழைத்துக் கொண்டு போய் கொன்றுவிட்ட ராஜகுமாரியை நினைத்து பூக்குஞ்ஞி பீவி அழுவாள்.

அவள் அழுவதைக் கேட்டு எல்லாரும் எழுந்திருப்பார்கள்.

தங்ஙள் கேட்பார்.

“எஞ் செல்ல மொவளே! ஏன் அழுதா, பயந்துட்டியா?”

ஆற்றபீவி ஓடி வந்து கட்டிலில் படுத்து அவளை அணைத்துக் கொள்வாள். அப்போது பூக்குஞ்ஞி பீவி சொல்வாள்.

“ஒண்ணுமில்லெ!”

“பின்னெ, ஏன் அழுதா?”

“கினாவு கண்டு.”

குஞ்ஞாலியும் அதே இல்லத்தில்தானே தூங்கினான். ஆனால் அவன் கனவுகள் காண்பதில்லை. அவனுக்கு தெரிந்ததெல்லாம் நினைவு மனத்தின் பீதிக்கனவுகள். ஜின்களையும், இஃப்ரீத்துகளை யும், சைத்தானையும், மலக்குகளையும் அவன் கனவு கண்டதில்லை. அவன் கண்டது முழுக்க மனிதர்கள்.

அவன் சமையல்கட்டை ஒட்டிய சாய்வுக்குள், பாத்துவின் விலாப்புறத்தையொட்டி உபயோகமற்ற கட்டிலில், விரித்த தாழைப் பாயில் சமையறையின் புளித்த வாசத்தை சுவாசித்தபடி இருட்டில், காற்று புகமுடியாத அந்த நான்கு சுவர்களுக்குள்தான் என்றுமே தூங்குவான்.

அவன் தூங்குவதற்காகப் படுக்கும்போதுதான் சமைய லறையின் உயிரோட்டம் தொடங்கும். தங்களுக்குள் கலகம் செய்தும் சண்டை போட்டும் வேலைக்காரிகள் சாப்பிடத்தொடங்குவார்கள். பிறகு சமையலறையிலும் குளியலறையிலும் பாத்திரங்கள் உரசும் சத்தமும், பாட்டில்கள் உடையும் சத்தமும் கேட்கும்.

இதற்கிடையில் தூக்கம் எப்படி வரும்?

புளித்துப் போன சோறு, மீன் குழம்பு வாசம் அவனை தூக்கத்திலும் பயமுறுத்தியது. இருட்டில், அரைகுறை தூக்கத்தில் அவன் மனிதர்களை கனவு கண்டு அலறுவான்.

அப்போது பாத்து கேட்பாள்:

“ஏண்டா! ஒறக்கம் வரல்லியா?”

சாய்வினுள் இடுங்கிய அறைக்குள் அடிக்குப்பாயமும் உருவி வைத்துவிட்டு குஞ்ஞாலியின் முகத்தைப் பிடித்தணைத்தபடி கொண்டு பாத்து சொல்வாள்.

"ஒறங்கு."

அப்போது குஞ்ஞாலி சொல்வான்:

"எனக்கு பயமா இருக்கு."

"செரி! இன்னா மொல குடி."

பாத்து தன் சிறு மார்புக்காம்புகளை குஞ்ஞாலியின் வாயில் திருகி வைப்பாள். பால் சுரக்காத அந்த மார்பகங்களை உறிந்தபடி தூங்க முயற்சிசெய்வான் குஞ்ஞாலி.

அந்த சுகத்தில் பாத்து தூக்கத்தில் ஆழ்ந்து போவாள். பாலில்லாத மார்புகளை உறிந்துறிந்து உமிழ்நீர் வற்றிப்போய் குஞ்ஞாலி விழித்தே கிடப்பான்.

எங்கோ தொலைதூரத்திலிருந்து கேட்பது போல் பள்ளி வாசலிலிருந்து எரமுள்ளான் பாடும் மாப்பிளைப் பாட்டுச் சத்தம் கேட்கும். பதர் யுத்தம் பற்றிய பாட்டு. யுத்த பராக்கிரமங்களை கேட்டபடியே கண்ணயர்வான் குஞ்ஞாலி.

நேரம் விடியும்போதும் எரமுள்ளானின் பாங்குச் சத்தம் கேட்டுத்தான் கண்விழிப்பான். இப்படி உறங்கும்போதும் விழிக்கும் போதும் எரமுள்ளானின் குரல் கேட்டு அறக்கல் இல்லத்தில் வளர்ந்தான் குஞ்ஞாலி.

அவன் வளர்ச்சியில் அறக்கல் இல்லத்து ஆற்றபீவி மட்டும் ஆற்றாமையும் கோபமும் கொண்டாள். அவனை அங்கிருந்து வெளியேற்றும் சந்தர்ப்பத்தை எதிர்பார்த்து அவள் காத்திருந்தாள்.

அந்த எதிர்பார்ப்பு வீணாகிக் கொண்டிருந்தது.

மனிதர்களால் மட்டுமல்ல, ஜின்களாலும் இஃப்ரீத்துகளாலும் கூட தடுத்து நிறுத்த முடியாதபடி அவனின் வேர்கள் அந்த இல்லத்தில் ஆழமாக வேரூன்றிப் படரத் தொடங்கின.

எல்லா இரவுகளிலும் குஞ்ஞாலியின் நினைவு ஆற்றபீவியை கலவரப்படுத்தியது. மனதிற்கு எந்த ஒரு சிறு வருத்தம் நேரிட்டாலும், வீட்டில் சின்ன அசம்பாவிதம் ஒன்று நிகழ்ந்தாலும் அவள் குஞ்ஞாலியைக் காரணம் சொல்வாள்.

நாள் பூர்த்தியாவதற்கு முன் அடையிலிருந்து ஒரு கோழி வெளியே வந்தால், பூனை கிணற்றில் விழுந்தால், வாழைப்பழத் தோலை மிதித்து யாராவது வழுக்கி விழுந்தால், பசுவுக்கு வயிற்றுப் போக்கு ஏற்பட்டால் உடனே ஆற்றபீவி சொல்வாள்:

மீஸான் கற்கள்

"அந்த செய்த்தான் எண்ணு கால் வெச்சுதோ அண்ணைக்குத் தொடங்குனது இந்த கேடும் நாசமும்."

அப்படியாக சிறுசிறு கேடுகளைப் பார்த்து பெரிய பெரிய சாப வாக்குகளை ஏற்று குஞ்ஞாலி தீக் காற்றை சுவாசிக்கும் அக்னி விருட்சமாக வளரத் தொடங்கினான் வீட்டுக்குள்ளும் சாய்வறைக் குள்ளுமாக!

14

அறக்கல் இல்லத்திலிருந்து கூப்பிடு தூரத்தில்தான் மாப்பிளைப் பள்ளிக்கூடமிருந்தது.

புலர்கால நிஸ்காரம் முடிந்து நான்கு நாழிகை நேரத்துக்குப் பிறகு ஒரு நாள் கான்பகதூர் பூக்கோயாத் தங்ஙள் தன் மகள் பூக்குஞ்ஞீ பீவியின் கையைப் பிடித்து, வளர்ப்பு மகன் குஞ்ஞாலி பின் தொடர, தன் பரிவாரங்களுடன் மாப்பிளைப் பள்ளிக்கூடத்தை நோக்கி நடந்தார்.

பள்ளி வளாகம் முழுவதையும் நீண்ட கோடுபோல் பிளந்து செல்லும் செம்மண் பாதையின் கடைசியிலுள்ள மைதானத்தில், நொச்சில் காடுகளின் நடுவிலிருந்த ஓலை வேய்ந்த மாப்பிளைப் பள்ளிக்கூடம் தொலைவிலிருந்து பார்க்கும்போது ஒரு கோழிக்கூடு போல் தெரிந்தது.

பள்ளிக்கூடத்தை நெருங்கியதும் உள்ளேயிருந்து பயங்கர இரைச்சல் சத்தம் கேட்டது. மாப்பிளைப் பையன்கள் மொட்டைத் தலையில் தட்டமிட்டு காச்சி முண்டுமுடுத்தியபடி குர்ஆன் அட்சரங்கள் எழுதிய மரப்பலகையும் குர்ஆன் கிதாபும் பார்த்து மும்முரமாக ஓதிக்கொண்டிருந்தார்கள்.

எதிர்பாராத விதமாக தங்ஙள் பள்ளிக்கூட வாசல் படியை மிதித்ததும் சப்தகோலாகலங்கள் நின்று சூழ்நிலை அமைதியானது. எல்லோரும் எழுந்து நின்றார்கள்.

கான்பகதூர் பூக்கோயாத் தங்ஙளின் வருகை ஆசிரியர்களையும் உஸ்தாதுகளையும் திகைப்பிலாழ்த்தியது. பள்ளிக்கூடத்தின் மேலாளரும் உஸ்தாதுமான மூஸா முஸல்யார்தான் முதலில் தைரியத்தை மீண்டெடுத்தார்.

"எதிர்பாக்கவேயில்லெ, வருதா முங்கூட்டியே தெரிஞ்சிருந்தா ..!"

காான்பகதூர் பூக்கோயாத் தங்ஙள் தலைமையாசிரியரின் ஒரு கை செயரிலமர்ந்தார். அவர் பாரத்தை ஏற்றக்கொள்ள இயலாமல் செயர் இரைந்தபடியே அமுங்கியது. தங்ஙள் சொன்னார்:

"முங்கூட்டியே ஏந் தெரிவிக்கணும்? இது பாடசாலயல்லோ, ஒங்க ஊட்டுக்கு நா வருதா இருந்தா முங்கூட்டியே தெரிவிக்க வேண்டியதுதான்."

மூஸா முஸல்யார் வெளுத்துப் போய்விட்டார். அவர் ஏற்கனவே வெளுத்துப்போய்தானிருப்பார்.

"நம்ம புள்ளியளெ சேக்கணும். அதுக்காதான் வந்துருக்கேன்."

"தாராளமாச் சேக்கலாம்" என்றார் தலைமையாசிரியர் சங்கர குறுப்பு. ஒரு அதிகாரியின் மகனும் ஐந்தாம் படிவம் வரை பாஸானவருமான சங்கர குறுப்பு. மகான்.

மல்மல் துணியில் ஜிப்பாவும், ஒற்றை முண்டும், வெள்ளைநிறக் கோவணமும் அழகாக உடுத்தியிருக்கும் குறுப்பு பேச்சின் இடையே சிறு ஜன்னல் கம்பிகளினூடே அடிக்கடி பெருங் குரலில் காறித் துப்பிக்கொண்டதைத் தவிர மற்றபடி எந்த ஒழுங்கீனங்களும் இல்லாதவர்.

பள்ளிக்கூடத்தினுள் நாலா புறமும் தன் பார்வையை ஓட்டிய தங்ஙள் கேட்டார்:

"இதென்னெ? ஒத்தைக்கொரு அறை மட்டுந்தானா?"

"ஒரே அறைதான். ஆனா, பெரிய அறை."

மேலாளர் மூஸா முஸல்யார் இஸ்திரிபோட்ட வெள்ளைத் தொப்பியை தலையிலிருந்து எடுத்து மொட்டைத் தலையின் வியர்வையை துடைத்தபடி சொன்னார்:

"இங்கெ எத்தனாம் வகுப்புவரெ இருக்கு?"

"அஞ்சாம் வகுப்புவரெ."

"இதுக்குள்ளெயா? அதெப்புடி?"

"பெஞ்சு போட்டு வகுப்புகள் பிரிக்கப்பட்டிருக்கு."

"ஹா ...! வெல கொறைவா மரந்தான் கெடக்குது இல்லியா?" தங்ஙள் சிறிது இடைவெளி விட்டு தொடர்ந்தார். "நம்ம புள்ளியளெ சேக்கணும். அரபு நல்லாப் படிக்காட்டாலும் பரவாயில்லெ, படிப்பு ரெம்ப நல்லாச் சொல்லிக் குடுக்கணும்."

முஸல்யார் மீண்டும் வெளுத்தார். ஆனால் தலைமையாசிரியர் சங்கர குறுப்பின் முகம் பிரகாசமானது.

"சந்தோசம்" தலைமையாசிரியர் சங்கர குறுப்பு மலர்ந்த முகத்துடன் சொன்னார்.

"இங்கெ இங்கிலீஷ் சொல்லிக் கொடுக்கூதுண்டா?" தங்ஙள் கேட்டார்.

"இல்லெ" மன்னிப்பு கேட்கும் தொனியில் பதில் சொன்னார்.

"இங்கெ ஆருக்காவது இங்கிலீஷ் தெரியுமா?" தங்ஙள் விடுவது போல் தெரியவில்லை.

"கொஞ்சம்" என்றார் சங்கர குறுப்பு.

"ஆருக்குத் தெரியும்?"

"எனக்குத்தான்."

"இங்கிலீஷ் எதுவரெக்கும் தெரியும்?"

"இசட் வரெ. இருபத்தாறு அச்சரமும் ஒத்தையாயும் சேத்தும் எழுதத் தெரியும்."

தங்ஙள் சிரித்துவிட்டுக் கேட்டார்.

"வாட்டீஸ-வர் நெய்ம்?"

"சங்கர குறுப்பு."

"வாட்டீஸ-வர் ஃபாதர்?"

சங்கர குறுப்பு சிந்தனையிலாழ்ந்தார். அப்பா யார் என்பது தான் கேள்வி. கொஞ்சமும் தயங்காமல் பதில் சொன்னார்.

"அதிகாரி."

"ஹ . . . ! ஹ . . .! ஹ . . .!" தங்ஙள் வாய்விட்டு சிரித்தார்.

சங்கர குறுப்பு முழித்துக் கொண்டு நின்றார். தனக்கு எங் கேயோ தவறு நேர்ந்திருக்கிறது என்பது அவருக்குப் புரிந்து விட்டது.

"அந்த அளவுக்கொண்ணும் எனக்குத் தெரியாது" குறுப்பு தலை தாழ்த்தினார். தங்ஙளின் தலையுயர்ந்தது. சங்கர குறுப்பு ஐந்தாம் படிவம் வரைதான் படித்திருக்கிறார்.

கிராம அதிகாரியின் மகன். அதிகாரிக்கு இரண்டு மகன்கள். மூத்தவன் மதராசியில் கல்லூரியில் படித்திருக்கிறார். அதனால் இளையவனான சங்கர குறுப்பை அதிகம் படிக்க வைக்க முடிய வில்லை. கிடைத்த பணம் முழுவதையும் மதராசுக்கு அனுப்ப வேண்டியதாயிற்று. அதனால் சங்கர குறுப்பு ஐந்தாவதில் படிப்பை நிறுத்திக் கொள்ள வேண்டியது வந்தது.

"செரி! வேலையைச் சுருக்கா கெவனியுங்கோ."

அப்போது வெள்ளைக் களிமண் பூசிய இரண்டு மரப் பலகை கள் கொண்டுவரப்பட்டன. அந்தப் பலகைகளில் குர்ஆன் அட்சரங் கள் எழுதி அதைப் பார்த்து பூக்குஞ்ஞி பீவியும் குஞ்ஞாலியும் அரபு படிக்கத் தொடங்க வேண்டும்.

"நல்ல பலவெ! மாலா மண்ணு அளகா பூசியிருக்கு."

மூஸா முஸல்யார் எழுதுகோலை குடுக்கையிலிருந்த மையில் தொட்டு இரண்டு பலகைகளிலும் அலிஃப் எனத் தொடங்கும் அட்சரங்களை எழுதி குழந்தைகளை அருகில் வரச்சொன்னார்.

"வாருங்கோ, மக்களே!"

முதலில் பூக்குஞ்ஞி பீவியின் கையைப் பிடித்ததும் தங்ஙள் சொன்னார்.

"ஆம்புளெ புள்ளெக்கு முதல்லெ சொல்லிக் குடுங்கோ."

குற்ற உணர்வுடன் மூஸா முஸல்யார் குஞ்ஞாலியைக் கூப் பிட்டு அடுத்து நிறுத்தி பலகையை கையில் கொடுத்தார். அரபி எழுத்துக்கள் எழுதப்பட்ட பலகை. குஞ்ஞாலி இரண்டு கைகளையும் நீட்டி பலகையை வாங்கினான்.

“நல்ல மரியாதியுள்ள பையன்.”

மூஸா முஸல்யார் தன் அபிப்ராயத்தை பிரகடனம் செய்துவிட்டு குஞ்ஞாலிக்குச் சொல்லித்தர ஆரம்பித்தார். முதல் அட்சரத்தில் விரல் வைத்துச் சொன்னார்.

“அலிஃப்.”

குஞ்ஞாலி திருத்தமான தொனியில், சுட்டு விரலை எழுத்தின் மீது வைத்துச் சொன்னான்.

“அலிஃப்.”

மூஸா முஸல்யார் ஆச்சரியப்பட்டார்.

அப்போது தங்ஙள் சொன்னார்:

“நல்ல புரோநௌன்ஸ்மென்ட்.”

இது யாருக்கும் புரியவில்லை. தங்ஙளின் ஆங்கிலப் புலமையின் முன் எல்லாரும் தலை குனிந்தார்கள்.

பீவிக்கும் சொல்லிக் கொடுத்து முடிந்ததும் தங்ஙள் இரண்டு ரூபாய் தெட்சணை செய்தார். முஸல்யார் திகைத்துப்போய் நின்றுவிட்டார். கால் ரூபாய்தான் வழக்கமான தெட்சணை. அதற்குமேல் எட்டு மடங்கு அதிகம். படைத்தவனின் கருணையே கருணை.

அடுத்ததாக சங்கர குறுப்பு முன்னால் வந்தார். ஒன்றாம் வகுப்புக்கான பதிவு அட்டவணைப் புத்தகம் அவரது அக்குளிலிருந்தது. புத்தக விளிம்புகள் வியர்வையில் நனைந்துவிட்டிருந்தன. புத்தகத்தை விரித்து தலைமையாசிரியர் கேட்டார்.

“சேக்கலாமா?”

“சேத்துக்கிடுங்கோ, அதுக்குத்தானே கொளந்தெயொ வந்திருக்கு!” தலையிலிருந்த சிவப்பு துருக்கித் தொப்பியை கையில் எடுத்துக் கொண்டு தங்ஙள் சொன்னார்.

“அறக்கல் குஞ்ஞாலி அண்ட் அறக்கல் பூக்குஞ்ஞி பீவி.”

மையை வேகமாக உதறிவிட்டு சங்கர குறுப்பு அட்டவணையில் பெயர்களை வரவு வைத்தார்.

அங்கே மொத்தம் மூன்று ஆசிரியர்களிருந்தார்கள். மூன்று பேருக்குமே தலைக்கு இரண்டு ரூபாய் வீதம் தெட்சணை செய்தார் தங்ஙள். பிறகு ரயில்வே ஸ்டேசனின் பின்புறமிருந்த ஒன்பதரைக் கண்ணனின் சாயாக் கடையிலிருந்து சாயாவும் சுசியனும் கொண்டு வரச்செய்தார்.

“செரி! நான் பெறப்புடுதேன்.”

தங்ஙள் வாசல்படி கடந்தார்.

தங்ஙளுக்காக வெளியே காத்து நின்ற பரிவாரம் அவருடன் நகரத் தொடங்கியது.

திடீரென்று அழுகைச் சத்தம் கேட்டது. திரும்பிப் பார்த்தபோது பூக்குஞ்ஞி பீவி.

கண்களில் பீதியும், முகத்தில் வேர்வையும், மேலுதட்டில் வடிந்து நின்ற சளியுமாக பூக்குஞ்ஞி பீவி அழுதாள். நிர்வாணமாக தலை. ஓடிய ஓட்டத்தில் கசவு தட்டம் வழியில் விழுந்திருக்கிறது. அழகான சிறு முடிக்கத்தையிலிருந்து வீசும் பூவெண்ணை வாசம் காற்றில் பரவியது.

அப்போது ஆசிரியர்களும் மூஸா முஸல்யாரும் வந்தார்கள். "வெறும் பயம்தான்! இது பதிவா உள்ளதுதான்."

சங்கர குறுப்பு சொன்னார்:

"அப்படீண்ணா நாளக்கு வரட்டு."

பூக்குஞ்ஞி பீவியின் கையைப் பிடித்துக்கொண்டு தங்ஙள் சொன்னார்.

குஞ்ஞாலி அசையவில்லை. அவனுடைய வாழ்க்கை அனுபவங்களுக்கும் வாழ்க்கைப் போராட்டங்களுக்கும் இந்த மாப்பிளை பள்ளிக்கூடம் தான் தொடக்கமாகயிருந்தது.

ஓலை வேயப்பட்ட அந்த மாப்பிளைப் பள்ளிக்கூடத்தில் இனி வரும் ஐந்தாண்டுகளை அவன் செலவிடப் போகிறான். ஓதுவதும் படிப்பதுமாக!

குஞ்ஞாலி முதலில் மேலேப் பார்த்தான். உத்திரங்களுக்கு மேலே, கரிந்துபோன தென்னம் ஓலைகள் வேயப்பட்டிருந்தன. ஓலைப்பரப்பிற்கிடையில் நிறைய வெளிச்ச துவாரங்கள். அதன் வழியாக புகுந்து வரும் ஒளி அம்புகள் பாய்ந்து தரையில் முடியும் இடத்தில் நிறைய ஒளி உருண்டைகள். அவன் பக்கத்தில் தரையில் கிடந்த விரிந்த ஒரு ஒளி உருண்டையில் ஆமினா ஒரு குன்றுமணியை வைத்து விட்டுக் கேட்டாள்:

"மஞ்சாடிமுத்து நடக்கதெ பாக்கணுமா?"

குஞ்ஞாலி பதில் சொல்லவில்லை.

ஆனால் நிமிடங்கள் சென்றபோது குன்றுமணி மெல்ல மெல்ல நகருவதைக் கண்டான்.

அடுத்து சுவரைப் பார்த்தான். அங்கே நிறைய சித்திரங்கள் தொங்கிக்கிடந்தன. வெள்ளைச் சுவர்களில் தொங்கிக்கிடந்த படங்களின் பின்னால் நிறைய கோடுகள். சிவப்பு நிறத்தில் செங்குத்தான நீள் கோடுகள். சென்ற ஆண்டு பெய்த மழையில் கரையான் புற்றுக்களினூடே வடிந்த மழை நீரின் தூரிகைகள் சுயமாக வரைந்து சென்றிருந்த அற்புதக் கலை வடிவம் அது!

திடீரென்று கேட்ட சத்தத்தில் குஞ்ஞாலி நடுங்கிவிட்டான். பார்த்தபோது மூஸா முஸல்யார் விசிறிபோன்ற தன் கையை மேஜைமீது ஓங்கியடித்து அலறினார்.

"நாய்க்குப் பெறந்தவனுவளே, மோளப் போயிட்டு வாருங்கோ."

பள்ளிக்கூடம் நிசப்தமானது. ஓதிக்கொண்டிருந்த மாணவர்கள் பலகைகளையும் குர்ஆன் கிதாபுகளையும் முகத்திலமர்த்தி முத்த மிட்டு ஒரு மூலையில் கிடந்த கட்டிலில் வைத்தார்கள்.

ஆண்பிள்ளைகள் ஒவ்வொருவராக பள்ளிவாசல் குளத்திற்கும் பெண்பிள்ளைகள் பக்கத்து வீட்டு மூத்திரப்புரைக்கும் சென்றார்கள்.

பள்ளிவாசல் குளத்திற்குச் சென்றவர்கள் குளக்கரையிலும் மரத்தின் மறைவிலும் சிறுநீர் கழித்து விட்டு குளத்திலிறங்கி கழுவிக் கொண்டார்கள்.

குஞ்ஞாலிக்கு தாகமாக இருந்தது. பள்ளிவாசல் கிணற்றிலிருந்து எரமுள்ளான் நீரிறைத்துக் கொண்டிருந்தார். குஞ்ஞாலி கிணற்றடிக் குச் சென்று ஏற்றமிறைக்கும் எரமுள்ளானைப் பார்த்துக் கேட்டான்.

"எனக்கு கொஞ்சம் வெள்ளம்."

"எதுக்கு?"

"குடிக்க! தாகமா இருக்கு."

எரமுள்ளானுக்கு ஆச்சரியமாக இருந்தது. இன்றுவரை எந்தக் குழந்தையுமே பள்ளிக் கிணற்று நீரை குடிக்கக் கேட்டதில்லை இறந்துபோன சடலங்களின் எண்ணை ஊறிய தண்ணீரை யார்தான் குடிப்பார்கள்?

எரமுள்ளானின் கையிலிருந்து ஏற்றம் விடுபட்டு சக்தியோடு பின்னால் பாய்ந்தது. தோண்டி தண்ணீரில் அமிழ்ந்து மேலே உயர்ந்தது.

"மக்களே! இதெக் குடிக்கப்புடாது. இந்த வெள்ளத்துலெ மய்யத்து எண்ணெய் ஊறிக்கெடக்கு" என்றார் எரமுள்ளான்.

மதரஸாவில் ஓதும் மாணவர்கள் அந்தக் கதையை குஞ்ஞாலிக்கு விளக்கமாகச் சொல்லிக் கொடுத்தார்கள்.

அன்று அறக்கல் இல்லத்தை அடைவது வரை பள்ளிக் கிணற்றில் மய்யத்து எண்ணெய் ஊறிக்கிடக்கும் நீரைப் பற்றித்தான் குஞ்ஞாலி சிந்தித்தான். வீட்டுக்கு வந்ததும் பூக்குஞ்ஞி பீவியைத் தேடி நடந்தான். அவள் புளிய மரத்தினடியில் அமர்ந்திருந்தாள்.

குஞ்ஞாலி அவள் பக்கத்தில் அமர்ந்து சொன்னான்: "பூக்குஞ்ஞி, நீ பள்ளிக் கெணத்து வெள்ளத்தெ குடிக்காதே, வெள்ளம் தவிச்சா கூட குடிக்கப்புடாது."

"உம்?" ஏதோ கற்பனையில் சஞ்சரித்துக் கொண்டிருந்த குஞ்ஞிபீவி அசிரத்தையுடன் கேட்டாள்.

"அந்தக் கெணத்துலே பள்ளிவிளாகத்திலுள்ள மய்யத்து களுக்கெ எண்ணெய் ஊறிக்கெடக்கு."

பூக்குஞ்ஞி பீவிக்கு திடுக்கென்றானது. நடுங்கி விட்டாள். மரத்தடியிலிருந்து எழுந்தாள். மய்யத்து என்று கேட்டதுமே அவள் உடல் பயத்தால் சிலிர்த்தது. வியர்த்துப் போய் நின்றாள்.

மய்யத்திலிருந்து ஊறும் எண்ணெய்.

"படச்சவனே!"

தன்னை மறந்து வாய்விட்டு அலறினாள்.

அன்றிரவு அவளுக்குத் தூக்கம் வரவில்லை. கண்ணயரும் போது சோடாக் குப்பிக்குள் அகப்பட்டிருக்கும் கோலிக் குண்டு களைப் போல் அலைந்து திரியும் மூஸா முஸல்யாரின் கண்கள் தெரிந்தது. தூக்கம் வரும்போது தூரத்தில் பள்ளி வாசல் கிணற்றி லிருந்து வரும் மணம். மய்யத்தின் எண்ணெய் மணம்.

15

அந்த வருடம் பருவ மழை தொடங்கியது ஒரு விடியற்காலை பொழுதில். எதிர்பாராத நேரத்தில் பலத்த இடி முழக்கம் கேட்டது. திசைகள் நடு நடுங்கின.

பள்ளிவாசல் முழுவதும் தகர்ந்து தரை மட்டமாகிவிட்டதைப் போல் எரமுள்ளானுக்குத் தோன்றியது. இரவில் தாங்க முடியாத புழுக்கத்தில் தளர்ந்து போன எரமுள்ளான் ஆழ்ந்து தூங்கிக் கொண்டிருந்தார். மொட்டைத் தலையிலிருந்து சொட்டிய வியர்வைத் துளிகள் பள்ளிவாசல் கோரைப் பாயில் வடிந்து கொண்டிருந்தது மட்டும்தான் நினைவிருந்தது. இப்போது பள்ளி வாசல் இடிந்து விழும் சத்தம் கேட்கிறது.

எரமுள்ளான் கண்களை கசக்கி விட்டுக்கொண்டு எழுந்தார். இருட்டு! லாந்தர் விளக்கு அணைந்திருந்தது. பள்ளிவாசல் இருட்டில் அமிழ்ந்திருந்தது. அவர் அங்குமிங்குமாக கைகளை வீசி நடந்து பார்த்தார். இல்லை, எதுவும் தகர்ந்துவிடவில்லை. வெளியே பயங்கரமாக இடியும் மின்னலும்! மின்னல் ஒன்று ஒரு வினாடியில் பள்ளி வாசலை பிரகாசமாக்கி காட்டி மறைந்தது.

திடீரென்று சடசடவென்று மழைக் கொட்டத் தொடங்கியது. இருட்டில் மண்வாசம் எழுந்து காற்றில் பரவியது. பள்ளி வளாகத் தில் நின்றிருந்த பெரும் மரங்கள் காற்றில் தலைவிரித்து பேயாட்டம் போட்டன. இலைகள் திசைகெட்டு பறந்து கொண்டிருந்தன.

எரமுள்ளானின் மனம் திருப்தியடைந்தது. வைகாசி மாதத்திலா வது மழை பெய்திருக்கிறதே! தட்டுத் தடுமாறிக் கொண்டிருந்தபோது ஒரு இடத்திலிருந்து தீப்பெட்டி கிடைத்தது. இரண்டு மூன்று குச்சிகளை உரசிய பிறகு ஒன்று பற்றிக் கொண்டது. லாந்தர் வெளிச்சத்தில் சிங்கப்பூர் சுவர்க்கடிகாரத்தைப் பார்த்தார். மணி ஆறு. எரமுள்ளான் மனம் பதறினார். பள்ளிவாசல் தொட்டி யில் தண்ணீர் இல்லை. நேற்றிரவு தாங்க முடியாத புழுக்கத்தில் தளர்ந்து போய் வழக்கத்துக்கு மாறாக சீக்கிரம் தூங்கிவிட்டார்.

எப்போதும் ஏற்றம் இறைத்த பிறகுதான் தூங்குவார். இதுதான் வாழ்க்கையில் முதல் தடவை.

எரமுள்ளான் வேகமாகச் சென்று உடுமுண்டை தூக்கி குத்து வார் பாய்ச்சி ஏற்றமிறைக்கத் தொடங்கினார். ஏற்றத்தின் இரைச்சல் மழைச் சத்தத்தால் வெளியே கேட்கவில்லை. தொட்டி நிரம்பிய போது 'சோ.' வென்று கொட்டும் மழையிலும் அவருக்கு வியர்த்தது. உந்தி நிற்கும் அவர் விலா எலும்புகள் நனைந்து மின்னியது.

தேக சுத்தி செய்தபின் பள்ளி வாசலுக்குள் சென்றார். காதியார் முன்னின்று தொழுகை நடத்தும் கமானத்தின் வலது புறமாக மேற்கு நோக்கி திரும்பி நின்று சுட்டு விரல்களை காதுகளில் திருகி எல்லா சக்திகளையும் திரட்டிக் கொண்டு சத்தமாக அழைத்தார்.

"அல்லாஹு அக்பர்... அல்லாஹு அக்பர்ர்ர்..."

இந்த சத்தம் கேட்டுதான் சுற்றிலுமுள்ள மாப்பிளைமார்கள் எழுந்து பள்ளிவாசலுக்கு வரவேண்டும். எரமுள்ளானின் பாங்கோசை மூன்று நாழிகைகள் எதிரொலியாக பெருவெளியில் சஞ்சரிக்கும் என்று சொல்வதுண்டு. ஆனால் அன்று பாங்கு அழைத்த விதம் எரமுள்ளானுக்கு ஏனோ திருப்தியாக இல்லை. மீண்டும் தொண்டையை கனைத்து விட்டு குரல் எழுப்பிப் பார்த்தார். என்னவோ ஒரு கோளாறு. சத்தம் சிதறுவதைப்போல்!

அன்று சுஃப்ஹு தொழுகைக்கு யாரும் பள்ளிவாசலுக்கு வரவில்லை. சாதாரணமாக ஐந்துவேளையும் தொழுகைக்கு வரும் எல்லா சத்திய விசுவாசிகளும் அன்று புது மழையின் குளிரில் தூங்கிவிட்டிருப்பார்களோ, அல்லது தன் குரல்தான் சிதறிப் போய் இருக்குமோ? எரமுள்ளான் சந்தேகத்துடன் வருத்தப்பட்டுக் கொண்டார். காதியார் கூட அன்று தொழுகைக்கு வரவில்லை.

எரமுள்ளான் தனியாகவே தொழுதார். நூற்றுக்கும் அதிகமான சத்திய விசுவாசிகள் ஒன்றாகச் சேர்ந்து நின்று தொழுகை நடத்தும் பள்ளி வாசலுக்குள் ஒரு கொசுவைப் போல் ஆண்டவனின் முன் தலை குனிந்தார்.

சூரியன் உதித்தது. சூரியனின் மீதும் மழை பெய்து கொண்டிருந்தது. அழிகளில்லாத ஜன்னல் படியிலிருந்து எரமுள்ளான் வெளியே பார்த்தார். செம்மண் வழித்தடத்தில் பாளைத் தொப்பியும் வைத்து துண்டும் உடுத்திய தியர்கள் வேலைக்குச் சென்று கொண்டிருந்தார்கள்.

சிறிது நேரத்திற்குப் பிறகு மழை ஓய்ந்து விட்டது. கறுப்பு நிற ரப்பர் செருப்பைப் போட்டுக் கொண்டு எரமுள்ளான் வெளியே இறங்கினார். பள்ளி வாசலிலிருந்து கூப்பிடு தூரத்தில் ஒன்பதரைக் கண்ணனின் சாயாக்கடை. அதற்கடுத்து பஞ்சாயத்து அலுவலகமும்

பள்ளிக்கூடமும். எல்லாமே புகைவண்டி நிலையத்துக்குச் செல்லும் செம்மண் பாதையில்தான் அமைந்திருந்தன.

ஒன்பதரைக் கண்ணனின் கடைக்கு அதுவரை யாரும் வரவில்லை. கண்ணனின் மனைவி அவித்த புட்டை, விரித்த வாழையிலையில் தள்ளும்போது எரமுள்ளான் கடையில் ஏறினார். பீடித்துண்டை வெளியே எறிந்து விட்டு பெஞ்சிலமர்ந்தபடி ஆர்டர் செய்தார்.

"அரச் சாயா!"

"வெள்ளம் கொஞ்சம் சூடாவட்டு."

பணிவுடன் சொன்னான் கண்ணன்.

"செரி!" கையிலிருந்த தஸ்பீக் மணியை உருட்டியபடி இறைவனின் திருநாமத்தை உச்சரித்துக் கொண்டிருந்தார் எரமுள்ளான்.

பாய்லரில் செம்பு நாணயம் சத்தமிடத் தொடங்கியது. ஆவி பறக்கும் சாயாவும் வாடிய வாழையிலையின் வாசத்துடன் புட்டும் வந்தது. எரமுள்ளானுக்கு அன்று ருசி தெரியவில்லை. யாருக்காகவோ தின்பதைப்போல் புட்டைத் தின்று வைத்தார்.

"என்னெ மோதீனாரு மாப்பிளெ, என்னெ யோசனெ?"

"ஒன் வெரலெப்பத்திதான் யோசனெ, அது அர கொறயா இருக்குதில்லியா? அதுதான்!"

எரமுள்ளான் இறங்கி நடந்தார். கோபம் வரும்போது கண்ணனுக்கெதிராக வீசப்படும் ஒரு வார்த்தை அரை விரல்! கண்ணனின் இடது கை சுட்டு விரலில் பாதிதான் இருந்தது. சிறுவயதில் கண்ணன் ஒரு மூலிகை வைத்தியரிடம் வேலை செய்தான். மூலிகை வெட்டும்போது ஒரு கெட்ட நேரத்தில் நடந்த சம்பவம் அது! பாதி சுட்டு விரல் மூலிகையுடன் கலந்து விட்டது. அன்று முதல் அவன் ஒன்பதரை கண்ணன்.

பாதையில் மதரஸாவுக்குச் செல்லும் குழந்தைகள் வந்து கொண்டிருந்தார்கள். ஓது பலகைகளை கையில் பிடித்து கசவுத் தலைப்பாகையும். தட்டமுமணிந்து மூக்கு வடித்தபடி ஆரவாரத்துடன் அவர்கள் நடந்து வந்தார்கள். உடைகளில் புது மழையின் சகதி படிந்திருப்பதை அவர்கள் உணரவில்லை.

எரமுள்ளானைக் கண்டதும் அவரைச் சுற்றி கூடினார்கள்.

"எரமுள்ளான் மாமா. ஒரு கெஸ்ஸுப் பாட்டு."

எரமுள்ளான் அருமையாக காதல் ரசம் ததும்பும் மாப்பிளைப் பாட்டுகள் பாடுவார். நல்ல ராகத்துடன் அவர் கைதட்டி பாடும் பாடல்களை கேட்பது குழந்தைகளுக்கு மிகவும் பிடிக்கும்.

ஆனால் எரமுள்ளான் அன்று பாடவில்லை. யாருடனும் எதுவும் பேசிக் கொள்ளாமல் பள்ளி வாசலை லட்சியமாக்கி நடந்தார்.

கால்களை சுத்தம் செய்து விட்டு பள்ளி வாசலுக்குள் ஏறி அமர்ந்தார்.

ரோட்டின் தெற்குப் புறம் பள்ளிவாசலிருந்தது. வடக்குப்புறம் நொச்சில் காடுகளுக்கிடையே மதரஸா. மதரஸாவிலிருந்து கேட்டுக் கொண்டிருந்த சத்தம் நின்றதும் எரமுள்ளான் தலை உயர்த்திப் பார்த்தார். மூஸா முஸல்யார் வந்திருக்க வேண்டும். அதனால்தான் பிள்ளைகள் அமைதியாக இருந்து ஓதத்தொடங்கி இருக்கிறார்கள்.

பள்ளி வாசலின் ஒற்றையடிப் பாதையில் யாரோ வந்து கொண்டிருந்தார்கள். உற்றுப்பார்த்தபோது புத்த அத்துராமானும் குழந்தைகளும். குஞ்ஞாலியையும் பூக்குஞ்ஞி பீவியையும் பள்ளிக்கூடத்துக்கு அழைத்து வருவது புத்த அத்துராமான்தான். எரமுள்ளானைக் கண்டதும் அத்துராமான் உரத்த குரலில் கூவினான்.

“நா வந்துட்டேன்.”

“போடா! செய்த்தானே” என்று சொல்லிவிடத்தோன்றியது. ஆனால் தன் குறைஷிப் பாத்துவை வசப்படுத்தி மனைவியாக்கி கொண்டவன் என்பதால் தன் எதிர்ப்பை எரமுள்ளான் எப்போதுமே வெளிப்படையாகக் காட்டிக் கொள்வதில்லை. தன் ஆராதனா தேவியான குறைஷிப் பாத்துவை திருமணம் செய்தவன் என்பதால் அவன் மீது எரமுள்ளானுக்கு பாசமும் இருந்தது.

திடீரென்று குதிரையின் குளம்படியோசை கேட்டது. தங்ஙள் வந்து கொண்டிருந்தார். அதிகாலை குதிரை சவாரி முடிந்து களைத்துப் போன தன் குதிரையில் தங்ஙள் திரும்பி வந்து கொண்டிருந்தார்.

ஒற்றையடிப் பாதையில் தங்ஙளும் குதிரையும் வருவது தெரிந்தது. பள்ளிவளாகத்தின் மேற்குப் புறம் ஒரு ஒற்றையடிப் பாதை. அது பொதுவழியல்ல. அந்தப் பாதை அறக்கல் இல்லத்தில் சென்று முடியும். இல்லத்தை சேர்ந்தவர்களைத் தவிர மற்ற யாருமே அந்த வழியாக நடப்பதில்லை.

குதிரையைக் கண்டதும் அத்துராமான் மதரஸாவிலிருந்து ஓடி இல்லத்தை அடைந்தான். தங்ஙள் இறங்கியதும் குதிரையைப் பிடித்துக் கொண்டு தங்ஙளின் பின்னால் நடந்தான்.

மதரஸாவிலிருந்து மத்தாப்பு சிதறுவதைப்போல் மாணவர்கள் வெளியேறினார்கள். இரண்டு மணி நேரம் ஓதிய பிறகு மலையாள எழுத்து படிப்பு. அதற்கிடையில் பத்து, பதினைந்து நிமிட இடை வேளை. அந்த இடைவேளையை கொண்டாடுவதற்காக குழந்தைகள் ஓடிக் களித்தார்கள்.

தனிமைப்பட்ட இரண்டு குழந்தைகள் பள்ளிவாசலை லட்சிய மாக்கி நடந்தார்கள்.

“எரமுள்ளான், மாமா.”

சத்தம் கேட்டதும் எரமுள்ளான் எழுந்தார்.

“சந்தணத்திரி” என்றன குழந்தைகள்.

“நீங்களே பத்தவெச்சி கொண்டு போய் வெய்யுங்கோ.”

எரமுள்ளான் அதில் ஆர்வம் காட்டவில்லை. பெரிய தங்ஙளின் கபறில் ஏதோ வேண்டுதலுக்காக ஊதுபத்தி கொளுத்திவைக்க அவர்கள் வந்திருக்கிறார்கள். யாருக்காவது வியாதி குணமாவ தற்கோ, வருடங்களுக்கு முன்பு ஊரை விட்டுப் போயிருந்த கணவன் திரும்பி வரவேண்டும் என்பதற்காக ஒரு இளம் பெண் ணின் வேண்டுதலாகவோ இருக்கலாம்.

சாதாரணமாக இது போன்ற விசயங்களுக்கு உதவும் எரமுள் ளான் அன்று எழுந்திருக்கவே இல்லை. சிறுவர்கள் மீண்டும் சொன்னார்கள்.

“எரமுள்ளான் மாமா கொஞ்சம் வாருங்கோ.”

அரைமனதுடன் எழுந்தார் எரமுள்ளான்.

தீக்குச்சியை உரசி ஏழு ஊதுபத்திகளைப் பற்ற வைத்து எரியும் திரிகளுடன் பெரிய தங்ஙளின் கபறுக்கு முன் வந்து நின்று சிறுவர்களிடம் சொன்னார்.

“நேச்சையை மனசுலே நெனைச்சிக்கிடுங்கோ.”

மடித்துக் கட்டியிருந்த முண்டுகளை அவிழ்த்து தாழ்த்திக் கொண்டு உதடுகளை அசைத்து குழந்தைகள் ஏதோ பிரார்த்தனை செய்தார்கள்.

எரமுள்ளான் ஊதுபத்திகளை ஒவ்வொன்றாக மீஸான் கல்லை சுற்றியிருந்த பழைய மண்ணில் சொருகி வைத்தார். அதன் புகை பள்ளி வாசலை நோக்கித் திரும்பியது.

மதரஸாவில் மணியடித்தது. எழுத்துப் படிப்பதற்கான நேரம் வந்து வி[illegible]து. நேர்ச்சைசெய்ய வந்திருந்த மாணவர்கள் மதரஸாவை லட்சியமாக்கி ஓடினார்கள்.

16

சங்கர குறுப்பு மாஸ்டர் யாரைப் பார்த்தாலும் சிரிப்பார். அறிமுகம் இருந்தாலும் இல்லையென்றாலும் சிரிப்பார். அப்போது வெளுத்த பற்களுக்கிடையே உமிக்கரி துணுக்குகள் தெரியும். பிறகு ஏதாவது

பேசுவார். அப்போது மழைச்சாரல் போல் எச்சில் தெறிக்கும். சங்கர குறுப்பு மாஸ்டர் பாடம் எடுக்கும்போது முன் பெஞ்சில் இருப்பவர்கள் குடை பிடிப்பது நல்லது என்று குஞ்ஞாலி அடிக்கடி நினைத்துக் கொள்வான். அவன் எப்போதும் முன் பெஞ்சில்தான் அமர்வான்.

பத்து பத்தரைக்குத்தான் சங்கர குறுப்பு பள்ளிக்கூடம் வந்து சேர்வார். வந்ததும் முதலில் ஒரு கேள்வி கேட்பார்.

“எல்லாரும் கையொப்பமிட்டாச்சா?” அடுத்ததாக தன் கையெழுத்தை அட்டவணையில் பதிவு செய்வார். அத்துடன் அவருடைய தினசரி பள்ளிக்கூட வாழ்க்கைத் துவங்கும். சம்பளத்தில் அரை ரூபாய் கூடியிருக்கிறது என்பதை அறிந்தால் ஒரு உற்சாகக் குரலெழுப்புவார்.

“டேய்! குஞ்ஞாலி.”

ஓதிக் கொண்டிருக்கும் குஞ்ஞாலி குர்ஆனை முத்தி மூடி வைத்து விட்டு ஓடுவான்.

“ஓடிப்போய் ஒரு சாயாவும் ஒரு சிகரெட்டும் வாங்கிட்டு வாடா, ஹமுக்கு!”

அந்தச் சத்தம் எழும்போதெல்லாம் குஞ்ஞாலி ஓடி ஒன்பதரைக் கண்ணனின் சாயாக்கடைக்குச் செல்வான்.

ஒன்பதரைக் கண்ணனின் சாயாக்கடை ஏற்கனவே சொன்னது போல் புகைவண்டி நிலையத்தின் பின் புறம்தான். புகைவண்டியில் யாத்திரை செய்பவர்களும் பஞ்சாயத்து அலுவலக குமாஸ்தாவும், டவாலியும், பள்ளிக்கூட ஆசிரியர்களும், உஸ்தாதும் அங்கே நிரந்தர கடனாளிகள்.

சாயாக்கடையில் எல்லாமே ஒரு முன் முடிவுகளின் அடிப்படையில்தான் நடக்கும். பஞ்சாயத்து அலுவலகத்தின் கிருஷ்ணன் நாயர் வந்தால் சாயாத்தூள் குறைவாக ஒரு சாயாவும் ஏத்தன் பழமும் அவருக்கு முன்னால் வைப்பான கண்ணன். டவாலி வரும்போது பாலில்லாத அரைச் சாயாவும் ஆழாக்கு அவலும். கோபாலக் குறுப்பு மாஸ்டருக்கு மூணு துண்டு புட்டும் ஒரு கடலைக் கறியும் ஒரு முழுச்சாயாவும். ஒவ்வொரு ஆளையும் வயிற்றையும் குப்பாயப்பையின் கனப்பரிமாணத்தையும் கணக்கிலெடுத்து கண்ணன் ஊட்டுவான். குஞ்ஞாலியைக் கண்டதும் நல்ல பால் ஊற்றி தயிர் போல் கொழுத்த சாயா தயார் செய்தான். கூடவே, ஒரு கத்திரி மார்க் சிகரெட். அதுதான் சங்கர குறுப்பு மாஸ்டரின் ஆகார வகை!

சாயாக் குடித்து முடித்த சங்கர குறுப்பு சவரம் செய்து மினுக்கிய மேலுதட்டில் படிந்த வியர்வைத் துளிகளைத் துண்டால் துடைத்துக் கொண்டார். பிறகு மிகுந்த தயாரெடுப்புகளுடன்,

ஒரு சில சக்திகளைத் திரட்டிக்கொண்டு கத்திரி மார்க் சிகரெட்டை உதட்டில் பொருத்தினார்.

சிகரெட் வாசம் வகுப்பறையில் பரவியது. குஞ்ஞாலி மூச்சை இழுத்து சிகரெட் வாசத்தை உட்கொள்ள முயன்றான். இதே முயற்சியை பல மாணவர்களும் சிகரெட் பழக்கமில்லாத ஆசிரியர் களும் கூட செய்தார்கள்.

கடைசி புகையை வெளியேற்றிவிட்டு விருப்பமில்லாத மனது டன் சிகரெட் துண்டை எறிந்து விட்டு கேட்டார்.

"என்ன மூஸா சாரே! இன்னைக்கு ஓதுதல் மட்டும் தானா?"

முஸல்யாராக இருந்தாலும் மூஸா சார் என்றுதான் கூப்பிடுவார் சங்கர குறுப்பு. தவறு நேர்ந்து விட்டதைப் போல் சங்கர குறுப்பைப் பார்த்த மூஸா முஸல்யார் மேஜையில் ஓங்கி அடித்துவிட்டுச் சொன்னார்.

“ஓதுனது போதும், மூடி வச்சிட்டு எல்லோரும் அப்படியே இருங்கோ.”

சூழ்நிலை திடீரென்று அமைதியானது. ஓதுவதை நிறுத்திவிட்டு மாணவர்கள் பலகைகளையும் குர்ஆன் கிதாபுகளையும் மூடி வைத்து விட்டு வகுப்பறைக்குள் வந்தார்கள். அத்துடன் மூஸா முஸல்யாரின் ஒரு வேலை நாள் முடிந்தது.

மார்க்க கல்வி கற்பிப்பதுதான் மூஸா முஸல்யாரின் வாழ்க்கை லட்சியம். மட்டுமல்ல, அந்தப்பள்ளிக்கூடத்தில் அவர் ஒரு ஆசிரிய ராகவுமிருந்தார். எப்படியோ நாலாம் படிவம் வரை படித்திருந்தார் என்பதால் அன்றிருந்த டெபுடி இன்ஸ்பெக்டர் சிவசங்கர ஐயரின் விசேட அனுமதியின் பெயரில் மூஸா முஸல்யார் ஆசிரியராகவும் பணியாற்ற அனுமதிக்கப்பட்டார்.

பள்ளிக்கூடத்தில் மொத்தம் அறுபத்து நான்கு மாணவர்கள். கடற்கரையில் மீன்பாடு அதிகமுள்ள நாட்களில் அவர்களின் வருகை இருபதாகவோ முப்பதாகவோ குறையும். வருகைப் பதிவேட்டில் பொய்த் தகவல்களை எழுதி தலைமையாசிரியர் கோரம் சரி செய்து கொள்வதுமுண்டு.

அன்று மூஸா முஸல்யாரின் வகுப்பில் ஒன்பது மாணவர்கள் தான் வந்திருந்தார்கள். இருபத்தொரு மாணவர்கள் வந்திருக்க வேண்டும். மூஸா முஸல்யார் இது பற்றியெல்லாம் அலட்டிக் கொள்வதில்லை. அவர் வழக்கம்போல சொறிந்து கொண்டிருந்தார்.

உடல் முழுவதும் படைபோன்ற சொறி அவருக்கு! பாம்புச் சட்டையின் நிறமும் அமைப்பும் கொண்ட உடல். சிதலரித்ததைப் போன்ற தோல். வியர்க்கும்போது இடைவிடாமல் சொறிந்து கொண்டேயிருக்க வேண்டும். சொறியும்போது வரும் சத்தம் வேறு சத்தங்கள் எதுவுமில்லையென்றால் பள்ளிக்கூட சுவர்களில் பட்டு எதிரொலிக்கும்.

மேஜையில் அடித்து முஸல்யார் சத்தமெழுப்பினார்.

“எதுக்குடா, மண்ணாந்தெ மாதிரி குத்தியிருந்து முழிக்கி தீங்கோ! பொஸ்தவத்தையெடுத்து படிங்கடா நாய்க்குப் பெறந்த வனுவளே.”

குஞ்ஞாலி கேட்டான்.

“எதெப் படிக்கணும், முஸல்யாரே?”

“பாடமாலெயைத்தான் ஹமுக்கே.”

குப்பாயமும் சரிகைத்தட்டமும் அணிந்த மாணவிகளும் மொட்டையடித்த மாணவர்களும் சேர்ந்து பாடத் தொடங்கி னார்கள்.

"அன்போடருகில் வருவேனம்மா

அழவேண்டாம் அரசனே குலைவாட . . .!"

பாடமாலையை நீண்ட நேரமாக அவர்கள் பாடிக்கொண்டிருந்தபோது மீண்டும் அலறினார்.

"நெறுத்துங்கடா! காஃபிர் பாட்டெ."

மேஜையில் அடித்துதான் அலறினார். எதைச் சொல்ல வேண்டுமானாலும் அவருக்கு மேஜையில் அடித்தாக வேண்டும். அந்த அடியிலிருந்துதான் வார்த்தைகளுக்கான சக்தியை அவர் திரட்டிக் கொள்கிறார் என்பதுபோல் தோன்றும்.

மாணவர்கள் நூல் பிடித்தது போல் நிறுத்திக் கொண்டார்கள்.

"எல்லாரும் மோளப் போயிட்டு வாங்கோ. வெள்ளங் குடிக்கணும்னா குடிச்சிக்கிடுங்கோ."

சிறுநீர் கழிக்க, மாணவர்கள் வழக்கம்போல் குளக்கரைக்கும் மாணவிகள் பக்கத்திலுள்ள மாப்பிளையின் குடிசைக்கும் சென்றார்கள்.

மூஸா முஸல்யார் வெகு அலட்சியமாக சொறிந்து கொண்டிருந்தார். சொறி அவரை அடிமைப் படுத்தி விட்டது. மற்றவர்களை அடிமைப்படுத்திவிட நினைத்த மூஸா முஸல்யாரை!

அடுத்த வகுப்புக்களிலிருந்து வரும் பாடமாலைகளும், பூகோள சாஸ்திரமும், இயற்பியலும், தோட்டக்கலையும், குடிமையியலும் மூஸா முஸல்யாரின் காதுகளில் புகுந்து வெளியேறியது.

அப்பு மாஸ்டரும், சங்கர குறுப்பும், ஜானகி டீச்சரும் மும்முரமாக பாடம் எடுத்துக் கொண்டிருந்தார்கள். சங்கர குறுப்பு மாஸ்டரின் நெற்றியில் வியர்வையும் உதடுகளில் படிக்காத பையன்களின் மீதான கோபமும் தெரிந்தது.

அப்போது மாணவர்கள் வந்தார்கள்.

"சொல்லதெ நல்லா மனசுலாக்கணும் என்னெ, சொல்வது கேட்டுதா நாய்களே?"

மாணவர்கள் சொத்தைப் பற்களைக் காட்டி சிரித்தார்கள்.

"இப்போ நம்மொ கொஞ்சம் சயின்ஸ் படிக்கப் போறோம் என்னெ குஞ்ஞாலி."

"செரி, முஸல்யாரே."

"இழுத்தால் இழுபடுவதும் விட்டால் சுருங்கிக் கொள்வதுமான ஒரு பொருளின் பெயர் சொல்லு! நா கேக்குதவன் மட்டுந்தான் பதில் சொல்லணும்."

மாணவர்கள் எதிர்பார்ப்புடன் பார்த்துக் கொண்டிருந்தார்கள்.

"நீ சொல்லுடா, மொய்தீன்."

மொய்தீன் எழுந்து நின்று முதலில் மூக்கை உறிஞ்சிக் கொண்டான். பிறகு நாக்கை மூக்குத் துவாரம் வரை செலுத்தி விட்டு சொன்னான்.

"சக்கைப் பசை."

"சீ! ஹமுக்கே" அவனை சற்று நேரம் உன்னிப்பாக பார்த்து விட்டுச் சொன்னார்.

"நீ சொல்லு பெண்ணே! பாத்துட்டி."

காதுகளில் சீழ்வடியும் பாத்துட்டி எழுந்து சொன்னாள்

"டப்பர்."

"பஸ்ட்! மொய்தீனை பாத்துட்டி ஜெயிச்சுட்டா."

பாத்துட்டி தலையிலிருந்த துண்டால் காதுகளில் வடியும் சீழைத் துடைத்துக் கொண்டாள்.

"பூமி உருண்டையானதா? தட்டையானதா?"

கண்களை வட்டம் சுற்றி அங்குமிங்கும் பார்த்தபடியே கேட்டார்.

"நீ சொல்லுடா, கடைக்குப் போற வழிலே இருக்கித ஊட்டுலே உள்ள குஞ்ஞிபோக்கர்."

குஞ்ஞிபோக்கர் எழுந்து நின்று சொன்னான்.

"தட்டையானது."

"செரிதான்! ஆனா, அது நம்ம இஸ்லாம் தீன்படி."

ஓரக்கண்ணால் சங்கர குறுப்பைப் பார்த்துவிட்டுக் கேட்டார்.

"சயின்ஸ்படி பூமி உருண்டையா, தட்டையா?"

குஞ்ஞிபோக்கர் சங்கடத்திலாழ்ந்தான். சயின்ஸாக இருந்தாலும் தீனாக இருந்தாலும் பூமி தட்டையானது தான்.

"சயின்ஸ் படியும் பூமி தட்டைதான்"

மூஸா முஸல்யாருக்குக் கோபம் வந்தது.

"இங்கெ வாடா, ஹமுக்கே."

குஞ்ஞிபோக்கர் மேஜைக்கருகில் சென்றான். மூஸா முஸல்யாரின் கண்களில் செம்மண் துகள் தெறித்தது. தலையில் பட்டுத் தலைப்பாகை கட்டியிருந்த குஞ்ஞிபோக்கரின் முகம் வியர்த்தது. முஸல்யார் பட்டுத் தலைப்பாகையை இழுத்து எடுத்தார். மொட்டைத் தலை மின்னியது. தேங்காய்க் கூடையின் இரும்பு திறவுகோலால் அவன் தலையில் தட்டினார். அதில் திருப்தி வராமல் சாக்பீஸால் தலையில் ஒரு பெரிய பூஜ்யமும் வரைந்து வைத்தார்.

அப்போது மணியடிக்கும் சத்தம் கேட்டது. ரெயில்வே தண்டவாளத்தின் ஒரு துண்டில் சிறு இரும்பு சுத்தியலைக் கொண்டு குஞ்ஞாலி ஊக்கமாக அடித்துக் கொண்டிருந்தான். மதரஸாவில் ஒவ்வொரு வேலைக்கென்றும் நியமிக்கப்பட்டவர்கள் அவரவர் வேலையைச் செய்ய வேண்டும். குஞ்ஞாலி சங்கர குறுப்பு மாஸ்டருக்கு சாயாவும் கத்திரிமார்க் சிகரெட்டும் வாங்கித் தருவதுடன் மத்தியானம் மணியடிக்கும் வேலையும் செய்வான். மூஸா முஸல்யார் குர்ஆன் ஓதக் கற்பிக்கவும் செய்வார். மதரஸாவில் மனிதர்கள் இயந்திரங்களாக செயல்பட்டார்கள்.

மணியடிப்பது நின்றதும் முதலில் ஒரு நிமிடம் நிசப்தமாகயிருந்தது. பிறகு ஆரவாரமெழுந்தது. புத்தகங்களையும் சிலேட்டுகளையும் மேலேத் தூக்கிப் போட்டு விளையாடிக் கொண்டே மாணவர்கள் சாப்பிட ஓடினார்கள்.

அப்பு மாஸ்டரும் சங்கர குறுப்பும் முதலில் இறங்கினார்கள் அவர்களுப் பின்னால் பழகி நரைத்துப்போன மொட்டுக்குடையுடன் ஜானகி டீச்சர்.

ஜானகி டீச்சர் குடையை விரித்து குலுங்கி குலுங்கி நடப்பதை மூஸாமுஸல்யார் ஜன்னல் வழியாகப் பார்த்தார். ஆனாலும் இந்த டீச்சர் இதுவரை குழந்தை பெற்றுக்கொள்ளவில்லையே என்பதை நினைத்து பொறாமைப்பட்டார்.

முஸல்யார் எங்கேயும் போவதில்லை. வீட்டிலிருந்து புறப்படும் போது கஞ்சியும் மரச்சீனிக்கிழங்கு மசியலும் ஒரு பிடி பிடித்து விட்டுத்தான் வந்தார். இனி சாயங்காலம் நாலு நாழிகை நடந்து வீட்டுக்குப் போய்தான் சோறு தின்பார். புகை வண்டி நிலையமும், வயலும், புஞ்சைக்காடும், பாஞ்சேரிக்காடு குன்றும் கடந்து வீட்டையடையும்போது தளர்ந்துபோய் விடுவார். பிறகு கால்களும் முகமும் அலம்பி விட்டு அமர்வார். பெரிய தட்டு நிறைய நாழியளவு வடக்கனரிசிச் சோறும் தேங்காய் அரைத்து சுண்டவைத்த மீன் குழம்பும் உப்பிட்ட மாங்காயுடன் ஒரு பிடிபிடிப்பார். அதற்குள் வியர்த்துப் போகும்.

மூஸா முஸல்யார் காலையில் பள்ளிக்கூடத்திற்கு வந்ததுமே அமர்ந்து விடுவார். பழைய மூங்கில் செயரில் அமர்ந்துவிட்டால் எழுந்திருப்பது சாயங்காலம் மணியடிச்சத்தம் கேட்ட பிறகுதான்! அதற்கிடையில் ஒரு முறை மட்டும் பள்ளி வாசலுக்குச் சென்று தொழுது கொள்வார். அதற்குள் ஆசனப்பகுதியை செயரில் வாழும் உயிர் ஜீவிகளான மூட்டைப் பூச்சிகள் தின்றும் குடித்தும் தீர்த்திருக்கும்.

குஞ்ஞாலிதான் முதலில் திரும்பி வந்தான். எப்போதும் அவன்தான் முதலில் வருவான். பின்னால் குஞ்ஞிபோக்கர் வந்தான். முஸல்யார் அவர்களைக் கூப்பிட்டார்.

"வாங்கடா."

இருவரும் அருகில் வந்தார்கள்.

குப்பாயத்தை முதுகுக்கு மேலே தூக்கிக்காட்டி முஸல்யார் கேட்டார்.

"கொஞ்சம் சொறிஞ்சு விடுங்கோ, மக்களே."

கூர்மையான நகங்களை ஆவேசமாக மேலும் கீழுமாக இழுத்து கொஞ்சநேரம் சொறிந்து விட்டார்கள். பிறகு சொன்னார்கள்.

"முஸல்யாரே. ரெத்தம் வருது."

அவர்களின் நகங்களில் கறுத்த சந்திர பிம்பங்கள் உருவானது. மீண்டும் இழுத்து சொறிந்தார்கள்.

மூஸா முஸல்யாரின் தலை சொறியின்பம் ஏற்று தாழ்ந்து கொண்டேயிருந்தது.

17

பள்ளி வளாகத்தையொட்டி அறக்கல் இல்லமிருந்தது. நீண்டுயர்ந்த பெருமதில் அறக்கல் இல்லத்தையும் பள்ளி வளாகத்தையும் பிரித்து நின்றது. மதிலின் ஒரு புறம் இறந்தவர்களும் மறுபுறம் உயிரோடிருப் பவர்களும். வாழ்க்கைக்கும் மரணத்துக்குமிடையே உள்ள மிகப் பெரும் ஸ்தூல இருப்பாக மதில் நிலை கொண்டிருந்தது.

மதிலின் மேற்புறத்தில் கூர்மையான கண்ணாடிச் சில்லுகள் பதிக்கப்பட்டிருந்தன. மழைக் காலங்களில் மதில் பச்சை நிறமாக மாறிவிடும். வேனிற்காலத் தொடக்கத்தில் மதிலில் பொந்துகள் தென்படும். அதில் இனம் தெரியாத அனேகமாயிரம் உயிர்ஜீவிகள் இரவு பகலின்றி விளையாடித் திரியும்.

பெரு மதிலில் சிமென்ட் போடுவதற்கான வசதி பூக்கோயாத் தங்ஙளுக்கு இல்லாமலில்லை. பள்ளி வளாகத்தையும் இல்லத்தையும் வேறுபடுத்தி நிற்கும் மதில் இயற்கையாகவே இருக்க வேண்டும் என்பதில் தங்ஙள் உறுதியாக இருந்தார்.

பள்ளி வளாகம் எப்போதுமே இருட்டாகத்தான் இருக்கும். அங்கே இரவு பகல் வித்தியாசம் தெரியாது. நெருக்கமான மரங் களும், காடும், குப்பைகளுமாக சேர்ந்து அப்படி இரவு பகல் வித்தியாசம் தெரியாமல் ஆக்கிவிட்டிருந்தது. மதிலின் இந்தப் பக்கமிருக்கும் அறக்கல் இல்லத்தில் எப்போதும் வெளிச்சம்தான்.

பள்ளி வளாகத்தின் அதே அளவு விஸ்தீரணம் கொண்டது அறக்கல் இல்லமும் சுற்றுப்புறமும்! மதிலின் தெற்கோரமாக மதில் கூடம். அதுதான் காவல்காரன் புகாரியின் வசிப்பிடம். புகாரி கூர்க்காவைப் போல்தான். பகலில் தூங்குவான், இரவு விழித் திருப்பான். விழித்திருக்கும்போது லாந்தரை எரிய வைத்திருப்பது அவன் வழக்கம்.

மதில் கூடத்தைக் கடந்தால் விசாலமான முற்றம். முற்றத்தின் மதிலையொட்டிய மூன்று புறமும் கனி தரும் செடி வகைகள். இந்திய வகைச் செடிகளும் அரேபிய வகைச் செடிகளும்! இந்தியச் செடிகள் வீட்டுக்காரர்களைப் போலவும் அரேபியச் செடிகள் வந்தவர்களைப் போலவும் வளர்ந்து நின்றன.

அரண்மனைப் போன்ற இல்லம். கடற்கரை போல் நீண்ட திண்ணை, அதில் நிறைந்திருக்கும் இருக்கைகள் மரத்தாலும் மூங்கிலினாலும் செய்யப்பட்டவை. திண்ணையைக் கடந்தால் பெரிய தாயரங்கு. கால்வைக்கும்போது வழுக்கி விழுந்து விடுவோமோ என்று பயப்படும் அளவுக்கு வழுவழுப்பாக இருக்கும். கீழே விரிக்கப்பட்டிருந்த கம்பளங்கள். மேலே தொங்கிக் கிடக்கும் எண்ணற்ற சர விளக்குகள். அதைப் பார்க்கும்போது கையில் ஒரு வாள் இருந்தால் என்று எண்ணத் தோன்றும்.

தாயரங்கின் வலது புறத்தில், ஒரு ஓரமாக ஈட்டி மரத்தால் செய்யப்பட்ட மாடிப்படிகள். அது அழகான மாடியை ஒரு இடத்தில் சதுரமாக துளைத்து நின்றிருந்தது. தாயரங்கிலிருந்து எழுந்து நிற்கும் ஒரு முதுகெலும்பைப் போல்.

உட்புறம் இருட்டாக இருக்கும். இருட்டில் நிறைய அறைகளும் இடைவெளியும். அது நிறைய சகோதரிகளும் மருமக்கள்களும். அந்த அறை சென்று முடிவது சாய்வில். குஞ்ஞாலியும் குறைஷிப் பாத்துவும் வாழும் இடம். சாய்வையடுத்து பிரசித்தி பெற்ற சமையலறை.

சமையலறையின் பின்புறம் பெரிய முற்றம். முற்றத்தின் கடைசியோரமாக நீண்டுவளர்ந்த பெருமதில். முற்றத்தில் குண்டியை அசைத்தபடி நடை பழகும் வாத்துகள், கோழிகள், அவற்றின் எண்ணற்ற குஞ்சுகள். மதிலையடுத்துள்ள கூண்டில் புறாக்கள், இவற்றின் கழிவுகளும் நாற்றமும்! எல்லாவற்றையும் இணைத்துப் பார்த்தால்தான் இல்லத்தின் அந்தஸ்தை புரிந்து கொள்ள முடியும்.

நியாயமாகப் பார்த்தால் சமையலறை தான் உயிர்த்துடிப்புடனிருந்தது. குறைஷிப் பாத்து அதிகாரக் குரலில் கேட்டாள்.

“என்னெ பெண்ணே பாத்துட்டு நிக்கிதீங்கோ. கோழியெச் சீக்கிரமா உரிச்சு எடுங்கோ.”

குறைஷிப் பாத்துதான் வேலைக்காரப் பெண்களின் தலைவி! அவள் கீழ் ஆறேழுப்பெண்கள் இருந்தார்கள். சிறுமிகளும் பெரியவர்களும். பாத்துவின் அதிகாரத்துக்குட்பட்டு மற்றவர்கள் வேலை செய்தார்கள். சமையலறையின் ராணி பாத்துதான். தங்ஙளும் அவர் மனைவியும் கூட சமையலறைக்குள் பாத்துவைப் பின்பற்றுவதுதான் வழக்கம். கழுத்திலிருந்து இரத்தம் வடியும் இரண்டு மூன்று கோழிகளுடன் ஒருத்தி முற்றத்தில் இறங்கினாள். அவளின் இன்னொரு கையில் அரிவாளிருந்தது. அவள் தன் முழுப்பலத்தையும் பிரயோகித்து உயிரற்ற கோழிகளின் இறகுகளை பிடுங்கி எடுத்தாள்.

சமையலறைத் திண்ணையில் கிடந்த உரலில் இரண்டு பெண்கள் உலக்கைகளால் ஓங்கி ஓங்கி குத்திக்கொண்டிருந்தார்கள். வேறொரு இடத்தில் சிமென்ட் தளமிட்ட தரையில் வறுத்த சிறுபயறை போட்டு

கனமான ஒரு நிலை பலகைத் துண்டால் சிதைத்து, பருப்பு எடுத்துக்கொண்டிருந்தாள் ஒரு பெண். குளி யலறைக் கிணற்றில் கப்பியும் கயிறும் இரைந்தன. சமையலறைக்குள் தீயும் புகையும் நிறைந்திருந்தது. தீ ஊதும் பெண்களின் கண்கள் நிறைந்தும் வயிறு ஒட்டியும் கிடந்தன.

ஒன்பது மணிக்குள் சாப்பாடு தயாராகி விடவேண்டும். ஒரு நிமிடம் தாமதமானாலும் உடனே தங்ஙள் வந்து விடுவார்.

திண்ணையில் நிறைய பேரிருந்தார்கள். அதுபோல் வீட்டுக்குள் மருமக்கள், உம்மாமார்களை இழந்த மருமக்கள். திண்ணையில் அமர்ந்திருந்தவர்கள் ஊர்க்கதை பேசியும், மற்ற விவகாரங்கள் பேசியும், பாட்டுப் பாடியும் தங்ஙளை உற்சாகப்படுத்தினார்கள். யானைச்செயரில் வெல்வெட் விரிப்பில் கம்பீரமாக படுத்திருந்து தங்ஙள் வாய்விட்டுச் சிரித்தார்.

சிரிப்புச் சத்தம் சமையல் கட்டுக்குள் எட்டும்போதெல்லாம் வேலைக்காரப் பெண்களின் வயிறு பதறிக் கொண்டிருந்தது. கடைசியில் எல்லாம் தயார்! பத்தல் பொரிக்கும் பாத்தும்மா நிறைய பத்தல் பொரித்திருந்தாள். சூடு பறக்கும் பத்தல் அவள் முன் குவிந்து கொண்டிருந்தது, கஞ்சி வெந்து கொதித்தது, ஆறியதும் அதில் தேங்காய்ப்பால் ஊற்றினாள்.

கோழிக்கறியும், பொரித்தமீனும், முருங்கைக்காய் துவரனும், தேங்காய்ப்பாலில் மிளகாய் அரைத்து கலக்கி தயார் செய்த மீன் கறியும் பாத்திரங்களில் நிறைந்தன.

சமையலறையில் வேலைக்காரப் பெண்கள் இயந்திரம்போல் வேலை செய்து கொண்டிருந்தார்கள். அவர்கள் கோழி கூவுவதற்கு முன் எழுந்து நடுச்சாமம் வரை வேலை செய்வார்கள். அதற்கிடையில் வீட்டுக்காரர்களையும் மற்றவர்களையும் மூணு வேளை ஊட்ட வேண்டும். ஆனால் இப்படி ஒரு பிரிவினர் இருக்கிறார்கள் என்பதுகூட வெளியே தெரியாது. வேலைக்காரிகளாக இருந்தவர்கள் பெரும்பாலும் அடிமைகள்தான் எல்லாருமே பூக்கோயாத் தங்ஙளின் தோட்டங்களில் குடியிருப்பவர்கள். அவர் விரும்பினால் எந்தப் பெண்ணையும் அறக்கல் இல்லத்தில் வேலைக்காரியாக சேர்த்துக் கொள்ளலாம். ஆனால் அவர்கள் தங்ஙளின் தோட்டங்களில் குடியிருப்பவர்களாக இருக்க வேண்டும்.

புகாரியின் மகன் ஹைதுரூஸ் ஆகாரவகைகள் நிரம்பிய பாத்திரங்களை திண்ணைக்கு எடுத்துச் சென்றான். அங்கே கேட்டுக் கொண்டிருந்த பேச்சுச் சத்தமும் ஆரவாரமும் நின்றன. அதற்குப்பிறகு பாத்திரங்கள் தரையில் உரசும் சத்தமும் தண்ணீர் ஊற்றும் சத்தமும்தான் கேட்டன.

வேலைக்காரப் பெண்கள் சமையலறையின் மங்கிய வெளிச்சத்தில் சுவரில் சாய்ந்து உட்கார்ந்தபடி மூச்சு வாங்கினார்கள். அவர்கள் உடுத்திருந்த ஆடைகளில் கரியும் வியர்வை நாற்றமும்.

குறைஷிப் பாத்து, தங்ஙளின் மனைவி ஆற்றபீவிக்கு உணவு பரிமாறினாள். நெய் வடியும் பத்தல், நெய்யில் வதக்கிய முருங்கைக் கீரை, தேங்காய்ப்பால் ஊற்றிய குருணைக் கஞ்சி. இதுதான் ஆற்றபீவியின் இரவு சாப்பாடு.

ஆற்றபீவியுடன் பூக்குஞ்ஞி பீவியும் கஞ்சி குடிப்பதற்காக அமர்ந்திருந்தாள். ஒரு பாத்திரத்திலிருந்து இரண்டுபேரும் அகப்பை யால் கஞ்சி கோரிக் குடித்தார்கள். குஞ்ஞிபீவியின் கண்களில் தூக்கம் நிறைந்திருந்தது. கீழுதட்டில் ஒரு முருங்கையிலைத் துணுக்கு ஒட்டியிருந்தது.

பூக்குஞ்ஞி பீவி கையலம்புவதற்காக சமையலறைக்குச் சென்ற போது சாய்வினுள்ளிருந்து குஞ்ஞாலி பத்தல் தின்று கொண்டிருந் தான். தாழைப்பாயில் இரண்டு தட்டுகள் இருந்தன. பக்கத்தில் கறுத்த புகை பறக்கும் ஒரு மண்ணெண்ணை விளக்கு. குஞ்ஞாலி எப்போதும் சாய்வுக்குள்ளிருந்துதான் சாப்பிடுவான். உறங்குவதும் சாய்வுக்குள்தான்! பூக்குஞ்ஞி பீவியைக் கண்டதும் அவனும் கை கழுவுவதற்காக எழுந்தான். இரண்டு பேர்களுமாக பப்பாளி மரத்தடிக்குச் சென்று கையலம்பினார்கள். முற்றத்தில் நல்ல நிலாவெளிச்சமிருந்தது. பப்பாளி மரத்தின் நிழல் முற்றத்தில் படர்ந்திருந்தது. வாத்துகளும் கோழிகளும் தூக்கத்தினிடையே அடிக்கடி சிறகுகளை அடித்துக் கொண்டிருந்தன. தூவல்கள் காற்றில் பறந்து விழுவது அழகாக இருந்தது. குஞ்ஞாலியும் பூக்குஞ்ஞி பீவியும் கைகளைக் கோர்த்துப் பிடித்துக் கொண்டு ஆகாயத்தைப் பார்த்தார்கள்.

குஞ்ஞி பீவி கேட்டாள்:

"குஞ்ஞாலி நீ பாத்தியா? சந்திரனுக்குள்ளெ ஒரு நெழல்."

"ஓ . . .!"

"அது என்னெண்ணு தெரியுமா?"

குஞ்ஞாலி மீண்டும் பார்த்தான். தகதகத்துக் கொண்டிருக்கும் சந்திரனுக்குள் முயலின் தோற்றத்துடன் ஒரு நிழல். அது என்ன?

குஞ்ஞாலி பதில் சொன்னான்:

"தெரியாதும்."

பூக்குஞ்ஞி பீவி வருத்தத்துடன் சொன்னாள்.

"அது சந்திரனுக்கெ மனசுக்குள்ள உள்ள கொறை. சந்திரன் மனசுக்குள்ளே ஏதோ ஒரு வருத்தம் இருக்கு."

குஞ்ஞாலி பூக்குஞ்ஞி பீவியின் கைகளை இறுக்கமாகப் பிடித்துக்கொண்டான்.

அப்போது வளையல் சத்தம் கேட்டது. ஆற்றபீவி கை கழுவும் சத்தம். ஆற்றபீவியின் ஒவ்வொரு அசைவும் ஓசையுடன்தான் இருக்கும். நடக்கும்போது பாதசரங்களின் ஓசை, பேசும்போது உதடுகள், கழுத்து அசையும்போது காதிலுள்ள ஆபரணங்கள். அவள் பிறக்கும்போதே அப்படித்தானோ என்னமோ? உயிருள்ள ஒரு கிலுக்காம்பெட்டியாக இருந்தாள் ஆற்றபீவி.

திடீரென்று ஏச்சுச் சத்தம் கேட்டது.

"என்னெ பெண்ணே, ஒறங்காண்டாமா? என்னெத்துக்கு இந்தப் பயலுக்கெ கையையும் பிடிச்சிட்டு நடக்குதே. வேறெ ஒண்ணும் ஒனக்குப் பிடிக்குதுக்கு கெடைக்கல்லியா?"

பூக்குஞ்ஞி பீவி இடிமுழக்கம் கேட்டது போல் நடுங்கினாள். ஆற்றபீவி முற்றத்துக்கு வந்து குஞ்ஞாலியைப் பார்த்தாள். அரைகுறை வெளிச்சத்திலும் அவள் கண்கள் குஞ்ஞாலியை முறைப்பது தெரிந்தது. தவறு செய்து விட்டதாக அவன் வருத்தப்பட்டான்.

ஆற்றபீவி, பூக்குஞ்ஞி பீவியின் கையைப்பிடித்துக் கொண்டு வேகமாக நடந்தாள். நடக்கும் வேகத்தில் இருபுறமும் காற்று வீசியதைப் போலிருந்தது. குஞ்ஞாலியின் பேரில் அத்தனை பகையுணர்வும் கோபமும் அவள் மனதில் எரிந்து கொண்டிருந்தன.

குஞ்ஞாலி சாய்வில் படுத்திருந்தான். எப்போதுமே அவன் தனியாகத்தான் படுத்துக் கொள்வான். தூங்கிய பிறகுதான் குறைஷிப்பாத்து வருவாள். ஆனால் அன்று தூக்கம் வரவில்லை. அவன் எதையெதையோ யோசித்தபடியே படுத்திருந்தான். அந்த வீட்டிலுள்ள அனைவரையுமே குஞ்ஞாலி பயந்தான். வீட்டுக்குள் நடக்கவேண்டியது வந்தால் உடனே யோசிப்பான். இந்த வழியே போகலாமா? முற்றத்தில் இறங்கி விளையாட ஆசைப்பட்டால் உடனே தோன்றும். ஆற்றபீவி பார்த்தால் திட்டுவாளா? சமையல் கட்டில் ஏதாவது பலகாரத்தைப் பார்த்தால் கேட்கப் பயமாக இருக்கும். அவனுக்குத் தெரியாமல் ஏதோ ஒரு ஆள் அவனைப் பின் தொடர்ந்து கொண்டிருப்பதாக நினைத்தான்.

கால் மிதியடியை சத்தமாக தூக்கி வைத்து சிம்னி விளக்குடன் குறைஷிப்பாத்து சாய்வுக்குள் வந்தாள். விளக்கை சுவரிலிருந்த ஆணியில் தொங்க விட்ட பிறகு கேட்டாள்.

"என்னெ, குஞ்ஞாலி ஒறங்கல்லியா?"

குஞ்ஞாலி லேசாக சிரித்தான். அவள் உடுமுண்டை உதறி உடுத்தினாள். அப்போது சிறு ஆசுவாசம் ஏற்பட்டதுபோல் அவளுக்குத் தோன்றியது. இனம் தெரியாத பூச்சிகளும் எறும்புகளும் துணியிலிருந்து விழுந்திருக்க வேண்டும். பிறகு குப்பாயத்தைக்

கழற்றி கட்டிலில் எறியும் போது தனக்குத் தானே சொல்லிக் கொண்டாள். "பயங்கர புழுக்கம்." வியர்த்த உடலுடன் குஞ்ஞாலியைக் கட்டிப் பிடித்துக் கொண்டு கேட்டாள்:

"மக்களு ஒறங்கல்லியா?"

"இல்லே, நான் ஒவ்வொண்ணா நெனெச்சுட்டிருந்தேன்."

"யாரைப் பத்தி நெனெச்சுட்டிருந்தே?"

"பூக்குஞ்ஞியை."

குஞ்ஞாலியின் வார்த்தைகளைக் கேட்டு பாத்து திகைத்தாள். சற்றுநேரம் அவள் எதுவும் பேசவில்லை. அதற்குள் குஞ்ஞாலி தூங்கிவிட்டான்.

லாயத்தில் குதிரையின் குளம்படிச் சத்தம் கேட்டுக் கொண்டிருந்தது. அதன் பின்னணியில் அத்துராமான் ஏதோ ஒரு சிங்கப்பூர் பாட்டை பாடிக்கொண்டிருந்தான். பாடலின் இராகத்தில் ஒரு ஈர்ப்பிருந்தது.

குறைஷிப்பாத்து மெல்ல எழுந்து முற்றத்துக்கு வந்தபோது, குதிரைலாயம் நிலவொளியில் மூழ்கிக் கிடப்பதைக் கண்டாள். பள்ளிவாசல் விளக்கு அணைக்கப்பட்டிருந்தது. எரமுள்ளான் தூங்கியிருக்கவேண்டும். லாயத்தின் வாசலைத் தட்டியதும் உள்ளே யிருந்து பயம் கலந்த சத்தம் வந்தது.

"யாரது?"

"நாந்தான்." பாத்துவின் குரல் கேட்டதும் அத்துராமான் திடுக்கிட்டெழுந்தான். லாயத்தின் வாசலைத் திறக்கும்போது கேட்டான்:

"ஒங் குப்பாயம் எங்கே."

அவள் உள்ளே நுழைந்து கட்டிலில் படுத்தாள். எல்லாவற்றை யும் பார்த்துக் கொண்டு நின்ற குதிரை குளம்புகளை அடித்துக் கொண்டிருந்தது.

18

மதரஸா பாடசாலையில் இன்ஸ்பெக்ஷன் களேபரம்! டெபுடி இன்ஸ்பெக்டர் இராமகிருஷ்ணய்யரை நரி ராமகிருஷ்ணன் என்று சொல்வார்கள். அத்தனை சாமர்த்தியசாலி அவர்! மட்டுமல்ல, இதுவரை அவர் கோழிக்குழம்பு இல்லாமல் எந்த பள்ளிக்கூடத்தை யும் ஆய்வு செய்ததில்லை.

சங்கர குறுப்புக்கு தான் சங்கடம்! இன்ஸ்பெக்ஷன் பற்றியக் குறிப்பு வந்த நாள் முதல் அவருக்கு வயிற்றுப்போக்கு ஆரம்பித்தது. ஒவ்வொரு வருடமும் இன்ஸ்பெக்ஷன் காலத்தில் அவருக்கு வயிற்றுப்போக்கு ஏற்படுவதுண்டு. இன்ஸ்பெக்ஷனைப்பற்றி நினைத்தால்போதும், உடனே தோட்டத்துக்குப் போக வேண்டும். அதற்குப் பிறகு அவர் குடிக்கும் குடஜாரிஷ்டம் அளவு கடந்து விடும். இன்ஸ்பெக்ஷன் நெருங்கும்போது கோமப்பன் வைத்தியர் சங்கர குறுப்பு வீட்டுக்கு இரண்டு குப்பி அரிஷ்டம் அனுப்பி வைப்பார்.

"என்னெ அப்புசாரே! ஓங்களுக்கு எந்த பயமும் இருக்கிறது போலவேத்தெரியலியே."

சங்கர குறுப்பு பரிதாபமாகக் கேட்டார்.

"எதுக்கு இவ்வளவு பயப்படணும்? மேப்புகள் எல்லாமே ரெடியாத்தானே இருக்கு."

"மேப்பு மட்டும் இருந்தாப் போதுமா? பையம்மாரோட ஆஜர் பட்டியல் பூர்த்தியாக வேண்டாமா?"

"மத்திச்சாளெ மீம்பாடுக்கு பட்டியல் இருக்கவா செய்யுது? எல்லாப் பண்ணியளும் கடப்பெறத்துலே போய்க் கெடக்கு."

"கடலெ ஒண்ணும் செய்யவே முடியாதா?" என்றார் அப்பு மாஸ்டர்.

"அப்பு சாரே! அவசியமில்லாத்ததைப் பேசி நேரத்தெப் போக்க வேண்டாம். இந்த நவம்பர் மாசத்துலேபோயி கடலெ ஏதாவது செய்யுதெ பத்தி பேசுதீங்கோ. இன்ஸ்பெக்ஷன் அண் ணைக்கு பையம்மாரை பாடசாலெக்கு கொண்டு வரணும், அதுக்கு ஏதாவது வழி சொல்லுங்கோ."

"ஊடாந்தோறும் ஏறி எறங்க வேண்டியதுதான்," அப்பு வாத்தியார் சொன்னார்.

"அதெச் சொல்லுங்கோ, அப்பிடி காரியமாட்டு எதாவது பேசுங்கோ!"

சங்கர குறுப்புக்கு மகிழ்ச்சியாக இருந்தது.

அன்று சாயங்காலம் அவர்கள் கடற்கரையில் எல்லா வீடுகளிலும் ஏறியிறங்கி வலைப் பின்னிக் கொண்டிருந்த மாப்பிளை பெண்களிடம் நாளை மற்றநாள் பையன்களை பள்ளிக்கூடத்திற்கு அனுப்பிவைக்க வேண்டுமென்று பணிவன்புடன் கேட்டுக் கொண் டார்கள். சிலர் காது கேட்காது என்பதைப் போல் நடித்தார்கள். வேறு சிலர் எச்சிலை எட்டித் தூரத்தில் துப்பிவிட்டு கேட்டார்கள்:

"பாடசாலெக்கு வந்து என்னத்துக்கு? கடப்பெறம் போனா மத்திச்சாளெயாவது கெடைக்கும்".

112 புனத்தில் குஞ்ஞப்துல்லா

வேறொருத்தி சொன்னாள்:

"இனுசுபட்டரெ பரிசோதிக்கணுமுண்ணா இங்கெ வரச் சொல்லுங்கோ."

இதைக்கேட்டு மற்ற பெண்கள் சிரித்தார்கள்.

நடந்து நடந்து சங்கர குறுப்பின் கால்மூட்டு வீங்கியது.

பள்ளிக்கூடத்தின் உட் சுவர் வெள்ளைபூசப்பட்டது. அறக்கல் இல்லத்தின் காவல்காரன் புகாரி வெள்ளைபூசினான். புகாரி பகலில் தூங்குவதுடன் இடையிடையே வெள்ளைபூசவும் போவ துண்டு. வெள்ளைபூசுவதென்பது என்பது மனதை சுத்தம் செய்வதற்கு நிகரானது என்று அவன் நினைத்திருந்தான்.

வெள்ளைபூசப்பட்ட சுவர்களில் ஆணியடித்து அப்பு சாரும் சங்கர குறுப்பும் சேர்ந்து மேப்புகளை தொங்கவிட்டார்கள். மேப்புகளை பல பள்ளிக்கூடங்களிலிருந்தும் இரவல் வாங்கியிருந்தார்கள். தொங்கவிடும்போது இரண்டுபேரும் ஏறி நின்ற பெஞ்சை அசையாமல் பிடித்திருந்த மூஸா முஸல்யார் கை கடுத்தபோது சொன்னார்.

"நீக்கம்புலெ போற மேப்பு."

சுவர்களில் மேப்புகள் நிறைந்திருந்தன. பிரிட்டிஷ் இந்தியா, ஆப்பிரிக்கா, தெற்கும் வடக்கும் அடங்கிய அமெரிக்கா, ரஷ்யாவும் ஐரோப்பாவும். மேஜையின் மீது ஒரு பெரிய உலக உருண்டை. அடர்த்தியானதும் மங்கலானதுமான பல நிறங்களில், சுற்றி விட்டால் சுற்றும் ஒரு உலகம். எல்லாத் தயாரிப்புகளுடன் பள்ளிக் கூடம் கல்யாணக்களை கட்டிநின்றது.

வியாழக்கிழமை இன்ஸ்பெக்ஷன்! வியாழன் விடிந்தது கூட சங்கர குறுப்புக்குத் தெரியாது. அன்று அவர் தூங்கவேயில்லை. கோயில் குளத்தில் மூழ்கி எழுந்து, நெற்றியில் சந்தனப்பொட்டு வைத்து இஷ்ட தெய்வத்தை மனமுருக பிரார்த்தனை செய்தார்.

"இன்ஸ்பெக்டருக்கு நல்ல புத்தியை குடுக்கணும்."

மல்மல் துணியில் முண்டும் பாப்ளின் குப்பாயமும் அணிந்தார். அன்று அவரிடமிருந்து பதிவுபோல் கஞ்சிப்பசை வாடை வரவில்லை. மாறாக சந்தண மணம் வீசியது.

அதிகாலையிலேயே அவர் பள்ளிக்கூடத்திற்கு வந்துவிட்டார். அப்போது அங்கே யாரும் வந்திருக்கவில்லை. நல்ல ஒரு மழைக்கான கூறாப்பு அன்று தெரிந்தது. நேரத்தை தெரிந்துகொள்ள எந்த வழியுமில்லை. வால் கிளாக் ஊரில் அறக்கல் இல்லத்தில் மட்டும் தான் இருந்தது. அவர் உரத்த குரலில் கூப்பிட்டார்:

"எரமுள்ளானே."

பள்ளிவாசலில் நீரிறைத்துக் கொண்டிருந்த எரமுள்ளான் ஏற்றத்தின் பிடியை விட்டுவிட்டு பதற்றத்துடன் ஓடி வந்துகேட்டார்:

"என்னெ, என்னெ?"

"நீ போய் மணி எத்தனையாவுதுன்னு பாத்துட்டு வா."

எரமுள்ளான் பெருமூச்சுவிட்டார்

"யாரோ கெணத்துலே உழுந்துட்டதா நான் நெனைச்சேன்." திரும்பிவந்து எரமுள்ளான் சொன்னார்.

"மணி ஏளரெ."

சங்கர குறுப்பு தலையில் கை வைத்து அப்படியே கொஞ்ச நேரம் அமர்ந்திருந்தார். அப்போது கருமேகக் கூட்டங்களுக்கிடை

யில் சூரியன் மெல்லத் தலைகாட்டினான். அது அன்றும் கிழக்கி லிருந்து தான் உதித்தது.

'மணி ஏழரைதான் ஆகிறது. அவசர வேலையுள்ள நாட்களில் குறிப்பிட்ட இடத்துக்கு, தேவைக்கு முன்பே வந்து விடுகிறேன்.' சங்கர குறுப்பு பள்ளிக்கூடத்தினுள் கண்களை ஓட விட்டார். துடைத்து, அடுக்கி, ஒழுங்கு படுத்தப்பட்ட பெஞ்சுகள், வெள்ளை பூசப்பட்ட சுவர்கள், அதில் பல நிறங்களைக் கொண்ட மேப்புகள், கூடவே காகம் தண்ணீர் குடிக்கும் படம். ஆனால் எல்லாவற்றுக்கும் திருஷ்டி பரிகாரம் போல், சயரோகம் பிடித்த நாற்காலிகளும் மேஜைகளும். மரம்தான் எவ்வளவு வேகமாக உளுத்து விடுகிறது!

நாற்றம் பிடித்த ஒரு துணியால் அவர் நாற்காலிகளையும் மேஜைகளையும் துடைக்கத் தொடங்கினார். எல்லா மேஜைகளிலும் பல்லி, கரப்பான் பூச்சிகளின் எச்சமிருந்தது.

செய்வதற்கு வேறெதுவும் இல்லை என்றானதும் சங்கர குறுப்பு ரோட்டைப் பார்த்து அமர்ந்திருந்தார். எதிர்பாராமல் மூஸா முஸல்யார் தென்பட்டார். அவர் வழக்கத்துக்கு மாறாக சீக்கிரமாக வந்திருந்தார். அன்று அரபிப்பாடம் இல்லையென்றாலும் கூட அவர் அக்கறையுடன் சீக்கிரமாக வந்ததில் அவர்மீது சங்கர குறுப்புக்கு வாஞ்சை தோன்றியது.

துணைக்கு ஆள் கிடைத்ததும் இரண்டு சாயா கொண்டுவரச் சொல்லி குடித்தார்கள்.

சாயா குடித்து முடியும்போது அப்புமாஸ்டரும் ஜானகி டீச்சரும் வந்து சேர்ந்தார்கள். அப்போதே மாணவர்கள் ஒவ்வொரு வராக வரத்தொடங்கினார்கள். மாணவர்களைக் கண்டதும் சங்கர குறுப்பு மாஸ்டர் மேஜை டிராயரைத் திறந்து வருகைப் பதிவேட்டை வெளியே எடுத்தார். ஒவ்வொரு பெயர்களின் அடுத்தும் வருகைக் குறியிட்டுக் கொண்டார்.

நேரம் போய்க் கொண்டிருந்தது. அப்பு சாரும் ஜானகி டீச்சரும் சுவாரஸ்யமான சம்பாஷணையில் ஈடுபட்டிருந்தார்கள். மூஸா முஸல்யார் எப்போதும் போல் குப்பாயத்துக்குள் கையை விட்டு சொறிந்து கொண்டிருந்தார். யாருக்கும் எந்தக் கவலையும் இல்லை. சங்கர குறுப்பு மட்டும் பதற்றத்துடன் இருந்தார். மாணவர் களின் வருகைப்பட்டியல் இன்னும பூர்த்தியாகவில்லை. யாருக்கும் அதைப் பற்றியக் கவலை இருப்பதாகத் தெரியவில்லை. பள்ளிக் கூடத்திற்கான அரசு உதவி குறையட்டும், அப்போதுதான் இவர் களுக்கு புத்தி வரும்.

நேரமாகி விட்டது.

நாலாம் வகுப்பைத் தவிர பிற வகுப்புகளில் மாணவர்கள் வந்து விட்டார்கள். நாலாம் வகுப்பில் கோரம் திகைய இன்னும்

மூன்று பேர் தேவை. அப்போது இரண்டு மாணவர்கள் வந்தார்கள். இன்னும் ஒன்று பாக்கி.

சங்கர குறுப்பின் நெஞ்சு படபடப்பு அடங்கவில்லை அப்போது புகைவண்டி நிலைய ரோட்டில் டெபுடி இன்ஸ்பெக்டரின் தலை தெரிந்தது.

"ஆ . . . ! வந்துட்டார்."

இடி முழக்கம் போலிலிருந்தது சங்கர குறுப்பின் குரல்! அவர் முகத்தில் ஒரு நேரடி இரத்தம் ஓட்டம் தடைபட்டது. எதுவோ ஒன்று வேறெதெற்காகவோ வழி மாறிக் கொடுப்பது போல். எல்லோரும் திடுக்கிட்டார்கள். ஜானகி டீச்சர் அசைவற்று நின்று விட்டார். பள்ளிக்கூடம் நிசப்தமானது. மாணவர்களின் பெருமூச்சு செங்கற்களில் பட்டு எதிரொலித்தது.

குஞ்ஞாலி ஜன்னல் கம்பி வழியாகப் பார்த்தான். அவர்கள் ரோட்டைக் கடந்து ஒற்றையடிப் பாதையில் நடந்து வந்து கொண்டிருந்தார்கள். ஒரு ரெயில் வருவதைப் போல் குஞ்ஞாலிக்குத் தோன்றியது. அப்படியான ஒரு உடல்வாகு கொண்டவர் இராம கிருஷ்ணய்யர்! அதற்கேற்றது போல் கறுத்த கோட்டும் கரும் ஈட்டியின் நிறமும்!

ஒரு புறமாக உடலை சாய்த்து வாசலைக் கடந்து வந்தார். பள்ளிக்கூடம் முழுவதும் எழுந்து நின்றது.

"உட்காருங்க." தகர டப்பாவை உருட்டுவது போன்ற சத்தம்.

ஒன்றாம் வகுப்பில்தான் ஏறினார். அப்பு மாஸ்டர் பவ்யமாக இழுத்துப் போட்ட செயரில் அமர்ந்தார். அமர்ந்ததும் நாற்காலி அழுது அரட்டியபடி ஒடிந்து விழுந்ததும் ஏக காலத்தில் நிகழ்ந்து விட்டது. அதிர்ஷ்டம் போல் இராமகிருஷ்ணய்யர் கீழே விழவில்லை. நாற்காலியின் பின்புறக் கால் ஒன்று ஒடிந்து சிதறியது.

அப்படி ஒன்று நடக்கவே இல்லை என்பது போல் எழுந்து நின்றார். அப்போது குறுக்குப்பட்டையணிந்த டவாலி ஓடி வந்தான்.

"பர்னிச்சர் எல்லாம் ரொம்ப மோசமா இருக்கே? மேனேஜர் யார்?"

"அடியேன்தான்." சங்கர குறுப்பு வறண்டு போன நாவால் உச்சரித்தார்.

"ஹெட்மாஸ்டர்?"

"அதுவும் அடியேன்தான்!"

"ரெண்டுமே அடியேன்தானா?"

கருவிழியைச் சுற்றியுள்ள வெள்ளை மட்டுதான் சங்கர குறுப்புக்குத் தெரிந்தது.

"இருந்துமா இப்படி? வாஸ்கோடகாமா கப்பல்ல வந்திறங்கின காலத்திலே உள்ளதா இந்த பர்னிச்சர் எல்லாம்."

யாரும் எதுவும் பேசவில்லை

அதற்குள் இரண்டாம் வகுப்பிலிருந்து நாற்காலி வந்தது. இராமகிருஷ்ணய்யர் அதில் அமர்ந்தார்.

"பட்டியல்?"

அந்தக் கேள்வியில் அப்பு மாஸ்டர் தளர்ந்து விட்டதைப்போல் தோன்றினார். இயந்திரம் போல் அவர் கைகள் இயங்கின. பட்டியலை விரித்து வைத்துக் கொண்டு இராமகிருஷ்ணய்யர் பெயர்களை வாசிக்கத் தொடங்கினார்.

"எடச்சேரி புனத்தில் சூப்பி."

"ஆஜர்."

"புதுங்குனி மொய்து."

"ஆஜர்."

"கம்பி வேலிக்குள் மைமு."

"கம்பி வேலிக்குள் அயிசு."

"கம்பி வேலிக்குள் போக்கர்."

இராமகிருஷ்ணய்யர் ஒரு நிமிட இடைவெளிவிட்டு சொன்னார்.

"கம்பி வேலிக்குள்ள உள்ள எல்லாரும் எழுந்து நில்லுங்க!"

போக்கரும் அயிசுவும் மைமுவும் எழுந்து நின்றார்கள். அப்போது இரண்டாம் வகுப்பிலிருந்த ஒரு மாணவனும் எழுந்து நின்றான் இராமகிருஷ்ணய்யரின் கவனம் அங்கே சென்றது.

"நீ எதுக்குடா எழும்பி நிக்கறே?"

"நானும் கம்பி வேலிக்குள்ள உள்ள வந்தான்."

"நீ இங்கே வா."

பையன் தயங்கியபடியே நின்றபோது பெயர் பதிவு இலக்கை எட்டிய சூப்பர் நியூமரி ஜானகி டீச்சர் தைரியமூட்டினார்.

"போ!"

அவன் ஒன்றாம் வகுப்புக்குச் சென்றான். இராமகிருஷ்ணய்யர் அவனை மேலும் கீழுமாக நோட்டமிட்டார். மொட்டைத்தலை, பித்தான் இல்லாத சட்டை, கொல்லாம்பழக் கறை படிந்த உடுமுண்டு. நடக்கும்போது இடுப்பிலிருந்து கால்வரையிலான எதையுமே மறைக்கமுடியாத அளவுக்கு நீளம் குறைந்தது அந்த முண்டு.

"உன் பேரென்ன?"

"கம்பி வேலிக்குள் அசன்."

"சரி" இராம கிருஷ்ணய்யர் அசனைப் பார்த்தார். பிறகு பட்டியலைப் பார்த்துச் சொன்னார்.

"கம்பி வேலிக்குள்ள உள்ள எல்லாரும் இனிமே நான் அடுத்த வருஷம் வரும்போ, கம்பிவேலிக்கு வெளியே வந்துடணும்."

அதற்குள் அசனின் உடுதுணி நனைந்தது. அதைப் பார்த்து விட்ட இராமகிருஷ்ணய்யர் அவனை அவசரமாக வெளி யேற்றினார்.

அதற்குப் பிறகு மாணவர்களிடம் கேள்வி கேட்கத் தொடங்கினார்.

"நான்கும், மூன்றும், ஏழும், ஏழும், பதினான்கும் எத்தனை?"

"பூமி உருண்டையா, தட்டையா?"

"எந்த முட்டை பெரியது; கோழி முட்டையா; சேவல் முட்டையா?"

"பூருவை வெற்றி கொண்ட மன்னர் யார்?"

"தட்ச சீலம் யாருடைய தலை நகரம்?"

கேள்வி கேட்டு முடிந்ததும் எல்லா ஆசிரியர்களையும் சினந்து கொண்டார், எச்சரிக்கை விடுத்தார். அதற்குள் இரண்டு ஏத்தன் பழமும், ஊறவைத்த அவலும், ஒரு கிளாஸ் சாயாவும் உள்ளே தள்ளியிருந்தார். தலைப்பாகையும் குறுக்குப் பட்டையுமணிந்த டவாலி உருண்டையப்பமும் பாலில்லாத சாயாவும் குடித்துவிட்டு பள்ளிக்கூடத்திற்கு வெளியே போய் திரும்பி நின்று துண்டு பீடிகளை தம்பிடித்து ஏற்றிக் கொண்டிருந்தான்.

நாலாம் வகுப்பு பெஞ்சிலிருந்து இன்ஸ்பெக்ஷன் நோட்ஸ் எழுதத் தொடங்கும்போது கேட்டார்.

"சாப்பாடு எத்தனெ மணிக்கு ரெடியாகும், எனக்கு வேலை இருக்குது."

பவ்யமாகச் சொன்னார் சங்கர குறுப்பு:

"ரெடியா இருக்கு."

"இவ்வளவு சீக்கிரமாவா? சரி! அப்ப சூடு ஆறிட வேண்டாம்." எதையோ யோசித்து விட்டு சொன்னார்:

"எனக்கு ரெண்டவுன்ஸ் தசமூலாரிஷ்டம் வேணும், வயிற்றுக்கு சரியில்லை."

"அதுவும் ரெடியா இருக்கு" இரண்டு அவுன்ஸ் அல்ல, அரை பாட்டில். ஆனால் சங்கர குறுப்பு சொல்லவில்லை. அரை பாட்டில் தேவை என்பது எல்லாருக்கும் தெரிந்த விசயம்தான்.

இராமகிருஷ்ணய்யர் குனிந்தமர்ந்தபடி சிறிய கண்களை பாதியாக சிம்மியபடியே நோட்ஸ் எழுதத்தொடங்கினார். எழுத்தாணி பிடிப்பதைப்போல் பேனாவைப் பிடித்திருந்தார். சிறு கிழங்கு போன்ற முடியடர்ந்த விரல்கள் பேனாவை அள்ளிப் பிடித்திருந்தது. இடையிடையே மூக்குப்பொடி உறிஞ்சி தும்மிக் கொண்டிருந்த இன்ஸ்பெக்டரின் உடல் சேஷ்டைகளை ஆசிரியர்கள் சாவகாசமாக பார்த்துக்கொண்டு நின்றார்கள்.

கடைசியில் பேனாவை மூடி மேஜை மீது வைத்து விட்டு, புத்தகத்தை மூடி கொட்டாவி விட்டார். கைகளை மேலே உயர்த்தி அசதி போக்கிக் கொண்டார். அப்போது சோறும், கோழியும், தசமூலாரிஷ்டமும் வந்து சேர்ந்தன. அதைக் கொண்டு வந்த பையன் வியர்த்துக் களைத்துப் போயிருந்தான். குட்டையான இராமகிருஷ்ணய்யரின் உயரம் இருந்தது சாப்பாடு பாத்திரம். போதாதற்கு பையனின் இன்னொரு கையில் தசமூலாரிஷ்டம்.

"இதெ எங்கெ வெக்கணும்?"

தசமூலாரிஷ்டத்தை கையில் பிடித்தபடி ஏதோ தவறான ஒன்றை செய்வது போல் தயக்கத்துடன் கேட்டான் பையன். அதில் கள்ளோ, அதுபோன்ற வேறு எதுவோ இருக்கலாம் என்ற நினைப்பு அவனுக்கு! யாருக்கும் தெரியாமல் சங்கர குறுப்பு மாஸ்டரிடம் தான் அதைக் கொடுக்க வேண்டும் என்பது ஒன்பதரைக் கண்ணனின் கட்டளை.

"அதெ இங்கே எடு" கழுகின் கவனத்துடன் இருந்தார் இராம கிருஷ்ணய்யர். பாட்டில் கையில் கிடைத்ததும் சங்கர குறுப்பை கூப்பிட்டுச் சொன்னார்.

"சரி! பையன்களை போகச் சொல்லிடுங்க! தேவையில்லாம அவங்க எதுக்கு ஒக்காந்துட்டிருக்கணும்?"

"குஞ்ஞாலி மணி அடி." எப்போதும் போல் சொன்னார்.

"மணியும் கிணியும் ஒண்ணும் வேண்டாம் போகச் சொல்லுங்க." இராமகிருஷ்ணய்யருக்கு கோபம் வந்தது.

மணியடிக்கச் சென்ற குஞ்ஞாலி இரும்புத்துண்டை மெதுவாக கீழே வைத்தான். மாணவர்கள் சத்தமோ, ஆர்ப்பாட்டமோ ஏதுமில்லாமல் வெளியேறி, வெளியே வந்தவுடன் சத்தமிட்டபடி ஓடத் தொடங்கினார்கள்.

இராமகிருஷ்ணய்யர் பாட்டிலைச் சுற்றியிருந்த காகிதத்தை பிய்த்தெறிந்தார். கறுப்பு நிற தசமூலாரிஷ்டம் கண்ணாடி பாட்டிலில் தெளிவாகத் தெரிந்தது. பாட்டிலை நேரடியாக வாய்க்குள் கவிழ்த்து ஒரே மூச்சில் குடித்திறக்கினார். பிறகு அதைக் குறித்த தன் அபிப்ராயத்தை பிரகடனம் செய்தார்.

"பிரம்மாதம்."

மீண்டும் சிறு கிழங்கு போன்ற விரல்களால் பேனாவை அள்ளி பிடித்து எழுதத் தொடங்கினார், இப்போது எழுத்துக்கள் உறுதியாகவும் தெளிவாகவும் இருந்தன. புதிய கருத்துக்களும் உதயமாயின.

எழுதும் வேகம் அதிகரித்தது. விரல்கள் சிகரெட் புகைக்கத் தொடங்கின. இராமகிருஷ்ணய்யருக்கு சிகரெட் விரல்களுக் கிடையில் இருந்து புகைந்தால் போதும், அதை அவர் வாயில் வைத்து புகைப்பதில்லை. தூரத்து சொந்தத்தில் ஒரு பெரியவர் சிகரெட் அதிகம் புகைத்ததால் சயரோகம் பிடித்து இறந்த பிறகு இராமகிருஷ்ணய்யர் சிகரெட்டை விரல்களுக்கிடையில் மட்டுமே வைப்பதை வழக்கமாக்கி கொண்டார்.

பத்து நாற்பது பக்கம் வரை எழுதித் தீர்த்தார். நான்கு ஆசிரியர்களைப் பற்றிய அந்த குறிப்பை தலையெழுத்து பொக்கிஷம் போல் கடைசியில் பத்திரப்படுத்திவிட்டு குரலெழுப்பினார்.

“சாப்பாடு.”

சங்கர குறுப்பு ஓடிவந்து மேஜைமீது நுனி இலையை விரித்து வைத்தார். சாப்பாடு பாத்திரங்கள் விரிந்தன. பாத்திரத்தைத் திறந்ததும் கோழிக் குழம்பின் மணம் பள்ளிக்கூடமெங்கும் பரவியது. மூஸா முஸல்யாரின் நாவில் எச்சில் ஊறியது, அவர் அந்தப் பக்கமாக பார்ப்பதையேத் தவிர்த்தார். வாசல் படியில் நின்று கை கழுவும் போது கேட்டார்:

“இதெ வெச்சது யாரு?”

“குட்டப்பனாசாரி” என்றார் சங்கர குறுப்பு.

“குட்டப்பன் ஆசாரியா?” ஆச்சரியத்துடன் கேட்டார் இராமகிருஷ்ணய்யர்.

“நல்லெ வேலெக்காரன் சார்! இந்தப் படியெ வெச்ச அண்ணெக்கி அவனுக்கு ஒரு ரூவா தெட்சணை கொடுத்தோம்.” ஏப்பம் விட்டு சிரித்தபடி சொன்னார் இராமகிருஷ்ணய்யர்.

“நான் கேட்டது. கோழிக்குழம்பு யார் வெச்சதுன்னு.”

“ஒன்பதரைக் கண்ணன்.” சங்கர குறுப்பு சொன்னார்

“பிரம்மாதம்! ஆனா ஒண்ணு, அந்த ஆள் பொம்னாட்டியா பொறக்க வேண்டியவன்.”

சேவகனும் இராமகிருஷ்ணய்யரும் தலை மறைந்ததும் நான்கு ஆசிரியர்களும் சேர்ந்து இன்ஸ்பெக்ஷன் நோட்ஸ் எழுதிய புத்தகத்தை திறந்து அதை மேய்ந்தார்கள். ஒரு இரையை பங்கு போடத்துடிக்கும் விலங்குகளைப் போல் அந்தப் புத்தகத்தை ஆளாளுக்கு பிடிக்கவும் இழுக்கவும் தொடங்கினார்கள்.

உயிரோடிருக்கும் தங்கள் சரித்திரத்தை தெரிந்து கொள்வதற்காக!

19

அன்று பூக்குஞ்ஞி பீவி பள்ளிக்கூடத்திற்கு தனியாகவே சென்றாள். குஞ்ஞாலியின் சுன்னத்து கல்யாணம் நிச்சயித்து விட்டதால் அது முடிவதுவரை அவனை பள்ளிக்கூடத்திற்கு அனுப்பவேண்டாம் என்பது பூக்கோயாத் தங்ஙளின் கட்டளை.

குர்ஆன் கிதாபும் பாட புத்தகங்களும் தூக்கிக் கொண்டு அத்துராமான் பூக்குஞ்ஞி பீவிக்கு பாதுகாவலாகச் சென்றான். பள்ளி வளாகம் கடந்ததும் புத்தகங்களை வாங்கிய பூக்குஞ்ஞி பீவி சொன்னாள்:

"நீ போ!"

அத்துராமான் முழித்துக் கொண்டுநின்றான்.

"போ!" அது ஒரு உத்தரவு போலிருந்தது! அத்துராமான் திரும்பினான். பள்ளிவளாகம் வழியே ஏதோ ஒரு மைலாஞ்சி பாடல் வரியைப் பாடிக்கொண்டு புகை வண்டி நிலையம் செல்லும் பஞ்சாயத்து ரோட்டுக்கு வரும்போது குஞ்ஞாமது கிறுக்கன் ஒரு காலில் சங்கிலியுடன் நடந்து வருவதைக் கண்டாள். சங்கிலியை அறுத்துப் போட்டுவிட்டு வருகிறான். குஞ்ஞிபீவிக்கு சிறுநீர் வெளியாகிவிட்டது. முகம் காகிதம் போல் வெளுத்தது. சரளைக் கற்களில் சங்கிலியை இழுத்தபடி பூக்குஞ்ஞி பீவியைப் பார்த்து வந்து கொண்டிருந்தான் குஞ்ஞாமது. சிறு அலறல்தான் கேட்டது. பூக்குஞ்ஞி பீவி பள்ளி வளாகத்து பாதையோரமாக விழுந்தாள். பாதைவழியே சென்றவர்கள் அலறியடித்துக் கொண்டு ஓடிவந்தார் கள். மதரஸாவில் ஓதிக் கொண்டிருந்த பையன்கள் ஓதுவதை நிறுத்திவிட்டு பயந்து போய் பார்த்துக் கொண்டிருந்தார்கள்.

மூஸா முஸல்யார் கையிலிருந்த பிரம்பை கீழே எறிந்து விட்டு வெளியே ஓடிவந்தார். ரெயில் வண்டி அலுவலகத்துக்குப் போகும் வேறு சிலரும் ஓடிவந்தார்கள். குஞ்ஞாமது கண்களை உருட்டி எல்லோரையும் பார்த்தான். ரோட்டோரத்தில் கிடந்த ஒரு பெரிய கல்லை கையிலெடுத்து ஓங்கியதும் ஆட்கள் விலகி நின்று கொண்டு "கிறுக்கென்", "பைத்தியாரன்" என்று கூக்குரலிட்டார்கள். குஞ்ஞாமது பள்ளி வளாகத்தின் ஓரமாக அறக்கல் இல்லத்துக்குச் செல்லும் பாதையில் நடந்து மதில் கூடத்தின் அருகில் சென்றதும் காவல்காரன் புகாரி அலறிக்கொண்டு ஓடினான். குஞ்ஞாமது கையிலிருந்த கல்லுடன் அறக்கல் இல்ல முற்றத்தில் இறங்கினான். வெளியே கூச்சலும் கூக்குரலும் அதிகரித்தன. அவன் முற்றத்தில் மூன்று நான்கு தடவை அங்குமிங்கும் நடந்தான். பிறகு ஒரு எறி! கல் சென்று பட்ட இடம் மேலேயுள்ள கண்ணாடிக் கதவு! கறுப்பு நிற கண்ணாடிக் கதவு சில்லுகளாக தெறித்து விழுந்தது. "யாருடா?" பூக்கோயாத் தங்கள் முற்றத்தில் இறங்கினார். காலை உதறி மிதியடிகளை விடுவித்து ஒரு மலைபோல் குஞ்ஞாமதை நெருங்கி வந்தார். அவன் கண்கள் திடீரென்று உயிரிழந்தன, உடல் தளர்ந்து விட்டதை போலானான்! தங்கள் நீண்ட தன் உறுதியான கையால் அவன் பிடரியை அமுக்கிப் பிடித்தார். தன்பக்கமாக அவனைச் சேர்த்திழுத்துக்கொண்டு திண்ணை மதில்கூடம் வழியாகப் பிடித்துத் தள்ளினார். வெளியே மண்ணில் போய் முகம் குப்புற விழுந்தான் குஞ்ஞாமது.

வெளியே கூடி நின்ற எரமுள்ளானும், மூஸா முஸல்யாரும், பாப்புக்கன்னாரனும் சேர்ந்து அவனைப் பிடித்துப் பள்ளி வளாகத்தில் அரபிப் புளியமரத்தில் கட்டிவைத்தார்கள். அவன் வாயிலிருந்து அப்போது கோழை வடிந்து கொண்டிருந்தது.

குஞ்ஞாமது கிறுக்கன் இப்படி அடிக்கடி சங்கிலியை அறுத்து விட்டு வெளியே வந்து விடுவதுண்டு. குஞ்ஞாமது என்றால் ஊரிலுள்ள அத்தனை பேருக்கும் பயம்தான்! அவன் உயரமும் பருமனும் அதற்கேற்றவாறு இருந்தது. மட்டுமல்ல, சில நேரங்களில் அவன் கையில் கத்தியும் வைத்திருப்பான்.

எரமுள்ளான் மோதீனும், கோடாரிக்காரன் ராமனும், கொல்லன் சங்கரனும், கரடி மூஸாவும், குஞ்ஞாமதுவின் சகோதரிகளும் சேர்ந்து அவனை அரபிப் புளியமரத்திலிருந்து அவிழ்த்துக் கொண்டு போவதை பள்ளிக்கூட ஜன்னல் வழியாக மாணவர்கள் பார்த்துக் கொண்டு நின்றார்கள். அவர்களின் பிடியிலிருந்து தன்னை விடுவிக்க அவன் முயற்சித்துக் கொண்டிருந்தான். அவன் தோளிலும் முதுகிலும் பதிந்திருந்த சிவந்த கயிறு அடையாளங்கள் மாணவர்களின் கண்களுக்குத் தெரியவில்லை.

அன்று இரவு பூக்குஞ்ஞி பீவிக்குத் தூக்கம் வரவில்லை. கண்களை மூடினால் கிறுக்கன் குஞ்ஞாமது வந்து நின்றான். பூக்குஞ்ஞி பீவியின் அலறல் கேட்டு தங்ஙள் ஓடிவந்தார். கடைசியில் பள்ளி வாசலிலிருந்து எரமுள்ளானை அழைத்து வந்து நூல் மந்திரித்து கட்டினார்கள்.

அன்று குஞ்ஞாலிக்கும் ஒரு நூல் மந்திரித்து கட்டப்பட்டது. அது குறைஷிப்பாத்துவின் வேண்டுகோளுக்கிணங்க! சுன்னத்துக் கல்யாணம் செய்துக் கொள்ளப்போகிற குழந்தைகளின் ரெட்சைக்காக நூல் மந்திரித்துக் கட்டுவது வழக்கமானதுதான்! ஓஸாவின் கவனக்குறைவு காரணமாக ஆபத்து நேர்ந்து விட்ட கதைகள் நிறையவே உண்டு.

குஞ்ஞாலியின் வலது கையில் குறைஷிப்பாத்து நூல் கட்டினாள். ஒரு முழம் கறுத்த சரடில் இருபத்தியொரு முடிச்சுகள்! ஒவ்வொரு முடிச்சிலும் இருபத்தியொரு ஜின்களையும் சைத்தான்களையும் கட்டிப்போட்டிருக்கிறார் எரமுள்ளான். அரபிச் சொற்களை உச்சரித்துப் போடும் ஒவ்வொரு முடிச்சிலும் அவர் பலமாக ஊதிக் கொள்வார். ஒவ்வொரு முறை ஊதும்போதும் அது நூலிலும், குறைஷிப்பாத்துவின் மனதிலும், அரூப ஜீவிகளின் செயல்பாடுகளிலும் சென்று தாக்கியது.

அறக்கல் இல்லத்தில் சுன்னத்துக் கல்யாணத்துக்கான ஏற்பாடுகள் தீவிரமாக நடந்து கொண்டிருந்தன. இனி இரண்டு நாட்கள்தானிருக்கின்றன. எரமுள்ளான் மோதீனும் புகாரியும் சேர்ந்து மாப்பிளைமார்களின் வீடுகளுக்குச் சென்று அழைப்பு

விடுத்துக் கொண்டிருந்தார்கள். ஐம்பத்தொரு இல்லத்தார்களுக்கும் அழைப்பு விடுக்கப்பட்டது. அழைப்பில்லாமலும் நிறையபேர் வந்து சேர்வார்கள்.

இல்லத்தின் தெற்குப்புறமாக சமையல் பந்தல் வளைத்து கட்டப்பட்டிருந்தது. பெரிய வார்ப்புக்களும் செம்பு அண்டாக்களும் புரமேரித்தம்புரானின் ராஜ இல்லத்திலிருந்து வரவழைக்கப்பட்டன. சமையல்காரர்கள் ஒரு நாள் முன்னதாகவே வந்து விட்டார்கள்.

மாட்டுக்கறி பிரியாணிதான் விருந்து! அறுப்பதற்காகக் கொண்டு வந்திருந்த இளங்காளை பலா மரத்தடியில் நின்று கடலையும் பருத்திக் கொட்டையும் தின்றுகொண்டிருந்தது. இடையே சாணி போட்டும் கத்தியபடியும் அது மனிதர்களின் கவனத்தை ஈர்த்துக் கொண்டிருந்தது.

கசாப்புக்காரன் உம்மர் காலையில் இல்லத்துக்கு வந்து சேர்ந்தான். வந்ததும் முற்றத்தில் கிடந்த கருங்கல்லில் கத்தியை கூர் செய்யத் தொடங்கினான். கத்தியின் கூர்மையான பாகம் கல்லில் உராய்ந்து தீப்பொறி பறந்தது. இரத்த வாடையேற்ற அந்தக் கத்திக்கு ஏராளமான கழுத்துகளைப் பற்றிய கதைகள் சொல்வதற்கிருக்கிறது.

கல்லில் உரசி சூடான கத்தியின் வாய்ப்பகுதியை வருடியபடியே உம்மர் குரூர சிரிப்புடன் இளங்காளையைக் கட்டியிருந்த தென்னை மரத்தடிக்கு நகர்ந்தான். இரண்டு மூன்று திய்யர்கள் கயிற்றால் காளையின் கால்களைப் பிணைத்து, கயிற்றைப் பிடித்து இழுத்ததும் காளை வீழ்ந்தது. சதா காலம் அசைந்துகொண்டேயிருந்த தாடைப்பகுதியை கத்தி குறிவைத்து நின்றது. அதற்குப் பிறகு குஞ்ஞாலி அங்கே பார்க்கவில்லை. “பே . . . பே . . .” என்ற பரிதாப மான அலறல் சத்தம் மட்டும் கேட்டது, கால்களை தரையில் அடித்துக் கொண்டிருந்தது காளை. மண்ணில் தூசு பறக்கும் வாசமெழுந்தது.

கொஞ்சநேரத்திற்குப் பிறகு இளங்காளையின் தோல் மாமரத்தின் கிளையில் போடப்படுவதை குஞ்ஞாலி கண்டான். அவன் சமையல் பந்தலின் அருகில் சென்றபோது பெரிய வெங்கலப் பாத்திரம் நிறைய மாட்டின் கறித்துண்டுகள். சற்று விலகி ஒரு சிறு பள்ளம் தோண்டப்பட்டு அது நிறைய மண் கலந்து இறுகிப் போயிருந்த மாட்டின் இரத்தம்.

வெங்கலப் பாத்திரத்தின் முன் மீண்டும் கத்தியுடன் அமர்ந்த உம்மர் பெரிய துண்டுகளை சிறிதாகக் கொத்தத் தொடஙகினான். கசாப்புக்காரன் உம்மர் பிறக்கும் போதே கத்தியுடன்தான் பிறந்திருக்க வேண்டும். கத்தியில்லாத உம்மரை குஞ்ஞாலி இதுவரை பார்த்த தில்லை. காளை மாடுகளை கசாப்பு செய்வதற்காகவே அல்லாஹு அவனைப் படைத்திருக்க வேண்டும்.

அந்திசாயும்போது பெட்ரோமாக்ஸ் எரிந்தது. அதன் இரைச்சல் சத்தத்தில் வித்தியாசம் வந்ததும் அதைத் தரையில் எடுத்து வைத்து மதிலோடு சேர்த்துப் பிடித்து காற்றடித்தான் சாத்து. ஆட்கள் வரத்தொடங்கினார்கள். தங்ஙள் திண்ணையிலிருந்த யானைச்செயரில் பருத்த உடலுடன் வீற்றிருந்தார். வந்தவர்கள் தங்ஙளின் வலது கை விரல்களைப் பற்றி புறங்கையில் முத்தமிட்டார்கள். கௌரவமும் புன்சிரிப்பும் இரட்டைத் தாடியுள்ள தங்ஙளின் முகத்தில் தேங்கி நின்றன.

வெற்றிலை போட்ட மாப்பிளைமார்கள் முற்றத்தில் நீட்டி எச்சில் துப்பினார்கள். உதட்டில் வைத்து துப்பிய எச்சில் விரல்களை மேஜை மீதும் துணிகளிலும் துடைத்துக் கொண்டார்கள். பீடித் துண்டுகளும் சுருட்டுத்துண்டுகளுமாக முற்றம் நிறைந்தது.

நைந்து கிழிந்த துண்டுகளை உடுத்திய அழைக்கப்படாத சிறுவர்கள் முற்றத்தின் பெருமதிலையொட்டிப் போடப்பட்டிருந்த பெஞ்சுகளில் தங்களுக்குள் சண்டையிட்டபடி அமர்ந்திருந்தார்கள். அதையடுத்த பெஞ்சுகளில் ஒஸாக்கள் இருந்தார்கள்.

சுன்னத் நடக்கும் வீடுகளுக்கு எல்லா ஒஸாக்களும் அழைக்கப்படாமலேயே போகலாம். அது அவர்களின் பிறப்புரிமை. ஒவ்வொருவர் கையிலும் ஒரு பனையோலை விசிறி இருக்கும். சுன்னத் செய்யப்பட்ட குழந்தை தளர்ந்து போகும்போது வீசிக் கொடுப்பதற்காக!

முற்றத்திலும் திண்ணையிலும் ஆட்கள் நிறைந்திருந்தார்கள். ஆரவாரம் அதிகரித்திருந்தது. கறிபிரியாணியின் வாசம் காற்றில் வியாபித்து நின்றது. முற்றத்தின் ஒரு மூலையில் கட்டப்பட்டிருந்த சிறு பந்தலிலிருந்து கிராமபோன் பாடத் தொடங்கியது. சவுண்ட் பாக்ஸின் கொக்கியில் ஊசியைப் பிணைத்து சுற்ற வைப்பதை சிறுவர்கள் வேடிக்கை பார்த்துக்கொண்டு நின்றார்கள். தேய்ந்து போன ஊசிகளுக்காக அவர்கள் சண்டை போட்டுக்கொண்டார்கள். ஊசி கிடைக்காதவர்கள் ‘ஹிஸ் மாஸ்டர்ஸ் வாய்ஸ்’ நாய் சுற்றுவதை பார்த்துக்கொண்டு நின்றார்கள்.

அப்போது கோலாட்ட குழுவினரின் ஆட்டம் தொடங்கியது. கிராமபோன் ரிக்கார்டுக்கேற்ப அவர்களின் கோல்கள் சுழன்றன. மொட்டையடிக்கப்பட்ட தலையில் பட்டுத் தலைப்பாகையுடன் கீழங்காடிக்கார மாப்பிளைமார்கள் கோல்களை அந்தரத்தில் சுழலவிட்டு ஆடினார்கள். கால்கள் ஆவேசத்துடன் சுழன்றன. நெற்றியில் வியர்வைத்துளிகள் துளிர்த்து நின்றன.

கோலாட்டம் உச்சகட்டத்தை அடையும்போது ரிபாய் ராத்தீபு ஓதும் ஆட்கள் திண்ணையில் கூடினார்கள்.

பயங்கரமும் ஆபத்தும் நிறைந்த ஒரு காட்சி அப்போது அரங்கேறியது. ரிபாய் ராத்தீபு ஓத பாரக்கடவிலிருந்து வந்திருந்த

ராத்தீபு வல்லுனர்கள் 'காவா' குடித்து விட்டு ராத்தீபு ஓதத் தொடங்கினார்கள். அவர்கள் பத்து பதினொரு பேர்களிருந்தார்கள். வெளித்திண்ணையில் வட்டமாக அமர்ந்திருந்த அவர்களின், நடுவே வைக்கப்பட்டிருந்த வெள்ளைநிறத் தலையணையில் விரித்து வைக்கப்பட்டிருந்தது பக்திப் பாடல்கள் புத்தகம். அதனை அடுத் திருந்து பன்னீர் தெளிக்கும் வெங்கலக் குடுவையின் மூடியைத் திறந்த ஒருவர் அதில் பன்னீரை நிறைத்து, அதைச் சுற்றியிருப்பவர் களின் தலையில் தெளித்தார். காலிக் குடுவையிலுள்ள சிறு துவாரங்களில் சிங்கப்பூர் சந்தணத் திரிகளைச் சொருகி பற்றவைத்தார் இன்னொரு ஆள். சுகந்தத்தின் புகை நாக்குகள் வளைந்து விரிந்து மேலே உயர்ந்தது.

ரிபாய் ராத்தீபு தொடங்கியது.

பக்தியும் ஆக்ரோசமும் கலந்த பாடல் வரிகளை அவர்கள் குரல்வளை தெறித்து விடுவது போல் உச்சஸ்தாயியில் பாடி ஆவேசம் கொண்டார்கள். முஷ்டி உயர்த்தியும் தலையாட்டியும் அவர்கள் கீர்த்தனைகளின் லஹரியில் மூழ்கினார்கள். அவர்களின் உடல்கள் வியர்த்தன, உடைகள் உடலோடு ஒட்டிக்கொண்டன, இடையிடையே காவா குடித்தார்கள். அவர்களின் கண்களில் மட்டும் தைரியம் குடிகொண்டிருந்தது. முதலில் ஒரு ஆள் பிச்சு வாக்கத்தியை உருவினார்.

"யா ...! செய்கு, யா ...! முஹ்யித்தீன்" என்று அலறிக்கொண்டு ஒரு குத்து! தன் வயிற்றிலேயே குத்திக் கொண்டார். பிச்சுவாக் கத்தியை உருவியபோது இரத்தம் பீறிட்டுத் தெறித்தது. ஆனால் ஒரு நிமிடம்தான்! அவர் எதுவோ சொல்லியபடி கத்தி இறங்கிய பாகத்தை தடவினார். உடனே வெட்டுப்பட்ட பாகம் பொருந்திக் கொண்டது. அதில் ஒரு கீறல் கூடத் தெரியவில்லை.

ராத்தீபு உக்கிரக் கட்டத்தை அடைந்தது. பாடல்களுக்கிடையே கத்தியை பல இடங்களிலும் குத்திக் கொண்டார்கள். உடனே பிளவை பொருத்தவும் செய்தார்கள். கடைசியாக அவர்கள் செய்து கொண்ட சாகசம் பரிதாபமும் பயங்கரமும் கொண்டது.

"யா ...! ரிபாயா, யா ...! செய்கு" என்று சொல்லியபடி ஒருவர் கழுத்தை உயர்த்தினார். பிச்சுவாக்கத்தியை கண்மீது அழுத்தி லாவகமாக நகர்த்தினார். நுங்கை குடைந்தெடுப்பது போல் எதையோ குடைந்தெடுத்தார். தலையணையில் வைக்கப்பட்டிருந்த பீங்கான் தட்டில் குடைத்தெடுக்கப்பட்ட தன் கண்ணை மிக அலட்சியமாக வைத்தார். ஒரு நாவல் பழம்போல் வெள்ளைநிற பீங்கான் தட்டில் கண் தெரிந்தது. பிறகு அதை எடுத்து முகத்தில் இருந்த இடத்தில் வைத்தார். இடிமுழக்கம்போல் 'அல்லாஹு' என்று இறைநாமத்தை உச்சரித்தபடி இருந்த மற்றவர்கள் பெருங்குரலெடுத்து இறைவனை

அழைத்தார்கள் கண்ணை பொருத்தும்போது! ஆனால் கண் குழியில் பொருந்தவில்லை, கீழே விழுந்தது.

ரிபாய் ராத்தீபின்போது முறிவு பொருந்தாமல் இருப்பது என்பது மிகவும் ஆபத்தான ஒன்று! முதல் முயற்சியிலேயே அது பொருந்திவிட வேண்டும். இல்லையென்றால் மீண்டும் பொருந்த வைப்பது மிகவும் சிரமமாகிவிடும். பார்த்துக்கொண்டு நின்றவர்கள் குலை நடுங்கினார்கள். ஏதோ பெரிய ஆபத்து நேரப்போகிறது. மிகப் பெரிய கெடுதல் வரப்போவதற்கான ஆரம்ப அறிகுறிகள் தெரிகிறது.

கண்ணிருந்த குழியில் தேங்கி நின்ற இரத்தம், கன்னத்தில் வடிந்து குப்பாயத்தை நனைத்தது. திரைவிரிப்பினூடே எல்லா வற்றையும் பார்த்துக் கொண்டிருந்த குஞ்ஞிபீவி மயக்கம் போட்டுக் கீழே விழுந்தாள்.

தங்ஙள் ஓடி வந்து பூக்குஞ்ஞி பீவியைத் தூக்கினார். வீடு நிசப்தமானது. தங்ஙள் பெண்கள் இருக்குமிடத்தைப் பார்த்து ஒரு தாக்கீது செய்தார்.

"நஜீஸ் உள்ள ஒருத்தி இங்கெ இருக்கிதா, அவொ ஒடனே அடுக்களை முத்தத்துக்கு போயிரணும்."

யாருமே முற்றத்துக்கு போகவில்லை என்பது தெரிந்ததும் தங்ஙளுக்கு கோபம் முற்றியது.

"உடுதுணியெ அவுத்துப்போடுவேன், எல்லாவளையும்!"

பெண்கள் நடுங்கிவிட்டார்கள். தங்ஙளின் சொந்த மனைவி ஆற்றபீவி, யாருமே தன்னைக் கவனிக்காதது போல் குனிந்த தலையுடன் மெதுவாக அங்கிருந்து நகர்ந்து, சாய்வினூடே சமையலறையைக் கடந்து முற்றத்தில் இறங்கினாள்.

தங்ஙள் பெருமூச்சு விட்டபடி வெளியே வந்தார்.

"ராத்தீபை தொடங்குங்கோ."

தங்ஙளின் குரலுயர்ந்தது. உறைந்து நின்று போன ராத்தீபின் வீரியம் மீண்டும் அதிகரித்தது. செய்கு முஹ்யித்தீன் பெயரை உரக்க அழைத்தபடி ராத்தீபு வல்லுனர்கள் உயிரின் தொடர்பற்று கீழே கிடந்த கண்ணை எடுத்து இரத்தம் தேங்கி நின்ற கண் குழியில் வைத்தார்கள். ஒரு தளும்பு கூட இல்லாத கண்களுடன் அவர் எழுந்து நின்றார்.

"வெட்டு பொருந்தியாச்சி!"

திண்ணையில் நின்று எரமுள்ளான் சத்தமாகச் சொன்னார். எல்லோரையும் ஒரே நேரத்தில் அறிவிக்கும் எந்தச் செய்தியையும் சொல்ல வேண்டிய பொறுப்பு எரமுள்ளானைச் சேரும்.

வீட்டிலுள்ள அத்தனை அறைகளிலும் குசு குசுத்தபடியே வெற்றிலை மென்று நேரம் போக்கிக் கொண்டிருந்த மாப்பிளைப் பெண்களின் பயம் விலகியது. அவர்கள் மீண்டும் கொலு கொலு வெனப் பேசி, கோள் மூட்டுவதைத் தொடர்ந்தார்கள். வளையல்கள் கிலுங்கின. வெற்றிலையை மென்று எச்சிலை அறை மூலைகளில் நீட்டித் துப்பினார்கள்.

"சுப்ரா போடு."

ஆயிரம் குரல்களிலிருந்தும் வேறுபட்டுத் தெரியும் தங்ஙளின் குரல் உயர்ந்தது.

விருந்துக்கான நேரம் வந்து விட்டது. பரிசாரகர்கள் தயாரா னார்கள். திண்ணையிலும் பந்தலிலும் சுப்ராக்கள் விரிக்கப்பட்டன. சுப்ராக்களைச் சுற்றிலும் ஆட்கள் வட்டமாக நெருங்கியபடி அமந்தார்கள். ஒவ்வொரு சுப்ராவிலும் பெரிய படிக்கமும் கெண்டியு மாக ஒருவன் வந்தான். சுப்ராவின் நடுவில் படிக்கத்தை வைத்து எல்லாக் கைகளும் படிக்கத்தின் மீது குவிந்ததும் தண்ணீர் ஊற்றி னான். முதலில் விரல்கள் அசைந்து பிறகு நனைந்தது.

சுப்ராவில் கொண்டு வந்து வைக்கப்பட்ட பெரிய ஷானிலி ருந்து ஆவி பறக்கும் மசாலா மணம் வீசும் கறி பிரியாணியின் மீது ஒவ்வொரு கையாக விழுந்தது.

முதல் பந்தி முடிந்து கை கழுவி, காறி எச்சில் துப்பத் தொடங்கும்போது அழையா விருந்தினர்களும் ஒஸாக்களும் பிரியாணிக்காக வட்டமாக அமர்ந்தார்கள்.

குஞ்ஞாலி சாய்வுக்குள் கிடந்த கட்டிலில் பயந்து அரண்டு போய் கிடந்தான். அந்த வீட்டில் கேட்கும் ஒவ்வொரு சத்தமும் அவன் ஒரு காதில் புகுந்து மறு காது வழியாக வெளியேறியது.

யாரோ அறைக்குள் வந்தார்கள். அப்போது ஒஸாவின் மணம் அங்கே நிறைந்தது. காய்த்துப்போன உறுதியான கைகள் அவனைப் பிடித்துக் கொண்டன. வெளிப்புறமாக மாடிப்படியேறி தான் தூக்கிச் செல்லப்படுவதை உணர்ந்தான். சத்தமாக அழவேண்டும் போலிருந்தது, ஆனால் நாக்கு அசைய மறுத்தது.

மாடியிலுள்ள ஓர் அறைக்கு அவனைக் கொண்டு சென்றான் ஒஸா. அங்கே நாலைந்துபேர் இருந்தார்கள். பெரிய தங்ஙளை மட்டும்தான் அவன் கண்கள் புரிந்துகொண்டன. தங்ஙளைக் கண்டதும் எங்கிருந்தோ வந்த தைரியம் அவனை உசுப்பியது, சத்தமாகக் கூப்பிட்டு அழுதான்.

"தங்ஙளுப்பப்பா!"

தங்ஙள் குனிந்து அவனை வாரி எடுத்து கன்னத்தில் முத்த மிட்டுச் சொன்னார்.

"மக்களூ, பேடிக்காண்டாம், ஒனக்கு மரிச்சிபோன வலிய தங்ஙளோட தொணெ உண்டு."

அவனை கீழே விட்டுவிட்டு தங்ஙள் கனத்த காலடிச்சத்தத் துடன் நடந்தார். குஞ்ஞாலி பாதுகாப்பற்ற உணர்வுடன் வாய்விட்டு அழுதான்.

யாரோ அவனை மடியில் அமரச் செய்தார்கள். தேங்கா யெண்ணையில் நனைத்த திரி பிளந்து நின்று எரிந்து கொண்டி ருந்தது. உடுத்தியிருந்த துணியை யாரோ உருவி எடுத்துக் கொண்டார்கள். கண்கள் மறைக்கப்பட்டன. கத்திப் பிடித்திருந்த அந்தக் கையைக் கொஞ்சம் பார்க்க முயற்சி செய்தான். அதற்குள் எல்லாம் முடிந்து விட்டது.

20

புத்த அத்துராமான் திடுக்கிட்டு கண் விழித்தான். யாரோ சாட்டையால் அடித்தது போல் அவனுக்குத் தோன்றியது. லாயத் தின் இடைவெளியினூடே வெளியே பார்த்தான். சூரியன் உதித்தது போல் தெரியவில்லை. நீண்ட காலமாகத் தண்ணீரையேக் கண்டி ராத தலையணை உறையிலிருந்து தன் தலையைப் பாரம் தூக்குவது போல் உயர்த்தியெடுத்து நேராக நிமிர்ந்தமர்ந்தான். வருடக்கணக் கான வியர்வையும் தூங்கும்போது வடியும் உமிழ்நீரும் சேர்ந்த தலையணை பஞ்சுவேறு உறைவேறு என்று பேதப்படுத்தி பார்க்க இயலாதபடி உலர்ந்த மெழுகுபோலாகியிருந்தது. கருங்கல்லைப் போன்ற கடினமான தலையணையைச் சேர்த்து அணைத்தபடி அவன் கொஞ்ச நேரம் அமர்ந்திருந்தான்.

குதிரை அப்போதும் தூங்கிக்கொண்டிருந்தது. வழக்கமாக, சூரியன் உதிப்பதற்கு முன் குதிரைக்கு விழிப்புத்தட்டிவிடும்.

"டேய் . . . ஜெமால்." அத்துராமான் கூப்பிட்டான். அவன் அண்மையில் குதிரைக்கு ஜமால் என்று பெயரிட்டிருந்தான். மிகவும் வாத்ஸல்யத்துடன் அந்தப் பெயரைச் சொல்லிக் கூப்பிடு வான். தனக்குப் பிறக்கும் முதல் ஆண் குழந்தைக்கு என்று அவன் மனதிற்குள் சேமித்து வைத்திருந்த பெயர் அது. ஜெமால் என்று கூப்பிடும்போது குதிரை தலை உயர்த்தும். ஆனால் அன்று தலையை உயர்த்தாமல் அசந்து போய்க்கிடந்தது.

அத்துராமான் லாந்தர் திரியைத் தூண்டிக்கொண்டான். எவ் வளவு நீளமாக தூண்டி விட்டாலும் லாயத்துக்குள் கிரகணம்

பிடித்த வெளிச்சம்தான் வந்தது. லாந்தர் கண்ணாடியைத் துடைக்க வேண்டும் என்ற எண்ணம் நீண்ட நாளாக இருக்கிறது. கரி பிடித்த உருண்டை கண்ணாடிக்குள் தெரியும் தீச்சுடர் சிவப்பு நிறத்தில் இருந்தது.

அத்துராமான் குதிரையின் பக்கத்தில் சென்றான். வழக்கத்துக்கு மாறான ஒரு துர்நாற்றம் லாயத்தில் வீசியது. கவனித்து பார்த்தபோது குதிரையின் வாயிலிருந்து நீரும் நுரையுமாக வடிந்து கொண்டிருந்தது. நுரைத்து வெளியான நீர் லாயத்தில் தேங்கிக்கிடந்தது. குதிரை கண்களையடைத்து மயக்கத்தில் ஆழ்ந்திருந்தது.

"டேய்! மக்களு, என்னடா செய்யிது?"

அத்துராமான் குதிரையின் கழுத்தில் கைபோட்டு அழத் தொடங்கினான். அழுகைச் சத்தம் அதிகமானதும் முன்புறவாசல் கதவு திறக்கும் ஓசை கேட்டது.

கைலியும் பெரிய வயிறுமாக, மிதியடியணிந்த பெரிய தங்ஙள் லாயத்தை நோக்கி வந்தார்.

"என்னெடா, என்னெ ஆச்சி?"

அத்துராமான் தளுதளுத்தக்குரலில் தேம்பிக்கொண்டே சொன்னான்.

"குதிரெக்கு சீக்கு பிடிச்சிக்கு."

"அதுக்கிப்போ என்னெடா நாயே! மருந்து குடுத்தாப்போருமே." தங்ஙள் லாயத்துக்குள் நுழைந்தார்.

தரையை கவனமாகப் பார்த்தபடியேதான் கால்களை வைத்தார். இருந்தும், மிதியடி எதிலோ புதைந்து கொண்டது. பார்த்தபோது சாணக்குவியல்! மிதியடியை அதிலேயே விட்டுவிட்டு விலகி நின்றார். ஆறு பாட்டரியுள்ள டார்ச் வெளிச்சத்தில் குதிரையைப் பார்த்தார். குதிரையின் கண்கள் பாதி அடைந்து, தலை சாய்ந்திருந் தது. வாயிலிருந்து சோப்பு பதைத்தது போல் நுரை வெளியானது. தங்ஙள் குதிரையைத் தடவிக் கொடுத்துவிட்டு எதுவும் சொல்லாமல் வெளியே வந்தார். திரும்பிப் போகும்போது அத்துராமான் கேட்டான்.

"இண்ணு சவாரிக்கு போவாண்டாமா?"

"போவணும்."

"எப்பிடி?" அத்துராமான் திகைத்துப் போய் கேட்டான்.

"இந்தக் குதிரெ மேல ஏறித்தான்." தங்ஙள் அவனை கூர்ந்து பார்த்தபடி வீட்டுக்குள் சென்றார்.

முதல் முறையாக அன்று சவாரி நடக்கவில்லை.

அன்று குதிரை சரியாக எதுவும் தின்னவில்லை. அத்துராமா னும் சரியாக கஞ்சி குடிக்கவில்லை.

அவன் லாயத்தில் கிடந்த தாழைப்பாயில் படுத்துக் குதிரை யையே பார்த்தபடியிருந்தான்.

இடையிடையே எழுந்து குதிரையின் முதுகைத் தடவிக் கொடுத்தான். அவன் முகம் வாடிப்போயிருந்தது. மூக்கு இன்னும் அதிகமாக சப்பி இருப்பது போல் தோன்றியது. கண்கள் மேலும் இடுங்கியது போல்.

மத்தியானத்துக்குள் தங்ஙளும், கோமப்பன் வைத்தியரும், பாப்புக்கன்னாரனும் லாயத்தின் முன்பு வந்து நின்றார்கள். அத்து

மீஸான் கற்கள் 131

ராமன் நல்ல தூக்கத்திலாழ்ந்திருந்தான். ஆட்களின் காலடிச்சத்தம் கேட்டதும் திடுக்கிட்டு விழித்து அழத் தொடங்கினான்.

“என்னெடா ஒனக்கென்னாச்சி?”

“குதிரெ செத்துப் போயிட்டுதுணு கினாவு கண்டேன்.”

தங்ஙள் தொந்தி குலுங்கச் சிரித்தார்.

“அதுக்கென்னெடா? வேற குதிரெ வாங்கிட்டாப் போச்சி!”

தங்ஙளின் வார்த்தைகள் அத்துராமானின் நெஞ்சைப் பிளந்தன. இந்த லாயத்திற்குள் வேறொரு குதிரை வருவதை அவனால் நினைத்துப் பார்க்கவும் முடியவில்லை. பிறந்த அன்று முதல் தான் கண்ணின் மணிபோல் பாதுகாத்து வந்த குதிரை. சிங்கப்பூரி லிருந்து வேறு ஒரு நாட்டுக்கு தான் கப்பலேறக் காரணமே இந்தக் குதிரைதான்.

கோமப்பன், குதிரையை முழுமையாகப் பரிசோதனை செய்து விட்டுச் சொன்னார்.

“ரெம்ப பிரயாசந்தான்.”

“மனசுலாவல்லெ.”

“குதிரெக்கு வாத நோய்க்கான அறிகுறி தெரியுது.”

“செரி! இனி என்னெ செய்யலாம்” என்று கேட்டார் தங்ஙள்.

“ஒரு பொட்டு மருந்து வேணும்ணா பிரயோகஞ் செய்து பாக்கலாம்” என்றபடி பாப்புக்கன்னாரனைப் பார்த்துக் கேட்டார். “பக்கத்துலே எங்கெயாவது பாத்தி இருக்கா?”

பாப்புக்கன்னாரன் ஒரு நிமிட யோசனைக்குப் பின் சொன்னார்.

“இப்பம் நடைக்கீளெ கேளுப்பணிக்கரு பாத்தியிலெதான் கெடக்குதாரு, ரெண்டு நாளுலே பாத்தி காலியாவும்.”

“செரி! ரெம்ப நல்லது, நான் ஒரு தைலம் காச்சி தாறேன். அதெப் பாத்தியிலே ஊத்தி ஆறுமணிக்கூறு நேரத்துக்குப் பெறவு அந்த தைலத்தெ குதிரெக்கெ காலுகளுலெ பெரட்டணும். ஒரு வேளெ செரியாவலாம்.”

“செரியாவலேண்ணா?” தங்ஙள் சந்தேகத்துடன் கேட்டார்.

“குதிரெயை அவுத்து உட்டுர வேண்டியதுதான், அதிலெ யோசிக்குதுக்கு ஒண்ணுமில்லெ. வேற குதிரெ கெடெக்காதாக்கும்?” கோமப்பன் வைத்தியர் முகத்திலடித்தது போல் சொன்னார்.

வெறிபிடித்து விடும் போலிருந்தது அத்துராமானுக்கு! கோமப்பன் வைத்தியரின் நாக்கை அறுத்து குதிரையின் காலடியில் போட்டு மிதிக்க விடவேண்டும்போல் கோபம் வந்தது.

மறுநாள் காலையில் தங்ஙள் வழக்கம் போல் சவாரிக்கான காக்கி குப்பாயமும் ஜீன்சும் அணிந்து திண்ணையில் வந்து நின்றார். அத்துராமான் குதிரையைப் பிடித்து முற்றத்தில் திண்ணைக்கருகில் கொண்டுவந்து நிறுத்தினான். தங்ஙள் குதித்தேறினார். குதிரை மதில் கூட வாசலைத் தாவிக் குதித்து ஓடத் தொடங்கியது. பள்ளி வளாகமும், ரெயில்வே ரோடும், செம்மண் தடமும், ராஜ பாதையும், பின்னிட கடற்கரை மணல் பரப்பில் இறங்கியது. குதிரை பாய்ந்து ஓடிக்கொண்டிருந்தது என்றாலும் அந்தப் பாய்ச்சலில் எப்போதும் போலுள்ள சக்தி இல்லை என்பதை தங்ஙள் புரிந்து கொண்டார்.

வழக்கமாக கடற்கரையில் கோசாயிக்குன்றின் அடிவாரத்திலுள்ள ஏதாவது ஒரு வீட்டின் முன் குதிரை வந்து நிற்கும், தங்ஙள் இறங்கிக் கொள்வார். அன்று கோசாயிக் குன்றின் மங்கலான நிறம் தூரத்தில் தெரியும்போதே குதிரை தளர்ந்து விட்டது. இனியும் பயணத்தைத் தொடர்ந்தால் திரும்பி வருவது சிரமமாகி விடக்கூடும். பிறகு காக்கி உடுப்பும் அணிந்து, கடிவாளமும் பிடித்து நடக்க வேண்டியதாகி விடும் என்பதை உணர்ந்த தங்ஙள் கடிவாளத்தை இழுத்து குதிரையை நிறுத்தினார்.

பிறகு குதிரையை திரும்பச்செய்து ஓட்டினார். குதிரை கொஞ்ச தூரம் ஓடியது, பிறகு நடந்தது, அடுத்த சிறிது நேரத்துக்குள் மூச்சு வாங்கியபடி நடக்கத் தொடங்கியது. கடைசியில் எப்படிமோ அறக்கல் இல்லத்தை வந்தடைந்தது.

சோர்ந்து போன தங்ஙள் குதிரையிலிருந்து கீழே இறங்கினார். குதிரையின் வாயிலிருந்து இரத்தம் கலந்த நுரை வெளியானது.

குதிரை இருமியது. வாழ்க்கையில் முதல் முறையாக இப்போது இருமுகிறது. இத்தனை காலமாக தான் செய்து வந்த சுமை மிகுந்த வேலையின் அடையாளமாக இரத்தமும் நுரையும் அதன் வாயிலிருந்து பொங்கி வழிந்துகொண்டிருந்தன.

அத்துராமான் குதிரைக்கு முன் வெளிப்புற மதிலில் சாய்ந்து, குழைந்து விழுந்து கிடந்தான். சிங்கப்பூரில் தன் வாப்பாவின் குதிரைக்கு இது போன்ற நோய் ஏற்பட்டது தங்ஙளின் நினைவுக்கு வந்தது. வாப்பா யூனானி மருத்துவத்தில் மிகுந்த நம்பிக்கை உடையவர். அன்றைய பொட்டு வைத்தியம் ஒன்றையும் தங்ஙள் பிரயோகித்துப் பார்த்தார்.

வெங்காயமும் சீனியும் சோடாக்காரமும் சேர்த்தரைத்து இளநீரில் கலந்து திரும்பவும் அரைத்து, கலக்கிக் கொடுத்தார். பலன் எதுவும் கிடைக்கவில்லை.

21

அன்று இல்லத்தில் தேங்காய் உரிக்கும் நாள். கூடைகளிலிருந்து ஐம்பதாயிரம் வருமளவு தேங்காய்களை கூலிக்காரர்கள் எடுத்து வீசினார்கள். பத்து, பதினைந்து கடப்பாரைகள் தரையில் நட்டு வைக்கப்பட்டன. கடப்பாரைகளை ஊன்றி வைத்துவிட்டு உள்ளங்கையை எச்சில் படுத்தி, உரசி பிடிமானம் வருத்திக் கொண்டு தேங்காயை கைகளில் எடுத்தார்கள். முதலில் தேங்காயை கடப்பாரையில் சொருகி நிறுத்தி பிறகு உடல் பாரம் முழுவதையும் தேங்காய் மீது வைத்து அழுத்தினார்கள். கைகள் சற்று பிசகினாலும் போதும் கடப்பாரை வயிற்றுக்குள் புகுந்து விடும்.

ஒரு தேங்காயின் மடலை பிரித்து அகற்ற ஐந்து நிமிடமானது. தேங்காய் முன்புறமாகவும் மடல் பின்புறமாகவும் வீசப்பட்டது.

தேங்காய் உரிக்கும் நாள் அத்துராமானின் பொன்னாள். தேங்காய் விலைக்கு எடுப்பவர்கள் அன்று ஒரு வெள்ளி நாணயம் அவனுக்கு அன்பளிப்பாகக் கொடுப்பார்கள். ஆனால் அன்று அவன் அந்தப் பக்கம் போகவே இல்லை. கோமப்பன் வைத்தியரை அழைத்து வர வீங்கிய கால்களுடன் ஆறு நாழிகை தூரத்திலிருக்கும் முக்காளிக்கு நடந்தான்.

வைத்தியர் அப்போது வீட்டில் இல்லை. புரமேரித் தம்புரானின் தம்புராட்டிக்கு பிரசவ ஆரோக்கிய லேகியம் செய்வதற்காக ராஜ இல்லத்திற்குச் சென்றிருந்தார். சாயங்காலம்தான் திரும்பி வந்தார். கையிலிருந்த பொதியை மனைவியிடம் கொடுத்து விட்டு உடனே அத்துராமானுடன் புறப்பட்டார். அப்போதும் ஓலைக் குடையை மறந்து விடவில்லை. போதாதற்கு பனிக்காலம் வேறு!

ஆள் நடமாட்டமற்றிருந்த பாதை வழியே அவர்கள் நடந்து கொண்டிருந்தார்கள். தோளில் பையுடன் மணியடித்தபடி கட்டியங் காரன் மட்டும் முன்னால் ஓடிக் கொண்டிருந்தான்.

அறக்கல் இல்லத்தை அடையும்போது அந்திக் கருக்கல் ஆகிவிட்டது.

தேங்காய் முழுவதும் உரித்து முடிந்துவிட்டது. உரித்த தேங்காய் கள் மலைபோல் குவிந்திருந்தன. இல்லத்தை மறைக்குமளவுக்கு!

கோமப்பன் வைத்தியரின் திடீர் வருகை தங்ஙளை ஆச்சரி யத்தில் ஆழ்த்தியது.

“வைச்சியர் என்னெ திடீர்ணு?” தங்ஙள் கேட்டார். வைத்தியர் திகைத்துப்போய் நிற்கும்போது அத்துராமான் சொன்னான்,

“நாந்தான் கூட்டிட்டு வந்தேன்.”

“உம்?” தங்ஙளுக்கு கோபம் தலைக்கேறியது.

“குதிரெ.” அவன் வாயிலிருந்து இந்த ஒரு வார்த்தையைத் தவிர மற்ற வார்த்தைகள் அழுகையாக வெளியாயின. தங்ஙளின் கோபம் கரைந்து போனது. தங்ஙள் சொன்னார்:

“இந்தெ குதிரெயெ இவந்தான் பெத்தான்.”

கோமப்பன் வைத்தியர் சிரித்தார். குதிரையைப் பரிசோதனை செய்தார். சிறிது நேரத்திற்குப் பிறகு நடு முற்றத்தில் வந்து நின்று கொண்டு சொன்னார்:

“இனி இது சவாரிக்கு லாயக்கில்லெ!”

ஓலைக்குடை சூடி கோமப்பன் வைத்தியர் படியிறங்கினார். அன்று இரவோடிரவாக தங்ஙள் ஒரு கடுதாசியுடன் புகாரியை தலச்சேரிக்கு அனுப்பினார். உடனடியாக ஒரு குதிரை அனுப்பி வைப்பதற்கான செய்தியைச் சொல்லும் கடுதாசி. குஞ்ஞிராமன் வக்கீலுக்கு!

அன்று இரவு அத்துராமான் தூங்கவில்லை. வயிறு காலியாகக் கிடந்தது. மனம் துக்கத்தால் நிறைந்திருந்தது. பொழுது விடியும் போது அவன் கண்ணயர்ந்தான். அப்போது அறக்கல் இல்லத்தின் முற்றத்தில் புதிய ஒரு குதிரையும் குதிரைக்காரனும்! நல்ல முதல்தரமான குதிரை. குதிரைக்காரன் தன்னைப்போல சிங்கப்பூர் காரன்தான். அத்துராமான் லாயத்திலிருந்து எழுந்து வெளியே ஓடினான். அவன் கையில் கழிந்த பதினேழு வருடங்களாக தன் குதிரையை அடிக்க ஓங்கிய சாட்டை இருந்தது. அந்த சாட்டை யுடன் வெளியே வந்து புதிய குதிரையை அடிக்க சாட்டையை ஓங்கினான். பயந்து போன குதிரை மதில் கூடத்தைத் தாண்டி, தாவிக் குதித்து ஓடத்தொடங்கியது. பள்ளிவளாக ரோடும் மைதான மும் கடந்து குளம்படி சத்தத்துடன் குதிரை ஓடிக்கொண்டிருந்தது. குதிரை கண்ணிலிருந்து மறைந்து கொண்டிருந்தாலும் குளம்படி ஓசை அதிகரித்துக் கொண்டேயிருந்தது. திடீரென்று தூக்கம் கலைந்தது. குதிரை இல்லை, குதிரைக்காரனும் இல்லை! ஆனால் எங்கோ தூரத்தில் ஒரு குளம்படிச் சத்தம் கேட்டது. சத்தம் நெருங்கிக் கொண்டே வந்து கடைசியில் பள்ளி வளாகத்தில் கேட்டது.

மதில் கூடத்தில் விளக்கு எரிந்தது. இல்லத்தில் எழுந்த திடீர் சுறுசுறுப்பு முற்றத்திற்குத் தாவியது. புதிய ஒரு வாசம்! அத்துராமானுக்கு பரிச்சயமில்லாத வாசம். அவன் கண்களை கசக்கியபடி லாயத்தின் இடைவெளியினூடே முற்றத்தைப் பார்த்தான். ஒரு புதிய குதிரை. அதன்மீது குதிரைக்காரன்!

அத்துராமான் லாயத்தை விட்டு வெளியே வரவில்லை. கொஞ்சநேரம் சென்றதும் முற்றத்தில் ஆரவாரம்! தங்ஙளின் குரல் உயர்ந்து கேட்டது. ‘தப்’ அடிக்கும் ஓசையுடனிருந்தன குரல்கள். அதில் புகாரியும், பாப்புக்கன்னாரனும், பட்டாளம் இபுறாகியும்

இருந்தார்கள். அத்துராமான் கண்களை மூடிக்கொண்டு படுத்திருந் தான். முற்றத்தை பார்க்கவேயில்லை. சிறிது நேரத்தில் தங்ஙள் வந்து லாயத்தின் வாசலைத் தட்டி கூப்பிட்டார்.

“டேய், அத்துராமான்! எழும்புடா, புதிய குதிரெ வந்தாச்சிடா!”

அத்துராமான் அப்போது தூக்கக் கலக்கத்துடன் இருப்பது போல் லாயத்தின் வாசலைத் திறந்து வெளியே வந்தான்.

“பாருடா! குதிரெயைப் பாரு,” புதிய குதிரையை சுட்டிக்காட்டி தங்ஙள் சொன்னார்.

“இண்ணையிலேருந்து ஒனக்கு புரொமோஷன். நீ இனிமே குதிரெக்காரன் இல்லெ.”

அத்துராமான் தலைகுனிந்து நின்றிருந்தான்.

“இனி தாமசிக்க வேண்டாம், ஒங் குதிரெயெ சீக்கிரமாக் கொண்டுபோயி வெரட்டி விட்டுரு, பெரியண வயலுக்கு அந்தப் பக்கம் கொண்டு போய் விடணும்! அப்பந்தான் திரும்பி வராது.”

அத்துராமானுக்கு தலை சுற்றுவது போலிருந்தது, ஒரு வார்த்தை கூட பேச முடியவில்லை. ஒரு இயந்திரம்போல் லாயத்தில் நின்ற குதிரையை வெளியே கொண்டு வந்து அதன் முதுகை தடவிக்கொடுத்துவிட்டு துள்ளி அதன் முதுகிலேறிக் கொண்டான்.

குதிரை ஓடத் தொடங்கியது. வளர்ப்புத் தகப்பனை முதுகிலேற் றிக்கொண்ட அதன் கடைசி ஓட்டம் தொடங்கியது. இறுதிக் கடமையை நிறைவேற்றும் ஒரு மூர்க்கம் அதனை இயக்கியது. வாதரோகம் பிடித்த குதிரை ஓடி, ஓடி முன்னேறியது. பெரியணை வந்தடைந்ததும் குதிரை தளர்ந்து விட்டது. வாயிலிருந்து இரத்தமும் நுரையும் பதைத்து வெளியாயின.

அத்துராமான் குதிரையிலிருந்து கீழே இறங்கினான். இதுவரை அதன்மீது பிரயோகிக்காத சாட்டையை உயர்த்தினான். ஏதோ ஒரு பகையுணர்வு அவனை உந்தியது. சாட்டையைக் காற்றில் வீசி ஓங்கி ஒரு அடி! திடுக்கிட்ட குதிரை அடியின் உக்கிரத்தில் ஒரு நிமிடம் முதுகை வளைத்து நின்று, பிறகு திரும்பிப் பார்த்துக் கொண்டது.

குதிரைக்கு நம்பிக்கை வரவில்லை! தன் பாதுகாப்பாளனான அத்துராமான்தானா இவன்? நீண்ட கழுத்தை வளைத்து, நனைந்த கண்களுடன் அத்துராமானைப் பார்த்துக் கொண்டே நின்றது.

மீண்டும் மீண்டும் அடிவிழுந்து கொண்டேயிருந்தது. அடியோ அடி! தாங்க முடியாதபோது குதிரை பாய்ந்தோடியது. குளம்பு களையுதைத்தபடியே மண் பதித்து அது பாய்ந்துக் கொண்டிருந்தது. வயலின் குறுக்கே பாய்ந்து, புகை வண்டி நிலையம் கடந்து நீண்டு

கிடக்கும் தண்டவாளத்தினூடே ஓடி, பிறகு ஓட்டத்தைத் தளர்த்திக் கொண்டது. அத்துராமானின் பார்வையில் குதிரை சிறுத்து தெரியத் தொடங்கியது. இறுதியில் தண்டவாளத்தில் ஒரு பொட்டு போலாகி மாய்ந்தது.

அத்துராமானின் கண்களில் நீர் நிறைந்தது. தளர்ந்துபோய் கீழே அமர்ந்தான். எவ்வளவு நேரமாக அப்படியே இருந்தோம் என்பது அவனுக்கு நினைவில்லை. ஏதோ ஞாபகப் பிசகு ஏற்பட்டது போலிருந்தது! நினைவு மீண்டதும் குதிரையின் குளம் படியோசையைத் தேடி, இறுகிப்போன மனதுடன் வீங்கிய கால்களுடன் அவன் தண்டவாளத்தின் வழியாக நடந்தான். புகைவண்டி அவன் எதிரில் புகையைத் துப்பியபடி கர்ஜனை செய்து பாய்ந்து சென்றது.

கொஞ்சதூரம் நடந்ததும் எதிரில் ஒரு ஆள் நடந்து வருவதைக் கண்டான். அவன் தலையில் ஒரு பெரிய கூடையிருந்தது. சந்தைக் குப் போகிறவனாக இருக்கலாம்.

விம்மிய குரலில் அத்துராமான் கேட்டான்:

“நீங்கோ எங்கெயிருந்து வாறியோ?”

“மய்யழிலேருந்து.”

“அங்கெ எங்கெயாவது ஒரு குதிரெயை பாத்தீளா?”

“குதிரெயா?”

“ஆங்...! எங்குதிரெ.”

“ஹ...! ஹ...! ஹ...! அவன் சிரித்துக் கொண்டே தண்டவாளத் தின் மீது பாலன்ஸில் நடந்து சென்றான்.

22

பூக்கோயாத் தங்ஙளின் புதிய குதிரை வந்த அன்றுதான் அந்த நாடக சங்கம் காரக்காடு புகைவண்டி நிலையத்தில் வந்திறங் கியது. அன்று ரெயில்வே கார்டு நீண்ட நேரமாக சிவப்புக் கொடியை பிடித்துக் கொண்டு நின்றார். அவ்வளவு பொருட்களை நாடக சங்கம் கொண்டு வந்திருந்தது. ஒலி பெருக்கி முதல் கியாஸ் லைட் வரை! நிலையத்தில் நடைபாதை இல்லையென்பதால் சாமான்களை இறக்கிவைக்க சிரமப்பட வேண்டியதாயிற்று.

மற்ற பெட்டிகளில் யாரும் ஏறவோ இறங்கவோ இல்லை என்பதால் பயணிகளின் கவனத்தை முழுக்க நாடக சங்கம் ஈர்த்துக்

கொண்டது. நீளமான வெள்ளை நிற ஜிப்பாவும், அகலமான கறுப்புக் கரையுள்ள இரட்டை அங்க வஸ்திரமும், சில்க் வேஷ்டியும் அணிந்த சங்கத் தலைவர் முன்னால் நின்றார். தன் பெரிய முறுக்கு மீசையை இடையிடையே நீவி விட்டபடியும் நீண்ட தலை முடியை கோதி படியவிடுவதுமாயிருந்த அவர் இடையிடையே பணியாளர்களை முறைத்துப் பார்த்துக் கொண்டார். தொழிலாளர்களை அடிக்கடி முறைத்துப் பார்க்க வேண்டும் என்பதை அவர் தந்தை அவருக்குச் சொல்லிக் கொடுத்திருந்தார்.

அப்போது தெக்கேயில் இல்லத்துக் கோரன் நிலையத்துக்கு வந்து சேர்ந்தார்.

“மன்னிக்கணும்! கொஞ்சம் தாமதமாகிப் போச்சி.” சிரித்துக் கொண்டே சொன்னார் கோரன்.

“உண்மையை சொல்றதானா நீங்க தாமதிக்கல்ல! வண்டி இன்னிக்கு சரியான நேரத்துக்கு வந்து சேர்ந்திருக்கு! இதுவரைக்கும் இப்படி வந்ததில்லை.”

பிரம்மவிரதன் தொழுத கையுமாக நின்று கொண்டிருந்தார். கோரன் அவரது ஆராதனைக்கு பாத்தியப்பட்டவர். ஒவ்வொரு வருடமும் கோரன் பிரம்மவிரதனின் நாடகத்தை தன் ஊரில் நடத்துவார். வாரம் ஒரு நாடகம் வீதம் மூன்று வாரம் நடக்கும். இந்த மூன்று வாரத்திற்குள் அடுத்த வருடம் பல திசைகளிலும் நடத்தப்படவேண்டிய நாடகத்திற்கான விசயங்களை தயாரித்துக் கொள்வார். தெக்கேயில் இல்லத்தின் மேற்கு அறைக்குள் ஈட்டி மரத்தால் செய்யப்பட்ட பழைய சாய்வு நாற்காலியில் அமர்ந்து பிரம்மவிரதன் எழுதுவார். பின்னிரவில் நாலு மணிக்கு எழுந்து உடனே ஒரு குளியல். குளித்து முடிப்பார். உடலை துடைத்துக் கொள்வதெல்லாம் இல்லை. நீண்ட தலைமுடியின் ஈரத்தை குடைந்தெறிந்து ஒரு டவல் மட்டும் உடுத்திக் கொண்டு எழுதத் தொடங்குவார். காகிதத்தில் நீர்த்துளிகள் விழுந்து மை பரவும். அந்த அமர்வு, பொழுது விடியும் வரை நீண்டு போகும். அதற்குள் பக்கங்கள் நிரம்பும். காலை ஏழு மணிக்கு மேற்குப்புற அறையின் உட்கதவு தட்டப்படும்போது நாடகாசிரியர் கதவைத் திறப்பார்.

நாடகாசிரியரை கவனிக்கும் பொறுப்பை ஏற்றிருக்கும் கண்ணன் ஒரு வெங்கலக் கும்பாவுமாக நின்று கொண்டிருப்பான். அந்தக் கும்பாவிலிருக்கும் இனிப்பு கள்ளை ஒரே மூச்சில் குடித்துத் தீர்ப்பார். பிறகு, தலைவர் ஒரு தூக்கம் போடுவார். அப்புறம் எழுந்திருப்பது மத்தியான உணவு வேளையில்தான்!

நாடக சங்கம் புறப்பட்டது. செங்குத்தாக நிறுத்திய கம்பி வேலியிடப்பட்ட இரும்பு கேட்டில் வெள்ளை நிறக் கால்சட்டை யணிந்த நிலைய காப்பாளர் கப்ரியேல் பயணச்சீட்டைப் பரிசோதனை செய்ய நின்றுகொண்டிருந்தார். அவர் முகத்தில் அந்த ஊரின்

மொத்த கௌரவமும் களைகட்டி நின்றது. கால்சட்டையணியும் ஒரே ஆள் அந்த ஊரில் கப்ரியேல் மட்டும்தான்!

பயணச்சீட்டுகளை வாங்கி, தலைகளை எண்ணிச் சரிபார்த்த பிறகு ஆட்களை வெளியே விட்டார். பிறகு கொடியைச் சுருட்டி கக்கத்தில் இடுக்கிக் கொண்டு தன் மனைவியுடன் சீட்டு விளையாடு வதற்கு நிலையத்தின் உள்ளே சென்றார். அப்போதெல்லாம் ஸ்டேசன் மாஸ்டரின் குடும்பமும் ரெயில்வே ஸ்டேசனுக்குள் தானிருந்தது.

பள்ளி வளாகத்தில் அரபிப் புளிய மரத்தின் கீழ் நிற்கும்போது நாடக சங்கம் ரோட்டில் போய்க் கொண்டிருப்பதை தங்ஙள் கவனித்தார். கூட்டத்தில் ஏற்கனவே பரிச்சயமுள்ள கோரனைக் கண்டதும் பலி காகத்தை அழைப்பது போல் கோரனை கைதட்டி அழைத்தார். தங்ஙளைக் கண்டதும் கோரன் காதுவரை சிரித்தார். தங்ஙளின் பக்கத்தில் வரும் வரை நீடித்திருந்தது அந்தச் சிரிப்பு. டூத் பிரஷ் உபயோகிக்க சிபாரிசு செய்ய வேண்டும்போல் தோன்றி யது தங்ஙளுக்கு! இருந்தாலும் சொல்லவில்லை. சிங்கப்பூருக்கெல் லாம் சென்று வந்த நாகரிக அனுபவம் அதற்குத் தடையாக நின்றது.

"என்னெ விசியம்? யாரு இவங்களெல்லாம்?"

ஏழெட்டு சொங்கன்மாரும் இரண்டு மூன்று காளை வண்டி நிறைய சாதனங்களும் கூலிக்காரர்களுமாக ரோட்டில் போய்க் கொண்டிருந்ததைக் கண்ட தங்ஙள் திரும்பவும் கேட்டார்.

"நாடக சங்கமா?"

கோரன் சொன்னார்:

"தங்ஙளுக்குத் தெரியாதா?"

"நம்மொ இந்த நாட்டுக்காரன் இல்லியே கோரா."

வருத்தப்படும் தொனியில் சொன்னார் தங்ஙள்.

"எரெ தேடி அன்னிய தேசம் போறவன் இல்லியா?"

கோரன் எதுவும் பேசவில்லை.

"இருக்கட்டும், நாடகம் எங்கெ நடக்கும்?"

"வழக்கம்போலெ, பெரிய வயல்லேதான்."

பரந்து விரிந்து கிடக்கும் பெரிய வயலின் நேர் பாதியும் கோரனுக்குச் சொந்தமானதுதான். மீதி புரமேரித் தம்புரானின் வகை. தை மாத அறுவடைக்குப் பின்பு வழக்கமாக நாடகம் நடக்கும். அப்போது வயல் உழுது நிரப்பப்பட்டு வயலின் தெற்குப் பாகம் நாடக கொட்டகை கட்டப்படும். ஊரிலிருந்தும் பக்கத்தி

லுள்ள கிராமங்களிலிருந்தும் அனேகமாயிரம் ஜனங்கள் நாடகம் பார்க்க வந்து கூடுவார்கள். கட்டணம் ஏதும் வசூலிப்பதில்லை. சகல செலவுகளையும் கோரன்தான் ஏற்றுக் கொள்வார்.

கோரன் எல்லா விசயங்களையும் தங்ஙளிடம் விவரித்துச் சொன்னார். அவ்வளவு நேரமும் நாடக சங்கம் பாதையிலேயே நின்று கொண்டிருந்தது. வண்டிக்காளைகள் அதற்குள் மூன்று நான்கு கூடை வருமளவுக்கு சாணி போட்டுவிட்டன, பாதையில்!

"ஸ்வாமி வரணும்."

கோரன் நாடகாசிரியரை அழைத்தார். அவருக்குப் பின்னால் நாடக சங்கமும் பள்ளி வளாகத்தை நோக்கி நகர்ந்து கொண் டிருந்தது.

வரிசை குலையாமல் மடித்த சில்க் வேஷ்டியணிந்திருந்த நாடக வாத்தியாரின் கையைப் பிடித்துக் குலுக்கும்போது தங்ஙள் சொன்னார். "வெரி கிளேட்டு மீட் யூ."

கோரன் மொழிபெயர்த்துச் சொன்னார்.

"சிங்கப்பூர்தான் நெரந்தர வாசம், மலையாளம் பேசுது ஊருக்கு வந்தா மட்டுந்தான்."

"ரொம்பவும் சந்தோசம்" என்றார் நாடகாசிரியர்.

மீசை மழித்து மினுக்கிய முகத்துடனிருந்த இரண்டு பேரைச் சுட்டிக் காட்டி தங்ஙள் கேட்டார்:

"இவங்களெல்லாம்?"

"சங்கத்தில் உள்ளவங்கதான்!" நாடகாசிரியர் மரியாதை கலந்து சொன்னார்.

"ஸ்திரீ பார்ட் போடறவுங்க."

"செரி! அப்பிடியே நமக்கும் போடணும் ஒரு நாடகம்."

கோரனிடமும் நாடகாசிரியரிடமும் பொதுவாகச் சொன்னார் தங்ஙள்.

"ஓ...! அதுக்கென்ன? தாராளமாப் போடலாம்."

"வீட்டுக்கு வரணும்."

"இப்போ வேண்டாம்."

"செரி! பெறவு பாக்கலாம்."

நாடக சங்கம் மறைவது வரை பார்த்துக் கொண்டு நின்றார் தங்ஙள்.

23

குஞ்ஞாலி அறைக்குள் தனியாக நடந்து கொண்டிருந்தான். எத்தனை நாட்களாகிவிட்டது என்று நினைவில்லை, இன்னும் எத்தனை நாட்கள் இப்படியே படுத்திருக்க வேண்டும் என்பதும் தெரியவில்லை. பொழுது விடிந்தால் பகல் முழுவதும் சாப்பாடு தான்! காலையில் பத்திரியும் மாட்டிறைச்சியும். பதினொரு மணிக்கு அவித்த ஏத்தன் பழமும் பொரித்த முட்டையும். மத்தியானம் வடக்கனரிசிச்சோறும் பொரித்த மீனும். சாயங்காலம் முட்டைப் பத்திரியும் பால்விட்டு குறுகக் காய்ச்சிய சாயாவும். இரவு மீன் குழம்புடன் மரச்சீனிக் கிழங்கு மசியலும் குருணைக் கஞ்சியும். தின்றுதின்று வெறுத்துப்போய் விட்டது, தேகம் உப்பிவிட்டது, ஆனால் பொழுது போகவில்லை. கட்டிலில் படுத்திருந்து வெளியே பார்த்தால் வெறும் ஆகாயம்தான் தெரிந்தது. அப்படிப் பார்த்துக் கொண்டிருந்தபோதுதான் பூக்குஞ்ஞி பீவி வந்தாள்.

அவள் அறைக்குள் நுழைந்ததும் மாங்காய் மணம் வீசியது. குஞ்ஞாலி மூக்கை விரித்து வாசமேற்றபோது அவள் பிஞ்சு மாங்காய் ஒன்றை அவன் கையில் வைத்தாள்.

"காத்தடிச்சுதா?" குஞ்ஞாலி கேட்டான்.

"நெறைய காத்தடிச்சுது! நெறைய மாங்காயும் விழுந்துது" என்றாள் பூக்குஞ்ஞி பீவி.

அவன் படுத்திருந்த கட்டிலில் அமர்ந்தாள் பூக்குஞ்ஞி பீவி. ஆற்றபீவி மத்தியான சாப்பாட்டுக்குப் பிறகு தூங்கும் நேரத்தில் தான் அவள் வழக்கமாக குஞ்ஞாலியின் அறைக்கு வருவாள். அவள் அங்கு வருவது ஆற்றபீவிக்கு பிடிக்காது. ஆற்றபீவி எப்போதும் சொல்வாள்:

"அவன் ஹராமி."

முன்பொரு முறை பூக்குஞ்ஞி பீவியும் குஞ்ஞாலியை ஹராமி என்று அழைத்தாள். குஞ்ஞாலி அன்றுதான் முதன் முதலாக பூக்குஞ்ஞி பீவியின் முன்னால் நின்று அழுதான். அவன் அழுததைக் கண்டதும் பூக்குஞ்ஞி பீவி திகைத்துப் போய் நின்று விட்டாள். ஹராமி என்றால் என்னவென்று அவளுக்குத் தெரியாது, ஆனால் குஞ்ஞாலிக்குத் தெரியும். பலரும் தன்னை அப்படி அழைப்பதைக் கேட்டு அவன் தெரிந்து வைத்திருந்தான். சிறிது நேரத்திற்குப்பிறகு கண்களை மெதுவாக துடைத்துவிட்டு சிரிக்கத் தொடங்கினான்.

மாங்காய்ப் பிஞ்சை கையில் வைத்து அவன் இப்போதும் அதே போன்ற சிரிப்பை உதிர்த்தான். இரண்டு மூன்று வருடங்களுக்கு முன் சிரித்ததை போல்!

பூக்குஞ்ஞி பீவி கேட்டாள்:

"ஏன் சிரிக்கிதே?"

"ஓன்னப் பாத்து தான்."

"என்னெப்பாத்தா...?"

வார்த்தைகளை முடிப்பதற்குள் மாடிப்படியின் கீழ் ஆற்ற பீவியின் குரல் கேட்டது.

"அந்த செய்த்தான் எங்கெ? அந்த ஹராமிக்கக் கிட்டெ போய் இருந்துட்டுதா?"

பூக்குஞ்ஞி பீவி கீழே இறங்கினாள். படியிறங்கும்போது கால் தவறி விழுந்தாள். பூக்குஞ்ஞி பீவியின் அழுகைக்குரல் உயர்ந்தது. வீட்டில் சத்தமும் கூக்குரலும் கேட்டன. தங்ஙளின் குரல் எல்லாவற்றிற்கும் மேலாக ஓங்கி ஒலித்தது.

குஞ்ஞாலிக்கு கீழே இறங்கத் தோன்றியது. எழுந்திருக்க கூடாது, என்றாலும் எழுந்து படிகளை பிடித்துக் கொண்டு கீழே எட்டிப் பார்த்தான். கொஞ்சநேரத்தில் கீழே குரல்கள் ஓய்ந்து அமைதியானது. அவன் திரும்பி நடந்தான். அப்போது சிமெண்ட் தரையில் இரத்தத் துளிகள் கிடப்பதைக் கண்டு உடு முண்டைக் கவனித்தான். அதில் இரத்தம் திட்டாகப் பரவியிருந்ததைக் கண்டதும் தன்னை மறந்து அலறி விட்டான். தங்ஙள் ஓடி வந்து பார்த்து அவனைத் திட்டினார். திரும்ப கீழேயிறங்குவதற்கு முன் கட்டிலில் அமர்ந்து மீண்டும் ஒரு முறை அவன் உடு முண்டை தூக்கிப் பார்த்து விட்டு, "பரவாயில்லெ, இனி ஆறிரும்" என்றபடி படியிறங்கி கீழே சென்றார்.

சிறிது நேரத்திற்குப்பிறகு ஒரு டியூபுடன் மேலே வந்தார். குஞ்ஞாலியின் கட்டிலில் அவர் அமர்ந்தபோது கட்டில் அசைந்து தாழ்ந்தது. துணியை விலக்கி இரத்தம் கசியும் இடத்தில் டியூபை அமுக்கினார். மஞ்சள் நிற மருந்து அரிசி முறுக்கு பிழிவதுபோல் பிதுங்கி வெளிவந்தது.

நாலாம் நாள் புண் ஆறி விட்டது. வலி சிறிதுமில்லை. அன்று சாயங்காலம் பூக்குஞ்ஞி பீவி மீண்டும் படியேறி வந்தாள். அன்று அவளிடமிருந்து அத்தர் வாசம் வீசியது.

குஞ்ஞாலி திடுக்கிட்டு சொன்னான்:

"நா தங்ஙளுப்பப்பான்னு நெனைச்சேன்."

"நல்ல மணம்! நான் அலமாரியைத் தொறந்து யாரெயும் காணாம எடுத்தேன். உப்பப்பா நல்ல ஒறக்கம்."

குஞ்ஞாலி பூக்குஞ்ஞி பீவியின் குப்பாயத்தில் முகம் புதைத்து வாசமேற்றான்.

"நா நாளெக்கு பள்ளிக்கூடத்துக்கு போவேன்."

அவன் உயிர்த்தெழுந்தது போல் உணர்ந்தான். சுன்னத்துக் கல்யாணத்தின் கடைசி நாளில்தான் பள்ளிக்கூடத்திற்கு செல்ல வேண்டும். அன்று அதிகாலையில் எழுந்து குளித்து புத்தாடைகள் அணிந்து அத்தர் பூசி மிடுக்காகப் பள்ளிக்கூடத்திற்கு செல்ல வேண்டும். நாளைக்குதான் அந்த பொன்னாள்.

இந்த அறைக்குள் இனி தனித்திருக்க வேண்டியதில்லை. இந்தத் தனிமை முடிவுக்கு வந்திருக்கிறது. நாளை முதல் உலகத்திற்குள் பிரவேசித்து விடலாம்.

அவன் முதல் முதலாக அன்று மகிழ்ச்சிமேலிட பூக்குஞ்ஞி பீவியைக் கட்டிப் பிடித்தான்.

"டேய் ஹமுக்கு!" ஆற்றபீவியின் சத்தம் கேட்டு குஞ்ஞாலி நடுங்கித் தெறித்தான். எதிரில் ஆற்றபீவி கொடுங்காற்றின் சீற்றத்

துடன் மூச்சு வாங்க நின்று கொண்டிருந்தாள். அவள் மார்பகங்கள் மேலும் கீழுமாக ஏறி இறங்க கண்கள் இரத்தச் சிவப்புடன் பளபளத்தன. வாயிலிருந்து வசைச் சொற்கள் அருவியாகக் கொட்டியது.

பற்களை நரநரக்கும் ஓசையுடன் குஞ்ஞிபீவியை ஒரு நீர்ப் பிசாசுபோல் அனேக கை கால்களால் அள்ளிச்சுருட்டித் தன்னோடு அணைத்துக் கொண்டாள். குஞ்ஞாலியின் கன்னத்தில் ஓங்கி அறைந்தாள். பூங்குருத்து போன்ற கன்னம் சிவந்தது. கண்களில் நீர் தளும்பிக் கொண்டது.

பூக்குஞ்ஞி பீவியை இழுத்தபடி கீழேயிறங்கும்போது இறுதி யாக அவள் வாய் விறுவிறுத்தது.

“ஹராமி.”

24

இரவு வெகு நேரத்திற்குப் பிறகு அத்துராமான் திரும்பி வந்தான். பள்ளிவளாகம் இருண்டு கிடந்தது. பள்ளிவாசலில் ஒரு திறந்த ஜன்னல் வழியே மங்கிய சிவப்பு வெளிச்சத்தில் சம்மணம் படிந் திருந்தவாறு எரமுள்ளான் மோதீன் குர்ஆன் ஓதிக் கொண்டிருப்பது தெரிந்தது. அத்துராமான் ஜன்னலருகில் போய் நின்றான். பழகி இத்துப் போன ஒரு கோரைப் பாயில் விரித்து வைக்கப்பட்ட குர்ஆன் கிதாபு. பலகையின் மீது லாந்தர் விளக்கு. ஒரு மரக்கீற்று போல் அதனருகில் அமர்ந்திருந்தார் எரமுள்ளான். உதடுகளில் அசைவு தெரியவில்லை. கண்கள் மூடியிருந்தன. தலை மட்டும் இடையிடையே மேலும் கீழுமாக அசைந்தது. படம் உயர்த்தி நிற்கும் பாம்பு போல்.

“எரமுள்ளானண்ணே!”

“யாரு?” எரமுள்ளான் பயந்து விட்டார்.

இந்த நடு ஜாமத்தில் எரமுள்ளானை அழைப்பது யார்?

“நாந்தான் அத்துராமான்.”

“என்னெடா, பிலாய் புடிச்சவனே! ஒனக்கு ஒறக்கமும் கெட யாதா? செய்த்தானெப் போலெ நடுச்சாமத்துலே எறங்கி நடக்குதே?”

“நாந் தூரத்திலேந்து வாரேன். நம்மெ குதிரெயை வெரட்டி உட்டுட்டு.”

எரமுள்ளான் லாந்தர் திரியைத் தூண்டினார். வெளிச்சம் கொஞ்சம் அதிகமானது.

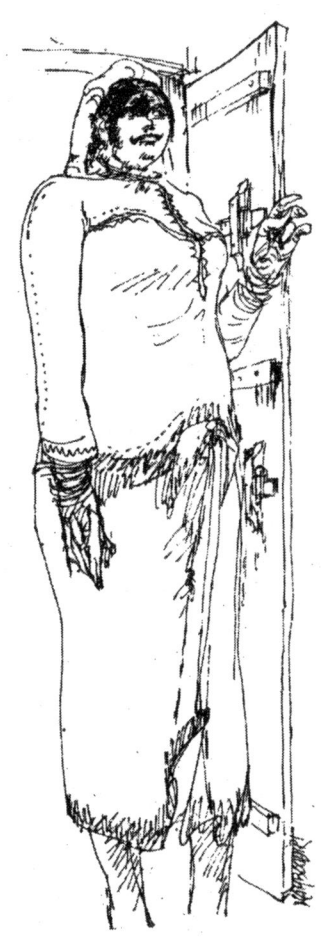

“செரி! இப்பம் என்னெ வேணும்?”

“வெளிச்சம்.”

எரமுள்ளான் லாந்தருடன் ஜன்னல் வழியாக வெளியே குதித்தார். பள்ளி வளாகத்தின் ஓரமாக இருவரும் நடந்தார்கள். பள்ளி வளாகத்தின் கூரிருளில் பெரிய மின்னுட்டாம் பூச்சிகளைப் போல் விட்டுவிட்டு பிரகாசித்தபடியே நகர்ந்து கொண்டிருந்தார்கள்.

மதில் கூடத்தை அடுத்ததும் அத்துராமான் சொன்னான்

“போதும்.”

எரமுள்ளான் லாந்தருடன் திரும்பி நடந்தார்.

அத்துராமான் வாசல் கதவைத் தொட்டதும் உள்ளேயிருந்து அசைவு கேட்டது.

"யாரு?" புகாரியின்குரல்.

"நான் அத்துராமான்."

புகாரி வாசலைத் திறந்தான். அத்துராமான் முற்றத்தில் இறங்கினான். புகாரி எதுவோ புறுபுறுத்துக் கொண்டிருந்தான். அத்துராமான் நேராக லாயத்தை நோக்கி நடந்தான். லாயத்தின் மரச்சட்டங்களின் இடை வழியாக புதிய குதிரை நிற்பதைக் கண்டான். லாயத்தின் வாசலைத் தள்ளினான். அது உள்பக்கமாக பூட்டப்பட்டிருந்தது. பல வருடங்களாக தான் படுத்துத் தூங்கிய கட்டிலில் புதிய குதிரைக்காரன் படுத்திருப்பதைக் கண்டான். தன் குதிரை நின்று தூங்கிய இடத்தில் வேறு ஒரு குதிரை.

"எஞ் ஜெமாலே" குதிரையை வாய்விட்டு அழைத்து அவன் அழுதான். அவன் அழுகைக் குரல் யார் காதிலும் விழவில்லை.

விசாலமான முற்றத்தில் அங்குமிங்குமாக சிறிது நேரம் அவன் நடந்தான். பழச்செடிகளின் இலைகளில் பனித்துளிகள் துளிர்த்து சொட்டிக்கொண்டிருந்தன. ஒரு இருண்ட கோட்டை போல் இல்லம். இருட்டில் நெடிதுயர்ந்து எழுந்து நின்ற இல்லத்தை கொஞ்சநேரம் பார்த்தபடி நின்றான். பிறகு ஒரு பெருமூச்சு விட்டவாறு திரும்பி மதில்கூடத்தை நோக்கி நடந்தான்.

மதில் கூடத் திண்ணையில் புகாரி பீடி புகைத்தபடி படுத்திருந் தான். ஒரு முறை விழிப்புத் தட்டிவிட்டால் பிறகு அவன் தூங்கு வதில்லை. மட்டுமல்ல, இரவில் அவன் கண்கள்தான் அடைந் திருக்குமே தவிர அவன் தூங்குவதில்லை. கூர்க்காவைப்போல் இவனும் வவ்வால்தான் என்று பூக்கோயாத் தங்கள் அடிக்கடி சொல்வதுண்டு.

"நீ இதுலே படுத்துக்கோ!" காலியாகக் கிடந்த எதிர்ப்புறத் திண்ணையை சுட்டிக்காட்டி புகாரி சொன்னான்.

அத்துராமான் திண்ணையில் அமர்ந்து கால்களில் படிந்திருந்த தூசியைத் துடைத்தான். கிழிந்த ஒரு ஓலைப்பாயும் பழைய தலையணையுமிருந்தன. தேசாந்திரியாக வரும் ஃபக்கீர்களுக்கான தங்குமிடம் அது. தினமும் ஒரு யாத்திரீகனாவது அறக்கல் இல்லத் திற்கு தங்குமிடம் தேடி வருவதுண்டு.

அத்துராமான் பாயில் சாய்ந்தான். மதில்கூட வாசல் கதவு சாத்தப்பட்டிருந்தது. பின்புறம் பார்த்தால் முற்றமும் ஆகாயமும் தெரிந்தன. ஆகாயம் கறுத்து இருண்டு கிடந்தது. வேனில் காலத் தொடக்கத்திலேயே ஆகாயம் கறுத்து மூடிக்கொண்டது. தை மாதம்

இப்போதுதான் ஆரம்பித்திருக்கிறது. அதற்குள் புழுக்கமும் சூடும். அத்துராமானுக்குத் தூக்கம் வரவில்லை. அவன் நெஞ்சிலும் அக்னியின் சூடு தொடங்கியிருந்தது.

அவனால் தூங்க முடியவில்லை. கண்ணயர்வது போல் தோன்றும்போது லாயத்திலிருந்து புதிய குதிரையின் குளம்படிச் சத்தம் கேட்கும். அப்போது ஜமாலின் நினைவு வரும். ஜமாலைப் பற்றி நினைக்கக் கூடாது என்று முயற்சி செய்து பார்த்தான். ஆனால் இடையிடையே கேட்கும் குளம்படி சத்தம் அவனை வதைத்தது.

அவன் திண்ணையிலிருந்து எழுந்து முற்றத்தில் இறங்கினான். இங்கே நிற்க முடியாது. வெளியே போகவேண்டும். ஊரும் தேசமும் தேடித்திரிந்தாவது ஜமாலைக் கண்டுபிடிக்க வேண்டும். அப்போது குறைஷிப்பாத்து நினைவுக்கு வந்தாள். அவளைக் கடைசியாக ஒரு முறை பார்க்காமல், அவளிடம் கடைசியாக இரண்டு வார்த்தை சொல்லிக்கொள்ளாமல், போவதா? அவனால் நினைத்துப் பார்க்கவே முடியவில்லை.

சமையலறைத் திண்ணையில் நீண்டநேரமாக யோசித்துக் கொண்டே நின்றிருந்தான். அப்போது கூடுகளில் வாத்துகளும் கோழிகளும் அடிக்கடி சிறகடித்துக் கொண்ட ஓசை அவனைப் பயமுறுத்தியது.

மனதில் தைரியத்தைத் திரட்டிக்கொண்டு கதவைத் தட்டினான். சிறிதுநேரம் தட்டியபிறகு பாத்துவின் அசைவுகள் உள்ளேயிருந்து கேட்டது. கதவைத் திறந்து கொண்டு கேட்டாள்:

"யாரு இந்த நடுச்சாமத்துலே?"

"நாந்தான் அத்துராமான்."

"உம்...? என்னெவேணும்? கஞ்சி ஊத்திவெச்சிருக்கேன்."

"கஞ்சி வேண்டாம்."

"பெறவு?"

"நாம் போறேன்."

அவளுக்கு கோபம் வந்தது.

"நீ போ! எந்தெ நரகத்துக்கு வேணுமுண்ணாலும் போ! நடுச்சாமத்துலே வந்துருக்கான். கிறுக்கன்!"

அவள் கதவை வேகமாகச் சாத்திக் கொண்டாள். மறுநாள் காலையில் புகாரி எழுந்தபோது அடுத்த திண்ணையில் சுருட்டி வைக்கப்பட்டிருந்த ஓலைப்பாயைக் கண்டான்.

25

"வளயல் வேணுமா வளயல்... வளயல்!" மாதவிச் செட்டி வந்திருக்கிறாள். அறக்கல் கோயிலில் பூரம் திருவிழா நெருங்கும் போது மாதவிச் செட்டி காரக்காட்டிற்கு வருவாள்.

மாதவிச் செட்டி நல்ல அழகு. மற்ற செட்டியப் பெண்களைப் போல அவள் கறுப்பில்லை. நல்ல ஆரஞ்சுப்பழ நிறம். இளநீல நிறத்தில் சேலையும் உடுத்தி, புள்ளி வைத்த வெள்ளை ஜாக்கெட்டும் அணிந்திருந்தாள். அதற்குள் ரவிக்கை, ரவிக்கைக்குள் நிறைந்து நிற்கும் ஆனந்தம், மதர்த்த மடிப்பு விழுந்த அடிவயிறு. செட்டியாரும் மாதவியும் சேர்ந்துதான் வருவார்கள். ஊருக்குள் வந்தபிறகு இருவரும் வெவ்வேறு திசைகளிலாக பிரிந்து வியாபாரம் செய்வார்கள்.

பெரிய கூடை நிறைய வளையல்களை தலையில் வைத்து கரும் ஈட்டி போன்ற தடித்த பையன் மாதவியின் முன்னால் நடப்பான். அவன்தான் 'வளையல் வேணுமா?' என்று கூவி அழைப்பான். அவன் பின்னால் பிடியுள்ள ஒரு பெட்டியுடன் மாதவிச் செட்டி நடப்பாள். பெட்டி நிறைய விலையுயர்ந்த வளையல்கள். தங்க நகையை விட விலையுயர்ந்தவை. அதைத் தூக்கியபடி இடவலம் பார்க்காமல் செல்வாள் மாதவிச் செட்டி. நடக்கும்போது அவள் கால்களில் வெள்ளி பாதசரங்கள் மெல்லக் கிணுங்கும்.

மாளிகையின் மேற்புறத்தில் நிற்கும்போது பூக்குஞ்ஞி பீவி மாதவியைக் கண்டாள். புகை வண்டி நிலைய பாதையில் அழகான மாதவிச் செட்டி வளையல் கூடையைத் தலையிலேந்திய பையனு டன் நடந்து வந்து கொண்டிருந்தாள். அவள் வேகமாக கீழே இறங்கி ஓடிவந்தாள். குறைஷிப் பாத்துவும் வெளியே ஓடினாள்.

சமையல் கட்டு மதில் கூட வாசல் திறக்கப்பட்டு மாதவிச் செட்டியுடன் வளையல் கூடையும் உள்ளே வந்தது.

மாதவியும் பையனுமாக கூடையை இறக்கி வைத்தார்கள். புட்டுக்குழாய் போல் வளையல்கள் அடுக்கி வைக்கப்பட்டிருந்தன. ஒவ்வொரு ஜோடியாக கையிலெடுத்த மாதவி முதலில் விலை சொன்னாள். பிறகு வளையல்களின் விசேஷ அம்சங்களைப் பட்டியலிட்டாள். ஆற்றபீவி இரு கைகளிலும் மூட்டுவரை நிறைத்து வளையல் அணிந்து கொண்டாள். பூக்குஞ்ஞி பீவிக்கு நான்கைந்து குட்டி வளையல்கள்.

அப்போது பூக்குஞ்ஞி பீவி சிறு சீசாவில் கண் மை இருப்பதை கண்டாள். அதைச் சுட்டிக்காட்டிக் கொண்டே நின்றாள்.

"நல்ல கண் மை! கோஜாத்தி கண் மை."

மாதவி சொன்னாள்.

"எங் கண்ணெப் பாரு! பதினாறு வருசமா நான் இதெப் போடுறேன். நான் வயசுக்கு வந்த நாள் தொட்டு."

பூக்குஞ்ஞி பீவி மாதவியின் கண்களைப் பார்த்தாள். மழைக் காலத்தின் நீர் நிறைந்த கிணற்றின் ஆழம் அந்தக் கண்களில் தெரிந்தது. ஆனால் இமையோரத்தில் தீக்குச்சி மருந்து போல் மை உருண்டு தெரிந்தது.

மாதவிச் செட்டி சிறுவிரலின் அளவிலான சீசாவைத் திறந்து கண் மை குச்சியின் இரு நுனியையும் சீசாவுக்குள் விட்டு கலக்கி

னாள். அதை எடுத்து பூக்குஞ்ஞி பீவியின் இரு கண்களிலும் எழுதினாள். முதலில் கண்கள் எரிந்து, பிறகு குளிர்ந்தது. பூக்குஞ்ஞி பீவி கண்களை மூடியதும் கண்ணோரங்களில் ஒரு துளி கண்ணீர் துளிர்த்து நின்றது.

இன்னும் நிறைய பொருட்கள் தூக்குப் பெட்டியில் இருந்தன. தலையில் புரட்டிக் கொள்ளும் பூவெண்ணை, கொண்டையில் சூடிக்கொள்ளும் முடிவலை, இரவுகளில் போதையூட்டும் அத்தர். தூரத்தில், கரிபுரண்ட துணிகளை உடுத்திய சமையலறை வேலைக்காரிகள் நான்கைந்து பேர் திண்ணையில் வெறுமனே பார்த்துக் கொண்டு நின்றார்கள்.

பள்ளி வளாகத்தின் வழியே மாதவி நடந்து வந்தாள். மதில் கூடத்தை எட்டியதும் உள்ளே பார்த்தாள். பூக்கோயாத் தங்ஙள் முன்புறத் திண்ணையில் அமர்ந்திருந்தார். தயக்கம் எதுவும் இல்லாமல் மாதவியும் பையனும் உள்ளே நுழைந்தார்கள்.

கூடையை இறக்காமல் மாதவி சொன்னாள்:

"ஒண்ணரை ரூவா."

வழக்கமாக தங்ஙள்தான் பணம் கொடுப்பார். எல்லா வருடமும் அதுதான் வழக்கம்.

"நம்மெ பையனுக்கும் வளயல் வேணும்."

மாதவிச் செட்டி கார்பெட் விரித்த திண்ணையிலமர்ந்தாள். கணுக்கால்களை சேர்த்து வைத்துக்கொண்டு பெட்டியைத் திறந்தாள். தங்க வளையல்களை விடவும் விலையுயர்ந்த வளையல்களை விரல்கள் வருடிச்சென்றன. மையிட்ட பெரிய விழிகளை விரியத் திறந்து தங்ஙளைப் பார்த்தாள். சிவந்த உதடுகளில் தன்னையுமறியாமல் இள நகை பூத்து நின்றது. மார்பகங்கள் ஏறிஇறங்கின. மாதவிச் செட்டி சேலைத் தலைப்பை மேலும் சரி செய்தாள்.

பூக்கோயாத் தங்ஙள் வளையலைப் பார்க்கவில்லை. மாதவியைப் பார்த்துக் கொண்டிருந்தார். அவர் மனது மந்திரம் போல் உச்சரித்தது. 'நல்ல அழகான செட்டிச்சி.' ஏனோ அன்று தங்ஙளுக்கு விகாரம் பூத்து நின்றது.

"பையன் மச்சிலெ ஒறங்குதான். அவனுக்கு கீழெ எறங்கப் படாது, நீ மேலெ வா!"

மாதவி, பெட்டியுடன் தங்ஙளை பின் தொடந்து படி யேறினாள்.

குஞ்ஞாலி அறைக்குள் இல்லை. அவன் வெளி வராந்தாவில் நின்று ஜன்னல் அழிகளினூடே ஆகாயத்தை பார்த்துக் கொண்டிருந்தான்.

குஞ்ஞாலியைக் காட்டி மாதவி சொன்னாள்:

"பையனெ கூப்பிடுங்கோ."

கதவை அடைக்கும்போது தங்ஙள் சொன்னார்:

"கொஞ்ச நேரம் கழிச்சு விளிக்கலாம்."

மாதவி மறுப்பேதும் சொல்லவில்லை.

ஆனால் அடுத்தப் வருட பூரம் திருவிழா வியாபாரத்திற்கு மாதவி வரவில்லை. அவளுக்கு அப்போது இரண்டு மாதக் கைக்குழந்தை இருந்தது. திருமணமாகி பதினொரு வருடங்களுக்குப் பிறகு உருவான முதல் குழந்தை.

அதற்கடுத்த வருடம் அவள் திரும்பவும் வியாபாரத்திற்கு வந்தாள். அப்போது வளையல் கூடையும், கூடை தூக்கும் பையனும், கைப்பிடியுள்ள பெட்டியும். கூடவே செட்டியாரின் கையில் ஒரு பாட்டில் நெய்யும் ஒரு கட்டு சந்தணத் திரியுமிருந்தன.

வண்டியிலிருந்து இறங்கியதும் அவர்கள் நேராக பள்ளி வளாகத்தின் கபறுஸ்தானை நோக்கி நடந்தார்கள். பெரிய தங்ஙளின் சமாதியின் அருகில் வந்து நின்றார்கள். தீக்குச்சியை உரசி ஒவ்வொரு திரியாகப் பற்றவைத்து புகைந்து கொண்டிருக்கும் திரிகளை மீஸான் கல்லை சுற்றியும் ஊன்றிவைத்தார் செட்டியார்.

ஒரு கையில் தூக்கும் மறு கையில் நெய்யுமாக அறக்கல் மதில் கூடம் நோக்கி நடந்தார்கள்.

அந்த வருடம் மாதவிச் செட்டி தூக்குப் பெட்டியை எடுக்கவில்லை. சுமார் ஒரு வயதான ஒரு குழந்தை அவள் கையிலிருந்தது. பள்ளி வளாகத்தினூடே நடக்கும்போது செட்டியார் திரும்பி நின்று குழந்தையைத் தொட்டவாறு மாதவியிடம் சொன்னார்:

"என் பிரார்த்தனையின் பலன்."

26

பெரியணை வயலில் மூன்று நாடகங்கள் நடத்தப்பட்டன. வயல் பாறைபோல் இறுகியது. வரப்புகள் மிதிபட்டு தரை மட்டமானது.

நாடக சங்கம் தளர்ந்து விட்டிருந்தது. புறப்படுவதற்கான ஏற்பாடுகளாயிற்று. அரங்கு பிரிக்கப்பட்டு திரைத்துணிகள் சுருட்டி பாய்களில் பொதிந்து வைக்கப்பட்டன. மூங்கில் கால்கள் அடுக்கிக் கட்டி வைக்கப்பட்டன. பெட்ரோமாக்ஸ் விளக்குகளை வைக்கோல் சுற்றி பெட்டிக்குள் வைத்தார்கள்.

தெக்கேயில் இல்லத் திண்ணையில் கோரனிடம் நாடக சங்கம் விடைபெறும்போது பூக்கோயாத் தங்ஙளின் காரியதரிசி பாப்புக்கன்னாரன் வந்தார். கோரனையும் நாடகாசிரியரையும் தங்ஙள் இல்லத்திற்கு வர அழைப்பு விடுத்திருக்கிறார்.

பயணத்துக்கான பொருட்களை அங்கேயே வைத்து விட்டு கோரனும் நாடகாசிரியரும் புறப்பட்டார்கள்.

நாடகாசிரியர் மதில் கூடத்தைக் கடந்து வருவதைக் கண்டதும் தங்ஙள் யானைச் செயரிலிருந்து எழுந்தார். மூட்டித் தைத்த கைலியை உதறி உடுத்து பிருஷ்டத்தைச் சொறிந்து விட்டு முற்றத்தில் இறங்கினார். நாடகாசிரியரின் கையைப்பிடித்து திண்ணைக்கு அழைத்து வந்தார். பட்டாளம் இபுறாகியும் திண்ணையிலிருந்தான். அந்த ஊரில் புகழ் பெற்ற ஒரு ஆர்மோனியக் கலைஞன் இபுறாகி. பட்டாளத்தில் பத்து வருட சேவை செய்திருக்கிறான். சுபாஷ் சந்திரபோஸின் ஐயென்னேயின் ஒரு ராணுவ வீரன். ஜப்பான் காரன் பர்மாவை ஆக்கிரமித்த போது ரங்கூனில்தான் இருந்தான். ராணுவத்திலிருந்து திரும்பி வந்த பிறகும் தொப்பியைத் தலையி லிருந்து எடுக்கவில்லை. பீங்கான் கோப்பையை நினைவுபடுத்தும் அந்த தொப்பி.

பட்டாளம் இபுறாகி எப்போதும் தரையைப் பார்த்தபடியே தான் நடப்பான். கழுத்தில் அணிந்திருத்த ஒரு சவரன் தங்க நாணயம் எங்கோ தவறிவிட்டதைப்போல் தேடிக் கொண்டே நடப்பான்.

பூக்கோயாத் தங்ஙள் இத்தனை விசயங்களையும் சுருக்கமாக நாடகாசிரியரிடம் புரியும்படி சொன்னார். அதுவரை பட்டாளம் இபுறாகி தரையைப் பார்த்துக்கொண்டு நின்றான்.

“நம்மெ சங்கத்துலே சேருலாமா?” நாடகாசிரியர் கேட்டார்.

“தாராளமா” இபுறாகி சொன்னான். “பட்டாளத்துலே சேந்து தோட்டி வேலை செய்த நான் மாட்டேன்னா சொல்லப் போறேன்?”

கொஞ்சநேரம் நாடகாசிரியர் எதுவும் பேசவில்லை. இடி முழக்கம் காதில் விழும்போது அவர் அப்படி இருப்பது வழக்கம்தான்!

யானைச் செயரிலமர்ந்து கால்களை செயரின் கைகளில் நீட்டி வைத்தபடி தங்ஙள் நாடகாசிரியரிடம் கேட்டார்.

“இங்கெயும் ஒரு நாடகம் போடணும். பிரம்மாதமான ஒரு நாடகம்.”

“தாராளமாப் போடுலாமே.”

“ஆனா, இண்ணைக்கே பெறப்புடப்போறதா கேள்விப் பட்டேன்?”

நாடகாசிரியர் குற்றத்தை ஒப்புக் கொள்வதுபோல் சொன்னார்.

"ஒரு வாரத்துக்கு அடியேன் போவதாயில்லை. உத்தரவு போட்டாப் போதும்."

பூக்கோயாத் தங்ஙள் மகிழ்ச்சியடைந்தார்.

"அப்புடீண்ணா ஓகே!"

காரக்காடு மாப்பிளை ஸ்கூலின் நொச்சில் காடு மைதானத்தில் நாடக அரங்கு கட்டத் தொடங்கினார்கள். செய்தியறிந்த மாப்பிளை மார்கள் மூக்கில் விரல்வைத்தார்கள்.

"ஆமா! நமக்கு நாடகம் சொல்லப்பட்டுள்ளதா?" ஊரில் அது ஒரு கேள்வியாக முதலில் உருவெடுத்து, பிறகு அது ஒரு கொந்தளிப்பாக மாறியது. அதற்குள் நாடக கொட்டகை தயாராகி விட்டது. அந்த வாரம் வெள்ளிக்கிழமை ஜூம்ஆ தொழுகை முடிந்து ஆட்கள் பிரியத்தொடங்கும்போது, தங்ஙள் எல்லாரும் கேட்கும் விதமாக சத்தமாகச் சொன்னார்.

"நாளெக்கு ராத்திரி நாடகம் இருக்கு! யாருமே வராம இருந்திரப்புடாது."

"நாடகமா?" தங்ஙளின் அளவுக்கு முக்கியஸ்தரில்லையென்றாலும் ஊரில் ஓரளவுக்காவது பெயர் சொல்லப்படும் பிரமுகரான பாறைமேல் இல்லத்து முத்துக்கோயாத் தங்ஙள் கேட்டார்.

“ஆமா! நாடகம், நாடகமேதான்! பாக்க வராதவங்களுக்கு பள்ளிவாசலுக்குள்ள பிரவேஸனம் இல்லெ.”

யாரும் எதுவும் சொல்லவில்லை. கோபம் வந்தவர்கள் தங்களுக் குள்ளேயே அடக்கிக் கொண்டார்கள்.

சனிக்கிழமை விடிந்ததும் செண்டைக்காரனும் மற்ற பையன் களும் விளம்பர யாத்திரை தொடங்கினார்கள். அவர்களும் நாடக சங்கத்தைச் சேர்ந்தவர்கள்தான்! நாடகாசிரியரின் பக்கத்து வீட்டுக்காரன் நாராயண மாராரின் மகன் குமாரன் மாரார். கோயிலில் வேலை காலியில்லை என்பதால் புரொஃபஷனல் செண்டை மேளக்காரனாக நாடகத்தில் சேர்ந்து விட்டான். குப்பாயமணியாத இடது தோளில் செண்டையை வைத்து வலது கையில் கோலைப் பிடித்தபடி குமாரன் மாரார் செம்மண் புழுதி பறக்கும் சாலையில் நடந்தான். அவன் அக்குளிலிருந்து வியர்வை ஊற்று பெருக்கெடுத்து உடம்பில் வடிந்து கொண்டிருந் தது. சிறுவர்கள் பானர் பிடித்து பாட்டு பாடிக்கொண்டு அவனைப் பின் தொடர்ந்தார்கள். அந்த பானரில் நாடகத்தின் பெயரும் விபரமும் மையால் எழுதப்பட்டிருந்தன.

இன்று இரவு ஒன்பது மணிக்கு

காரக்காடு மாப்பிளை ஸ்கூல் சமீபம்

‘இறுதித் தீர்ப்பு நாள்’

(முஸ்லிம் ஸமூக நாடகம்)

வாருங்கள் – பாருங்கள் – இரசியுங்கள்.

வியர்வை பெருக்கெடுத்தோட செண்டையடிப்பவனும் சிறுவர் களும் கிராமங்கள் தோறும் அலைந்து திரிந்தார்கள். அவர்களைப் பொறுத்தவரை இதுவும் கூட நடிப்புதான். நாடக சங்கத்தின் ஒவ்வொரு உறுப்பும் நடிக்க வேண்டியவைகள்தான். எரியும் விளக்குகள்கூட!

சோர்ந்து போன செண்டைக்காரனும் சிறுவர்களும் சாயங் காலம் நான்கு மணிக்கு திரும்பி வந்து நாடக அரங்கின் முன் தளர்ந்து விழுந்தார்கள். செம்மண் படிந்து போன அவர்களின் கால்களைப் பார்த்த பூக்கோயாத் தங்ஙள் ஒரு ரூபாய் வெள்ளி நாணயம் ஒன்றை குமாரன் மாராரின் கையில் கொடுத்து விட்டுச்சொன்னார்:

“எடுத்தெ வேலைக்கடுத்த கூலி.”

அரங்கின் முன்புறம் முதலில் செயர்களை வரிசைப்படுத்திக் கொண்டார்கள். பத்து பதினைந்து செயர்கள். அதற்குப் பின்புறமாக பள்ளிக்கூட பெஞ்சுகள். மூன்றுகால் பெஞ்சுகளை நான்கு கால் பெஞ்சுகளின் மீது தூக்கி நிறுத்தி இருப்பை உறுதி செய்து வைத்தார்கள்.

இருப்பிடங்கள் தயாராகிவிட்டன. ஒப்பனை அறைக்குள் அரிதாரம் பூசிக்கொண்டிருந்த நடிகர்கள் இடையிடையே ஜன்னல் வழியாக எட்டிப்பார்த்துக் கொண்டார்கள். அரங்கில் பாட்டுத் தொடங்கியது.

மணி ஒன்பதாகிவிட்ட பிறகும் யாருமே வரவில்லை. தெக்கேயில் கோரன் மட்டும் ஒரு ஓரத்தில் கிடந்த செயரில் அமர்ந்திருந்தார்.

"என்னெ தங்ஙளே, என்னெ ஆச்சி?"

தங்ஙள் மிகுந்த அவமானத்திற்குள்ளாகியிருந்தார்.

எல்லோருக்கும் கட்டளை பிறப்பித்திருந்தும் கூட யாரும் வரவில்லை.

மணி பத்து ஆகி விட்டது.

அதற்குப் பிறகு தங்ஙள் வேறெதுவும் சிந்திக்கவில்லை. அறக்கல் இல்லத்தை நோக்கி நடந்தார். அவர் மனதிற்குள் சில தீர்மானங்கள் உருவாகியிருந்தன.

சிறிது நேரத்தில் மதில் கூடம் வழியாக பெண்கள் இறங்கி வந்தார்கள். முதலில் ஆற்றபீவி, தொடர்ந்து பூக்குஞ்ஞி பீவி, குஞ்ஞாலி, குறைஷிப்பாத்து. பின்னால் வேலைக்காரன் குட்டி ஹைதுரூஸும் சமையலறைப் பெண்களும், கடைசியாக புகாரியும்.

புகாரி மதில் கூட வாசலைப் பூட்டி சாவியை கெடிகாரக் கீசையில் சொருகி வைத்தான். அவர்கள் பத்திருபது பேர் இருந் தார்கள். முன்னால் பூக்கோயாத் தங்ஙள், பின்னால் ஆற்றபீவியும் பூக்குஞ்ஞி பீவியும், தொடர்ந்து பரிவாரங்களுமாக பள்ளி வளாகத்தின் ஓரமாக நடந்து புகைவண்டி நிலைய பாதையைத் தாண்டி மாப்பிளைப் பள்ளிக்கூட மைதானத்தை அடைந்தார்கள்.

முதலில் தங்ஙள் அமர்ந்தார். இருபுறமும் குஞ்ஞாலியும் மகள் பூக்குஞ்ஞி பீவியும், அடுத்து ஆற்றபீவி. அவர்களின் பின்புறமாக பரிவாரங்கள்!

பூக்கோயாத் தங்ஙளின் கனத்த சத்தம் உயர்ந்தது. "நாடகத்த தொடங்குலாம்." அது ஒரு உத்தரவுபோல் ஒலித்தது.

உடனே திரை உயர்ந்தது.

நாடகம் மிகுந்த ரசனையுடன் இருந்தது. நடிகர்கள் மாப்பிளை களாகவும் மாப்பிளைப் பெண்களாகவும் வேடம் புனைந்திருந் தார்கள். கியாமத் நாளைப் பற்றிய நாடகம்.

மாப்பிள்ளைப் பெண்ணாக வேடமிட்டவனை சுட்டிக்காட்டி ஆற்றபீவி சொன்னாள்.

"நல்லெ சேல் உள்ள பெண்ணு."

தங்ஙள் எடுத்துச் சொன்னார்.

“பிலாய் புடிச்சவளே! அது ஆணு.”

தங்ஙள் பரிகாசம் செய்ததைக் கேட்டு ஆற்ற பீவி வாய் பொத்திச் சிரித்தாள். கடைசி நாளைக் குறித்து இறைத்தூதரின் வசனம் நடக்கும் போதுதான் அந்த விபத்து நடந்தது. அரங்கின் ஒரு மூலையில் திடீரென்று புகை உயர்ந்தது. அரங்கு முழுவதுமாக நிரம்பிய புகை மறைந்ததும் மஞ்சள் நிறத்தில் வெளிச்சம் தெரிந்தது, சிறுசிறு நாக்குகளுடன் மஞ்சள் வெளிச்சம்.

புகாரிதான் முதலில் அறினான்.

“தீ!”

வேடம் தரித்திருந்த நடிகர்கள் அரங்கிலிருந்து வெளியே குதித்தார்கள். ஒப்பனை அறைக்குள் கூப்பாடு எழுந்தது. ஒப்பனைக் கலைஞரும் அடுத்த காட்சிகளுக்காக ஒப்பனை செய்து கொண்டவர்களும் ஓலையைப் பிரித்து வெளியே குதித்து உயிர் தப்பினார்கள்.

புகாரி ஒரு வாளி தண்ணீருடன் ஓடிவந்தான். தங்ஙள் அவனைத் தடுத்து நிறுத்தினார்.

“அணைக்க வேண்டாம் எரியுதுவரெ எரியட்டு.”

தங்ஙள் எழுந்து அரங்கில் ஏறினார். அவர் கையில் எங்கிருந்தோ பிடுங்கியெடுத்த ஒரு வாழைக்கன்று இருந்தது. அற்புதம் என்றுதான் சொல்ல வேண்டும். ஒரு இளம் வாழைக்கன்று!

அந்த வாழையால் அடித்தார், வீறு கொண்டெழும் தீயை வேக வேகமாக அடித்தார். தீ மெதுவாக அணையத் தொடங்கியது. கடைசியாக புகைமட்டும் வந்தது. சற்றுநேரத்தில் அதுவும் நின்று விட்டது.

தங்ஙள் கீழே இறங்கினார். நாடகாசிரியர் ஓடி வந்து தங்ஙளைக் கட்டிப்பிடித்து மன்னிப்பு கேட்பதை போல் சொன்னார்: “படச்சவனோட கோவம்.”

“இல்லெ! இது குட்டிசெய்த்தானோட கோபம்.”

சற்று நிறுத்தி விட்டு சொன்னார்.

“ஆனா, எனக்கு இதுலெ சந்தோசம்தான். அவன் தீயைக் காட்டி வெளையாடியிருக்கான். இதைவிட பெரிய பெரிய வெளையாட்டெல்லாம் நான் ஏற்கனவே பாத்தவன்தான்.”

அன்று எதிர்பாராமல் நாடகத்தை பாதியில் நிறுத்தி விட்ட விபரம் ஒலி பெருக்கி மூலம் வருத்தத்துடன் தெரிவிக்கப்பட்டது.

ரசிகர்கள் வரவில்லையென்றாலும், நாடகத்தின் உள்ளடக்கத்தில் மாற்றம் ஏற்படுவதை நாடகாசிரியர் விரும்பவில்லை.

கையில் விளக்குடன் புகாரி முன்னால் நடந்தான். அவன் பின்னால் தங்ஙளும் அவரைத் தொடர்ந்து பரிவாரமும்! பள்ளி

வளாகம் கடக்கும் போது ஒரு உருவம் பதுங்கிக் கொண்டே வெளிச்சத்துக்கு வந்தது. வெளிச்சம் புகாரியின் கையில் இருந்ததால் அவன் தான் அந்த உருவத்தை தெளிவாகப் பார்த்தான். நீர் கட்டிப்போய் வீங்கியிருந்த கால்கள், புரையோடிய புண்களில் செம்மண் புழுதி, ஒட்டிய வயிறு, நீண்ட தாடியும் தலை முடியும். பார்வைக்குட்படாத குழிவிழுந்த கண்கள். அது வேறுயாருமல்ல; குதிரைக்காரன் அத்துராமான்தான்!

மற்றவர்கள் எதுவும் கேட்பதற்கு முன் அவனாகவே கேட்டான்:

"யாரு?"

புகாரிக்கு எந்த பதிலும் சொல்லத் தோன்றவில்லை. அந்தக் கேள்வி அந்தச் சூழ்நிலையில் மிகுந்த அர்த்தச் செறிவுள்ளதாக இருந்தது.

"நான்தான் புகாரி."

இடறிய தொண்டையிலிருந்து ஒரு வறண்ட சத்தம்தான் அவனிடமிருந்து வெளியானது. எதுவும் தெளிவாக இல்லை. புகாரி மீண்டும் கேட்டான்.

"நீ இவ்வளவு நாளா எங்கெ போயிருந்தே?"

அத்துராமான் அழத்தொடங்கினான்.

"நீ என் குதிரெயைப் பாத்தியா?"

தங்ஙளும் மற்றவர்களும் பள்ளிவளாகத்தினூடே நடந்தார்கள். தங்ஙள் எதுவும் பேசவில்லை. அத்துராமான் புண் வீங்கிப் புரையோடிய கால்களுடன் அவர்களிடமிருந்து அகன்றகன்று போய்க் கொண்டிருந்தான்.

27

ஒரு நாள் இரவு திடீரென்று பூக்குஞ்ஞி பீவியை அவள் உம்மா ஆற்றபீவி தனியாக்கினாள்.

"நீ வளந்துட்டே! இனிமே இங்கெ படுக்கக்கூடாது."

குறைஷிப்பாத்து பூக்குஞ்ஞி பீவியின் படுக்கையையும் தலையணையையும் எடுத்து சாய்வறையின் பக்கத்திலுள்ள வேறொரு அறைக்கு மாற்றினாள். அங்கே இரண்டு கட்டில்கள் கிடந்தன. அதிலொன்றில் பாத்து பாயை விரித்தாள். பூக்குஞ்ஞி பீவியை படுக்கவைத்துவிட்டு பாத்து சமையலறைக்குச் சென்றாள்.

சாய்வறை சுத்தமாக காலியாகிவிட்டிருந்தது. குஞ்ஞாலியும் பாத்துவும் பல வருடங்கள் படுத்துத் தூங்கிய சாய்வறையில் தேவையில்லாமல் கொசுக்கள் ரீங்காரமிட்டுப் பறந்தன. குஞ்ஞாலி யின் சுன்னத்து கல்யாணம் முடிந்ததும் அவன் படுக்கை மாடிக்கு மாற்றப்பட்டது. தங்ஙளின் அலுவலக அறையின் பக்கத்து அறைக்கு! அவனுக்குத் துணையாக வேலைக்காரன் குட்டி ஹைதுரூஸ் தரையில் பாய்விரித்துப் படுத்தான்.

சமையலறையைத் தவிர மற்ற இடங்களில் எல்லா விளக் குகளும் அணைந்து விட்டன. மாடியில் தங்ஙளின் அறையிலிருந்து மிதியடி சத்தம் கேட்டுக் கொண்டிருந்தது. தங்ஙளுப்பப்பா இன்னும் தூங்கவில்லை. ஏதோ விசயத்தை யோசித்தபடி நடந்து கொண்டி ருப்பாராக இருக்கும்!

பூக்குஞ்ஞி பீவி காலடியோசையை கவனித்தவாறே படுத் திருந்தாள். ஒவ்வொரு சுவடு வைக்கும்போதும் மாடி அதிர்ந்து விழுந்து விடும்போல் அவளுக்குத் தோன்றியது. அத்தனை உறுதி யாக இருந்தன அந்தச் சுவடு வைப்புகள்!

சமையலறையில் பாத்திரம் ஏதோ உடையும் சத்தம் கேட்டது. பிறகு தண்ணீர் எடுக்கும் சத்தம். பூக்குஞ்ஞி பீவிக்கு தூக்கம் வரவில்லை. கொஞ்ச நேரம் அமைதியாக இருந்தது. ஒரு சிம்னி விளக்குடன் தேய்ந்து போன மிதியடியை மிதித்து பாத்தும்மா அறைக்குள் வந்தாள். ரொம்ப நாளாக ஒரு புதிய மிதியடி வாங்கித் தரச் சொல்லிக்கேட் கிறாள். கழிந்த ஆண்டுக்கு முந்திய ஆண்டு ரமளான் தொடக்கத்தில் வாங்கித் தந்த மிதியடி! பின்பாகம் தேய்ந்து தரை தட்டி விட்டது. இப்போது குதிகால் மிதியடியில் இல்லை, தரையில் தான் படுகிறது.

கட்டிலில் கோரம் பாயை விரித்து விட்டு மூலையில் இருந்த கூடையை வெளியே எடுத்தாள். அதிலிருந்து நீளமான தொழுகைக் குப்பாயத்தை இழுத்தாள். பாம்பாட்டியின் கூடையிலிருந்து வெளி வரும் பாம்புபோல் குப்பாயம் நீண்டுவந்து விழுந்தது. முகம் மூடும் மக்னா துணியும் நீளக் குப்பாயமும் அணிந்து பாத்து தொழ ஆரம்பித்தாள். ஐந்து நேரத் தொழுகையையும் இரவு எல்லா வேலைகளும் முடித்து விட்டு சேர்த்துத் தொழுவதுதான் அவள் வழக்கம். தொழுகையை முடிக்கும்போது பாத்து வியர்த்துப் போயிருந்தாள்.

பூக்குஞ்ஞி பீவி கண்களை இறுக மூடிக்கொண்டாள். பாத்து, விளக்கை அணைத்தாள். கட்டில் மீண்டும் கிரீச்சிட்டது. கும்மிருட்டு! எங்கும் அமைதி! குஞ்ஞிபீவிக்குத் தூக்கம் வரவில்லை. அவள் கண்களும் காதுகளும் திறந்தே இருந்தன. அறக்கல் அம்பலத்தில் ஆண்டி மலயனின் செண்டைமேளச் சத்தம் கேட்கத் தொடங்கியது. ஆண்டி மலயன் தங்ஙளின் குடியானவன். மாப்பிளைப் பள்ளிக் கூடத்தின் அருகில்தான் அவன் வீடு வீடு என்றால் சிறுஓலைக்

குடிசை! மத்தியான இடைவேளையில் வெல்லத்தை ருசித்தபடி நொச்சில் காட்டில் இருக்கும்போது ஆண்டி மலயனின் வீடு தெரியும். அவன் எப்போது பார்த்தாலும் செண்டையை முறுக்கிக் கொண்டேதான் இருப்பான். அவன் குழந்தைகள் மண் விளையாடு வதையும், வயதில் இளைய குழந்தை மண்ணை வாரித் தின்பதையும் பலமுறை பார்த்திருக்கிறாள் குஞ்ஞிபீவி. அந்தக் குழந்தை மண் ணைத்தவிர வேறெதையும் தின்பதில்லை என்பது குஞ்ஞிபீவியின் எண்ணம். அதற்குக் காரணம், அங்கே எப்போது பார்த்தாலும் ஆண்டிப்பணிக்கன் செண்டைக் கயிறை முறுக்கிக் கொண்டிருப் பான். குழந்தை மண்ணை தின்று கொண்டிருக்கும். இதை மட்டும் தான் பூக்குஞ்ஞி பீவி பார்த்து வந்தாள்.

ஆண்டி மலயனின் மனைவி அம்மிணி தடுப்புச் சுவரேதும் இல்லாத கிணற்றின் கரையில் பனையோலைத் தோண்டியை எறிந்து விட்டு முற்றத்துக்கு ஓடி வந்து, மண் தின்னும் குழந்தையை தூக்கி இடுப்பில் வைத்து அதன் வாயில் கையை விட்டு மண்ணைத் தோண்டி எடுக்கும்போது சொல்வாள்.

“நஞ்சு, சவமே! நீ செத்தே போவா.”

செண்டை சத்தம் வேகமாக கேட்டுக் கொண்டிருந்தது. கோயிலில் திரை உற்சவம் நெருங்கி விட்டது போலும்!

பூக்குஞ்ஞி அறக்கல் அம்பலத்தை இதுவரை பார்த்ததே இல்லை. ஆனாலும் திரை உற்சவம் என்றால் அவளுக்கு மிகுந்த உற்சாகம் வந்து விடும். அடுத்துள்ள திய்யர்களின் வீடுகளில் கோலாகலம் ஆரம்பிக்கும். வேலைக்காரர்களிடம் ஏதாவது வேலையை ஒப்படைக்கும்போது அவர்கள் சொல்வதுண்டு.

“திரெ முடிஞ்ச பெறவு.”

பக்கத்து கிராமங்களிலுள்ள உறவினர்களும் நண்பர்களும் அப்போதுதான் வருவது வழக்கம். புது ஆடைகள் அணிந்து எல்லோரும் திரை பார்க்கப் போவதை குஞ்ஞிபீவி பார்த்துக்கொண்டு நிற்பாள். அப்போது ஆண்களிடமிருந்து சாராயமும் பெண்களிட மிருந்து வாசனைத் தைலமும் மணம் வீசும்.

திரை உற்சவத்தன்று அவள் தூங்குவதில்லை. தூங்கி விட்டாலும் வாணவேடிக்கை சத்தம் கேட்டு எழுந்து விடுவாள். எழுந்து ஜன்னலருகில் போய் நிற்பாள். மாசி மாதத்தின் தெளிந்த ஆகாயத்தில் அக்னிவாலுடன் பாணம் பறந்து சென்று வெடித்து சிதறுவதையும், வெடிகள் வெடித்து சிதறுவதையும் அவள் பார்த்துக் கொண்டே நிற்பாள். கொஞ்ச நேரத்தில் எல்லாமே முடிந்துவிடும். வருத்தத்துடன் அவள் கட்டிலில் படுத்து தூங்க முயற்சிப்பாள்.

திரை உற்சவத்தைப் பற்றிய நினைவு வந்த பிறகு பூக்குஞ்ஞி பீவிக்கு தூக்கம் வரவில்லை.

"நீ ஒறங்கலியா?" குறைஷிப்பாத்து கேட்டாள்.

"இல்லெ" என்றாள் பூக்குஞ்ஞி பீவி.

அவளுக்கு மகிழ்ச்சியாக இருந்தது. தன்னைப்போல் பாத்துவும் தூங்காமல்தான் இருக்கிறாள். ஒரு வேளை, அவளும் ஆண்டி மலயனின் செண்டை மேளத்தைக் கேட்டுக் கொண்டிருந்திருக்கலாம்.

"நல்லாயிருக்கு, இல்லியா?" பூக்குஞ்ஞி பீவி கேட்டாள்.

"என்னது, சாப்பாடா?" குறைஷிப்பாத்துவின் சிந்தனைகள் எப்போதுமே ஆகாரங்களைப் பற்றியதுதான்.

"இல்லெ. செண்டெ கொட்டு."

"செண்டெ கொட்டும் ஒலக்கையும்."

அவளுக்குக் கோபம் வந்தது.

பூக்குஞ்ஞி பீவிக்கு அழுகை வந்தது. அவள் அழத்தொடங்கினாள். அழுகைக் காதில் விழுந்ததும் திடுக்கிட்டெழுந்த பாத்து அவள் கட்டிலில் வந்து படுத்துக் கொண்டு நனைந்திருந்த கண்ணீர்க் கோடுகளைத் தொட்டு துடைத்து விட்டுச் சொன்னாள்:

"எங் கண்ணுல்லே, சுழாதே! நான் ஒனக்கு ஒரு நல்ல கதெ சொல்லித் தாறேன்."

கதை! பூக்குஞ்ஞி பீவியின் அழுகை உடனே நின்றது. இரவோ, பகலோ அவளுக்குக் கதை கேட்க வேண்டும். கதை ஒன்றுதான் அவளுக்கு ஜீவன்!

"ஜின்னு கதெ வேணுமா, செய்த்தான் கதெ வேணுமா?" பாத்து கேட்டாள்.

"ஜின்னு கதெதான்," பதில் உடனே வந்தது.

சைத்தான்களை அவள் வெறுத்தாள். வெறுப்பு மட்டுமல்ல, சைத்தான் மீது அவளுக்குக் கோபமும் இருந்தது.

பாத்து கதை சொல்லத் தொடங்கினாள்.

பண்டொரு காலத்துலெ, ஒரு நாட்டுலெ ஒரு ராஜகுமாரி இருந்தாளாம் என்று தொடங்கினாள். அவள் நல்ல அழகாக இருந்தாள். ராஜாவும் ராணியும் அவள் மீது உயிரையே வைத்திருந்தார்கள். அவளை ராணி கட்டிக் கரும்பே என்று தான் கூப்பிடுவாள். அவளுக்கு குர்ஆன் சொல்லிக் கொடுத்தது ஹாத்தூன் என்ற பெண் பண்டிதர். அவளுக்கு குர்ஆன் மட்டுமல்ல, நல்ல பல கதைகளையும் சொல்லிக் கொடுத்தாள். ஜின் கதைகள், மலக்குகளின் கதைகள், தேவதைக் கதைகள்.

அப்படி ராஜகுமாரி வளர்ந்து வளர்ந்து நல்ல பேரழகியாக திகழ்ந்தாள். அந்த அழகான ராஜகுமாரியும் எதிரி தேசத்து ராஜகுமாரனும் காதலித்தார்கள். வேட்டையாடப் போகும் வழியில்

தான் அவர்கள் முதன் முதலாக சந்தித்துக் கொண்டார்கள். அந்த அழகான ராஜகுமாரியைத் திருமணம் செய்துகொள்ள பிற தேசங் களிலிருந்து அனேக ராஜகுமாரர்கள் வந்து போய்க் கொண்டிருந் தார்கள். ஆனால் ராஜகுமாரி யாரையுமே ஏற்றுக் கொள்ளவில்லை. அவளுக்கு எதிரி தேசத்து ராஜகுமாரன்தான் வேண்டும்.

ராஜகுமாரி துயரம் அடைந்தாள். கறுப்பு உடைகளை மட்டுமே அணிந்தாள். பல நாட்களாக விரதமிருந்தாள். கண்ணீரும் கையுமாக இருந்த ராஜகுமாரியின் நிலையைக் கண்ட பின்பும் ராஜாவின் மனம் இளகவில்லை.

ராஜகுமாரியின் சம்மதம் இல்லாமலேயே அவளை அயல் தேசத்து ராஜகுமாரனுக்கு பலவந்தமாகத் திருமணம் செய்து வைத் தார் அரசர். ராஜகுமாரி மனத்திற்குள் அழுது கொண்டிருந்தாள்.

அவர்களின் முதலிரவு அன்று அந்த சம்பவம் நடந்தது. பூக்களும் வாசனைத் திரவியங்களும் கொட்டிக்கிடந்த மணவறை யில், பட்டு மெத்தையில், இரவின் பிற்கால வேளையில் அவர்கள் தூங்கிக் கொண்டிருந்தபோது திடீரென்று ஜன்னல் கதவை யாரோ திறந்தார்கள். வெளியே நல்ல நிலா வெளிச்சமிருந்தது. ஜன்னல் வழியாக அவள் வெளியே பார்த்தாள். அவளது ராஜகுமாரன் புன்சிரிப்புடன் அவளைக் கையசைத்து அழைத்தான்.

ராஜகுமாரி பக்கத்தில் படுத்திருந்த ராஜகுமாரனைப் பார்த்தாள். அவன் நல்ல தூக்கத்திலாழ்ந்திருந்தான். ராஜகுமாரி தன் ஆடைகளை சரி செய்து விட்டு வெளியேறினாள். அரண்மனை வாசலைத் திறந்து அவர்கள் வெளியே வந்தார்கள். நிலவொளியில் ஆகாயம் தெளிவாக இருந்தது. தென்றல் காற்று வீசிக்கொண்ருந்தது.

காவலாளிகள் ஈட்டிகளை அருகில் வைத்து அயர்ந்து தூங்கிக் கொண்டிருந்தார்கள். பல நாட்களாக அவர்கள் திருமண ஏற்பாடுக ளில் மும்முரமாக ஈடுபட்டிருந்தார்கள் அல்லவா? இந்த சந்தர்ப் பத்தைப் பயன்படுத்தி அவர்கள் இருவரும் வெளியேறினார்கள்.

அரண்மனைக் கோட்டைச் சுவர் வாசலைக் கடந்து வெளியே வந்தார்கள். பரந்து விரிந்த கடற்கரை மணல் பரப்பு அவர்களின் முன்னாலிருந்தது. எதுவும் பேசிக் கொள்ளாமல் அரசகுமாரனின் நீண்ட பெரிய நிழலில் அவனைப் பின் தொடர்ந்து ராஜகுமாரி நடந்தாள். அவர்கள் அப்படியே நடந்து, நடந்து... போய்க் கொண்டேயிருந்தார்கள்.

மறுநாள் காலையில் ராஜகுமாரன் கண் விழித்தபோது ராஜகுமாரியைக் காணவில்லை. வெளியே பார்த்தான். இருள் இன்னும் விலகவில்லை. ராஜகுமாரியைக் அழைத்துப் பார்த்தான் ராஜகுமாரன். மீண்டும் மீண்டும் குரல் கொடுத்தான். பதில் வரவில்லை. உடனே அவன் எழுந்தான். மணவறைக் கதவு திறந்து

கிடந்தது. அரண்மனை வாசல்களும் திறந்து கிடந்தன. எல்லா வாசல்களும் திறந்து கிடப்பதைக் கண்டதும் ராஜகுமாரன் பெருங்குரலில் அழைத்துப் பார்த்தான். அரண்மனைக் கண் விழித்தது. ராஜாவும் ராணியும் கண்களைக் கசக்கியபடியே ஓடி வந்தார்கள்.

"ராஜகுமாரி எங்கே?"

ராஜகுமாரன் அலறினான். எல்லோரும் ஓடத்தொடங்கினார்கள். பொழுது புலர்ந்தது. அமைச்சர்களும் ராஜப்பிரதானிகளும் பட்டாளக்காரர்களும் ராஜகுமாரியைத் தேடி நாலா திசைகளுக்கும் புறப்பட்டார்கள். கடைசியில் துணை மந்திரி ஒருவர் ராஜகுமாரியைக் கண்டார். அப்போது ராஜகுமாரி இறந்து போயிருந்தாள். கடலோரத்தில் அலைகள் வந்து தொட்டுத் தழுவிச் செல்லும் இடத்தில் ஒரு தங்க மீனைப் போல் அவள் இறந்து கிடந்தாள்.

கதையைச் சொல்லி முடித்த குறைஷிப்பாத்து சற்று நேரம் எதுவும் பேசாமலிருந்தாள். பூக்குஞ்ஞி பீவி கேட்டாள்.

"பெறவு?"

"பெறவா? பெறவு எல்லாரும் ராஜ கொட்டாரத்துக்கு திரும்பி வந்தாங்கொ."

பூக்குஞ்ஞி பீவி எதுவும் பேசாமல் படுத்திருந்தாள். அப்போது குறைஷிப்பாத்து கேட்டாள்:

"ராஜகுமாரியெ கொண்ணது யாரு?"

"ராஜகுமாரியெ பிரேமிச்ச ராஜகுமாரன், எதிரி தேசத்து ராஜாக்க மொவன்."

பூக்குஞ்ஞி பீவியிடமிருந்து பதில் உடனே வந்தது.

"இல்லெ, ராஜகுமாரன் இல்லெ! அந்த ராஜகுமாரன் ராஜ குமாரிக்க கலியாண நாள் அண்ணைக்கே வெசம் குடிச்சி செத்துப் போயிட்டான், ஆனா ராஜகுமாரனெ விடயும் அதியமா ராஜ குமாரியெப் பிரேமிச்ச ஒருத்தன் இருந்தான், ஒரு ஜின்னு! ஆண் ஜின்னு! அதுதான் ராஜகுமாரியைக் கொண்ணுது."

"ராஜகுமாரியெ ஜின்னு ஏன் கொல்லணும்?"

"ஹி...ஹி...ஹி..." குறைஷிப்பாத்து வாய்விட்டுச் சிரித்தாள்

"தெரியாதுமா? அழகான கன்னிப் பெண்ணுகளை கொலெ செய்யிதுதான் ஜின்னுகளுக்கெ வணக்கம்! அவுங்களுக்கு முத்தங் குடுத்துட்டு பெறவு கொண்ணுபோடும்!"

அதற்குப்பிறகு பாத்து எதுவும் பேசவில்லை. ஒரு நீண்ட பெருமூச்சு விட்டுக் கொண்டாள். கதை சொல்லி முடித்த பிறகு பாத்து எப்போதும் அப்படித்தான்! எதுவும் பேசாமல் ஒரு பெருமூச்சு

விடுவாள். பாத்து என்று கூப்பிட்டாலும் பதில் வராது. பிறகு எதுவும் பேச வேண்டும் என்றால், மறுநாள் பொழுது விடிந்த பிறகுதான்!

குஞ்ஞிபீவியின் கண்களில் இளம் சூடான கண்ணீர் வழிந்தது. தலையணை கண்ணீர்த் துளிகளால் ஈரமானது. மனது பாறாங்கல் வைத்தது போல் கனத்திருந்தது. தொண்டைக்குள் யாரோ அமர்ந் திருப்பது பேூாலிருந்தது.

படிப்படியாக மனம் பாரம் குறைந்து கொண்டிருந்தது. தொண்டைக்குள் புகுந்துகொண்டவனின் கனமும் குறைந்தது, கண்ணீர் வழிந்த கன்னங்கள் உலர்ந்துபோயின.

ஆண்டி மலயனின் உற்சாகம் குறைந்த செண்டை முழக்கம் அப்போதும் கேட்டுக் கொண்டிருந்தது.

செண்டைமேளம், தொடங்கும்போது ஆவேசத்துடன் ஒலிக்கும், படிப்படியாக ஆவேசம் உச்சமடையும். இப்போது மீண்டும் அது சுருதியை இழந்து கொண்டிருந்தது.

செண்டையின் சோர்வடைந்த சத்தத்துடன் சேர்ந்து பூக்குஞ்ஞி பீவியும் சோர்ந்து கொண்டிருந்தாள்.

28

இஷா தொழுகைக்கான பாங்கு அழைப்பு முடிந்ததும் எரமுள் ளான் தளர்ந்து விட்டார். பாங்கு அழைக்கும்போது இதற்கு முன் இப்படி தளர்ந்ததோ, வியர்த்ததோ கிடையாது. கடைசியாக 'அல்லாஹு அக்பர்' என்ற பதம் தொண்டையில் சிக்கி நிற்பது போல் தோன்றியதும் சிரமத்துடன் வார்த்தையை உருவி வெளியே எறிந்தார்.

தொண்டை வீங்கிக்கொண்டே வந்தது. உடலில் நாலா பாகங்களிலிருந்தும் நீர் உடைந்து வருவது போல் தொண்டையில் உறுத்தியது. வாயிலூறிய உவர்ப்பு நீரை ஜன்னல் வழியாக வெளியே துப்பினார். கட்டியான சளி தரையில் விழாமல் ஒரு சிலந்தியைப் போல் மீசையில் நூலிழையில் தொங்கி நின்றது. தலையசைந்ததும் அது சட்டையில் விழுந்தது. அதை சுத்தம் செய்யும்போது லாந்தர் வெளிச்சத்தில் சிவப்பாக தெரிந்தது. எரமுள்ளான் லாந்தரின் அருகில் நெருங்கி நின்று பார்த்தார். ரத்தம்! அப்படியே சோர்ந்து போய் கொஞ்சநேரம் அமர்ந்து விட்டார்.

வெளியே இருமல் சத்தம் கேட்டது, அடுத்தது கால் கழுவும் சத்தம். தண்ணீர்த் தொட்டியின் தினப்படி வாழ்க்கை தொடங்கியது. நான்கைந்து பேர் வந்திருந்தார்கள். பாங்கு சத்தம் கேட்டு தொழு வதற்காக வந்திருந்த மாப்பிள்ளைமார்கள் தேக சுத்தி செய்து மூட்டிய உடு முண்டுகளை இறுக்கிக் கட்டிக்கொண்டு பள்ளி வாசலுக்குள் பிரவேசித்தார்கள். வியர்வையூறிய தலைக்கட்டுகளை அவிழ்த்து முகத்தில் ஈரம் துடைத்துக் கொண்டார்கள்.

சுன்னத் தொழுகையை முடித்துவிட்டு எல்லோரும் தங்ஙளுக் காக காத்திருந்தார்கள். அப்போது மதில் கூடத்தில் லாந்தர் வெளிச்சம் தெரிந்தது. இருட்டில் சுப்ரா வடிவத்தில் வெளிச்சம் நகர்ந்து வந்து கொண்டிருந்தது. புகாரியின் பின்னால் தங்ஙள் வருகிறார். சில் வண்டுகளின் ரீங்காரத்தினூடே, விஷப்பாம்புகளின், மய்யத்துகளின் ஒரு ஓரமாக அவர்கள் நடந்து பள்ளி வாசலுக்கு வந்தார்கள்.

பூக்கோயாத் தங்ஙள் கால்களை சுத்தம் செய்துவிட்டு உள்ளே வந்தார். புகாரி லாந்தர் திரியின் வெளிச்சத்தைக் குறைத்து பள்ளிவாசல் படிக்கட்டில் வைத்தான். வெளியே இருட்டு உறைந்து கிடந்தது. பள்ளிவாசல் திண்ணையில் கொஞ்சம் நடந்தவன் பிறகு உடு முண்டை மடித்துக் கட்டிவிட்டு லாந்தரின் கீழே அமர்ந்தான்.

புகாரி பள்ளி வாசலுக்குள் ஏறுவதில்லை. அவன் தொழுவதும் இல்லை. புகாரி தங்ஙளின் கூர்க்கா! அவன் தொழுவதில்லை என்பதில் நிறைய பேருக்கு கோபமிருந்தது. புகாரி குர்ஆன் ஓதியதில்லை. மதரஸாவுக்கு சென்றதும் இல்லை. தொழுவது எப்படி என்று அவனுக்குத் தெரியாது. யாராவது வற்புறுத்தி தொழச்சொன்னால், “எனக்குத் தொழத் தெரியாது” என்பான்.

மற்றவர்கள் செய்வதைப் பின்பற்றினால் போதும் என்பது எழுதப்படாத விதி. இப்படிப் பலர் புகாரியை நிர்ப்பந்தம் செய்ததுண்டு.

“அதெ எங்கடட சொல்லாண்டாம். நானென்னெ கொரங்கா? தெரியாத ஒண்ணைச் செய்யச் சொல்லி என்னெ வற்புறுத்தாண் டாம்” என்பான். அதனால் அவனை பள்ளிவாசலுக்குள் ஏறி தொழுவதற்கு பூங்கோயாத் தங்ஙள் கூட சொல்வதில்லை.

பள்ளிவாசல் நடையில் திரி தாழ்த்திய லாந்தரின் அருகில் கூனிக்குறுகி அமர்ந்திருந்த புகாரியைப் பார்த்து தங்ஙள் சொன்னார்:

“நீ எஞ் செருப்பெ பாத்துக்கோ! கள்ளன் களவாண்டு போவப் போறதுல்லே, நாய்க் கடிச்சி கொண்டுபோவும்போ அதெப்பாத்தா போதும்.”

பள்ளிவாசலுக்குள் கூட்டச்சிரிப்பு முழங்கியது. எல்லோரும் எழுந்து நின்றார்கள். தங்ஙளைப் பின்பற்றி அவரது அபிமானிகள்

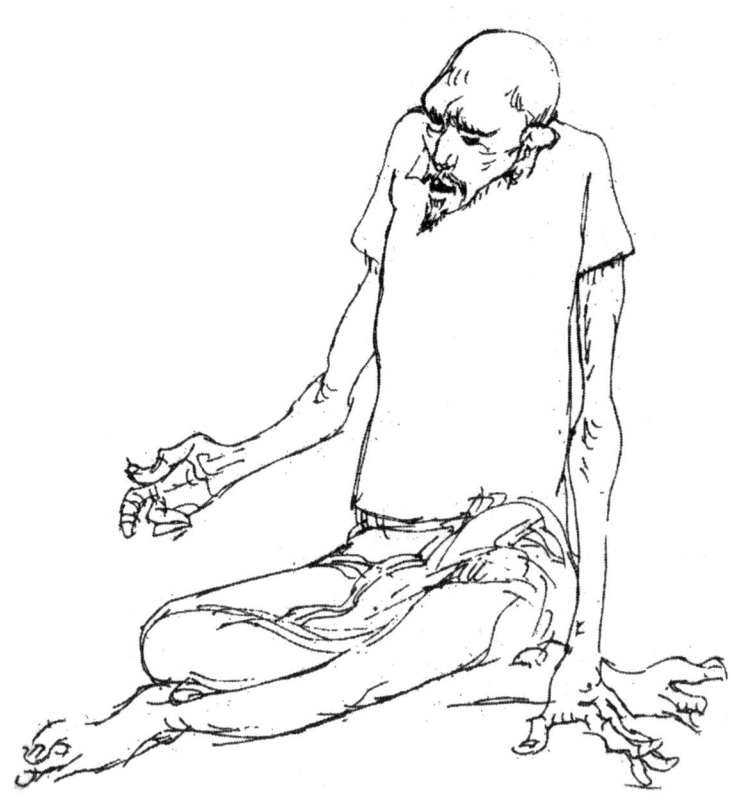

நின்றார்கள். அடிமைகளைப் போல் தலை கவிழ்ந்து, தாமரையிதழ் கள்போல் இணைந்து நின்றார்கள்.

தொழுகை முடிந்ததும் அனைவரும் பிரிந்தார்கள். தங்ஙளும் புகாரியும் கடைசியாக கிளம்பினர். அவர்கள் வருவதும் போவதும் கடைசியாகத்தான்.

எரமுள்ளானின் தொண்டை அப்போதும் வீங்கிக் கொண்டுதானிருந்தது. அவர் மீண்டும் ஒரு முறை எச்சில் துப்பினார். ரத்தம்தான்! அதற்காக துவண்டுவிட முடியாது. துவண்டுபோவதால் மட்டும் சரியாகி விடாது. தொட்டியில் தண்ணீர் தீர்ந்து விட்டது. அவர் கிணற்றடிக்குச் சென்றார். நீண்ட செங்கற்களைச் சுற்றிக் கட்டிய தடுப்புச் சுவரேதுமில்லாத கிணற்றடியில் நின்று அவர் ஏற்றம் இறைத்தார். ஏற்றம் இரையத் தொடங்கியது. ஏற்றம் உயரும்போது தோண்டி முகத்திலடிக்க வரும். அப்போது அதைப்

பிடித்துத் தூக்கினார். தோண்டி நீரை இருட்டில் சிமென்ட் சாலில் ஊற்றினார். கொடகொடா என்ற சத்தத்துடன் தண்ணீர் சிமென்ட் சால் வழியாக தொட்டியில் விழுந்தது.

எப்போதுமே அதுதான் வழக்கம்! ஒவ்வொரு நேரத்தொழுகை முடிந்ததும் அடுத்த வேளைத் தொழுகைக்கான நீர் நிரப்ப வேண்டும். தோண்டி கையில் இடித்ததில் உடலில் பல பாகங்களிலும் வலித்தது. தோண்டி அங்கங்கே உடைந்து தகரத்துண்டுகள் துருத்திக் கொண்டிருந்தன. அடிப்பகுதியில் சிறு சிறு துவாரங்கள் வேறு இருந்தன. ஏற்றம் மேலே வரும்போது தண்ணீர் பாதிதான் வருகிறது. புதிய தோண்டி வாங்கித் தரச் சொல்லிக் கேட்டு நாக்கு வலி யெடுத்ததுதான் மிச்சம்.

அன்று எரமுள்ளானுக்குப் பாட்டுப் பாடத் தோன்றவில்லை. ஏற்றமிறைக்கும் போதெல்லாம் அவர் பழைய காதல் கவிதை வரிகளை பாடிக்கொண்டிருப்பது வழக்கம். ஆனால் இன்று அவர் சிந்தனையை முழுவதும் ஆக்கிரமித்திருந்த பிரச்சினை அடைத்துக் கொண்டே வரும் தன் குரலைப் பற்றியதாக இருந்தது.

கோழிக்கோடு முதல் கண்ணூர் வரை உள்ள பள்ளி வாசல் களில் எரமுள்ளானைப் போல் சத்தமாக பாங்கு சொல்லும் மோதீன்கள் வேறு யாரும் அந்தக் காலத்தில் இல்லை. அவரது பாங்கு சத்தம் பள்ளி வாசலைச் சுற்றி எத்தனையோ நாழிகை தூரம் வரை கேட்கும். தூங்கிக்கொண்டிருப்பவர்கள் விழித்து விடுவார்கள். விழித்துக் கொண்டிருப்பவர்கள் திடுக்கிடுவார்கள். குழந்தைகள் அழத்தொடங்கும். அந்த அளவுக்கு பிரசித்திப்பெற்றது எரமுள்ளா னின் பாங்கு சத்தம்.

அப்படிப்பட்ட குரல் இன்று வெளியே கேட்காமல் ஆகிவிட்டது.

‘என்னெடா பாங்கு சொல்லுவதை ரெகசியமா செய்யத் தொடங்கிட்டியா?’ என்று பூக்கோயாத் தங்ஙள் கேட்பார் என்ற பயம் அவரை அலட்டத் தொடங்கியது. லாந்தருடன் புகாரி கிளம்பிய பிறகுதான் அவர் பயம் விலகியது. தங்ஙள் சென்றதும் தோண்டியிலிருந்து ஒரு வாய் தண்ணீரைக் குடித்துக்கொண்டார்.

கையில் தீப்பந்தமுமாக அறக்கல் இல்லம் நோக்கி நடந்தார். மூன்று வேளையும் சாப்பாடு அவருக்கு அங்குதான். எல்லோரும் சாப்பிட்டபிறகு அவர் சாப்பிட வேண்டும்.

தீப்பந்தத்தை வேகமாக வீசினார். ஈரமான ஓலைத் துணுக்குகள் என்பதால் தீப்பற்றிக் கொள்ளவில்லை. வெளிச்சம் வருவதற்குப் பதிலாக நிறைய புகை மட்டும்தான் வந்தது. புகையில் பெரும் பகுதியும் அவர் மூக்கில் ஏறியது. ஒரு கனல் அளவு வெளிச்சம்தான் தீப்பந்தத்திலிருந்து வந்தது. எரமுள்ளான் சிரமப்பட்டு நடந்தார். இருட்டில் தீப்பந்தத்திலிருந்து வரும் தீப்பொறிகளும் மின்மினிப்

பூச்சிகளும் போட்டி போட்டுப் பறப்பதை எரமுள்ளான் வேடிக்கைப் பார்த்தபடி நடந்தார்.

மதில் கூடத்தை எட்டும்போது அறக்கல் திண்ணை காலியாகக் கிடப்பதைக் கவனித்தார். எல்லாரும் உள்ளரங்கில் இரவுச்சாப் பாட்டில் மூழ்கியிருந்தார்கள். புகாரிக்கு எதிர் முகமாக அடுத்த திண்ணையில், சிமென்ட் தரையில் அமர்ந்தார் எரமுள்ளான்.

புகாரி வழக்கம் போல் துண்டு பீடி இழுத்துக் கொண்டிருந்தான். புகாரி ஒரு முழு பீடி பற்ற வைப்பதை இதுவரை யாரும் பார்த்ததில்லை! புகையை விழுங்கி கண்களில் நீர் முட்ட அடிக்கடி இருமிக்கொண்டான். சளியைத் தூரத்தில் நீட்டித் துப்பினான்.

“செய்த்தானே! ஒனக்கொரு படிக்கம் வெச்சு அதுலெ துப்பக் கூடாதா?” எரமுள்ளான் கேட்டார்.

“படிக்கம் எதுக்கு?” புகாரியும் விட்டுக்கொடுக்கவில்லை. “முத்தத்தை விட வலிய படிக்கம் இருக்கயா செய்யுது?”

“முத்தம் நெறெஞ்ச பெறவு?” எரமுள்ளான் எதிர்கொக்கி போட்டார்.

“பெறவு ஒம் மூஞ்சிலே துப்புவேன்.”

எரமுள்ளான் அதற்குப்பிறகு பேசவில்லை. மிகுந்த அவமானத் துக்குள்ளாகியிருந்தார் அவர். மதில் கூடம் வழியாக ஏப்பம் விட்டபடி யார் யாரோ இறங்கிச் சென்றார்கள். பசு நெய்யின் வாசம் காற்றில் உயர்ந்தது.

“வாருங்கோ” – திண்ணையிலிருந்து வேலைக்காரன் குட்டி ஹைதுரூஸ் சத்தம் கொடுத்தான். புகாரிக்கும் எரமுள்ளான் மோதீனுக்கும் இரவுச் சாப்பாடு தயாராக இருந்தது.

எரமுள்ளானுக்கும் அறக்கல் இல்லத்துக்குமான தொடர்பு ஏற்படும்போதே வேலைக்காரன் குட்டியும் அங்கே இருந்தான். அவன் வயதை இதுவரை யாருமே சரியாக நிர்ணயித்ததில்லை. சீனாக்காரனின் முகம். முகத்தில் சிறு ரோமத்துணுக்குக் கூட கிடையாது. என்றும் பதினாறு வயது! நாலரையடி உயரமும் வெளுத்துருண்ட உடல்வாகும்! பெண்களைப்போல் மாமிசத்திரட்சி கள், சிறுத்துப் போய் பாதியடைந்த பூனைக் கண்கள், எப்போதும் நழுவிக் கொண்டிருக்கும் கைலி, அது அடிக்கடி மடித்துக் கட்டுவதும் மீண்டும் அவிழ்ந்து விடுவதுமாக இருக்கும். அதை அவிழாமல் கட்டிக் கொள்ள இதுவரை அவனால் இயலவில்லை. ‘பெண்ணு கெட்டும்போதாவது கைலியை அவுராமெ கெட்டு’ என்று சொல்லி தங்ஙள் அவனைக் கேலி செய்வதுண்டு.

இல்லத்தில் பெரிய அதிகாரத் தோரணையுடன் தான் அவன் நடந்து கொள்வான். ஓரளவுக்கு உண்மையும் அதுதான்! முன்வாச

லின் அன்னதானப்பிரபு அவன். அவன் கையிலிருந்துதான் முன் வாசலுக்கு வரும் அனைவருக்கும் உண்பதற்கோ குடிப்பதற்கோ ஏதாவது கிடைக்கும். முன் பகுதிகளையும் சமையலறையையும் நிரந்தரமாக பிணைத்து நிற்கும் பலம் பொருந்திய இணைப்பு சங்கிலி அவன். ஆனால் அந்தச் சங்கிலியின் நீளம் குறைவு. முன்புறப் பகுதியைத் தவிர வாழ்க்கையில் அவன் எங்கேயும் சென்றதில்லை.

வழக்கமாக சாப்பிட வருபவர்களை அவன் துச்சமாக நினைத்தான். தரையில் செத்து மலந்து கிடக்கும் பல்லியைப் பார்ப்பது போல் அவர்களைப் பார்ப்பான்.

"என்னெடா பாக்குதே?" எரமுள்ளானின் கேள்வி.

"ஆங்? ஓம் மூஞ்சியை" என்று சொல்லிவிட்டு ஏளனம் நிறைந்த கண்களுடன் சொல்வான். "போயி கஞ்சி குடி."

ஒரு பெரிய பாத்திரத்தில் கஞ்சியும் வேறொரு பாத்திரத்தில் ஏத்தன் வாழைக்காயுடன் ஆட்டுக் குடலும் சேர்த்த மசியலும். கஞ்சி குடிக்கும் பாத்திரத்தில் இரண்டு மர அகப்பைகள். அதில் ஒன்றை எரமுள்ளான் எடுத்தார், இன்னொன்றை புகாரியும்!

புகாரி ஆவேசத்துடன் கஞ்சியை அகப்பையால் அள்ளி அள்ளி விழுங்கினான். ஆட்டுக்குடல் மசியலை சவைக்காமல் அப்படியே சாப்பிட்டான். எரமுள்ளானுக்குப் பசிக்கவில்லை. வழக்கமாக இரண்டு பேரும் போட்டி போட்டுத் தின்பார்கள். பாத்திரம் காலியாவது வரை போட்டி நடக்கும். மர அகப்பைகள் மோதிக் கொள்ளும்போது போட்டி முடிவுக்கு வரும். ஆனால் அன்று எரமுள்ளான் சோர்ந்து போயிருந்தார். பாத்திரம் காலியாவ தற்கு முன் அவர் எழுந்து விட்டார்.

கையலம்பும்போது ஏப்பம் வந்தது. ஆனால் அது எரமுள்ளானி டமிருந்தல்ல, பூக்கோயாத் தங்ஙளிடமிருந்து!

தங்ஙள் யானைச் செயரில் மல்லாந்தமர்ந்தவாறு பெரிய சிங்கப்பூர் சுருட்டை இழுத்து புகையைக் காற்றில் மிதக்க விட்டு ஒரு சத்தம் கொடுத்தார்.

"டேய்! எரமுள்ளான்!"

"ஆங்! வந்துட்டேன்."

எரமுள்ளான் செயரின் அருகில் தரையிலமர்ந்தார்.

"என்னெடா மந்த்ரம் சொல்லுதெ போல பாங்கு சொல்லத் தொடங்கிட்டே?"

எரமுள்ளான் எதுவும் சொல்லவில்லை. தங்ஙளே மீண்டும் தொடர்ந்தார்.

“சத்தமா விளிக்கணும்! அப்பந்தான் ஊர்லே உள்ளதுவொ பள்ளிக்கு வரமுடியும். வேலைகள் பலதும் இருக்கும் ஒவ்வொருத் தருக்கும். ம்...? ஆ...! ஓர்மைவேணும்.”

எரமுள்ளான் அப்படியே ரொம்ப நேரம் இருந்து விட்டார். பதினாலாம் நம்பர் விளக்கின் வெளிச்சத்தில் தங்ஙளின் முகம் தெளிவாகத் தெரிந்தது.

தங்ஙள் சொன்னார்:

“செரி! நீ ஒரு பாட்டு படி.”

தொண்டையில் வலி இருந்தது. என்றாலும் பூக்கோயாத் தங்ஙளின் ஆணையை நிராகரிக்க முடியாது.

தொண்டை வேதனையை மறந்து அவர் பாடத் தொடங் கினார்.

ஜில் ஜிலென்றும்

ஜிலு ஜிலென்றும்

கால் சிலம்பினோரோசை

ஓசைகேட்ட மம்மலியார்

பின் திரும்பியோர் பார்வை

பார்க்கும் வேளை குறத்தியவளின்

வருகை அலியார் கண்டு..!

“நெறுத்து...! நெறுத்து...!” தங்ஙள் புறங்கையை உதறிக் கொண்டு சொன்னார்.

“ஒந் தொண்டைக்கு என்னடா ஆச்சி?”

எரமுள்ளான் பதில் சொல்லவில்லை.

“நீ நேத்து ராத்திரி சிந்தாபாத் விளிக்க போயிருந்தியாடா?”

எரமுள்ளான் எதையோச் சொல்ல வாயெடுத்தார். ஆனால் வார்த்தைகள் கெட்டியாகி தொண்டைக்குள் சிக்கிக் கொண்டது. தன் வேதனையையும் இயலாமையையும் தங்ஙளின் முன் இறக்கி வைக்க இதைவிட நல்ல சந்தர்ப்பம் இனி வாய்க்கப் போவதில்லை. ஆனால் என்ன செய்வது? வார்த்தைகள்...? அது தொண்டைக் குள்ளேயே தங்கி விட்டதே!

அவர் கண்கள் நிறைந்திருந்தது. தெளிவாக எரிந்து கொண்டிருக்கும் பதினாலாம் நம்பர் விளக்கு எரமுள்ளானின் தலைக்கு மேலிருந்தது என்பதால் அவர் முகம் நிழலில் படிந்திருந்தது.

29

புலர் காலப் பொழுதில் குதிரை சவாரிக்கு தங்ஙள் தயாராகிக் கொண்டிருந்தபோது பாப்புக்கன்னாரன் மூச்சு வாங்க ஓடிவந்தார். மதில் கூடத்தை அடைந்ததும் அவர் மயக்கம் போட்டு கீழே விழுந்தார். புகாரி திடுக்கிட்டு விழித்தான். சரியாக சொல்வதானால் திடுக்கிட்டான். அவன்தான் இரவு தூங்குவதே இல்லையே!

"யாரு?"

புகாரி இதைக் கேட்டதும், விசித்திரமான ஒரு சத்தத்துடன் பாப்புக்கன்னாரன் மதில் கூட படிக்கட்டில் முகம் குப்புற விழுந்ததும் சரியாகயிருந்தது. புகாரி லாந்தர் திரியை தூண்டிய பிறகுதான் வெளிச்சத்தில் ஆள் யாரென்பது தெரிந்தது.

"எம் பொக்கி!" கன்னாரன் அலறினார்.

"பொக்கிக்கு என்னெ?" அவனை எழுந்திருக்கச் செய்தபடி புகாரி கேட்டான்.

"போதம் கெட்டு கெடக்கா."

அப்போது பூக்கோயாத் தங்ஙள் வந்தார்.

தங்ஙள் அன்று சவாரி செல்வதை நிறுத்தி வைத்தார். குதிரையை லாயத்தில் அடைத்து, லாந்தர் திரியை இன்னும் தூண்டி, டார்ச் லைட்டை எடுத்துக்கொண்டு புறப்பட்டார்கள், தங்ஙளும் புகாரியும் கன்னாரனும் குதிரைக்காரனும்.

பாப்புக்கன்னாரனின் ஓலைக் குடிசையில் ஒரு சிம்னி விளக்கு அணைந்து கொண்டிருந்தது. பூக்கோயாத் தங்ஙள் திண்ணையில் ஏறியதும் அது அணைந்தது.

அந்த இடம் முழுவதும் பயங்கரமாக நாற்றம் வீசியது, ஏதோ நரி ஒன்று செத்துக்கிடப்பது போன்ற நாற்றம்! தங்ஙள் சிங்கப்பூர் டார்ச் அடித்து உள்ளே நுழைந்தார். சேறும் சகதியுமாக உள்ளே குளம் கெட்டிக்கிடந்தது. சுவரோடு சேர்த்து போடப்பட்டிருந்த ஓலைப்பாயில் நனைந்த புடவையைப் போல் பொக்கி மயங்கிக் கிடந்தாள். தலையணை வாந்தியில் நனைந்து குதிர்ந்து கிடந்தது. உடுத்தியிருந்த முண்டு தண்ணீரில் நனைத்து எடுத்தது போல் ஈரமாக இருந்தது.

"கெண்டி பாத்திரத்துலெ உள்ள வால்லேருந்து வெள்ளம் வாறதப்போல வயித்துலேருந்து போவுது." வயதான ஒரு பெண் சொன்னாள்.

தங்ஙளின் வெளுத்துருண்ட காலடிகள் சாணி மெழுகிய தரையில், சாணியும் மலமுமாக குதிர்ந்து கிடந்த தரையில் பதிந்தது.

பொக்கி படுத்திருந்த பாயருகில் குனிந்து தங்ஙள் அவள் முகத்தில் டார்ச் அடித்துப் பார்த்தார். கண்கள் அடைந்திருந்தன. கண்ணிமைகளை மேலே உயர்த்தி டார்ச் அடித்துப் பார்த்தார். விரிந்த கண்கள் ஒளியைக் கண்டு கொள்ளவேயில்லை. உடனே நாடி பிடித்துப் பார்த்தார். அது சலனமெதுவும் இல்லாமலிருந்தது.

கொஞ்சமும் தாமதிக்கவில்லை. பூக்கோயாத் தங்ஙள் வெளியே வந்தார். பாப்புக்கன்னாரன் தூணில் சாய்ந்தமர்ந்திருந்தார். அவரது குப்பாயமிடாத முதுகைத் தட்டியவாறு தங்ஙள் சொன்னார்:

“நீ வேறெ ஒரு கலியாணம் செய்துக்கோ.”

பாப்புக்கன்னாரனின் குலை நடுங்கச்செய்யும் அழுகையை கேட்க விரும்பாத தங்ஙள் உடனே வெளியேறினார்.

அப்போது வெளிச்சம் வந்து விட்டிருந்தது. கண்ணாடியை உயர்த்தி லாந்தரை அணைத்து விட்டு பூக்கோயாத் தங்ஙள் சொன்னார்:

“இனி நமக்கு ஓய்வெடுக்க முடியாது. இது பரவிக் கொண்டே போவும். எல்லா ஊடுகள்ளேயும் இது ஏறி எறங்கும் ஜனங்கொ முழுவதெயும் இது கொண்ணு குவிக்கும்.”

“யாரு?” புகாரிக்கு தங்ஙள் சொன்னது எதுவும் புரியவில்லை. என்ன நடந்திருக்கிறது என்பதையும் புரிந்துகொள்ள முடியவில்லை.

உலகின் மிகப்பெரிய முட்டாளைப் பார்ப்பது போல் பூக் கோயாத் தங்ஙள் அவனைப் பார்த்துச் சொன்னார்:

“மடயா! காலரா தொடங்கியிருக்குடா.”

“ஞே...!”

“தொத்து நோய் பெறப்புட்டிருக்கு.”

புகாரி உடனே பொக்கியைக் குறித்துக் கேட்டான்.

“பொக்கிக்கு என்னெ ஆச்சி?”

அவனை கூர்ந்து பார்த்தபடிச் சொன்னார்:

“செத்துப் போயிட்டா.” ஒரு நிமிடம் நிறுத்தி விட்டுச் சொன்னார்:

“இது பரவும்! எல்லா ஊடுகளுக்கும் பரவும்! நமக்கு நெறைய வேலெ இருக்கு.”

“முஸல்யாரை உடனே கூப்பிடணும்” என்றான் புகாரி.

“எதுக்கு?” தங்ஙள் கேட்டார்.

“யந்திரம் ஓதி கெட்ட.”

“ஓடு! நாயே” என்ற பிறகுதான் தங்ஙளின் கோபம் அடங்கியது.

பாப்புக்கன்னாரனின் சொந்த பூமியில்தான் குழி தோண்டப் பட்டது. பக்கத்து வீடுகளிலுள்ள உணக்கனும் பொக்கனும் சேர்ந்து குழி தோண்டினார்கள். மண்வெட்டிகளையும் கைத்தோண்டிகளை யும் உபயோகித்து ஆறடி ஆழத்தில் குழி தயாரானது.

பொக்கியின் சடலத்தைப் பட்டுத் துணியில் சுற்றி நான் கைந்து பேர்களாக தூக்கி குழியிலிறக்கி மண்போட்டு மூடினார்கள்.

பாப்புக்கன்னாரன் அப்போதும் தலைக்கு கை கொடுத்தபடி திண்ணையில்தான் அமர்ந்திருந்தார்.

பொக்கி இறந்த மறுநாள் அடுத்த வீட்டு சாமக்கண்டி குஞ்ஞி ராமனும் அவன் மனைவியும் இரண்டு குழந்தைகளும் இறந்து விட்டார்கள். இரண்டு வயதான கடைசிக் குழந்தை மட்டும் தப்பியது.

காலரா பிடித்த வீடுகளுக்குச் செல்ல யாருக்கும் தைரியம் வரவில்லை. வியாதி வந்த வீடுகள் தனிமைப்படுத்தப்பட்டன. நோய் பிடித்த தகப்பனை விட்டு மகன் ஓடி உயிர் பிழைத்தான். கணவனை விட்டு மனைவி ஓடினாள். எல்லா வீடுகளிலுமே நோயாளிகள் மட்டும் தனித்து விடப்பட்டார்கள். காய்ந்து வறண்ட நாக்குகளுடன் தன் உடலிலிருந்து வெளியேறிய கெட்ட நீரில் அவர்கள் மரணத்தை எதிர்பார்த்துக் காத்துக் கிடந்தார்கள். அவர்களின் உமிழ் நீர் வறண்ட நாவுகளில் தண்ணீர் நனைத்து விட யாருமே இல்லை. சொந்த பந்தங்களை இழந்துவிட்டவர்க ளாகவே அவர்கள் மாறியிருந்தார்கள். இந்த வியாதியின் கொடூரத் தைப் பற்றி அப்போதுதான் அவர்கள் புரிந்து கொண்டிருந்தார்கள்.

ஆனால், தங்ஙள் ஒவ்வொரு வீடாக ஏறி இறங்கினார். குளிர்ந்து மரத்துப்போய் கிடந்த சடலங்களை துர்நாற்றங்களிலிருந்து அப்புறப்படுத்தினார். நாக்கு வறண்டு போய்க் கிடந்த வியாதிஸ்தர் களுக்கு கால் படி விகிதம் உப்பு நீர்க் கரைசல் கொடுத்தார். எண்ணற்ற இளநீர்க் குலைகள் வெட்டி சாய்க்கப்பட்டன. தென்னைகளிலிருந்து குருத்துக் காய்கள் வரை வெட்டி இறக்கப்பட்டது. உப்பு நீர் கரைசலுடன் இளநீரும் இடைவிடாமல் நோயாளிகளுக்குக் கொடுக்கப்பட்டது.

எல்லா வீடுகளிலும் காலரா நடமாடியது. விஷச்செடி போல் அது படர்ந்து கொண்டிருந்தது. அதன் கோபத்திற்கு எல்லாருமே இரையானது. கணக்கற்ற சிதைகள் எரிந்து அணைந்தன. ஏராளமான குழிகள் தோண்டப்பட்டன. பள்ளி வளாகத்தில் கணக்கற்ற மீஸான் கற்கள் எழுந்தன.

பூக்கோயாத் தங்ஙள் இரவு பகலென்று பார்க்காமல் தொடர்ந்து சிகிட்சையளித்தார். உயிர் பிழைத்து விடும் என்று நம்பிக்கையுள்ள நோயாளிகளுக்கு மருந்தும் நீரும் தந்து உயிரைக் காப்பாற்றினார். செத்துப்போனவர்களையும் மௌத்தானவர் களையும் புதைக்கவும் கபறடக்கமும் செய்தார்.

ஒரு மிகப்பெரிய சோக சம்பவத்தைக் கேட்டபடி அன்று காலை பூக்கோயாத் தங்ஙள் கண் விழித்தார். பள்ளி வளாகம் அல்லோலப்பட்டுக் கிடந்தது.

அரபிப் புளிய மரத்தில் யாரோ தூக்குப்போட்டு இறந்திருக் கிறார். சுப்ஹு தொழுகைக்காகப் பள்ளிவாசலுக்குச்சென்ற தயார் செய்தாலிதான் முதலில் இதைப் பார்த்தவன்! அவன் பார்க்கும்

போது உயிர் ஊசலாடிக் கொண்டிருந்தது. கடைசி நேர உயிர்த்துடிப்புகளின் அவஸ்தைகள்தான் அவனைக் கவனிக்கச்செய்தது.

இருட்டாக இருந்ததால் முதலில் யாரென்று தெரியவில்லை. செய்தியறிந்து ஆட்கள் அரபிப் புளியமரத்தினடியில் கூடினார்கள். எல்லோருடைய பார்வையும் மேலே தங்கி நின்றது. தூக்கில் கிடப்பது யாரென்பதைத் தெரிந்துகொள்ள அனைவரும் பீடி புகைத்தார்கள். மரணத்தையும் தற்கொலையையும் பற்றிப் பேசிக் கொண்டே பொழுது விடியக் காத்திருந்தார்கள்.

வெளிச்சம் வரத்தொடங்கியது. புகாரிதான் முதலில் ஆள் யாரென்பதை புரிந்து கொண்டான். மரக்கிளையில் பழுத்த மாம்பழத்தை கொத்தி இழுத்தவாறு நிற்கும் காகத்தை தலை சாய்த்து பார்ப்பது போல் அவன் பார்த்துவிட்டுச் சொன்னான்.

"பாப்புக்கன்னாரன்."

பொழுது விடிந்தது. பூக்கோயாத் தங்ஙள் அரபிப் புளிய மரத்தினடியில் வந்து நின்று மேலே பார்த்தார். ஒரு டவல் துண்டு மட்டும் இடுப்பில் கட்டப்பட்டிருந்தது. கண்கள் அடைந்திருந்தன. வாயிலிருந்து அப்போதும் கெட்டியான எச்சில் வடிந்தது. தலை ஒருபுறமாக சாய்ந்து, குழைந்து, சற்று மடிந்திருந்தது. காலராவில் இறந்துபோன அவரது மனைவி நீண்ட நாளாக தண்ணீரிறைக்க பயன்படுத்திய பாளைக் கயிற்றை பயன்படுத்தியிருந்தார். பழைய கயிறுதான்! ஆனாலும் அற்றுப்போகவில்லை. உயிரிழப்பை தவிர்ப்பதற்கான எந்த சூழ்நிலையும் உருவாகியிருக்கவில்லை அந்த மரணத்தில்!

அந்த பயங்கர சம்பவம் காட்டுத் தீ போல் ஊர் முழுக்கப் பரவியது. அறக்கல் இல்லத்துப் பெண்கள் பயத்தால் உறைந்து போய் நின்று விட்டார்கள். நேற்று வரை இங்கேயிருந்த பாப்புக்கன்னாரன் இன்று தூக்குப் போட்டு இறந்துவிட்டார்.

பூக்குஞ்ஞி பீவி செய்தியறிந்து நடுங்கினாள். தூக்குப் போட்டு சாவதைப் பற்றி அவள் இதற்கு முன் கேள்விப்பட்டிருந்தாள். ஆனால் அது பல நாழிகைத் தூரத்திலுள்ள கோழிக்கோட்டில் நடந்தது. அதுகூட குஞ்ஞிராமன் வக்கீல் பூக்கோயாத் தங்ஙளிடம் சொல்லிக் கேள்விப்பட்ட சம்பவம்! அது அவளைப் பெரிய அளவில் பாதித்து விடவில்லை. ஆனால், பாப்புக் கன்னாரன் தூக்குப் போட்டு இறந்தது அவளைப் பாதித்தது.

குஞ்ஞாலியைத் தொட்டபடியே அவள் அன்று பாடசாலைக்குக் கிளம்பினாள். மதில் கூடம் கடந்து பள்ளி வளாகத்தை மிதித்ததும் அவள் நெஞ்சு வேகமாக அடிக்கத் தொடங்கியது. அரபிப் புளிய மரம் நிற்கும் பாதையில்தான் போக வேண்டும். புளிய மரத்தின் கீழ் பத்து பதினைந்து பேர் கூடி மேலே பார்த்துக்கொண்டு நின்றவாறு

கௌரவமாக, மெதுவான குரலில் பேசிக் கொண்டிருந் தார்கள். அதில் கறுப்பான, குட்டையான அதிகாரி குஞ்ஞுப்பன் நம்பியாரும் நிற்பதைக் கண்டாள். குஞ்ஞாலியின் கையை இறுக்க மாகப் பற்றிப்பிடித்தவாறு அவள் நடந்தாள். எதுவாகயிருந்தாலும் மேலே பார்த்து விடக்கூடாது! ஆனால் அரபிப் புளிய மரத்தினடி யில் சென்றதும் அவள் பார்வை தன்னையறியாமல் மேலே சென்றது.

ஒரு முளம் நீளக் கயிற்றில், தலையை ஒரு புறம் சாய்த்து, ஒரு டவல் துண்டை உடுத்தியபடி பாப்புக்கன்னாரன்!

அன்று நடு இரவில் குஞ்ஞிபீவி பயந்து அலறினாள். கண்களை மூடினால் உடனே பாப்புக்கன்னாரனின் தொங்கிய உடல் தெரிந்தது. அலறல் சத்தம் கேட்டு குறைஷிப்பாத்து கேட்டாள்.

"என்னெ குஞ்ஞிபீவி, ஏன் அலறுனே?"

"எனக்குப் பேடியாயிருக்கு!"

பாத்து அவளை கட்டிப்பிடித்துக் கொண்டாள்.

30

மதரஸாவில் அன்று கையெழுத்து தினம். நேரம் வெளுப்பதற்கு முன் குஞ்ஞாலி எழுந்து விட்டான். சிறு ஜன்னல் வழியாக வெளியே பார்த்தான். வெளிச்சம் படர்ந்து கொண்டிருந்தது.

எரமுள்ளானின் பாங்கு சத்தம் கேட்டது. ஆனால் ஏதோ ஒரு திருப்திக் குறைவு. குரல் தேய்ந்தது போல் கேட்டது குஞ் ஞாலிக்கு. வெளியே குதிரை லாயத்தில் குளம்படிச் சத்தம் கேட்டது. தங்ஙளுப்பப்பா காலை சவாரிக்குக் கிளம்பி விட்டாராக இருக்கும். சோறு உண்பதைப்போல் குதிரை சவாரியும் தங்ஙளுப்பப்பாவிற்கு மிக முக்கியமான ஒன்று!

குஞ்ஞாலி எழும்ப மனமில்லாமல் நீண்ட நேரம் படுக்கை யிலேயே கிடந்தான். மனம் முழுக்க இன்று தொடங்கப்போகும் கையெழுத்து தினம் பற்றிய சிந்தனையோடிக் கொண்டிருந்தது. காகம் கரையும் சத்தம் கேட்டு விழிப்பு வந்தது. வெளியே பார்த்த போது பொழுது நன்றாக விடிந்திருந்தது. கீழே சமையலறையிலும் குளியலறையிலும் சத்தகோலாகலங்கள். அவன் தூக்கம் சமீப காலமாக மாடியறையில்தான்! பாத்தும்மாவுடன் பூக்குஞ்ஞி பீவி தூங்க ஆரம்பித்த பிறகு அவன் மாடியிலுள்ள ஒரு சிறு அறைக்கு மாற்றப் பட்டான். அங்கே தனியாகத்தான் தூங்க வேண்டும். சில நாட்களில்

வேலைக்காரன் குட்டி ஹைதுரூஸும் கோரைப் பாயை கீழே விரித்துப் படுத்துக் கொள்வான்.

குஞ்ஞாலி கையில் மிஸ்வாக்குடன் முற்றத்திலுள்ள மாமரத்தினடிக்குச் சென்றான். வழக்கமாக அதில் நின்றுதான் பல் விளக்குவது.

மதில் கூடத்தின் வெளிப்புறம் குதிரையின் குளம்படி சத்தம் கேட்டது. தங்ஙளுப்பப்பா திரும்பி வருகிறார். முதலில் குதிரையின் முகம் வாய் நிறைய நுரையுடன் தெரிந்தது. தங்ஙளுப்பப்பா துணி மாற்றிக்கொண்டு வெளியே வந்தார். கையில் வெள்ளைக்கார னின் மிஸ்வாக். அதன் நுனிப்பகுதியில் வாழைக்காய் குருத்து போன்ற ஒரு சாதனம் இருந்தது. பல் விளக்கத் தொடங்கியதுமே நுரை பொங்கும். தங்ஙளுப்பப்பா இருமுவதும் கனைப்பதும் துப்புவதுமாக இருந்தார். ஒரு தென்னை ஓலை ஈர்க்குச்சியால் நாக்கு வழித்தார். அப்போது அவர் தொண்டைக்குள்ளிருந்து வெளிவரும் சத்தம் கேட்க வேண்டிய ஒன்று! மாமரக்கிளைகளில் கரைந்து கொண்டிருந்த காகங்கள் பறந்து அகன்றன! பித்தளைக் கெண்டியின் வாலிலிருந்து வந்த நீரை பெரிய உள்ளங்கையில் ஊற்றி தும்...தும் என்ற ஓசையுடன் முகம் கழுவினார். பிறகு கையையும் பிரஷ்ஷையும் உதறி, திரும்பிப் போகும்போது கேட்டார்:

“என்னெ குஞ்ஞாலி கினாவு காணுதியா?”

குஞ்ஞாலிக்கு வெட்கமாகயிருந்தது. அவன் எதுவும் சொல்லா மல் வாயிலூறிய எச்சிலைத் துப்பினான்.

“இண்ணெக்கு மதரஸாவுக்கு போவ வேண்டாமா?”

குஞ்ஞாலி சொன்னான்:

“இண்ணெக்கு கையெழுத்து நாளு.”

“வெரிகுட்” என்றபடி தங்ஙள் உள்ளே செல்லும் போது அவர் தொந்தி குலுங்குவதை குஞ்ஞாலி ரசித்தான். தொந்தி மட்டுமல்ல, அவர் உடலின் ஒவ்வொரு பாகமும் அசைந்தது. தாடியும் கூட அசைந்தது.

என்ன செய்ய வேண்டும் என்று அவனுக்குத் தெரியவில்லை. கொஞ்சநேரம் தோட்டத்திலேயே நடந்து கொண்டிருந்தான். புகாரி தோட்டத்தில் நீர் பாய்ச்சிக் கொண்டிருந்தான். தோட்டம் நனைக்கும்போது அவன் ஒரு காக்கி டிரவுசரும் பனியனும் அணிந்து கொள்வான். அப்போது புகாரியின் கௌரவம் இரட்டிப் பாகிவிடும். அணிந்திருப்பது டிரவுசர் அல்லவா! அந்த ஊரில் டிரவுசர் அணிபவர்கள் மூன்று பேர்களே. ஒன்று ஸ்டேசன் மாஸ்டர் கப்ரியேல், இரண்டாவது பள்ளிக்கூடத்தை பரிசோதனை செய்ய வரும் டெபுடி இன்ஸ்பெக்டர், மூன்றாவது தங்ஙள்.

தங்ஙளின் ஒரு பழைய நீல நிறக் கால் சட்டையைப் பாதியாக வெட்டி இந்த டிரவுசர் தைக்கப்பட்டது.

தோட்டத்தில் பூக்கள் பூத்திருந்தன. ஒரு பூவைக் கிள்ளியெடுத்து அதன் தண்டை வாயில் வைத்து உறிஞ்சினான் குஞ்ஞாலி. லேசாக இனித்தது. தேன்! வண்டுகள் பாடிப் பறந்தன. இளம் வெயிலடித்தது.

பூக்குஞ்ஞி பீவியும் தோட்டத்துக்கு வந்தாள். அவள் சிரித்த போது நரிப்பற்கள் பிரகாசித்தன. மேல்புற ஈறுகளில் இரத்தம் கசிந்து நின்றது. அவ்வளவு அழுத்தமாக அவளுக்கு பல்விளக்கி விடுகிறாள் பாத்து. வாயில் ஊறிய துவர்ப்பு உமிழ் நீரை அவள் பலமாகத் துப்பினாள். வெள்ளை மலர் எச்சில் பட்டு சிவந்தது.

“இங்கெ வாருங்கோ.”

பெரிய செயரிலமர்ந்திருந்த தங்ஙளுப்பப்பா அவர்களைக் அழைத்தார். இரண்டு பேரும் போட்டி போட்டு ஓடினார்கள். தங்களுப்பப்பாவின் இருபுறமும் அவர்கள் நின்றார்கள். பூக்கோயாத்

தங்கள் மடியிலிருந்து இரண்டு ஒரு ரூபாய் வெள்ளி நாணயங்களை எடுத்து ஆளுக்கொன்றாக கையில் கொடுத்தார்.

"கையெழுத்து பைசா."

குழந்தைகள் வாய்விட்டுச் சிரித்துக்கொண்டே உள்ளே ஓடினார்கள். சமையலறையில் பாத்தும்மா உரலின்மீது உட்கார்ந் திருந்தாள். தரையில் இரண்டு பலகைகள். எதிரில் அவர்களுக்கான காலைப் பசியாறும் ஆகார வகைகள்.

இரண்டு பேரும் அமர்ந்தார்கள். நெய்ப்பத்திரியும் ஆவோலி மீன் குழம்பும். கெட்டியாக பாலூற்றிய சாயாவிலிருந்து ஆவி பறந்து கொண்டிருந்தது. குஞ்ஞாலிக்குப் பசி தெரியவில்லை. ஒரு ரூபாய் வெள்ளி நாணயத்தை கொடுக்கும்போது மூஸா முஸல்யாருக்கு ஏற்படப்போகும் மகிழ்ச்சியைப் பற்றி அவன் நினைத்துக் கொண்டிருந்தான்.

ஆற்றபீவி திடீரென்று அந்த வழியாக வந்தாள். பூக்குஞ்ஞி பீவி அவளைக் கூப்பிட்டாள்.

"உம்மா! இங்கெ பாரு" என்று வெள்ளி நாணயத்தை நீட்டினாள்.

"யாரு தந்தா?" மை எழுதிய கண்களைப் பாதியாகச் சுழித்தபடி கேட்டாள்.

"உப்பப்ப."

"என்னத்துக்கு?"

"இண்ணெக்கு கையெழுத்து நாளில்லியா?"

அப்போது குஞ்ஞாலி உள்ளங்கையை இறுக மூடிக் கொண்டு நின்றான். அவன் கையைப் பிடித்து ஆற்றபீவி கேட்டாள். "பாக்கட்டு."

ஒரு வெள்ளி நாணயம்! ஆற்றபீவியின் கண்கள் அக்னி பிழம்பானது. அவள் உடல் பதறியது.

"ஒனக்கும் ஒரு ரூவாயா?" என்றபடி அந்த நாணயத்தை பறித்து வாங்கினாள். உள்ளே ஆவேசத்துடன் ஓடியவள் திரும்பி வந்து ஒரு நாலணா நாணயத்தை அவன் முன் எறிந்து விட்டுச் சொன்னாள்:

"ஒனக்கு இது போரும். ஆகா? ரெண்டு வேரும் செரிக்கு சமமா? அந்த அளவுக்கொண்ணும் போவப்புடாது. அதுக்கு நா சம்மதிக்க மாட்டேன்."

கோபத்தில் ஆற்றபீவியின் மார்பகங்கள் மேலும் கீழுமாக ஏறியிறங்கிக் கொண்டிருந்தது.

அழுதுகொண்டிருந்த குஞ்ஞாலியை அமைதிப்படுத்தினாள் பாத்து. பூக்குஞ்ஞி பீவி கையலம்பிவிட்டு உள்ளே போனாள். குஞ்ஞாலி

எதுவும் சாப்பிடவில்லை. அவன் வயிறு காலியாகக் கிடந்தது, கண்கள் நிறைந்திருந்தது.

பாத்துமா சொன்னாள்:

"மக்களே! நீ ஒரு வலிய வீட்டு ஏழெ." பாத்தும்மா அவன் கையைப் பிடித்து குளியலறைக்குக் கூட்டிச் சென்றாள்.

மதரஸாவை எட்டியதுமே அவன் வருத்தமெல்லாம் பறந்தோடியது. கண்கள் பிரகாசமாயின. மனம் அமைதியடைந்தது. மாணவர்கள் ஓடியாடி விளையாடுகிறார்கள். எல்லோருமே புத்தாடைகள் அணிந்திருக்கிறார்கள். அல்பாக் துணியில் குப்பாயம், கரையுள்ள முண்டு, பட்டு உறுமால் – இது ஆண் குழந்தைகளின் ஆடை. கசவுத்தட்டம், அதனுள் கறுத்து நீண்ட தலை முடி, கோஜாத்தி மை தீட்டிய கண்கள், மல்மல் துணியில் குப்பாயம். அதில் அத்தர் வாசம் வீசியது. பட்டுத்துணியில் காச்சி முண்டு. பெண் குழந்தைகள் நடக்கும் போது உடுமுண்டை பிடித்தபடி நடந்தார்கள். கால்களிலும் கை விரல்களிலும் மருதாணி.

சத்தமெழுப்பியும் கூச்சலிட்டும் ஒருவரோடொருவர் கை தட்டியும் ஓடிவிளையாடிக்கொண்டிருந்த அவர்களின் பார்வை புகைவண்டியின் மீது பதிந்தது. மூஸா முஸல்யாரும் ஒரு சுமைதூக்கியும் தண்டவாளத்தைக் கடந்து புகைவண்டி நிலையத்தின் பின்புறமுள்ள செம்மண் பாதை வழியே வேகமாக நடந்து வந்துகொண்டிருந்தார்கள்.

மூஸா முஸல்யார் முதலில் மதரஸாவுக்குள் வந்து ஏறினார். மடித்து உடுத்திருந்த உடுமுண்டை அவிழ்த்து விட மறந்து விட்டார். தடித்த கணுக்கால்களில் அடர்ந்திருந்த சுருண்ட ரோமக் கற்றைகள் தான் முதலில் மாணவர்களின் கண்களில் பட்டன. மூஸா முஸல்யார் மடித்துக் கட்டிய வேட்டியை அவிழ்த்து விட எப்போதுமே மறந்ததில்லை. ஏதோ தவறு செய்து விட்டவர் போல் உடனே அவிழ்த்து விட்டுக்கொண்டார். திரும்பிப் பார்க்கும்போது தலையில் பெரிய கூடையுடன் சிறு வாசல் வழியாக நுழைய சிரமபபட்டுக் கொண்டு நிற்கும் அடிமையைக் கண்டார்.

"இங்கெ வாடா செய்த்தானே."

மாணியூர் அபூபக்கரைப் பார்த்து கூப்பிட்டார் முஸல்யார். அவன்தான் பள்ளிக்கூடத்தில் பெரிய முட்டாளும் பெரிய பலசாலியும்! சிறு சிறு முரட்டு வேலைகளை அவனை வைத்து சாதாரணமாகச் செய்வதுண்டு. அபூபக்கரும் மூஸா முஸல்யாரும் அடிமையும் சேர்ந்து கூடையை அப்படியும் இப்படியுமாக நகர்த்தி உள்ளே ஏற்றினார்கள். சங்கர குறுப்பு மாஸ்டரின் மேஜைமீது அந்தக் கூடை வைக்கப்பட்டது. வெள்ளைத்துணியால் மூடப்பட்டிருந்த கூடையின் இடைவெளியாக நெய்க் கசிந்து கொண்டிருந்தது.

அதற்குள்ளிருக்கும் பதார்த்தங்களின் வகையறிய மாணவர்கள் பொறுமையிழந்து தவித்தார்கள்.

எங்கிருந்தோ வந்த பெரிய ஈ ஒன்று கூடையைச் சுற்றி வட்டமிடத் தொடங்கியது. மூஸா முஸல்யார் செயரில் அமர்ந்தபடி பனையோலை விசிறியால் வியர்வையை தணித்துக் கொண்டிருந்தார். பிறகு தலையைச் சொறிந்து கொண்டு, முகம் துடைத்து விட்டு ஓங்கிக் குரல் கொடுத்தார்:

“பைத்து சொல்லுங்கோ நாய்களே.”

மாணவர்கள் பைத்து சொல்லத் தொடஙகினார்கள். அவர்களுக்கு வியர்க்க ஆரம்பித்தது. சற்று நேரத்திற்குப் பிறகு முஸல்யார் எழுதுகோலையும் மைக்குப்பியையும் வெளியே எடுத்தார்.

“செரி வா!” ஓரமாக அமர்ந்திருந்த மாணவனைப் பார்த்து அழைத்தார் மூஸா முஸல்யார்.

அவன் முஸல்யாரின் அருகில் வந்து நின்றான். பட்டுத் தலைப்பாகையை அவிழ்த்து அதனுள்ளிருந்த நாலணா துட்டை எடுத்து மேஜை மீது வைத்தான்.

“சபாஷ்” கால் ரூபாய் துட்டை காணும் போதெல்லாம் மூஸா முஸல்யார் உற்சாகக் குரலெழுப்பினார். எழுத்தாணியை கடுக்காய் மையில் தொட்டு அவன் உள்ளங்கையில் எழுதினார். மாணவர்கள் ஒவ்வொருவராக வந்தார்கள்.

பூக்குஞ்ஞி பீவி நகர்ந்தபோது குஞ்ஞாலியின் மனம் பட படத்தது. அடுத்தது அவன். பூக்குஞ்ஞி பீவியின் கையில் ஒரு ரூபாயும் அவன் கையில் வெறும் நாலணாவும்!

பூக்குஞ்ஞி பீவியின் கன்னங்களை முஸல்யார் வருடி விட்டார். பிறகு அந்த வெள்ளி நாணயத்தை மெதுவாக பாக்கெட்டில் போட்டுக்கொண்டார். கையில் எழுதியது மட்டுமல்ல, நெற்றியிலும் ஒரு குறி வரைந்தார். பிறகு குஞ்ஞாலியைப் பார்த்து விரல் சுட்டி உற்சாகக் குரலெழுப்பினார். “வா.”

குஞ்ஞாலி தளர்ந்த கால்களுடன் நகர்ந்து சென்றான். மாம்பலகையால் செய்யப்பட்ட மேஜையின் அருகில் வந்து நின்றபோது லேசாக நடுங்கினான். மூஸா முஸல்யார் அவனைத் தோளோடு சேர்த்து அணைத்து நிறுத்தினார். பயந்து வியர்த்துப் போய் நிற்கும் போதும் மூஸா முஸல்யாரின் வியர்வை நாற்றத்தை அவனால் உணர முடிந்தது.

மேஜையில் தன் வறண்ட உள்ளங்கையை அடித்துச் சொன்னார். “வெய்.” மூஸா முஸல்யார் எதிர்பார்த்தது ஒரு ரூபாய் வெள்ளி நாணயம்.

குஞ்ஞாலி பட்டுத் தலைப்பாகையை மெதுவாக அவிழ்த்து ஒரு நாலணாத் துட்டை எடுத்து மேஜைமேல் வைத்தான். மூஸா முஸல்யாரின் நெற்றிச் சுருங்கியது. உதடுகள் வலது புறமாக சுழித்துக் கொண்டன. எதுவோ முணுமுணுத்துக் கொண்டார்.

பிறகு இயந்திரம்போல் அவன் கையில் எழுதத் தொடங்கினார். மூங்கில் குச்சியால் செய்யப்பட்ட எழுத்தாணி அவன் துடுத்த உள்ளங்கையில் கலப்பையால் உழுவது போல் அசைந்தது. எழுதி முடித்து விட்டு சாபமிடுவதைப் போல் சொன்னார். "ஹராமி."

"ஹராமி" என்ற சொல், அவன் தலைக்குள் மீண்டும் மீண்டும் முழங்கியது. எப்படியோ தன் இடத்துக்கு வந்தமர்ந்தான். பிறகு எதுவும் நினைத்துப் பார்க்கத் தோன்றவில்லை.

எதுவோ ஒரு ஆரவாரம் கேட்டு தன்னுணர்வு பெற்றான். பலகார வினியோகம்! கூடைமீது கிடந்த துணி விலகியதும் ஆரவாரமெழுந்தது. கையெழுத்து முடிந்து விட்டது கூட அவனுக்குத் தெரியாது. நெய்யப்பத்தைக் கையில் ஏந்தியபடி ஒவ்வொருவராக வெளியேறினார்கள்.

குஞ்ஞாலி அப்பம் வாங்காமல் வெளியேறினான். கையில் எழுதப்பட்ட குர்ஆன் அட்சரத்தை வானத்துக்கும் பூமிக்கும் காட்டி, பிறகு நாவால் நக்கி உள்ளே இறக்கி விடவேண்டும். குஞ்ஞாலி வீட்டிற்கு வந்ததும் யாரிடமும் உள்ளங்கையை காட்டவில்லை. முற்றத்தில் மண் தரையில் கையைத் தேய்த்து எழுத்துக்களை மாய்த்துக் கொண்டான்.

31

கோடைக்காலம் இப்போதுதான் ஆரம்பித்திருக்கிறது. அதற்குள் வெப்பம் தகிக்கத் தொடங்கிவிட்டது. பதினாலாம் இரவின் நிலவை கார்மேகங்கள் சூழ்ந்து மறைத்து நின்றன. காற்றுப்போன காந்த விளக்கின் ஒளிபோல் நிலா காய்ந்து கொண்டிருந்தது. காற்றின் அசைவுகள் கூட இல்லை. சகல விருட்சங்களும் இடியேற்றவை போல் நின்றன. இலைகளும் தென்னங்கீற்றுகளும் கிரகணம் பிடித்தவைப் போலிருந்தன.

எரமுள்ளானால் தூங்க முடியவில்லை. நெஞ்சில் பதற்றம் குடிகொண்டது. வெப்பத்தின் தாக்கம் மட்டுமல்ல, ஒரு விதமான ஊரலும் புகைச்சலும் இருந்தது. முதலில் குப்பாயத்தை உருவிவைத்

தார். பிறகு பனியனையும் உருவினார். கொஞ்ச நேரம் பள்ளிவாசல் படிக்கட்டில் வந்தமர்ந்தார். நெஞ்சுப் பதற்றம் தணியவேயில்லை. அவ்வப்போது சிமென்ட் தண்ணீர்த் தொட்டிக்குச் சென்று குளிர்ந்த நீரை முகத்திலும் உடலிலும் ஊற்றிக் கொண்டார்.

நனைந்த பாயில் படுத்துக்கொண்டு ஜன்னல் வழியாக வானத்தைப் பார்த்தார். நட்சத்திரம் ஒன்றுகூட இல்லை. வானம் நன்றாக போர்த்திக் கொண்டு தூங்குவது போலிருந்தது.

தூக்கம் எப்போது வந்தது என்று நினைவில்லை ஆனால் எழுந்திருக்கும்போது மனம் தெளிந்திருந்தது. பொழுது புலரத் தொடங்கி விட்டது. கிழக்கு வானில் சூரியக்கதிர்களின் அடையாளம் தெரிந்தது.

சிமென்ட் தொட்டியில் தண்ணீர் நிறைந்திருந்தது. இறைக்க வேண்டியத் தேவையில்லை. மிஸ்வாக்கை எடுத்து பல் துலக்கினார். நாக்கை சுத்தம் செய்யும்போது அதிக நேரம் காறித் துப்பிக் கொண்டிருந்தார். தொண்டைக்குள் எதுவோ அடைத்துக் கொண்டிருப்பது போலிருந்தது. சளியா, நீர்க்கட்டா என்பது தெரியவில்லை. எத்தனை தடவை பலமாகக் காறித் துப்பினாலும் அது அங்கேயே உருண்டு விளையாடுகிறதே தவிர வெளியே வரவில்லை.

பாங்கு கூப்பிடத் தொடங்கினார். மேற்குத் திசையைப் பார்த்து திரும்பி நின்று கொண்டு காதுகளில் விரல்களை நுழைத்தபோது பதைத்துப் போனார்.

"அல்லாஹு அக்பர்... அல்லாஹு அக்பர்" என்று சத்தமாகச் சொன்னார். சத்தம் வெளியாகவில்லை. முரசறைவது போல் வெளியாகும் ஓசை காற்றாக வெளியானது. காற்றாக மட்டும். வெறும் காற்று! பாங்கு முழுவதுமாக அழைத்து முடித்தார். பிறகு வெடிக்காமல் போன ஓலைப் பட்டாசுபோல் கோரைப் பாயில் அமர்ந்தார். கொஞ்ச நேரம் அமர்ந்திருந்ததும் படுக்க வேண்டும் போல் தோன்றியது, படுத்தார். துண்டியில் இபுறாகி முதலில் வந்தான்.

"நல்லெ ஒறக்கம் போலெயிருக்கு! பாங்கு விளிக்க இனி நம்மொதான் வரணுமோ?"

"போ செய்த்தானே" என்று சொல்லத் தோன்றியது. சத்தம் வெளியே வரவில்லை.

"ஆந்தை குத்தியிருக்குதெப் போலெயிருக்கு."

இபுறாகி கேலி செய்தான்.

"சொகமில்லே" என்றார் எரமுள்ளான்.

சத்தம் காற்றாகவே வந்தது.

இபுறாகிக்கு புரியவில்லை. மீண்டும் கேட்டான். "சொகமில்லை." மீண்டும் காற்றுதான் வந்தது.

இபுறாகிக்குப் புரிந்துவிட்டது. தொழுகை முடிந்ததும் நேராக அறக்கல் இல்லத்திற்குச் சென்றான்.

பூக்கோயாத் தங்ஙள் சவாரிக்குச் செல்வதற்கு ஆயத்தமாகிக் கொண்டிருந்தார்.

"என்னெ இபுறாகி?"

"எரமுள்ளானுக்கு சோக்கேடு."

"அதுக்கென்னெ? கோமப்பன் வைச்சியரெ விளிச்சிருவோம்."

"சோக்கேடு குரல் அடெப்பு! சத்தம் சுத்தமா வெளியெ வரமாட்டேண்ணு சொல்லுது."

"இருக்கட்டு! அதுக்கும் மருந்து காணும்."

"ஆனா, பாங்கு விளிக்கிது?"

தங்ஙளுக்கு நிலைமையின் தீவிரம் உறைத்தது.

"செரி! அப்பம் அதுக்கு வேறெ ஆளெ பாப்போம்."

எரமுள்ளான் பள்ளி வாசலில் படுத்திருந்தார். உடல் முழுவதும் வலி குடைந்தெடுத்தது. எலும்புகள் கோரைப் பாயில் உரசியது. உடம்பின் நாலா பாகங்களிலிருந்துமே வலி உருவானது. எழுந்தால் தலை சுற்றுகிறது. படுக்கும்போது மூட்டுகள் விண்ணென்று தெறித்தது. பசியெடுக்கவில்லை. ஆனால், தாகத்தால் தொண்டை வறண்டது.

துண்டியில் இபுறாகி ஒரு தம்ளரில் பாலில்லாத சாயாவும் இன்னொரு தட்டில் ஏதோ பலகாரத்துடன் வந்தான். எரமுள்ளான் விருப்பமில்லாமல் எழுந்தார். பள்ளிவாசல் ஜன்னல் படியில் சாயா தம்ளர்கள் இருந்தன. பக்கத்தில் இரண்டு தட்டுகள் பரஸ்பரம் மேல் பாகங்கள் உரசியபடி! தேங்காய்த் துருவி சேர்க்கப்பட்ட ஊறவைத்த அவல். தட்டை மீண்டும் மூடி வைத்துவிட்டு சாயாவை குடித்தார். சூடான சாயாவை ஊதிஊதி சொட்டு கூட மிச்சமில் லாமல் குடித்தார்.

இபுறாகி சொன்னான்:

"நல்லெ அவுலு! பழந் தேங்கா துருவிப்போட்டுருக்கு."

"பசியில்லெ! எனக்கு வேண்டாம்."

துண்டியில் இபுறாகி மூடியைத் திறந்தான். மேலே தூவப்பட்டிருந்த தேங்காய்ப்பூ அவனைப் பார்த்து சிரித்தது. அதற்குக் கீழே அவல். இபுறாகி இரண்டையும் சேர்த்துக் குழைத்தான். உள்ளங்கையில் நெய் புரண்டது. இபுறாகி திரும்பவும் சொல்லிக் கொண்டான் "நல்லெ பழந்தேங்கா." அங்கேயே கால்படி அவலும் ஒரு மூடி தேங்காத் துருவலையும் குழைத்து உள்ளே தள்ளினான். கிணற்றிலிருந்து

தண்ணீர் இறைத்து மாடு தொட்டியில் குடிப்பது போல் குடித்து ஒரு பெரிய ஏப்பம் விட்டான்.

"என்னெ எரமுள்ளான் என்னெ ஆச்சி?"

மிகவும் சிரமத்துடன் பேசினார் எரமுள்ளான்.

"தொண்டையிலெ வேதனை."

மத்தியானத்திற்குள் கோமப்பன் வைத்தியர் அறக்கல் இல்லத்தையடைந்தார். ஓலைக்குடையைத் திண்ணையில் கவிழ்த்து வைத்துவிட்டு கேட்டார்:

"எரமுள்ளான் எங்கெ?"

அப்போது எரமுள்ளான் மெதுவாக நடந்து வந்து திண்ணையில் அமர்ந்தார்.

"பெனியனெக் களற்றணும்."

விலா எலும்புகள் உந்தி நிற்கும் நெஞ்சில் விரல்களால் தட்டிப் பார்த்தார். மத்தளம் கொட்டுவது போல் ஓசை கேட்டது. கழுத்தையும் தாடைப்பகுதியையும் தடவிப் பார்த்தார். வயிற்றை அமுக்கினார். நாடி பிடித்துப் பார்த்து நாக்கை நீட்டச் சொன்னார். கை நகங்களை பரிசோதித்த பிறகு சொன்னார்:

"எழும்பணும்."

பெரிய திண்ணையிலிருந்து எழுந்து அடுத்த திண்ணையில் அமர்ந்தார். கோமப்பன் வைத்தியர் பித்தளை கெண்டியிலிருந்து தண்ணீர் ஊற்றிக் கைகளை சுத்தம் செய்து முண்டில் துடைத்துக் கொண்டார். தங்ஙளின் பக்கத்தில் சென்றதும் தங்ஙள் எதிர்பார்ப்புடன் கோமப்பன் வைத்தியரை ஏறிட்டுப் பார்த்தார். வைத்தியர் சொன்னார்:

"பாங்கு விளிக்கிதுக்கு இனி வேறெ ஆளெ ஏற்பாடு செய்யணும்! இனிமேலும் அவரெ செரமப்படுத்துது செரியில்லெ."

பிறகு கோமப்பன் வைத்தியர் எதுவும் சொல்லாமல் சோகத்துடன் அமர்ந்திருந்தார். கொஞ்ச நேரம் எதுவும் பேசாமல்.

பூக்கோயாத் தங்ஙள் யானைச் செயரில் கால்களை மடித்து அமர்ந்து கொண்டார்.

"என்ன சோக்கேடு?"

பரிதாபம் கலந்த குரலில் வெறித்துப் பார்த்தபடி சொன்னார் வைத்தியர்: "கொணப்படுத்த ஏலாது."

தங்ஙளின் மனதில் உருவான சிறு அதிருப்தியை வெளிக் காட்டிக் கொள்ளாமல் திரும்பவும் கேட்டார்:

“என்ன சோக்கேடு?”

“என்னத்தெ சொல்லுது?” கையை விரித்தபடி கோமப்பன் வைத்தியர் சொன்னார்:

“புத்து.”

“ராஜப் பெளவயா?” செயரிலிருந்து எழுந்து தங்ஙள் கேட்டார்.

“ஓ...! இங்கிலீசுலெ சொல்தாங்களே, கேன்சரு. அதுதான்!”

தங்ஙள் திரைச்சீலையை உயர்த்தி உள்ளே பார்த்துக் கூப்பிட்டார்.

“டேய்! ஹைதுரூஸ்.”

வேலைக்காரன் குட்டி ஹைதுரூஸ் சமையலறையிலிருந்து ஓடி வந்து கேட்டான்.

“கொண்டு வந்துரட்டா?”

அவனுக்கு எப்போதும் ஒரே நினைப்புதான். சமையல் கட்டி லிருந்து ஆகாரங்களை கொண்டு வந்து திண்ணையில் வைக்க வேண்டும்.

“சீ, ஹமுக்கே!” முதலில் ஒரு விரட்டு விரட்டினார். பிறகு அவன் பிடரியை பிடித்துக் கொண்டு தங்ஙள் சொன்னார்:

“அடேய்! இண்ணெயிலேருந்து எரமுள்ளானுக்கும் புகாரிக்கும் கஞ்சியெ தனித்தனியா வெக்கணும் என்னெ!”

கேட்டுக் கொண்டு நின்ற கோமப்பன் வைத்தியர் அப்போது சொன்னார்:

“மன்னிக்கணும் தங்ஙளே! புத்துநோயி ஒட்டுவார் ஒட்டியில்லெ.”

கோமப்பன் வைத்தியர் இதைச் சொல்லி விட்டு ஓலைக் குடையை கையிலெடுத்தார். உடுமுண்டை சரிப்படுத்திவிட்டுச் சொன்னார்:

“அடியேன் உத்தரவு வாங்குதேன்.”

தங்ஙள் முற்றத்திலிறங்கி ஒரு ரூபாய் வெள்ளி நாணயத்தை வைத்தியர் கையில் கொடுக்க முயன்றார். தீயைத் தொட்டதுபோல் கையைப் பின்னுக்கிழுத்துக் கொண்ட வைத்தியர் சொன்னார்:

“கொணப்படுத்த ஏலாத சிகிச்செக்கு கூலியா? வேண்டாம்!”

கோமப்பன் வைத்தியர் மதில் கூடத்தைக் கடந்தார். ஓலைக் குடை மறைவதுவரை பார்த்துக் கொண்டே நின்றான் புகாரி.

அன்று இரவுச்சாப்பாடு முடிந்து எல்லோரும் பிரிந்தார்கள். கடைசி ஆள் தீப்பந்தத்துடன் மதில் கூடத்தை கடந்த பிறகு வேலைக்காரன் குட்டி ஹைதுரூஸ் கஞ்சி கோப்பைகளுடன்

திண்ணைக்கு வந்தான். அன்று இரண்டு கோப்பைகளும் இரண்டு தட்டுகளில் மசியலும் இருந்தன.

பாத்திரங்களை அடுத்தடுத்து வைத்தான் ஹைதுரூஸ். கை கழுவி விட்டு முதலில் வந்த புகாரி இரண்டு பாத்திரங்களையும் நீக்கி நாலரையடி தூர இடைவெளியில் வைத்துவிட்டு எரமுள்ளானை ஒரு விஷ ஜந்துவைப் பார்ப்பதுபோல் பார்த்தான்.

மர அகப்பையால் கஞ்சியை அள்ளிக் குடித்தான் புகாரி. மசியலை வாரி விழுங்கினான். ஒவ்வொரு முறை விழுங்கும் போதும் கண்களை அகலத் திறந்து விரல்களை வாய்க்குள் நுழைத்து சூப்பினான்.

நாலரையடித் தூரத்தில் பஞ்சுப்பொதிபோல் எரமுள்ளானிருந் தார். பசி சிறிதுகூட இல்லை. என்ன வியாதி என்றோ, அதற்கான மருந்துகளோ எதுவுமே கோமப்பன் வைத்தியர் சொல்லவில்லை. என்ன வியாதியாக இருக்கும்? தொண்டைக்குள் சிக்கிக்கிடக்கும் இந்த கட்டி என்னவாக இருக்கும்?

அவர் கஞ்சிப் பாத்திரத்தின் எதிரில் அமர்ந்து கொண்டு தங்ஙளைப் பார்த்தார். யானைச் செயரில் மல்லாந்து படுத்து தங்ஙள் சிங்கப்பூர் சுருட்டு பிடித்தபடி ஆகாயத்தைப் பார்த்துக் கொண்டிருந்தார்.

"நீ ஏங் கஞ்சியெக் குடிக்காமெ வெச்சுருக்கே?" தனக்கு முன்னாலிருந்த கஞ்சியும் கூட்டும் காலியானதும் புகாரி கேட்டான்.

"எனக்கு வேண்டாம். பசியில்லெ."

நிறைந்திருக்கும் கஞ்சிப்பாத்திரத்தை ஆதரவாகப் பார்த்தான் புகாரி. அவன் வயிற்றின் ஆழத்தை சரியாகப் புரிந்து கொண்டவர்கள் யாருமில்லை ஆனால், எரமுள்ளானின் பாத்திரத்தை அன்று புகாரி தொடவில்லை. எரமுள்ளானின் கொடிய வியாதி புகாரியின் பசியைத் தணித்து விட்டது.

சுருட்டு தீர்ந்ததும் தங்ஙள் எழுந்தார். செயர் இரைந்தது. பதினாலாம் நம்பர் விளக்கின் திரியைத் தாழ்த்தி அணைத்து விட்டு புகாரி சத்தமாகக் கேட்டான்:

"எரமுள்ளா, நீ போவல்லியா?"

எரமுள்ளான் ஒரு அடி கூட எடுத்து வைக்க முடியாத நிலையிலிருந்தார். பேச இயலாமல் வாடிய வாழையிலை போல் மதிலில் சாய்ந்து விழுந்தார். புகாரி மெதுவாக அவரைத் தூக்கி னான். ஒரு பலம் எடைதானிருந்தார். ஒரு ஆட்டுக்குட்டியைத் தூக்குவது போல் அவரை இரு கைகளிலுமேந்தி தரையில் கிடந்த தாழைப்பாயில் கிடத்தினான்.

மதில் கூட வாசல் அடைக்கப்பட்டது.

அதிகாலை வேளையில் எரமுள்ளானின் தூக்கம் கலைந்தது. மனம் இயல்பு நிலைக்குத் திரும்பியதும் படுத்திருப்பது பள்ளி வாசல் அல்ல என்பதை உணர்ந்து கொண்டார். நினைவு தெரிந்து மோதீனார் ஆன காலம் முதல் அவர் பள்ளி வாசல் தவிர வேறெங்கும் இரவு தூங்கியதில்லை.

உடல் தளர்வு நீங்கவில்லை என்றாலும், எழுந்திருக்க முடியும் போலிருந்தது. எழுந்து நடந்து பள்ளி வாசலுக்குச் சென்று பாங்கு அழைக்க வேண்டும். இவ்வுலகில் வாழும் காலம் வரை ஒவ்வொரு நிமிடமும் பாங்கு சொல்லித்தான் உயிர் வாழவேண்டும். இப்படியாக சிந்தித்தபடியே படுத்திருந்தார்.

'அல்லாஹு அக்பர்...'

எரமுள்ளான் நடுங்கி விட்டார். பள்ளி வாசலிலிருந்து வேறொருவரின் பாங்கு சத்தம்! திடுக்கிட்டு எழுந்தார். அவரால் நம்ப முடியவில்லை. தன் எல்லைக்குள் மற்றொருவரின் குரலா? மதில் கூடத்திற்கு பாய்ந்து சென்று வாசலைத் திறக்க முற்பட்டார். பீடி புகைத்தபடி படுத்திருந்த புகாரி கேட்டான்:

"என்னெ செய்த்தானே, உன் சோக்கேடு கொணமாயிட்டுதா?"

எரமுள்ளானுக்கு என்ன பதில் சொல்வது என்று தெரியவில்லை. சர்வ நாடிகளும் துடித்துக் கொண்டிருந்தன, எல்லா சக்திகளையும் உருத்திரட்டிக் கொண்டு சொன்னார்:

"வாசலெத் தொற."

புகாரி பீடியைத் தரையில் தேய்த்து அணைத்து விட்டு திரும்பிப்படுத்துக் கொண்டு சொன்னான்:

"எரமுள்ளா! நீ கெடந்து ஒறங்கு! பாங்கு விளிச்சது செய்த்தான் ஒண்ணுமில்லெ, புதிய மோதியார்தான்."

புதிய மோதியார்! பள்ளிவாசலுக்கு புதிய காவல்காரன். எரமுள்ளான் மதில் கூடத்தில் தளர்ந்து விழுந்தார்.

32

அன்று காரக்காடு நிலையத்தில் புகை வண்டி வந்து நின்றபோது மூன்று பேர் இறங்கினார்கள். ஒன்று தம்புரானின் காரியதரிசி ரைரு நாயர். அவர் கோழிக்கோட்டுக்குச் சென்று வெள்ளைக்கார ஜில்லா கலெக்டரை சந்தித்து விட்டு வருகிறார். முகத்தில் அந்த கௌரவம் நிழல்போல் படர்ந்திருந்தது. போதாக்குறைக்கு ஒரு

பை நிறைய ஆதாரப் பத்திரங்கள் இருந்தன. ஒரு கிராமத்தின் மொத்த வரைபடமும் அந்த பையிலிருந்தது.

நிலைய அதிகாரி கப்ரியேல், பயணச்சீட்டை வாங்கியதும் ரைரு நாயரை மரியாதையுடன் பார்த்தார். அது ஒரு மஞ்சள் நிற பயணச்சீட்டு. இரண்டாம் வகுப்புக்கானது! கப்ரியேல் நிலைய அதிகாரியாக பொறுப்பேற்ற பிறகு முதல்முதலாக கையில் கிடைத்திருக்கும் மஞ்சள் நிற பயணச்சீட்டு. கப்ரியேல் அதைத் தனியாக தன் நீண்ட கால் சட்டைப் பையின் பின்புற பாக்கெட்டில் பத்திரப்படுத்திக் கொண்டார். காரக்காடு புகை வண்டி நிலையத்தின் சரித்திரத்தில் பொன்னெழுத்துகளால் பொறிக்கப்படவேண்டிய நாள் அது! ரைரு நாயர், தம்புரானின் இரட்டைக் குதிரை பூட்டிய ஜட்கா வண்டியில் ஏறி அமர்ந்ததும் ஜட்கா வண்டி புழுதி வாரியிறைத்தபடியே பறந்தது.

மிச்சமிருந்த இரண்டு பேரும் இரும்பு கேட் வழியாக நடக்காமல் நீண்டு கிடந்த தண்டவாளங்களை இலட்சியமாக்கி தெற்கும் வடக்குமாக பிரிந்து நடந்தார்கள். கப்ரியேல், சுமைதூக்கும் தொழிலாளி சந்துவையும் சிப்பாய் ராமனையும் கை தட்டி அழைத்து அந்த இரண்டு பேரையும் பிடித்துக் கொண்டு வரும்படி ஆணை பிறப்பித்தார். காக்கி நிக்கர் அணிந்து செருப்பணியாத கால்களுடன் நின்ற மெலிந்த சுமட்டுத் தொழிலாளியும் சிப்பாயும் மூச்சு வாங்க ஓடினார்கள். அடுத்த நிமிடத்தில் அந்த இரண்டு பேரும் அகப்பட்டுக் கொண்டார்கள் அதில் ஒருவர் சாமியார், மற்றவர் கலீபா. இரும்பு கேட்டின் வெளிப்புறம் ஒன்பதரைக் கண்ணனின் சாயாக் கடையிலிருந்தவர்களும் ஓடி வந்தார்கள்.

சாமியார் அழுக்கடைந்த வேஷத்துடனிருந்தார். சடைபிடித்த, தவிட்டுநிறம் கொண்ட தலைமுடி, பல வருடங்களாக விரக்தி படிந்திருந்த முகத்தோற்றம், கால்களில் செம்மண் புழுதி, அழுக்கு படிந்து நாற்றம் வீசும் மேல் அங்கி, பிறந்த ஊரில் படிந்திருந்த மண்ணைக் கூட துடைத்தெறிந்து வந்து விட்ட மரத்துப் போன கால்கள்

“டிக்கெட் எங்கே?”

இடி முழங்குவதுபோல் கேட்டார் கப்ரியேல். ஒரு வார்த்தை கூட பதில் சொல்லவில்லை சாமியார். பிறவியிலேயே பிளவு இல்லாதது போல் இறுகிப்போயிருந்தன உதடுகள். அதில் சிறு கோடு மட்டும் தான் தெரிந்தது. அதுவும் அணுவளவு கூட அசைந்து கொடுக்கவில்லை ஆனால், பதில் பேசியது கண்கள்தான்! எல்லாக் கோபங்களும் விரக்தியும் கண்களில் அக்னியாய் ஜொலித்து நின்றன. கப்ரியேலால் அதற்குப் பிறகு ஒரு வார்த்தையும் பேசமுடியவில்லை. சாமியாரின் கண்களைப் பார்த்தபடியே மயக்கம் போட்டு நடைபாதையில் விழுந்தார்.

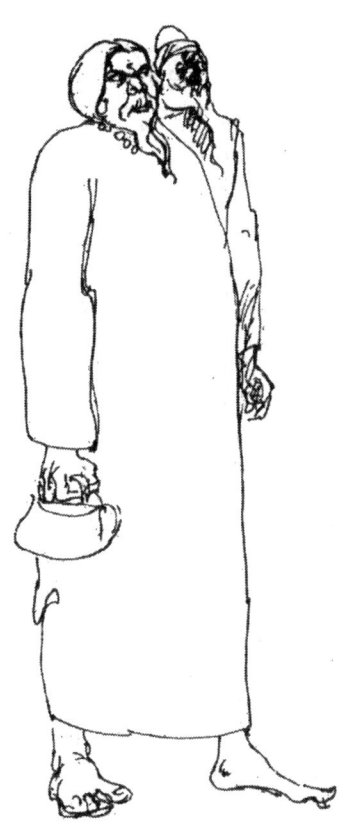

கேட்டுக்கு வெளியே நின்றிருந்தவர்கள் ஆச்சரியத்தால் வாய் பிளந்து நின்றார்கள். அடைக்கப்பட்ட கேட் காற்றில் திறப்பது போல் திறந்தது. சுவாமியின் பார்வை தரையில் பதிந்தது. முதலில் சுவாமி வெளியேறினார். பின்னால் கலீபா. கேட்டின் இருபுறமும் நின்றிருந்தவர்கள் அதிசயத்துடன் அவர்கள் போவதையே பார்த்துக் கொண்டு நின்றார்கள்.

"மகான்மார்" என்றார் ஒருவர்.

"சித்தன்மார்" என்றார் இன்னொருவர்.

"போங்கடா" என்றான் நாள் தவறாமல் செய்திப் பத்திரிகை வாசிக்கும் முண்டோடிக் கண்ணன்.

"எதுவுமே இல்லை. சி. ஐ. டி போலீசு! நாய்க்குப் பெறந்தவனுவோ நம்ம ரெகசியங்களெ துப்பறிய வந்திருக்கானுவோ, ஒளவு பாக்கு தவனுவோ."

மீஸான் கற்கள்

அதற்குப் பிறகு முண்டோடிக் கண்ணன் ஒன்றுமே பேச வில்லை. மெதுவாகத் தண்டவாளத்தைக் கடந்து மஞ்சியகம் ஊரைப் பார்த்து நடக்கத் தொடங்கினான்.

கலீபா முதலில் சென்றது அறக்கல் இல்லத்திற்கு. அப்போது அசோக மரத்தினடியில் குஞ்ஞாலியும் பூக்குஞ்ஞி பீவியும் கை கோர்த்தபடி அசோக மரம் பூத்திருப்பதைப் பார்த்துக் கொண்டு நின்றார்கள். கலீபா தொண்டையைக் கனைத்துக்கொண்டார். பிறகு காறித் துப்பினார்.

சத்தம் கேட்டதும் இரண்டுபேரும் கைகளை விடுவித்தார்கள்.

“நேச்சை உண்டா? நாகூருக்கு நேச்சை.”

கலீபா கையிலிருந்த வெள்ளிப் பெட்டியைத் திண்ணையில் வைத்தார். வரைபடம்போல் சுருட்டி வைக்கப்பட்டிருந்த துணியை பாதி விரித்தார். அதில் விளங்கிக் கொள்ள இயலாத ஏதோ சித்திரங்கள் தெரிந்தன.

கலீபா மீண்டும் கேட்டார்.

“நாகூருக்கு நேச்சை உண்டா, நேச்சை?”

“உண்டு!” உள்ளேயிருந்து ஒரு வீணை குரல் கொடுத்தது.

உடனே கலீபா கையிலிருந்த வரைப்படத் துணியை முழுவது மாக விரிக்கத் தொடங்கினார். முதலில் தெரிந்தது ஒரு மிஸ்வாக். அடுத்தது ஒரு மரக்கன்று. பிறகு ஒரு விருட்சம். அதில் நிறைந்திருந்த பழ வகைகள். விருட்சத்தின் இன்னொருபுறம் எண்ணற்ற மனிதர்கள் பசியுடன் நிற்கிறார்கள். கதை தொடங்கியது. இந்த மிஸ்வாக், முகம்மது நபியின் கையிலிருந்து கீழே விழுந்தது. ஆனால் அது கெட்டுப் போகவில்லை, மண்ணில் துளிர்த்து பெருவிருட்சமாக வளர்ந்தது. பழ வர்க்கங்கள் அதிலிருந்து உதிர்ந்து கொண்டேயிருந் தன. பசித்த மனிதர்கள் அதை உண்டு பசியையும் தாகத்தையும் தீர்த்துக் கொண்டார்கள். கீழே விழுந்த பல் துலக்கும் மிஸ்வாக் கூட அத்தனை மகத்துவம் பெற்றதாயிருந்தது.

கதை சொல்லி முடித்தபோது கலீபா தளர்ந்திருந்தார். அவர் கதைச் சித்திரங்களைச் சுருட்டிக் கொண்டார். நெற்றி வியர்வையை துடைத்துவிட்டு தூணில் சாய்ந்தவாறு திண்ணையில் அமர்ந்தார். அப்போது கஞ்சியும் மசியலும் கொண்டு குட்டி ஹைதுரூஸ் வந்தான்.

சிறு கண்களில் கோபத்தைத் திரட்டி கலீபாவை பார்த்தவன், பாத்திரங்களை கீழே வைத்துவிட்டு ஒரு வார்த்தை கூட பேசாமல் மெதுவாக உள்ளே நகர்ந்து விட்டான். அவன் சலனங்கள் எப் போதுமே பொம்மலாட்டம் போலிருக்கும். அவன் காலில் கட்டப் பட்டிருக்கும் நூலின் பிடி சமையலறையில் இருந்தது. அதுதான் அவன் வாழ்விடம்!

பத்து நிமிடத்தில் பெரிய கோப்பையிலிருந்த கஞ்சியும் பெரிய தட்டிலிருந்த மசியலும் காலியானது. வயிறு நிறைந்துவிட்ட திருப்தி யுடன் திண்ணையில் அமர்ந்து பழைய ஈர்க்கிலால் கலீபா பல் குத்திக் கொண்டிருந்தார். அப்போது திரை விரிப்பின் பின் புறம் வளையல் கிலுங்கியது.

கலீபா கேட்டார் "நேச்சை உண்டா நேச்சை?"

திரை விரிப்பின் இடையினூடே வெள்ளியால் செய்த ஆணு றுப்பு வெளியே வந்தது. கலீபா தன் நீண்ட விரல்களால் அதனை பக்தியோடு பெற்று தன் பெட்டிக்குள் பாதுகாப்பாக வைத்தார். அந்த நேர்ச்சைப் பொருட்கள் உண்மையில் கலீபாவின் சொந்த தேவைகளுக்குத்தான்.

வீடுகள் தோறும் ஏறியிறங்கி புராண இதிகாசங்களை உருப் போட்டு கிடைக்கும் நேர்ச்சைப் பொருள்கள் ஒரு போதும் நாகூருக்குப் போய்ச் சேர்ந்ததில்லை. மட்டுமல்ல, கலீபாவின் வீட்டுக்கும் போய்ச் சேருவதில்லை. மிகப்பெரிய வயிறு படைத்தவர் கலீபா!

அவர் மதில் கூடம் இறங்கி நடந்தார். வெள்ளிப் பெட்டியுடன் ஒவ்வொரு வீடாக நேர்ச்சை கேட்டு ஒரு வண்டு போல் பறந்து திரியும் கலீபாவை அசோக மரத்தினடியில் நின்று குஞ்ஞாலியும் பூக்குஞ்ஞி பீவியும் பார்ததுக்கொண்டே நின்றார்கள்.

சுவாமி அதற்குள் அற்புதங்கள் நிகழ்த்தத் தொடங்கியிருந்தார். அவர் நேராக சென்றது முட்டங்கலிலுள்ள ஒரு ஆசாரியின் வீட்டுக்கு. ஆசாரி அப்போது வீட்டில் இல்லை. அவர் சிங்கப்பூர் மாப்பிளை ஒருவரின் புது வீடு கட்டும் பணியில் தீவிரமாக ஈடுபட்டிருந்தார். ஆசாரிப்பெண் இரண்டு கூப்பிடு தொலைவிலிருக்கும் மலைச் சரிவுக்கு தண்ணீர் எடுக்கச் சென்றிருந்தாள். வீட்டில் பக்கவாதம் பிடித்து மரணத்தை எதிர்பார்த்து கோரைப்பாயில் தளர்ந்து கிடக்கும் ஆசாரியின் தாய் மட்டுமிருந்தாள்.

சுவாமி வீட்டுக்குள் நுழைந்தார். பல வருடங்களாக தண்ணீர் காணாத உடைகளின் துர்நாற்றம் அறைக்குள் பரவியதும் ஆசாரி யின் தாய் மூக்கைச் சுழித்தாள். பல வருடங்களாக பேச முடியா திருந்த அவள் கேட்டாள்.

"யாரது?"

சுவாமி பதில் சொல்லவில்லை. அடர்ந்த இருட்டிலும் கூட அந்த உதடுகள் அசையவில்லை. ஒரு வார்த்தையும் பேசாமல் அனைத்தையும் உணர்ந்து கொண்ட சுவாமி நோயாளியின் உடலை மூன்று முறை தடவிக் கொடுத்தார். நோய் குணமடைந்தது. நோயாளி கண்களைத் திறந்தாள். வருடங்களாகத் தளர்ந்து கிடந்த நோயாளியின் வலது பாகம் இயங்கத் தொடங்கியது. தலையிலிருந்து உணர்வு வரத்தொடங்கிப் படிப்படியாக கீழ் நோக்கி இறங்கி பெருவிரல் வரை வந்தது. நோயாளிக்கு எழுந்து விடவேண்டும் போல் தோன்றியது.

அப்போது தண்ணீரை சமையலறையில் இறக்கி வைத்து விட்டு ஆசாரியின் மனைவி மாமியாரைக் கவனிப்பதற்காக வந்தாள். சுவாமியைக் கண்டதும் அவள் வெளியே பாய்ந்தோடி கூக்குரலிட்டாள்.

“கள்ளன்... கள்ளன்.”

அக்கம் பக்கத்திலுள்ள ஆட்கள் ஓடி வந்தார்கள். ஆசாரியின் மனைவி முற்றத்தில் நின்று மூச்சு வாங்கிக் கொண்டிருந்தாள். வந்தவர்கள் என்னவென்று விசாரிக்கத் தொடங்கினார்கள். ஆசாரியின் மனைவி பதற்றத்துடன் சொன்னாள்:

“கள்ளன்.”

“எங்கே?”

“உள்ளெ நிக்கிதான்.”

வாட்ட சாட்டமாக இருந்தவர்களும் பிச்சுவாக்கத்தியை இடுப்பில் சொருகியிருந்தவர்களும் அபிப்ராயங்கள் பரிமாறியவாறு வெளியே நின்றுகொண்டார்கள். யாருக்கும் உள்ளே நுழையத் தைரியம் வரவில்லை.

உள்ளே சிறு அசைவுகள் தெரிந்தன. சிறு உச்சரிப்புகள் கேட்டன. மெதுவாக இரண்டு உருவங்கள் வெளியே வந்தன. முதலில் சுவாமி, அவரைத் தொடர்ந்து கூப்பிய கைகளுடன் ஆசாரியின் தாய். பல வருடங்களாக எழுந்து நிற்கவும் இயலாமல் படுத்த படுக்கையாகக் கிடந்த ஆசாரியின் தாய் நடந்து வந்தாள்.

அதற்கு பிறகு அந்த ஊரில் சுவாமி பிரபல்யமடைந்தார். ஒரு மகானாக காட்சியளித்தார்.

அன்று சாயங்கால வேளையில் மைதானத்தில் இளைஞர்கள் கால்பந்து விளையாடிக் கொண்டிருந்தார்கள். பார்வையாளர்கள் வீரர்களின் கால்களை வேடிக்கை பார்த்துக் கொண்டிருந்தார்கள். அப்போது சுவாமியும் அங்கே வந்து சேர்ந்தார். செம்மண் புரண்ட அங்கியுடன், கண்களில் அடர்ந்து நிற்கும் பீளையுடன் வந்த அந்தப் பிரம்மச்சாரியை யாரும் கண்டு கொள்ளவில்லை. ஒரு பந்து வேகமாக பாய்ந்து வந்து எல்கையை தாண்டும்போதுதான் அந்த வேடிக்கை நிகழ்ந்தது சுவாமி பந்தை தடுத்து நிறுத்தினார். ஒரு பலமான உதை! பந்து எதிர்ப்புறமுள்ள இலக்கையும் கடந்து தூரத்தில் வந்து விழுந்தது.

பந்து கோல் போடப்படுவதை பார்த்து ரசித்தார் சுவாமி. அப்போது ஆட்கள் சுவாமியைச் சுற்றி கூடி, மரியாதையுடன் பார்த்துக் கொண்டு நின்றார்கள். எதைப் பற்றியெல்லாமோ கேள்விகளைத் தொடுத்தார்கள். ஆனால், சுவாமியின் பதில்கள் ஆங்கிலத்திலும் கொஞ்சம் கன்னடத்திலுமாக இருந்தது.

அத்துடன் சுவாமியைப் பற்றிய கதைகள் பரவின. சுவாமி, மங்கலாபுரத்திலுள்ள மிகப்பெரிய தனவந்தர் ஒருவரின் மகன். புனித அலோசியஸ் கல்லூரியில் பி.ஏ. ஹானர்ஸ் படித்துக் கொண் டிருந்தபோது காதல் வயப்பட்டு, அது தோல்வியில் முடிந்தது என்றும், மூளைப் பிசகியது என்றும், ஞானோதயம் கிடைத்தது என்றும் பலவிதமாகச் சொல்லப்பட்டது. ஆக, கல்லூரியைவிட்டு வெளியே வந்தார். அவர் மாணவப் பருவத்தில் சிறந்த விளையாட்டு வீரனாக இருந்தார். கால் பந்திலும் உயரம் தாண்டுவதிலும் அதிக ஆர்வம் கொண்டவர். அதனால் தான் அவருக்கு கால்கள் இவ்வளவு நீளமாக இருக்கிறது. கல்லூரியை விட்டு வெளியே வந்ததும் கொஞ்சகாலம் வீட்டில் தனிமையாக இருந்தார். பின்னர் புண்ணிய ஸ்தலங்களைத் தேடி தேசாந்திரியாக, பிட்சாம்தேகியாக அலையும் காலத்தில்தான் காரக்காட்டில் இறங்கத் தோன்றியிருக்கிறது.

ஆசாரியின் வீட்டில்தான் இரவுத் தூக்கம். நடு இரவில் தான் வீட்டுக்குச் செல்வார். அப்போது வீட்டிலுள்ளவர்கள் தூங்கியிருப்பார்கள். கஞ்சியும் துவையலும் உள் வீட்டுத் திண்ணையில் ஆறிக் குளிர்ந்து போயிருக்கும். வாரத்தில் ஒன்றோ இரண்டோ நாட்கள்தான் சுவாமி ஆகாரம் உண்பார். மற்ற நாட்களில் அது அப்படியே இருந்து காலையில் புளித்து நாற்றமடிக்கும்! தொடர்ந்து நான்கைந்து நாட்கள் அப்படி புளித்து நாற்றமெடுத்தபோது ஒரு நாள் ஆசாரிப் பெண் கஞ்சி ஊற்றி வைத்திருக்கவில்லை. அன்று நடுச்சாமம் வீட்டில் பெரிய ரகளையாகி விட்டது. தூங்கிக் கிடந்த ஆசாரிப் பெண்ணை இழுத்து வெளியே கொண்டு வந்து அடித்து உதைத்தார் சுவாமி. தலையிலும் நெற்றியிலும் காயம் பட்டு இரத்தம் வடிந்தது. ஆனாலும் ஒரு கடினமான சாப வார்த்தையோ, ஒரு துளி கண்ணீரோ அவளிடமிருந்து வெளியாகவில்லை. அத் தனையும் பொறுமையாக ஏற்றுக்கொண்டாள். பிறகு பனை யோலைத் தோண்டியில் நீரிறைத்து இரத்தத்தைக் கழுவி சுத்தம் செய்தாள். காயம்பட்ட இடத்தில் தென்னம்பாளைத் துகளை அப்பி வைத்துவிட்டு வானத்தைப் பார்த்து கைகூப்பிப் பிரார்த்தனை செய்தாள் அவள்.

“எல்லாமே நீ தான்! மகா மாயி.”

சுவாமி கால்பந்து மைதானத்துக்குச் செல்வதை வழக்கமாக்கிக் கொண்டார். விளையாட்டை வேடிக்கைப் பார்த்துக் கொண்டே நிற்பார். சில நேரங்களில் எல்லையைக் கடந்து பறந்து வரும் பந்துகளைத் தடுத்தி நிறுத்தி வேகமாக அடிப்பார்.

ஒரு நாள் சுவாமி மைதானத்தில் இறங்கினார். விளையாட்டு வீரர்கள் திகைத்துப் போய் நின்றார்கள். விளையாட்டு நின்றது. தடித்த காலுறைகளுடன் நின்ற விளையாட்டு வீரர்கள் சுவாமியைச் சுற்றி நின்றார்கள்.

சுவாமி சிறிது நேரம் அவர்களை உற்றுப் பார்த்தார். எரித்து விடுவது போலிருந்தது அந்தப் பார்வை. ஒருவனை மட்டும் கூர்மையாகப் பார்த்துவிட்டு அவன் பிடரியைப் பிடித்து மெதுவாக முன்புறம் தள்ளி களத்திலிருந்து அவனை வெளியேற்றிவிட்டு உற்சாகத்துடன் "ஸ்டார்ட் ப்ளே" என்றார்.

விளையாட்டு ஆரம்பமானது. இளைஞர்களின் உற்சாகம் அதிகரித்தது. சாமியார் வெளியேற்றப்பட்ட வாலிபனின் அணியில் சேர்ந்தார். ஒரு பந்தை கூட தன் பின்புறம் செல்வதற்கு சுவாமி அனுமதிக்கவில்லை. சிறிது நேரத்தில் தன்னிடம் வந்த பந்துடன் அவர் முன்னேறிச் சென்றார். மற்ற வீரர்களிடமிருந்து பந்தை திசை திருப்பி பேக்கைக் கடந்து கோலியை எட்டினார். ஆனால், சுவாமி கோல் போடவில்லை. அப்படியே ஒரு நிமிடம் நின்று விட்டு மீண்டும் தன் இடத்துக்கே பந்துடன் திரும்பினார். யாராலும் அவரை தடுத்து நிறுத்த முடியவில்லை. தன்னுடைய எல்கைக்குள் சீறிப்பாய்ந்து ஒரு கோல் போட்டார். அப்போது கோல்! கோல்! என்று யாரும் உற்சாகக் குரலெழுப்பவில்லை. நிசப்தமாகி விட்டிருந்தது ஆடுகளம். தன் நெஞ்சிலேயே கடாரியை சொருகிக் கொண்ட ஒருவனைப் பார்ப்பது போல் எல்லோரும் சுவாமியைப் பார்த்தார்கள்.

திகைத்து நின்றிருந்த கோல் கீப்பரைப் பார்த்து ஒரு முழு மடையனைப் போல் சிரித்தார். இதெல்லாம் எதன் பொருட்டு என்பது போல்! பிறகு எதுவுமே நடக்கவில்லை என்ற பாவனை யுடன் வெளியேறி ஆசாரியின் வீட்டை நோக்கி நடந்தார்.

33

ஒஞ்சியத்தில் துப்பாக்கிப் பிரயோகம் நடந்தது. புரட்சி இயக்கத்திற்கு முன்னிலை வகுத்த பத்து இருபது தோழர்களை இரண்டு குன்று களுக்கிடையில் சேர்த்து நிறுத்தி மதராஸ் போலீஸ் சுட்டது. ஒஞ்சியம் குன்றுகளின் அடிவாரத்தில் அஞ்சா நெஞ்சம் கொண்ட வீரர்களின் இரத்தம் தேங்கி நின்றது. யாரெல்லாமோ இறந்து போயிருந்தார்கள். பலர் குற்றுயிராகச் சாய்ந்தார்கள். மற்றவர்களை துப்பாக்கிச் சனியனை காட்டி ஓட ஓட விரட்டியடித்தார்கள்.

குன்றுகளின் அடிவாரத்திலுள்ள வயலோரப் பாதையில் ஆறேழு போலீஸ் லாரிகள் காலியாக நின்றிருந்தன. இருட்டிய பிறகும் அவர்கள் திரும்பி வரவில்லை. ஒஞ்சியத்திலுள்ள ஒவ்வொரு வீடாக தோழர்களையும் பெண்களையும் தேடி நடந்து கொண்டிருந்தார்கள் அந்த போலீஸ்காரர்கள்.

தயார் செய்தாலி மூச்சு வாங்க ஓடி மதில் கூடத்தையும் கடந்து முற்றத்தில் வந்து நின்றான். அவனால் பேச இயலவில்லை. வாயிலிருந்து நுரை பதைத்துக் கொண்டிருந்தது. மூச்சு வாங்கும் வேகத்தில் அவன் நெஞ்சு முதுகோடு ஒட்டிக் கொண்டிருந்தது. அவன் மூச்சு வாங்குவதை நிதானப்படுத்த இயலாமல் தவித்தான். அறக்கல் இல்லத் திண்ணை ஒரு பாட்டுக் கச்சேரிக்கான தயாரிப்பி லிருந்தது. ஆட்கள் வட்டமாக அமர்ந்திருந்தார்கள். பட்டாளம் இபுறாகி ஆர்மோனியமும் வாயுமாக தரையில் அமர்ந்திருந்தான். ரசிகர்கள் காலி வயிற்றுடன் சுற்றிலுமிருந்தார்கள். பெரிய தங்ஙள் யானைச் செயரில் அமர்ந்திருந்தார். ரசிகர்கள் கச்சேரி முடிந்ததும் கிடைக்கப் போகும் கோழி இறைச்சியிலும் பத்திரியிலும் மனம் லயித்திருந்தார்கள்.

பூக்கோயாத் தங்ஙள் செயரிலிருந்து எழுந்தார். தயார் செய்தாலியின் பரிதவிப்பு தங்ஙளை குழப்பத்திலாழ்த்தியது. தயார் செய்தாலி எதற்குமே பயப்படுபவனில்லை. யாரும் செய்யத் தயங்கும் காரியங்களையும் அவன் பயப்படாமல் துணிவுடன் செய்து முடிப்பவன். வெறிநாயை உயிருடன் அடித்தே கொல்வது, பட மெடுத்தாடும் பாம்பை எல்லோரும் பயந்துபோய் பார்த்துக் கொண்டு நிற்கும்போது கம்பால் அடிப்பது, குளத்தில் மூழ்கிக் கொண்டிருக்கும் குழந்தையைக் காப்பாற்றுவது, தீப்பிடித்த வீட்டிற் குள் சிக்கிக் கொண்டவர்களை வெளியே கொண்டு வருவது, கிணற்றில் விழுந்து தற்கொலைக்கு முயற்சிப்பவர்களை மேலே தூக்கி வருவது என்று, பல வீரச்செயல்களை நல்மனதுடன் செய்யத் தயாராக இருப்பது அவன் விசேஷ குணம்! அதனால் தான் அவனுக்கு தயார் செய்தாலி என்ற பெயர் வந்தது. எதற்கும், எப்போதும் அவன் தயார்!

“என்னெடா செய்தாலி, என்னெ?”

“ஒஞ்சியத்திலெ எம்மெஸ்பி வெடி வெப்பு. நெறையவேரு செத்துட்டாங்கோ.”

“வெளக்கமாச் சொல்லு, பயப்படாதே.”

தங்ஙள் இறங்கி முற்றத்தில் நின்றார். எதுவோ பயங்கரமான ஒரு சம்பவம் நடந்திருக்கிறது. இல்லையென்றால் செய்தாலி இத்தனை பதற்றப்படமாட்டான்.

“யாரு யாரெல்லாம் எறந்தாங்கோ, யாருக்கெல்லாம் குண்டடி பட்டுது? நீ மொதல்ல பதட்டப்படாமெ நில்லு!”

தயார் செய்தாலி சொன்னான்:

“நெறைய தோழர்மாரெ சுட்டுக் கொன்னுட்டாங்கோ. இது நாட்டுலெ பெரிய பிரச்சினையாகும்போலெ தோணுது. போலீஸும் எம்மெஸ்பியும் ரோந்து சுத்திட்டு இருக்கு.”

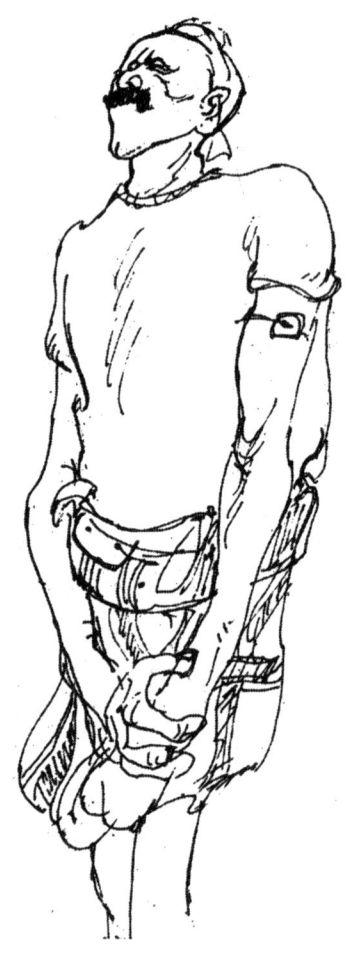

தங்ஙள் எதையோ யோசித்தவாறிருந்தார். திண்ணை நிசப்தமாக யிருந்தது. எங்கேயோ துப்பாக்கி சுடும் சத்தம் கேட்டுக்கொண்டி ருந்தது.

"செரி" – தங்ஙள் சொன்னார்.

"எல்லாருமே அவுங்கவுங்க ஊட்டுக்கு ஓடிருங்கோ! சூழ்நெலை செரியில்லெ."

கச்சேரி கேட்கவும் விருந்துண்ணவும் வந்தவர்கள் பயந்து போய் வெளியேறினார்கள். ஒவ்வொருவர் நெஞ்சிலும் பறவை சிறகடிக்கும் ஓசை கேட்டது. புகாரி மதில் கூடத் திண்ணையில் கிடந்து அப்போதும்

பீடி வலித்துக் கொண்டிருந்தான். கடைசி ஆள் வெளியேறும்போது சொன்னான்:

"செய்த்தானே! வாசலெ அடெச்சிரு."

"உம் . . . என்ன விசயம்?" புகாரி கேட்டான்.

ஒரு முழு மடையனைப் போல் அவனைப் பார்த்து விட்டு அந்த ஆள் சொன்னான்:

"ரெகளை! ஊர்லே பெரிய ரெகளை தொடங்கியிருக்கு."

"சே . . .!" பீடித்துண்டை வெறுப்பாக எறிந்துவிட்டுச் சொன்னான்:

"ரெகளை ஒன் தலைலே! போ, செய்த்தானே!"

எரியும் வயிற்றுடன் நடுங்கிக் கொண்டே வாசலை அடைத்து தாழிட்டான் புகாரி.

அன்று இரவு கஞ்சி குடிக்க தங்ஙள் தனியாக அமர்ந்தார். கோழிக்கறியும் தேங்காய்ப் பாலும் கலந்து, பசுநெய் புரட்டிய பத்திரியும் கெட்டியான பால் கஞ்சியும் சுப்ராவில் ஆவி பறக்க வைக்கப்பட்டிருந்தது. அவ்வளவு சுவையான மசாலாவும் நெய்யும் மணம் கமழும் உணவைத் தனியாக உண்பதில் தங்ஙளுக்கு ரசனை ஏற்படவில்லை.

தங்ஙளின் மனம் ஒஞ்சியம் குன்றுகளின் தாழ்வாரங்களில் ஓசையிட்டு நகர்ந்தது. இனி நடக்கப்போகும் சம்பவங்களை எண்ணி நடுங்கியது. பசி தோன்றவில்லை. ஒரு தம்ளர் தண்ணீரை குடித்து விட்டுச் சொன்னார்:

"போரும்."

வேலைக்காரன் குட்டி ஹைதுரூஸ் திண்ணையில் பாய்ந்தான். அவன் முகத்தில் புரட்சிக்கான அடையாளங்களோ, பிரச்சினைகளின் தாக்கமோ தென்படவில்லை. அது எப்போதும் போல் மங்கோலிய முகமாகத்தான் இருந்தது. காலியாகாத பாத்திரங்களைக் கண்டதும் அவன் முகம் திருப்தியில் மலர்ந்தது. இரண்டு கைகளிலும் நிறைந்திருக்கும் தட்டுகளைக் கண்டதும் அவன் தன்னை மறந்தான். இதுபோன்ற ஓர் அனுபவம் இதுவரை அவனுக்கு கிட்டியதில்லை. காலியான தட்டுகளையும் கோப்பைகளையும் மட்டும்தான் அவன் சமையலறைக்கு கொண்டு போயிருக்கிறான்.

அன்றைய சம்பவம் ஹைதுரூஸுக்கு பெரிய மகிழ்ச்சியை ஏற்படுத்தியது. தின்று தீர்ப்பதற்கென்றே புறப்பட்டு வரும் கூட்டத்திடமிருந்து இன்று ஒரு நாளாவது இல்லம் விடுதலையடைந்ததை எண்ணி ஆனந்தமடைந்தான். இங்கே சாப்பிட வருபவர்களுக்கு வயிற்றைத் தவிர வேறு உறுப்பு எதுவும் கிடையாது. இந்த உணவு வகைகள் பணத்தாலும் சமையலறைப் பெண்களின் உழைப்பாலும்

உருவாக்கப்படுகின்றன என்பதை அவர்கள் உணர்ந்ததேயில்லை. "எப்பிடியும் போகட்டு, வெளங்காதவனுவோ! அவங்கொ வயிறு எரியட்டு." நிறைந்திருந்த கடைசித் தட்டை கீழே வைக்கும்போது ஹைதுரூஸ் சபித்துக் கொண்டான்.

சமையலறையில் அன்று உற்சாகம் கரை புரண்டோடியது. குறைஷிப்பாத்து எல்லோருக்கும் தாராளமாகப் பரிமாறினாள். இதுவரை திண்ணையில் மட்டுமே பரிமாறப்பட்ட உணவு வகைகள் முதல்முதலாக சமையலறைக்குள் பரிமாறப்பட்டன.

அன்று ஆறேழு ஏப்பங்கள் சமையலறைக்குள் முழங்கின. பலர் கை விரல்களை சூப்பிக் கொண்டார்கள். சட்டி, பாத்திரங்கள் அன்று கழுவி வைக்கப்படவில்லை. அத்தனை உண்ட மயக்கம் அவர்களுக்கிருந்தது. கிழிந்த பாயில் நிறைந்த வயிறும் கரிபுரண்ட கன்னங்களுமாக அந்தப் பெண்கள் குறட்டை விட்டுத் தூங்கினார்கள்.

நள்ளிரவில் இடையிடையே ஒஞ்சியம் குன்றுகளின் தாழ்வாரங்களிலிருந்து கேட்டுக் கொண்டிருந்த துப்பாக்கி வெடிக்கும் ஓசைகள் அவர்கள் காதுகளில் விழவில்லை. குஞ்ஞாலி அதை கவனித்துக் கேட்டபடி படுத்திருந்தான். அவனுக்குத் தூக்கம் வரவில்லை.

குஞ்ஞாலி புரண்டு புரண்டு படுத்தான்.

பயமுறுத்தும் செய்திகள் பகல் முழுவதும் வந்து கொண்டிருந்தன. கம்யூனிஸ்ட்காரர்கள் கலகம் செய்ய முடிவு செய்திருக்கிறார்கள். பெரிய பெரிய இல்லங்களை கொள்ளையிடத் திட்டம் போட்டிருக்கிறார்கள். அதிகாரி குஞ்ஞுண்ணி நாயரின் வீடு, தலக்கல் பாக்கரின் வீடு, அறக்கல் இல்லம் இந்த மூன்று வீடுகளையும் இலட்சியமாக வைத்திருக்கிறார்கள். வீடுகளை கொள்ளையடித்து, அதன் உரிமையாளரைக் கொன்று, முதலாளித் துவத்திற்கும் நிலப்பிரபுத்துவத்திற்கும் எதிரான பாட்டாளி வர்க்க எதிர்ப்புணர்வுக்கு முன்னுரை எழுத வேண்டும். நினைத்துப் பார்க்கும்போது குஞ்ஞாலிக்கு சுவாரஸ்யமாக இருந்தது.

எல்லாமே அழிந்து போகட்டும்! தனக்கு எதுவுமேயில்லாத, எந்த முக்கியத்துவமும் தராத, தன்னை வெறுத்தொதுக்கி ஏளனம் செய்யும் ஆட்கள் நிறைந்த இந்த இல்லம் தொலையட்டும், கொள்ளையடிக்கப்படட்டும், எரிந்து சாம்பலாகட்டும். ஆனால் தங்ஙளுப்பப்பாவை மட்டும் எதுவும் செய்து விடக்கூடாது.

அன்று இரவு அவன் கம்யூனிஸ்ட்களுக்கு ஆதரவாகக் கனவு கண்டபடி தூங்கினான். ஆனால் விடிவதுவரை அவர்கள் யாரும் வரவில்லை.

தங்ஙள் வழக்கம்போல் அதிகாலையில் எழுந்தார். புதிய குதிரைக்காரன் குதிரையை தயாராகக் கொண்டு வந்து நிறுத்தினான். அதிகாலை வெளிச்சத்தில் வெளியே நின்றிருந்த தங்ஙள் சொன்னார்:

"குதிரெய உள்ளெ கொண்டுபோ, இண்ணெக்கு சவாரி கெடயாது."

தங்ஙள் முற்றத்தில் லாந்தத் தொடங்கினார். மதில் கூடத்தில் புகாரியின் பீடி திசை காட்டி விளக்கு போல் விட்டுவிட்டு பிரகாசித்தது.

நேரம் விடிந்தது. அன்றைய பகல் பொழுது கிரகணம் பிடித்தது போலிருந்தது. காகங்கள் கூட அன்று கரையவில்லை. திடீரென்று கிண்ணம தட்டும் ஓசை கேட்டது.

தங்ஙள் மதில் கூடத்தைத் திறந்து வெளியே வந்தார். அதிகாரி குஞ்ஞுண்ணி நாயரும் மற்றும் நான்கைந்து பேர்களுமாக புகை வண்டி நிலைய பாதையில் நடந்து போகிறார்கள். அவர்களின் முன்னால் கிண்ணம் தட்டும் கோல்காரன் அப்புக்குட்டி மாரார்.

அப்புக்குட்டி மாரார் மெலிந்த இடதுகையில் கிண்ணமும் வலது கையில் உயர்த்திப் பிடித்த இரும்புக் கோலுமாக நடந்தான். கையை உயர்த்தும் போது குப்பாயம் அக்குள் வரை தாழ்ந்திறங்கியது. கிண்ணம் தட்டும் ஓசையில் அதிகபட்சம் இதுதான் என்று அந்த ஓசை நிரூபித்தது.

முன்னால் சென்றுகொண்டிருந்த அமீனா சத்தமாகச் சொன்னான்:

"இதனால் சகலருக்கும் தெரிவிப்பது என்னவென்றால், இந்த ஈராமுங்கல் பிரதேசத்தில் மூணு நாளுகளுக்கு ஊரடங்கு உத்தரவு பிறப்பிக்கப்பட்டிருக்கிறது . . .! பொதுமக்கள் யாரும் வெளியே வரக்கூடாது. எல்லோருமே வீடுகளின் கதவை அடைத்து இருந்து கொள்ள வேண்டியது. வீடுகளிலிருந்து புகைகூட வெளியே வரக் கூடாது. . ."

மிகக்கடுமையாக இருந்தது அரசு உத்தரவு!

அதிகாரி குஞ்ஞுண்ணி நாயர் தங்ஙளைப் பார்த்ததாகக் காட்டிக் கொள்ளவேயில்லை. இறுகிப்போய் கௌரவம் களைகட்டி நின்றது அந்த முகத்தில்! நாட்டில் நடக்கும் சட்ட ஒழுங்கீனங்களைக் களையெடுக்கும் முழுப்பொறுப்பும் அவரையே சார்ந்தது என்பது போன்ற பாவனை.

அன்றைய பகல் ஏகாந்தம் நிரம்பியதாக இருந்தது. அஞ்சல் காரன் ரைரு நாயரின் மணி கிலுங்கவில்லை. மீன்காரன் குஞ்ஞாமது கூவும் சத்தம் கேட்கவில்லை. காளை வண்டிகள் இரையவில்லை. ஒன்பதரைக் கண்ணனின் சாயாக்கடை பூட்டப்பட்டிருந்தது. அன்று

ஒரு குழந்தை கூட வெளியே வரவில்லை. வெளியே இறங்கிய ஒரே ஒரு நபர் ரெயில் நிலைய அதிகாரி கப்ரியேல் மட்டும் தான். அதுவும் இரண்டு முறை வடக்கேயும் தெற்கேயும் செல்லும் புகைவண்டிகள் வரும்போது மட்டும்.

மூன்று நாட்கள் சென்று விட்டன. மூன்று வருடங்களைப் போலிருந்தது கிராமத்தில் அந்த நாட்கள்!

நான்காவது நாள் ஊரடங்கு தளர்த்தப்பட்டது.

ஒன்பதரைக் கண்ணனின் சாயாக்கடை திறந்தது. தயார் செய்தாலி அறக்கல் இல்லத்திற்கு ஓடி வந்தான்.

தங்ஙள் செயரில் சாய்ந்தவாறு அமர்ந்திருந்தார். வந்ததும் பயங்கரமான ஒரு உண்மையைத் தெரிவித்தான் அவன்.

"முண்டோடி கண்ணனெ புடிச்சாச்சி."

"யாரு?"

"போலீசு."

"இதென்னடா பெரிய அதிசயமா?"

அதிசயம் கண்ணன் பிடிபட்டதல்ல! கண்ணனை ஏற்கனவே சிறையில் அடைத்ததை முன்வைத்து தான் இவ்வளவு அசம்பாவிதமும் நடந்தது. கண்ணனை விடுதலை செய்யக்கோரி ஒன்றாக அணி திரண்ட தோழர்களைதான் மதராஸ் போலீஸ் சுட்டுக் கொன்றது. வடகரை லாக்கப்பில் கண்ணன் அடைக்கப்பட்டான். தாஜ்மகால் ஹோட்டலுக்குப் போய் நான்கு பிரியாணியை ஒன்றாக உள்ளே தள்ளி விட்டு ஹெட் கான்ஸ்டபிள் பிரியாணி கோபாலன் நாயர், நேராக லாக்கப் அறைக்குள் வந்தார்.

"நாய்க்குப் பெறந்தவனே, ஓம் புரச்சி ஜெயிச்சுட்டுதா?"

"ஜெயிக்கும்." உடல் தளர்ந்த போதும் மனம் தளராத கண்ணன் சொன்னான்.

"சீ...! ராஸ்கல்." பிறகு பூட்ஸ் அணிந்த கால்களிலிருந்து உதை விழத் தொடங்கியது. லாக்கப் சுவர்களில் இரத்தம் படிந்தது. இரத்தம் கலந்த சிறுநீர் லாக்கப்பில் தேங்கி நின்றது. நாலு பிரியாணி போட்டு விட்டு வந்த தலைமை, உதை விட்டும், அடித்தும், குத்துவிட்டும் தளர்ந்துபோனார். அப்போதும் கண்ணன் சிந்தாபாத் கோஷமிட்டான்.

நெற்றி வியர்வையைத் துடைத்துக் கொண்டே தளர்ந்து போன தலைமை சொன்னார்:

"டேய்! நீ ஒரு கம்யூனிஸ்ட்தான்டா! செரியான ஒரு கம்யூனிஸ்ட்."

லாக்கப்பை பூட்டிவிட்டு தன் செயரில் வந்து தளர்ந்து விழுந்தார் ஹெட்கான்ஸ்டபிள். தன் தலையிலிருந்து ஒழுகி வந்த ரத்தத்துளிகளில் சுட்டு விரலைத் தோய்த்து கண்ணன் லாக்கப் சுவரில் ஒரு படம் வரைந்தான்.

– புரட்சியின் சின்னம் –

இதற்குப்பிறகும் கண்ணன் சாகவில்லை. அடிகளை ஏற்ற பிறகும், எல்லா விதமான தண்டனை முறைகளைப் பிரயோகித்தும், இரத்தவாந்தி எடுத்த பிறகும் அவன் சாகவில்லை. ஆனால் இன்னும் ஒரு வருடத்திற்குள் அவன் செத்து விடுவான் என்பது முன்கூட்டியே யாருக்காவது தெரியுமா என்பது தெரியவில்லை.

தங்ஙளின் மனம் தளர்ந்தது, செயரில் சாய்ந்தார். பிறகு சத்தமாகக் கேட்டார்.

"தண்ணீ."

ஹைதுரூஸ் திரைக்குப் பின்னால் ஆணையை எதிர்பார்த்து நின்று கொண்டிருந்தான்.

34

புகாரி வாசல் கதவை சாத்திவிட்டு படுத்தான். லாந்தர் விளக்கின் திரியைத் தாழ்த்தினான். பீடி அப்போதும் கனன்று எரிந்து கொண்டிருந்தது. சாம்பலைத் தட்டி கடைசிப் புகையை தம் பிடித்து இழுக்கும் போது வாயில் கசப்புச் சுவை தெரிந்தது. புகாரி நினைத்துக் கொண்டான். பீடி குடிப்பதை நிறுத்த வேண்டும். தங்ஙள் பலமுறை இதை நிறுத்திவிடச் சொல்லியிருக்கிறார். உனக்காக மதில் கூடத்தின் பக்கத்தில் ஒரு பீடிக் கம்பெனி தொடங்க வேண்டும் என்று கிண்டலடித்திருக்கிறார்.

புகாரி பீடித்துண்டை தரையில் குத்தி அணைத்தபோது வாசல் தட்டப்படும் சத்தம் கேட்டது.

"யாரு?" புகாரிகேட்டான்.

பதிலில்லை. மீண்டும் தட்டப்படும் சத்தம்.

"யாருண்ணு கேட்டேன்." புகாரிக்கு கோபம் வந்தது. அப்போது வாசலின் மறுபக்கமிருந்து அழுகுரல் கேட்டது. பரிச்சயப்பட்ட ஒரு குரல்.

புகாரி மதில் கூடத்தின் கதவைத் திறந்தான்.

அத்துராமான்!

திரி உயர்ந்தது. மங்கிய வெளிச்சத்தில் எலும்பும் தோலுமாகத் தெரிந்த அத்துராமான் வாசலில் உட்கார்ந்து கால்களைத் தடவிக் கொண்டிருந்தான். முகம் தெரியவில்லை. வீங்கியிருந்த கால்களில் அடி வாங்கியதற்கான அடையாளங்கள். ஒரு இடத்தில் வீக்கம் உடைந்து இரத்தமும் நீருமாக வடிந்து கொண்டிருந்தது. சரியாகச் சொல்வதென்றால் இரத்தமும் நீருமல்ல, நீரும் இரத்தமும்! அவ்வளவு பெரியதாக நீர் கட்டி வீங்கியிருந்தன கால்கள்.

லாந்தர் வெளிச்சத்தில் அத்துராமானின் முகத்தைப் பார்க்க முடிந்தது. இழப்பின் ஏக்கம் அந்த முகத்தில் கருமேகம் போல் திரண்டிருந்தது. ஒரு துளி கண்ணீர் கூட இனி அவனால் வெளியேற்றிவிட இயலாது. அதை முழுவதுமாக கழிந்த காலங்களில் தன் குதிரையை நினைத்து அவன் வடித்து தீர்த்திருந்தான்.

"நீ எங்கெ போயி உழுந்தே?"

"உழயில்லெ" திக்கியபடி சொன்னான் அத்துராமான். "போலீஸ் காதன் அதிச்சது."

"ஏன் அடிச்சான்?"

அந்த சம்பவத்தை விவரித்தான் அத்துராமான். அவன் தன் குதிரையைத் தேடி நடந்து கொண்டிருந்தான். அப்போது ஒஞ்சியம் குன்றின் பக்கமாக சென்றான். அது புரட்சிக்கான கால கட்டம் என்பதை அவன் அறிந்திருக்கவில்லை. ஒரு போலீஸ்காரன் அத்துராமான் மீது பாய்ந்தான்.

"நாய்க்குப் பெறந்தவனே, எங்கெடா போறா? ஔவு பாக்குதியா நீ?"

அத்துராமான் திக்கித் திக்கி பதில் சொல்லத் தொடங்கினான்.

"ஓஹோ! நீ பேசும்போ கூட உன் தலெவனெப் போலத்தான் பேசுவியா நாயே!"

லத்தியை உயர்த்தியபடி கேட்டான்.

"நீ எதுக்குடா இந்த அர்த்த சாமத்திலே இங்கெ வந்தா?"

அத்துராமான் முன் பின் யோசிக்காமல் சொன்னான்:

"எங் குதிரெயைத் தேடி."

"சீ நாயே, குதிரெயைத் தேடி வந்தியா? பொய்யா சொல்லுதே?" என்றபடி லத்தியை நான்கைந்து தடவை வேகமாக வீசினான். அத்துராமானின் கால்கள் ஒரு வழியானது.

புகாரி குளிர்ந்த நீரில் அவன் கால்களைக் கழுவி சுத்தம் செய்தான். கழுவும்போது அத்துராமான் வலியால் துடித்தான். லாந்தரை முழுவதுமாகத் தூண்டிவிட்டு அவனை சமையல்கட்டுப் பகுதிக்கு அழைத்துச் சென்றான். புழுதி நிறைந்த முற்றத்தில் இரண்டு நிழல்கள் சேர்ந்தும் பிரிந்தும் நடந்தன.

"பாத்து . . . பாத்து" புகாரி கதவைத் தட்டினான். கொஞ்ச நேரம் தட்டிய பிறகு சாய்வறைக்குள் கண்ணாடி வளையல் சத்தமும் மிதியடி சத்தமும் கேட்டது. தொடர்ந்து வாசல் கதவின் தாழ்ப்பாள் விலகும் சத்தம் கேட்டது. உள்ளேயிருந்து கேள்வி வந்தது.

"யாரு?"

"நாந்தான் புகாரி."

"கொரலைக் கேட்டாத் தெரியாதா? கூட, அது யாருன்னு கேட்டேன்."

"வாசலெத் தொற."

"யாருண்ணு தெரியாண்டாமா?"

"வாசலெத்தொற! தெரியும்."

மீஸான் கற்கள் 203

பாத்தும்மா வாசலைத் திறந்தாள். லாந்தர் வெளிச்சத்தில் அத்துராமானை மேலும் கீழுமாகப் பார்த்தாள். யானைக்கால் போல் வீங்கியிருந்தக் கால்களைப் பரிதாபத்துடன் பார்த்துக்கொண்டு நின்றாள்.

"தின்னுதுக்கு என்னெ இருக்கு?" புகாரி கேட்டதும் பாத்தும்மா உள்ளே சென்றாள். சமையலறையிலிருந்து பாத்திரங்கள் உரசும் சத்தம் வந்தது. வெளியே வந்து சொன்னாள்.

"வாருங்கோ."

இரண்டு மரப்பலகைகள் எதிரெதிராக போடப்பட்டிருந்தன. பாத்திரங்களில் கஞ்சியும், பத்திரியும், மசியலும், மீன் குழம்பு மிருந்தன. குழம்பில் மீன் துண்டுகளுக்குப் பதிலாக கறிவேப்பிலை யும், பச்சைமிளகும், ஒடிந்து சிதைந்து போன மீன்முள்ளும்!

அத்துராமானுக்குப் பசியில்லை. அவன் மர அகப்பையால் கஞ்சியில் தெளிந்து நின்ற நீரைக் கோரிக் குடித்தான். ஒரு விரலை மீன் குழம்பில் தொட்டு நக்கிக் கொண்டேயிருந்தான்.

பாத்தும்மா தன் கணவனைப் பார்த்தவாறே நின்றிருந்தாள். அவள் கண்களில் கண்ணீர் நிறைந்து நின்றது. அத்துராமான் தலையுயர்த்திப் பாத்துவைப் பார்க்கவேயில்லை.

புகாரி தன் கோப்பையிலிருந்த கஞ்சியைக் குடித்துவிட்டு அத்துராமானின் கோப்பையைப் பார்த்தான். அவனுக்கு இரண்டு விதமான ஜீரணமண்டலங்கள் இருப்பதாகத் தங்கள் முன்பே சொல்லியிருக்கிறார். ஒன்றில் மென்றுதின்ற உணவுகள், மற்றதில் அப்படியே விழுங்கிவைத்தவை! கூழாக வருவதை ஜீரணிப்பதற் கும் முழுசாக வருவதை ஜீரணிப்பதற்குமாக இரண்டு ஜீரண மண்டலங்கள்.

"இனி இங்கெயே இருக்கணும் என்னெ?" அத்துராமானைப் பார்த்துப் பாத்து சொன்னாள்.

"உம்." அத்துராமான் முனகிக் கொண்டான்.

மதில் கூடத்தின் ஒரு புறத்திண்ணையில் பாயை விரித்துப் போட்டுவிட்டு புகாரி சொன்னான்.

"செரி! படு. இந்நா மூடிக்கோ." ஒரு பழந்துணியை எறிந்து கொடுத்தான். ஒரு பீடியை பற்ற வைத்து இழுத்த பிறகு, இனி என்ன செய்யலாம் என்று யோசித்தவாறே படுத்திருந்தான் புகாரி.

கொஞ்ச நேரத்தில் அத்துராமான் எழுந்தான்.

"வாசலெத் தொற."

புகாரி லாந்தரைத் தூண்டினான். இரவு எந்த சத்தம் கேட்டா லும் அவன் முதலில் செய்வது விளக்குத் திரியைத் தூண்டுவதுதான்!

"உம்...! என்னெ?"

"எனக்கு போவணும்."

"எங்கெ?"

"எங் குதிரெ."

புகாரி மறுத்து எதுவும் பேசவில்லை. அடுத்த நிமிடம் வாசலைத் திறந்தான். மதில் கூடத்தின் வெளிப்புறம் மின்னுட்டாம் பூச்சிகளுடன் அத்துராமான் மறைந்தான். நிரந்தர தேடுதல்களினூடே வீங்கிக் கொண்டே வரும் இரண்டு கால்களை புகாரி கனவு கண்டான். தூக்கத்தில் அல்ல, உணர்வில்.

விடியும் நேரத்தில் பாத்துவின் சத்தம் கேட்டதும் புகாரி எழுந்து விளக்கைத் தூண்டிவிட்டு கேட்டான்:

"உம்! என்னெ விசியம்?"

"அந்த மனுசன் எங்கெ?"

"அந்த மனுசன் போயாச்சு."

"எங்கெ?"

"குதிரெயத் தேடி!" பரிகாசம் செய்யத் தொடங்கினான் புகாரி. "தேடிப் போறதுக்குண்ணு ஒரு மொவனயாவது நீ பெத்துருக் கலாமில்லியா பாத்து."

பாத்துவின் இருதயம் தகர்ந்தது. சரியாக ஒரு தடவை பார்க்கக் கூட இல்லை. லாந்தரின் திரி தாழ்ந்தது. பாத்து திரும்பி நடந்தாள் அப்போது புகாரி சத்தமாகச் சொன்னான்:

"ஒன் வயத்துலெ மீனுமுட்டைதான் கெடக்கு."

குஞ்ஞாலி காலையில் எழுந்ததும் திறந்திருந்த தாயரங்கு வழியாக முற்றத்திற்கு வந்தான். பனி பெய்த இரவின் ஈரம் மண்ணில் தோய்ந்திருந்தது. முற்றத்தின் அரிசி மாவு போன்ற மண்ணில் பூட்ஸ் தடங்களைக் கண்டதும் அவன் திகைத்தான். நேற்றிரவு இங்கு எம்மெஸ்பிக் காரர்கள் வந்திருந்தார்களோ? அவனுக்குப் பயமாக இருந்தது.

இந்தக் காலடித் தடங்களை பூக்குஞ்ஞி பீவி பார்த்தால் என்னவாகியிருக்கும் நிலைமை! பயந்து விழுந்திருப்பாள். வெறும் காலால் மண்ணைத் தேய்த்து பூட்ஸ் அடையாளங்களை மாய்த் தான். குளியலறையில் எல்லாருக்கும் தண்ணீர் இறைத்துக் கொடுக்கப்படுவது வழக்கம். ஆனால் குஞ்ஞாலிக்கு யாருமே நீரிறைத்துக் கொடுப்பதில்லை. ஆற்றபீவி வேலைக்காரர்களுக்கு சில வரையறைகள் வகுத்துக் கொடுத்திருந்தாள். அப்பன் பெயர் தெரியாத இந்த தறுதலைக்கு இந்த வீட்டில் யாரும் ஒத்தாசையாக இருக்கக் கூடாது.

அவனும் ஒரு வேலைக்காரன் போல்தான் இங்கே வளர வேண்டும். சுகபோகங்கள் எதையும் அவன் அனு பவிக்கக்கூடாது. அவளுக்கு எப்போதும் நீங்காத ஒரு மன வேதனையிருந்தது. தன் முலைப்பாலை இந்தப் பன்றி பலதடவை குடித்து விட்டதே! கொடுத்திருக்கக் கூடாது. பலவீனமான அந்த நிமிடங்கள் அவளை இந்த நிர்ப்பந்தத்திற்கு உடன்படச் செய்துவிட்டன. அதுவும் பூக்கோயாத் தங்ஙளின் நிர்ப்பந்தம்!

குஞ்ஞாலிக்கு ஆறுமாதம் பூர்த்தியானதும் பால் குடி நிறுத்தப்பட்டது. அதற்கு பிறகு மூன்று மாதம் சென்றதும் மீண்டும் குடிக்கும் வாய்ப்பு கிடைத்தது. அந்த வாய்ப்பை குஞ்ஞாலி பலமாகப் பயன்படுத்திக் கொண்டான்.

மகள் பூக்குஞ்ஞி பீவிக்கு வயிற்றுப் போக்கும் வாந்தியும் ஏற்பட்டது. கோமப்பன் வைத்தியர் கண்டிப்புடன் தாக்கீது செய்தார். மருந்து கொடுக்காமலிருந்தாலும் பரவாயில்லை. ஆனால், தாய்ப்பால் கொடுத்து விடக்கூடாது. மார்பகம் சிறிது நேரத்திற்குள் வீங்கிக் கட்டிக் கொண்டது. அது நெஞ்சு முழுவதையும் அசைத்துப் பார்த்தது. தாங்கமுடியாத வலியுடன் காய்ச்சலும் நடுக்கமும் ஏற்பட்டன. கோமப்பன் வைத்தியர் சொன்னார்:

"அந்த பையனுக்குக் குடுக்கணும்."

பையன் என்ற சொல்லை வேண்டுமென்றேதான் அவர் உபயோகித்தார். விருப்பமில்லாத மனதுடன் அவள் மீண்டுமொரு முறை குஞ்ஞாலியை நெஞ்சோடு சேர்த்துப் பிடித்தாள். ஒரு நாய்க் குட்டியைப் போல் அவள் முலைக்காம்புகளை சப்பிக் குடித்தான் குஞ்ஞாலி. வலி நீங்கியதும் அவனை பிடுங்கி நீக்கினாள். அப்போதும் அவனின் இரத்த உதடுகள் அசைந்து கொண்டிருந்தன. அவ்வளவு தாகம் கொண்டிருந்தான் அந்த தகப்பன் பெயர் தெரியாத குழந்தை.

இந்தக் கதையை ஆற்றபீவி வேறு யாரிடமோ சொல்வதை குஞ்ஞாலி மறைந்து நின்று கேட்டுக் கொண்டிருந்தான். அன்று முதல் அவன் மனதிற்குள் வெறுப்புக்கனல் எரியத் தொடங்கியது.

ஒவ்வொரு வாளி நீரிறைக்கும்போதும் குஞ்ஞாலி சொல்லிக் கொண்டான். ஒரு நாள் நான் குளிப்பதற்கான வெள்ளத்தை பூக்குஞ்ஞி பீவி இறைப்பாள். அன்றுமுதல் அவள்தான் எனக்காக வெள்ளம் இறைத்து பாத்திரங்களை நிரப்புவாள்.

குளித்து முடித்து உடலை துவர்த்தும் போது தன் கைகளைப் பார்த்தான். கயிறு இழுத்த அடையாளம் நீளமாகச் சிவந்து வீங்கித் தெரிந்தது. அவன் பல்லைக் கடித்துக் கொண்டு கைகளைச் சேர்த்து அமுக்கித் தேய்த்தான்.

குஞ்ஞாலி சாய்வுக்குள் கிடந்த கட்டிலில் பசியாறுவதற்காக அமர்ந்தான். அவன் மூன்று வேளை உணவும் சாய்வுக்குள்ளிருந்து தான் சாப்பிட வேண்டும்.

அந்த அறை இதுவரை வெளிச்சம் கண்டதேயில்லை. கையும் வாயும் நெருங்கிய நண்பர்கள் என்பதை குஞ்ஞாலி நினைவு தெரிந்த காலம் முதல் புரிந்து கொண்டிருந்தான்.

பாத்தும்மா இரண்டு தட்டுகளை குஞ்ஞாலியின் முன் வைத் தாள். புட்டும் சூடு முட்டைக்குழம்பும் அதிலிருந்தன. குஞ்ஞாலி புட்டைக் குழைத்துத் தின்னத் தொடங்கினான். ஆற்றபீவி ஒரு கொடுங்காற்று போல் அந்த வழியே வந்தாள். அவன் முன்னா லிருந்த சாயாத் தம்ளரை கையிலெடுத்து வெளியே கொண்டு வந்து தம்ளரை உயர்த்திப் பிடித்தபடிக் கேட்டாள்:

“இவ்வளவு பால் சேர்த்து சாயா கொடுக்க யார் சொன்னது?” பொதுவாகக் கேட்டுவிட்டு தம்ளரை சாயாவுடன் முற்றத்தில் வீசினாள்.

குஞ்ஞாலி அன்று வெறும் தண்ணீரைக் குடித்தான். அப்போது சொன்னான்:

“சாயாவெ விட பச்செத் தண்ணிதான் கட்டியானது இல்லியா, பாத்தும்மா?”

பாத்து பதில் சொல்லவில்லை.

அவள் சொல்ல என்ன இருக்கிறது? ஏழாவது வயதில் அந்த் இல்லத்திற்கு வந்தாள். ஒரு வேளைக் கஞ்சிக்கே வழியில்லாத அவள் வாப்பா ஏழு குழந்தைகளுக்கு உயிர் கொடுத்தார். ஏழுபேரை யும் பக்கத்திலும் தூரத்திலுமாக உள்ள பெரிய வீடுகளில் வேலைக் குச் சேர்த்து விட்டார். அன்று தொடங்கியது அறக்கல் இல்லத்தில் பாத்தும்மாவின் சரித்திரம். ஆரம்பத்தில் கடைக்குப் போய் சில்லறை சாதனங்களை வாங்கி வருவதுதான் அவள் வேலை. பிறகு படிப்படி யாக எல்லா வேலைகளையும் கவனிக்கத் தொடங்கினாள். ஒரு முதிர்ந்த பெண்ணின் புத்தியை சிறுமியாக இருந்தபோதே வெளிப் படுத்தினாள். சமையலறையிலும், சமையலறை முற்றத்திலும், குளிய லறையிலும் பகல் முழுக்க சுற்றித்திரிந்தாள். எதிலுமே திறமையான வளாகத் இருந்தாள் பாத்து. பெரியவளாக வளர்ந்த பின்பு எல்லா வேலைகளுக்கும் மேல் பொறுப்பு வகிப்பவளானாள். இவ்வளவு காலமும் எல்லாப் பாரங்களையும் அவள் ஏற்றுக் கொண்டாள். வேலைப் பாரங்கள் மட்டுமல்ல, விகார ஜீவிகளின் உடல் பாரங் களையும்!

சமையலறை ராணியாக பாத்துதான் இருந்தாள். எல்லா வேலைக்காரப் பெண்களும் அவளுக்குக் கீழ்ப்படிந்தார்கள். மற்றவர் கள் அவளைக் கேலி செய்வதுண்டு.

"பூக்கோயாத் தங்ஙளோட சொந்தக்காரி."

சொந்தமாக இருந்ததில் முதலில் மகிழ்ச்சியும் அதிகாரத் தோரணையுமிருந்தன. ஆனால், உப்பு தின்றதற்கேற்ற தண்ணீரையும் அவள் குடித்துதான் வந்தாள்.

ஒரு நாள், டாக்டர் அலமேலு அவள் வயிற்றைக் கீறியபோது அவள் குடித்திருந்த தண்ணீர் முழுவதும் வெளியே வந்தது.

35

பங்குனி மாதத்தின் கடும் வேனில் காலத்தில் அந்த வருடம் ரமளான் தொடங்கியது. காரக்காடு பள்ளி வாசல் வெள்ளையடிக்கப்பட்டது. பதினான்கு திய்யன்கள் சேர்ந்து பள்ளி வாசல் கிணற்றை நீரிறைத்து தூர்வாரினார்கள். ஒரு கப்பல் அளவுக்கு சேறும் சகதியும் அள்ளி கிணறு சுத்தம் செய்யப்பட்டது. பள்ளிவாசலுக்குள் கிடந்த தரை விரிப்புகளையும் கோரைப்பாய்களையும் மோதீனும் அவர் மகனும் சேர்ந்து கழுவிச் சுத்தம் செய்தார்கள். மாடியில் கூடு கட்டியிருந்த எண்ணற்ற செதில் புற்றுக்களைக் கூண்டோடு வெளியே எறிந்தார்கள். அப்போது மண் சொரிந்தது. சிலந்திக் கூடுகளையும் ஒட்டடைகளை யும் சுத்தம் செய்தார்கள். மாடத்தில் கூடுகட்டியிருந்த அரிசிப் புறாக்களை ஹுசைன்கோயா இருந்திருந்தால் பிடித்துக் கூட்டில் அடைத்திருப்பான். புறாக்களைப் பராமரிப்பதில் தேர்ச்சிப் பெற்ற ஒரு ஆள் ஹுசைன் கோயா. இப்போது அவன் உயிருடனில்லை. க்ஷயரோகம் பிடித்து நீண்ட காலம் காய்ச்சலும், இருமலும், அடிக்கடி இரத்தமாக எச்சில் துப்பியும் எலும்பும் தோலுமாகக் கிடந்தான். ஒரு நாள் இரத்த வாந்தியெடுத்து இறந்து போனான். முகாமை யடுத்துதான ஹுசைன் கோயா கபறடக்கம் செய்யப்பட்டான். இருபத்தைந்து ஆண்டுகள் ஆனபிறகும அதில் இதுவரைப் புல் பூண்டு கூட முளைக்கவில்லை. அத்தனை கடுமையான உயிர்க் கொல்லியாகயிருந்தன ஹுசைன் கோயாவை ஆக்கிரமித்திருந்த க்ஷயரோக அணுக்கள்!

அறக்கல் இல்லமும் பெரும் ஆரவாரத்துடனிருந்தது. வீடு முழுவதும் கழுவி சுத்தம் செய்யப்பட்டு, ஜன்னல்களுக்கு வர்ணம் பூசப்பட்டது. கண்ணாடிகள் துடைக்கப்பட்டன. தரை விரிப்புக்கள் சுருட்டி தூசு தட்டி மீண்டும் விரிக்கப்பட்டன. தங்ஙள் தலை முடியையும் தாடியையும் கத்தரித்து சீர்படுத்திக்கொண்டார். கமுக்கூடுகள் மழிக்கப்பட்டு வெளுப்பானது. புகாரியும் வேலைக்

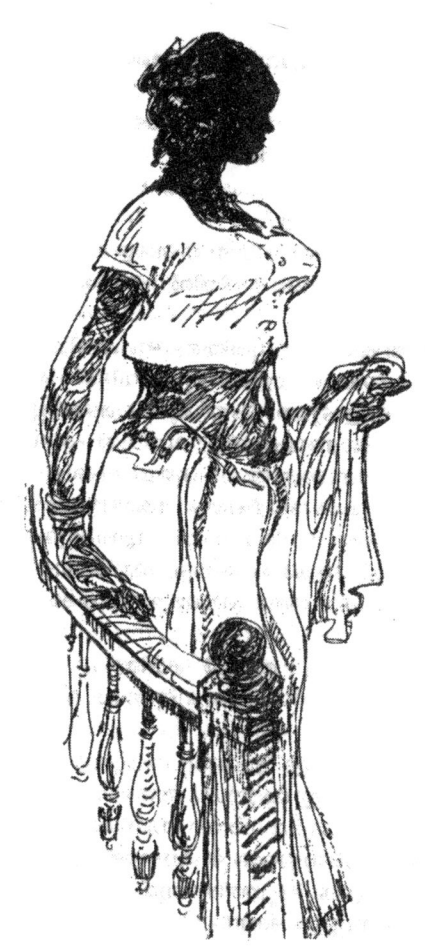

காரன் குட்டிஹைதுரூஸூம் தலையை மொட்டையடித்து மினுக்கிக்கொண்டார்கள்.

சமையலறைப் பகுதியில்தான் ரமளான் தொடங்கியதற்கான மொத்த அடையாளங்களும் நிரம்பி நின்றன. குறைஷிப்பாத்துதான் அங்கே தலைவி! வேலைக்காரிகள் இரவு பகல் என்றில்லாமல் வேலை செய்தார்கள். மூன்று நாட்களில் கிணற்று நீர் பாதிக்குமேல் வற்றியது. முழு திருப்தி வரும்வரை நடந்தது அந்த கழுவித்துடைக்கும் பணி.

குடியானவர்கள் ஒவ்வொருவராக அறக்கல் இல்ல முற்றத்திற்கு வரத் தொடங்கினார்கள். வந்தவர்கள் பெரும்பாலும் குடியிருப்பவர்கள், குத்தகைக் காரர்கள், மறு குத்தகைக் காரர்கள், பினாமிகள்.

தங்ஙள் யானைச் செயரில் மல்லாந்து படுத்திருந்தார். ஏத்தன் வாழைக்குலையும், நெய்யும், கோழியுமாக முதலில் வந்தவர்கள், முல்லேரி குஞ்ஞிக் கண்ணனும் அவன் மகள் நாணியும். நாணியைக் கண்டதும் தங்ஙள் மகிழ்ச்சியடைந்தார். கறுப்புதான் என்றாலும் மிகவும் அழகாக இருந்தாள் நாணி.

ஏத்தன் வாழைக்குலைகள் தொங்க விடப்பட்ட காவடியை தரையில் வைத்து விட்டு தலையில் கட்டியிருந்தத் துண்டை எடுத்து கக்கத்தினுள் இடுக்கிக் கொண்டான் குஞ்ஞிக் கண்ணன். நாணி சந்தையிலிருந்து வாங்கி வந்த கோரைமணக்கும் புது தாழைக் குடையை தலையிலிருந்து மெல்லத் தாழ்த்திக் கீழே வைத்தாள். அந்தக் குடையில் கால்கள் கட்டப்பட்ட ஒரு கோழியும் சிறு பரணியில் நெய்யுமிருந்தது. குடையை வைத்து விட்டு நாணி நிமிர்ந்து நின்றபோது சேவல் அழுத்தமாக ஒரு முறை கூவியது.

தங்ஙள் அதை மிகவும் ரசித்தார்.

"கெட்டி போட்டுருக்கு, ஆனாலும் ஜோராத்தான் கூவுது" என்றார் தங்ஙள்.

"செரி! குத்தகெப் பணம் எங்கெ?"

குஞ்ஞிக் கண்ணன் மூன்று ஒரு ரூபாய் நாணயங்களை தங்ஙளின் கையில் கொடுத்து விட்டு ஒரு எட்டு பின்னால் நகர்ந்து விலகி நின்றான்.

மார் மறைக்காத நாணியைப் பார்த்து தங்ஙள் கேட்டார்: "இதாரு?"

"எம் மவதான்."

"இவொ குப்பாயம் போடணும்! மாரு மறெக்காம நடக்குது எனக்குப் புடிக்காதுண்ணு தெரியுமில்லியா?"

செயரிலிருந்து எழுந்து நாணியை கை அசைத்து கூப்பிட்டுச் சொன்னார்.

"வா! ஒனக்கு சட்டெயும் முண்டுந் தாறேன்."

நாணி பயந்து போய் நனைந்த கோழியைப் போல் ஒடுங்கி விலகி நின்றாள்.

குஞ்ஞிக் கண்ணன் சொன்னான். "போ...!"

அவள் திண்ணையில் ஏறி தங்ஙளைப் பின் தொடர்ந்து சென்றாள்.

மாடிக்குச் சென்றவள் தங்ஙளின் அறைக்குள் நுழையும்போது தயங்கி நின்றாள்.

இறங்கி வரும்போது நாணி கறுப்பு கரையிட்ட புது முண்டும் புது சிகப்பு சோளியுமணிந்திருந்தாள். ஆனால் அவள் முகம்

வெளிறிப் போயிருந்தது. வரும்போது உடுத்தியிருந்த பழைய உடுமுண்டை இடது கையில் சுருட்டிப் பிடித்திருந்தாள். அதை அவள் வீட்டுக்குக் கொண்டு போகவில்லை. போகும் வழியில் பாலத்தை கடக்கும் போது தன் அப்பா குஞ்ஞிக் கண்ணனுக்குத் தெரியாமல் ஆற்றில் எறிந்தாள்.

நிறைய பேர்கள் கோழியுடன் தங்ஙளைக் காண அறக்கல் இல்லத்திற்கு வந்தார்கள். நெய் பரணிகள் ஏராளமாக சேர்ந்தன, ஏத்தன் வாழைத்தார்கள் நிறைந்து மாடி இடிந்து விடும் போலிருந் தது. கோழிகளின் கூவலில் ஆகாயம் அதிர்ந்தது. பதினான்கு பெண்களுக்கு தங்ஙள் புதுப்புடவைகள் சன்மானம் செய்தார். பதிமூன்று பேர்களுக்கு முற்றத்தில் வைத்தும் ஒரு பெண்ணுக்கு மாடியிலும்!

சாயங்காலத்திற்குள் தங்ஙள் சோர்ந்து போனார். அஸ்தமனப் பொழுதின் தொழுகை முடிந்ததும் ரமளான் உறுதி செய்யப்பட்ட செய்தியை வடகரை காதியார் கிண்ணம் தட்டித் தெரிவித்தார்.

அறக்கல் இல்லம் சஹர் உணவுக்கான ஏற்பாடுகளில் மூழ்கியது. நாளை நோன்பிருப்பதற்கான உணவு. சஹர் சாப்பாடு தேவைப் படுகிறவர்கள் சீட்டு பெற்றுக் கொள்ள வேண்டுமென்பது தங்ஙளின் உத்தரவு. இரவு தொழுகைக்கு முன் அதற்கான கணக்கு கிடைத்தது. புகாரியுடன் சேர்ந்து பதினெட்டு பேர் சீட்டு பெற்றிருந்தார்கள். அழைப்பு விடுக்கப்பட்டவர்கள் பதினாறு பேர். ஆக, முப்பத்து நான்கு பேர்களுக்கு சஹர் சாப்பாடு. நோன்பு காலங்களின் அதிகாலை உணவு.

எல்லா அடுப்புகளும் கனன்று எரிந்து கொண்டிருந்தன. எல்லாப் பாத்திரங்களும் கொதித்தன. வேலைக்காரப் பெண்கள் அத்தனை பேரும் வியர்த்துக் குளித்திருந்தார்கள். வருடத்தின் முதல் நாளிரவில் சமையலறை தீவிரமாக இயங்கத் தொடங்கியது.

தூங்குவதற்காகப் படுத்திருந்தபோது குஞ்ஞாலி பாத்துமாவிடம் தனியாகச் சொன்னான்.

"என்னெ சஹருக்கு எழுப்பணும். எனக்கு தலெ நோம்பு வெக்கணும்."

பாத்தும்மா எல்லா நோன்பும் வைப்பாள். ஆனால் குஞ்ஞாலி நோன்பிருக்க வேண்டுமா? பெற்ற பிள்ளையாக இல்லாமலிருந் தாலும் அவனை சொந்த மகனாகவே பாவித்தாள் பாத்தும்மா. பாவனை மட்டுமல்ல, உண்மையாகவே அப்படித்தான் நினைத்தாள். காகிதம் போல் சுருண்டு கிடந்து தூங்கும் குஞ்ஞாலியை சஹர் நேரத்தில் எழுப்ப மனம் வராமல் நின்றாள்.

வெளித்திண்ணை மிகுந்த ஆரவாரத்துடனிருந்தது, கையலம்பு வதும் காறித்துப்புவதுமாக! பிறகு கொஞ்சநேரம் அமைதி. அப்போது

முப்பத்து நான்குபேரும் மவுனமாக அமர்ந்து, மனதுக்குள் உருவிட்ட வாறே, மறுநாள் பகல் பொழுதை வெற்றி காண்பதற்கான முயற்சியில் தங்கள் வயிறுகளை ஈடுபடுத்தினார்கள்.

பாங்கு சத்தம் கேட்டதும் அனைவரும் ஏப்பம் விட்டபடி பல்இடுக்குளை குச்சியால் நோண்டியபடியே பள்ளிவாசலை நோக்கி நகர்ந்தார்கள்.

தொழுவதற்காக நிற்கும்போதுதான் தங்கள் எரமுள்ளானைக் கண்டார். பள்ளிவாசலுக்குள் அல்ல, வெளியில்! தொழுது முடித்து வெளியில் வந்ததும் தங்கள் கீழே இறங்கிச் சென்று மணல் திட்டின் அருகேக் கிடந்த எரமுள்ளானைத் தட்டி எழுப்பினார். எரமுள்ளா னிடம் அசைவுகள் எதுவும் இருப்பதாகத் தெரியவில்லை. தங்கள் தன் பரிசுத்தமான கைகளால் அவரைத் தொட்டுப் பார்த்தார்.

தேகம் குளிர்ந்து போயிருந்தது. இரண்டு மூன்றுபேர்கள் சேர்ந்து அவரைத் தூக்கி கொண்டுவந்து அறக்கல் இல்லத் திண்ணையில் படுக்க வைத்தார்கள். பெட்ரோமாக்ஸ் விளக்கு காற்றடித்து பற்ற வைத்து மாடியில் தூக்கிக் கட்டப்பட்டது. பதினாலாம் நம்பர் விளக்கு தூண்டப்பட்டதும் இரவு, பகல் போலானது.

தங்கள் குனிந்து எரமுள்ளானின் முகத்தைக் கூர்ந்து பார்த்தார். முகத்தில் உயிர்த்துடிப்பு அற்றுப்போயிருந்தது. இரத்தத்திற்குப் பதிலாக ஏதோ மஞ்சள் நிறத்திரவம் கன்னத்தில் வடிந்து கொண்டிருப்பது போல் தோன்றியது. எரமுள்ளானின் நீரிலும் இரத்தத்திலும் விஷம் படர்ந்திருக்கிறது.

உடல் புகையிலையைப் போல் சுருங்கிப்போயிருந்தது குப்பாயத் தினுள்ளிருந்து பென்சில் குச்சியைப் போல் கைகள் வெளியே நீண்டு கிடந்தன. அதில் கறுப்பும் வெள்ளையுமாக அடர்ந்திருந்த ரோமங் கள். வளைந்து பிரிந்த கோடுகளாக உந்தி நின்றன இரத்த தமனிகள்.

தங்கள், அவரின் கண்களையே கூர்ந்து கவனித்தார். அது அடைந்திருந்தது. கூடி நின்றவர்களில் சிலர் புறப்பட்டார்கள். தலை நோன்பின் பகல் தூக்கம் போடுவதற்காக அவர்கள் தங்களின் வீடுகளுக்குச் செல்லும் குறுக்கு வழியில் நடந்தார்கள். தலைப்பா கட்டுகளும் மொட்டைத் தலைகளும் மறைந்தன.

தங்கள் கடைசியாக ஒரு கட்டளை பிறப்பித்தார். இவனை டாக்டரிடம் காட்ட வேண்டும்.

தம்பான் டாக்டர் சர்க்கார் ஆஸ்பத்திரிக்கு வந்த காலம் அது! அவரின் பரிசோதனைகளையும் சிகிட்சை முறைகளையும் மக்கள் வெகுவாகப் புகழ்ந்து பேசிக் கொண்டார்கள்.

மறுநாள் காலை, பொழுது விடிந்ததும் எரமுள்ளானின் அரை உயிரை புகாரியும் தயார் செய்தாலியும் சேர்ந்து மஞ்சலில் ஏற்றினார்

கள். புத்தன்புரை ராம குறுப்பின் வகை மஞ்சல் அது. புறமேரித் தம்புரானும் நாயர்களுமில்லாத ஒரு உயிர் இதுவரை அந்த மஞ்சலில் ஏற்றப்பட்டதில்லை. ஆனால் தங்ஙளின் வேண்டுகோளை புறக் கணித்து விட அவர்களால் இயலவில்லை.

ஆளனுப்பியதும் மஞ்சல் மதில்கூட முற்றத்தில் வந்து நின்றது கரும் ஈட்டி போல் நான்கைந்து தியர்களுடன்!

'ஓங்கோம் ... ஓங்கோம் ...!' என்று சத்தமெழுப்பியபடியே மஞ்சலை தோளில் சுமந்து பெருவீதி வழியாக அவர்கள் நடந்தார் கள். பின்னால் புகாரியும் செய்தாலியும். குஞ்ஞிராமன் வக்கீலின் குதிரை வண்டியில் தங்ஙள். வியர்வை சொட்ட நடந்துகொண்டிருக் கும் மஞ்சல்காரர்களை தாண்டிச் செல்ல முயற்சி செய்தது குதிரை. தங்ஙள் அதற்கு அனுமதிக்கவில்லை.

கோட்டைப் பரம்பு பஸ் நிலையத்தையடுத்து அரசு மருத்துவ மனை. அந்த சிறு மருத்துவமனையின் உள்ளேயும் வெளியேயுமாக நோயாளிகள் நிறைந்திருந்தார்கள். எல்லாருக்குமாக ஒரே ஒரு மருத்துவர்தானிருந்தார்.

எப்படியெல்லாமோ விளக்கம் சொல்லியும் வேண்டுகோள் விடுத்தும் எரமுள்ளானின் தேகம் டாக்டர் தம்பானின் மேஜையில் கிடத்தப்பட்டது.

டாக்டர் கறுத்த குட்டையான ஒருவர். தகர டப்பாவில் கற்களைப் போட்டு வேகமாக உருட்டுவது போன்றிருந்தது அவர் பேச்சுத் தொனி! பேசும் போது கறுத்த முகத்தில் மின்னல் கீற்றுகள் போல் இடையிடையே வெள்ளைப்பற்கள் பிரகாசித்தன. டாக்டர் கண்ணாடி அணிந்திருத்தார். சில்லுகளினூடே பார்க்கும் போது தூர்ந்து போன ஒரு கிணற்றின் ஆழம் தெரிந்தது. யானைக் கால்கள் போல் தடித்த ஃபிரேம்! ஆடைகள் உடலோடு ஒட்டிக் கொண்டு அவர் உருவத்திற்கு பொருத்தமில்லாமலிருந்தன. மொத்தத்தில் அவர் ஆஸ்பத்திரிக்கு சற்றும் பொருந்தாத ஒரு டாக்டர் என்பது தங்ஙளின் எண்ணம்.

ஆனால் நோயாளியிடம் பேசத்தொடங்கியபோதுதான் டாக்ட ரின் விசேஷ குணம் தெரிய வந்தது. அப்போது அவர் சத்தம் எங்கிருந்தோ பேசுவதுபோல் மெலிதாகவும் கம்பீரமாகவுமிருந்தது. காற்றில் மிதந்து செல்லும் ஓடம் போல், நதியில் நீங்கிச் செல்லும் அலைகள் போல் அவரது கைகள் இயங்கின. அந்த இயக்கம் எரமுள்ளானின் உடல்மீதே நிகழ்ந்தது.

பூக்கோயாத் தங்ஙளைப் பார்த்து டாக்டர் கேட்டார்:

"நீங்க நோயாளிக்கு என்ன உறவு?"

மேஜைக்கருகில் ஸ்டூலில் அமர்ந்திருந்த தங்ஙள் சொன்னார்:

"ஐயாம் பூக்கோயா ... ஃபிரம் சிங்கப்பூர். பிரசென்ட் ஃபிரம் காரக்காடு." தன் ஆங்கில அறிவு பளிச்சிடச் சொன்னார்.

டாக்டரின் மனதை நிதானித்துவிட முடியவில்லை. அவர் சொன்னார்:

"எனக்கு மலயாளம் தெரியும். அதனாலதான் நான் மலயாளத்தில கேட்டேன்."

"அன்புள்ள டாக்டர் அவர்களே", தங்ஙள் சிரித்தபடியே எழுந்து சொன்னார். "எனக்கு இங்கிலீஸ் தெரியாது. ஆனதுனாலதான் நான் பேசிப்பார்த்தேன். மன்னிக்கணும்."

தம்பான் டாக்டர் தங்ஙளின் கைகளைக் குலுக்கினார் எதிரும் புதிருமான இரண்டு நிறங்கள் சேர்ந்தன. டாக்டர் சொன்னார்:

"ப்ளீஸ், சிட்டவுன்."

தங்ஙள் அமர்ந்தார்.

யானைக்கால் ஃபிரேமிட்ட கண்ணாடியை மூக்கில் உறுதிப் படுத்திக் கொண்டு உதடுகளை ஈரமாக்கியவாறு டாக்டர் சொன்னார்:

"உங்க நோயாளியோட நெலமை ரொம்பவும் மோசமாயிருக்கு! உயிர் இருக்குற வரைக்கும் வேதனையில்லாம இருக்குறதுக்கான முயற்சியை செய்யறேன்! அவ்வளவுதான் என்னால சொல்ல முடியும்."

"என்ன வியாதி?" என்று கேட்டார் தங்ஙள்

"புத்துநோய்தான்! சந்தேகம் என்ன?"

டாக்டர் எழுந்தார்.

அப்போது கூடவே நின்றிருந்த புகாரி பெருமூச்சுவிட்டான்.

டாக்டர் புகாரியைப் பார்த்து விரல் நீட்டிச் சொன்னார்:

"நீண்ட பெருமூச்சுகள் எதுவும் வியாதியை குணமாக்கியதாக நான் கேள்விப்பட்டதில்லை. கடவுள் வியாதியைத் தீர்த்து வைத்த தான அனுபவமும் எனக்கு ஏற்பட்டதில்லை."

சற்று இடைவெளி விட்டு பற்களுக்கிடையே சிக்கிய ஏதோ காய்கறித் துணுக்கை வெளியே துப்பிவிட்டுத் தொடர்ந்தார்.

"கடவுளால் கூட காப்பாற்றிவிட முடியாத கட்டத்தில் இருக் கிறார் உங்க நோயாளி."

இந்த ஆள் இறந்து விட்டால் போதும் என்ற எண்ணம் தான் எல்லார் மனதிலும். ஆனால் செயற்கையாகத் துக்கம் காட்டி நடிப்பதில் பயிற்சி பெற்றிருந்தார்கள் அவர்கள்.

“நீங்க நோயாளியைக் கொண்டு போயிடலாம்னு நினைக்கிறா இருந்தாலும் சரி. அப்படியே செய்யலாம்.”

டாக்டர் எல்லாரையும் பார்த்தார். தங்ஙளைப் பார்த்ததும் தங்ஙள் கேட்டார்.

“கொஞ்சம் முயற்சி செய்து பாக்கலாமே?”

“சரி!”

பிறகு டாக்டர் எதுவும் பேசவில்லை. ஒரு வெள்ளைக் காகிதத்தில் ஏதேதோ எழுதினார். இடையிடையே எழுதிக் கொண்டிருந்த பேனாவை உதட்டில் வைத்தார். கையொப்பமாக இருக்கலாம், கீழே வரைந்து தேதி குறிப்பிட்டுவிட்டு தன் முன்னாலிருந்த அழைப்பு மணியை ஓங்கி அடித்தார். உடனே வார்டுபாய் வந்து நின்றான். அவனைக் கூர்ந்து பார்த்தபடி பேப்பரை அவன் கையில் கொடுத்தார். அவன் வெளியேறினான். பிறகு எந்த சலனமுமில்லாமல் திறந்து கிடந்த கதவு வழியாக எங்கோ ஒரு ஆபத்து நிகழ்ந்து கொண்டிருப்பதை பார்ப்பது போல் பார்த்துக்கொண்டேயிருந்தார்.

வார்டு பாய் மீண்டும் வந்து ஸ்ட்ரெட்சரில் கிடந்த நோயாளியை உருட்டத் தொடங்கினான்.

“சரி!” டாக்டர் மீண்டும் ஒரு சரி சொன்னார்.

“இந்த ஆள் இறந்துட்டா நான் தகவல் தெரிவிக்கிறேன். இந்த சிறு இடத்திலே எதிர்பார்க்க முடியாத நோயாளிக்காக நீங்க சிரமப்பட்டு நிற்கிறதை நான் விரும்பலை. மட்டுமல்ல, தினமும் நிறைய விஷவாயுவை நான் சுவாசிச்சிட்டிருக்கிறேன்.”

தங்ஙளின் வாய் கூட மூடிக் கட்டப்பட்டுவிட்டது. தங்ஙள் எழுந்ததும் டாக்டர் தம்பான் சொன்னார்:

“ஓகே, தங்ஙள்! ஸீயூ”

டாக்டரின் மனதிற்குள்ளிருந்து புறப்பட்ட பரிகாசச் சிரிப்பை தங்ஙள் கவனிக்கவில்லை. எதுவும் பேசாமல் அவர் வெளியேறினார்.

மஞ்சல் சட்டத்துடன் கேன்வாஸ் துணியை சுருட்டிக் கட்டி இரண்டு பேர்களாக தோளில் வைத்து நடந்தார்கள். பின்னால் தங்ஙளின் குதிரை வண்டி.

தங்ஙள் மதில் கூட முற்றத்திற்கு வந்தபோது மனைவி ஆற்றபீவி திரைக்குப் பின்னால் நின்று கொண்டிருந்தாள். அப்போது அவள் அசாதாரணமான அழகுடன் திகழ்வதாகத் தங்ஙளுக்குத் தோன்றியது. நோன்பு காலம் என்பதால் மனம் வேறு திசைகளில் அலை பாய்வதற்கு முன் தங்ஙள் கடிவாளத்தைப் பிடித்தார்.

“அவன் நோம்பு புடிக்கல்லெ! அந்த படுவா.”

ஆற்றபீவி திடீரென்று இப்படிச் சொன்னதும் தங்ஙள் திகைத்துப் போனார். ஒரு படுவா அறக்கல் இல்லத்தில் இருக்கும் செய்தியை

மீஸான் கற்கள் 215

முதன்முதலாக கேள்விப்படும் பாவம் அவர் முகத்தில் தெரிந்தது. ஆள் யாரென்பதுதான் புரியவில்லை.

"யாரெச் சொல்லுதெ?"

"வேற யாரு? அவந்தான். அந்த குஞ்ஞாலி! தின்னுதும் குடிக்கிதுமா எருமை மாடு போல நடக்கான் அந்த காபிறு. நல்லோரு நாளும் தலெ நோம்புமா!"

தங்ஙள் மாடிப்படியேறினார். குஞ்ஞாலி தூங்கும் அறைக்குள்ளிருந்து பேச்சுச் சத்தம் கேட்டது. தங்ஙள் உள்ளே நுழைந்ததும் தவறு செய்து விட்டவர்கள் போல் இரண்டு பேரும் திடுக்கிட்டு எழுந்தார்கள். குஞ்ஞாலியும் பூக்குஞ்ஞி பீவியும்!

திறந்து வைக்கப்பட்ட ஒரு புத்தகம் கட்டிலில் இருந்தது. தங்ஙள் புத்தகத்தை மூடி அட்டையைப் பார்த்தார். சித்திரமாலை.

"என்னெ செய்யுதீங்கோ, இங்கெ?"

"பாடமாலெ படிக்கிதோம்." பூக்குஞ்ஞி பீவி சொன்னாள்.

"நீ நோம்பு புடிச்சிருக்கிதியா?" பூக்குஞ்ஞி பீவியிடம் தங்ஙள் கேட்டார்.

"ஆமா, நான் நோம்புதான். குஞ்ஞாலிதான் நோம்பு புடிக்கயில்லே."

"நீ நோம்பு இல்லியா? நீ வலிய தப்பு செய்துருக்கே குஞ்ஞாலி."

"புடிச்சிருந்தேன்" திக்கித்திணறி பதில் சொன்னான். "கொஞ்ச நேரத்துலெ எனக்கு பசிச்சிட்டுது."

தங்ஙள் எதுவும் சொல்லாமல் அவன் தலையைத் தடவிக் கொடுத்தார். முகத்தில் பதிந்திருந்த சிவப்பு அடையாளத்தைப் பார்த்ததும் கேட்டார்.

"இது என்னெ?" குஞ்ஞாலி பதில்சொல்லவில்லை. பூக்குஞ்ஞி பீவி சொன்னாள் "உம்மா அடிச்சது! நோம்பு புடிக்கலேண்ணு."

குஞ்ஞாலியின் கன்னத்தை பார்த்தபடியே சொன்னாள். "சாயாக் குடிக்க இருக்கும்போ அடிச்சது, அவன் ஒண்ணுமே சாப்பிடல்லே."

தங்ஙள் குஞ்ஞாலியை தன்னுடன் சேர்த்து அணைத்துக் கொண்டு சொன்னார்:

"அடுத்த வருசம் குஞ்ஞாலி எல்லா நோம்பும் புடிப்பான்."

36

இரவும் பகலுமாக மூன்று நாட்கள் கழிந்தன. எரமுள்ளானைப் பொறுத்தவரை அந்த நாட்கள் மூன்று வருடங்களுக்கு சமம்! ஆஸ்பத்திரியின் துர்நாற்றத்தையும் பரிசோதனைகளையும் வேதனை களையும் படுக்கையில் கிடந்து சகித்துக் கொண்டிருந்தார்.

அந்த அறைக்குள் சுமார் முப்பது நோயாளிகள் சேர்க்கப்பட்டி ருந்தார்கள். படுக்கைகள் பதினொன்றுதான் இருந்தன. மற்ற நோயாளிகள் தரையில் கிடந்தார்கள். அவர்களுக்குக் காவலாக உறவினர்களும் சமூக நலத்தொண்டர்களுமாக அறை நிரம்பி யிருந்தது. நோயாளிகளைவிடவும் அதிக எண்ணிக்கையில் அவர்கள் பால் அக்கறையுள்ளவர்களின் கூட்டம்.

முக்கல் முனகல்களையும் ஆவலாதிகளையும் தவிர வேறு எந்த சத்தமும் அந்த அறைக்குள் கேட்பதில்லை. பகல் வேளையில் இரண்டு முறை மட்டும் – சுமார் ஒரு மணிநேரம் – அந்த அறை நிசப்தமாகிவிடும். அப்போது டாக்டர் நோயாளிகளை பரிசோதனை செய்ய நடந்து கொண்டிருப்பார். அவர் வெளியேறிய அடுத்த நிமிடம் மீண்டும் பழைய சத்த கோலாகலங்கள் தொடங்கிவிடும்.

வயதான ஒரு நர்ஸ் எரமுள்ளானைக் கவனித்துக் கொண்டாள். அவள் முகத்தில் இந்த உலகத்தின் மீதான ஒட்டு மொத்த வெறுப்பும் சுருக்கங்களாகத் தெரிந்தன. ஒரு சந்தோஷமோ புன்னகையோ சமீப காலங்களில் அங்கே தலை காட்டியதற்கான எந்த அறிகுறியும் தென்படவில்லை.

காலையில் வந்தவுடன் மணிக்கட்டை ஒரு நிமிடம் பிடிப்பாள். அப்படிப் பிடிப்பதற்கு முன் காய்ச்சல் பார்க்கும் ஒரு உபகரணத்தை வாய்க்குள் திணிப்பாள். பிறகு கட்டிலில் தொங்கவிடப்பட்டிருக்கும் காகிதத்தில் எதையாவது எழுதுவாள்.

கொஞ்ச நேரத்திற்குப் பிறகு அவள் திரும்பி வரும்போது கையில் புட்டுக்குழாய் போலிருக்கும் ஒரு குப்பியில் குத்தி ஏற்றுவதற் கான மருந்து இருக்கும். அதிலிருக்கும் ஊசியைப் பார்த்தாலே பயம் தோன்றும். நர்சின் பின்னால் வரும் வார்டுபாயைப் பார்த்தால் ஊசியை விடவும் பயமாக இருக்கும்.

அவன் வந்ததுமே முழங்கையை பலமாக ஒரு பிடிபிடிப்பான். அடுத்தது அந்த பெரிய குப்பியிலிருக்கும் ஊசியை நரம்பில் ஏற்றுவான். மூன்று நான்கு தடவை குத்தினால்தான் அவர்களுக்கு திருப்தியாகும். பிறகு குப்பியின் அடிப்பாகத்தை இன்னொரு கையால் அழுத்தி தள்ளும்போது சொல்வாள்:

“சைத்தானே! இது குளுக்கோஸ்.”

அதற்கு பிறகு குத்துவதெல்லாம் சின்ன ஊசியால்! அதை பிருஷ்டத்திலும் தோளிலும் மாற்றி மாற்றி குத்துவாள். மூன்று நாள் பொறுத்துக் கொண்டார் எரமுள்ளான். மூன்றாம் நாள் இரவு வார்டு நிசப்தமாக இருக்கும்போது எங்கேயோ ஒரு பள்ளி வாசலிலிருந்து பாங்கு சத்தம் கேட்டது. எரமுள்ளான் பதற்றமடைந் தார். அந்த பாங்கு சத்தம் எங்கிருந்து வருகிறது? என் பள்ளிவாசலி லிருந்துதானா? அல்லது வேறு ஏதாவது பள்ளிவாசலிலிருந்து வருகிறதா?

அவர் எழுந்து அமர்ந்து கொண்டார். தலையை நேராக தூக்கி நிமிர்த்திக் கொள்ள முடிகிறது, கண் தெரிகிறது. கட்டிலிலிருந்து இறங்கி நடந்தார். நடக்கவும் முடிகிறது. அதிர்ஷ்டம் போல் யாரும் அவரைக் கவனிக்கவில்லை. அவர் மெல்ல மெல்ல நடந்து வெளியே வந்தார்.

பிரதான வாசலைக் கடந்து வீதிக்கு வந்தார். ரோட்டில் வெளிச்சமில்லை.

பங்குனி மாதம் பெய்யும் சிறு மழைக்கான கோளுடன் வானம் கறுத்து மூடிக்கிடந்தது. அவர் இருட்டில் நடந்தார். தேய்ந்து போன கால்கள் கல்லிலும் முள்ளிலும் பட்டது. ஆனால் வலி தெரியவில்லை. பள்ளிவாசலை மோப்பம் பிடித்து அவர் தட்டுத்தடுமாறி நடக்கத் தொடங்கினார்.

37

மணி பனிரெண்டு இருக்கலாம். சமையலறை வேலைகள் முடிந்து விட்டதாகச் சொல்லமுடியாது. சஹருக்கான பிரதான கூட்டுக்கறி, இறக்கிவைக்கும் பக்குவமாகி விட்டது. குறைஷிப்பாத்துவின் முழுக் கவனமும் அதன்மீது பதிந்திருந்தது. காரணம், அதுதான் பெரிய தங்ஙளுக்கு மிகவும் பிடித்தமான கூட்டு. தேங்காய்ப்பாலில் கணிச மாக பசுநெய்யும், கறிவேப்பிலையும், குண்டுமிளகாயும், இஞ்சியும் சேர்த்து வற்றக் காய்ச்சிய மீன் குழம்பு.

வேலைக்காரப் பெண்கள் அடுப்படிச் சுவரில் சாய்ந்து தூங்கி விழத் தொடங்கினார்கள். ஒரு சிலர் கிட்டத்தட்ட தரையில் படுத்து விட்டார்கள் என்றுதான் சொல்ல வேண்டும். நோன்பு இருக்கும் வீட்டுக்காரர்கள் பகலில் தூங்குகிறார்கள், இரவு சாப்பிடுகிறார்கள். வேலைக்காரிகளை பொறுத்தவரை பகலிலும் வேலை இருந்தது. பகலில் ஆகார வகைகளை தயார் செய்யவேண்டும், இரவில் ஊட்ட

வேண்டும். விரதம் இருக்கும் அலுப்பைப் போக்க ஒருவேளை உணவையாவது மன சமாதானத்துடன் உண்ணும் யோகம் அவர்களில் யாருக்குமே இதுவரை வாய்த்ததில்லை. இரண்டோ, மூன்றோ மணிநேரம் உடலை சாய்த்துவிட்டு உடனே எழுந்திருக்க வேண்டியவர்கள் அவர்கள்.

திடீரென்று கிண்ணம் தட்டும் ஓசைகேட்டது. அக்கம் பக்கங்களிலிருப்பவர்களுக்கு சஹர் நேரத்தை தெரிவிப்பதற்காக தங்கள் கண்டுபிடித்த ஒரு புதிய ஏற்பாடு இது. மணி ஏறக்குறைய நான்கு. தூங்கிக் கொண்டிருந்த வேலைக்காரப் பெண்கள் திடுக்கிட்டெழுந்தார்கள். வாயிலூறிய கொழுப்பு உமிழ்நீரை ஆங்காங்கே துப்பிவிட்டு எழுந்து முகம் கழுவினார்கள்.

"பாத்திரங்களெ களுவி எடுங்கோ! செய்த்தானுவளே, இப்பிடியா கெடந்து ஒறங்குவியோ"

பாத்தும்மா எல்லோரையும் விரட்டத் தொடங்கினாள். அப்போது வேலைக்காரன் குட்டிஹைதுரூஸ் புயல் போல அங்கே நுழைந்தான். அவன் கண்களில் தூக்கக் கலக்கம் ஒரு அட்டையைப் போல் ஒட்டிக் கொண்டிருந்தது. அவன் முகத்தின் சதைத்திரட்சிகளில் கோபம்!

"ரெடியாவல்லியா?"

சமையலறைக்குள் வந்ததும் உடனே அவன் கேட்கும் வழக்கமான கேள்வி அது! அவன் உலகத்தின் இரண்டு துருவங்கள் சமையலறையும் திண்ணையும். அந்த இரு துருவங்களையும் இரண்டு கேள்விகளாக அவன் எல்லை வகுத்திருந்தான். திண்ணையில் இருப்பவர்கள் சம்ஹாரம் செய்பவர்கள் என்பதால் அங்கே வந்ததும் கேட்பான்,

"கொண்டு வரட்டா?"

சாப்பாடு கொண்டு வந்து பரிமாறட்டுமா? என்று பொருள்படும் அந்த கேள்வியை மறுதலிக்கும்படியான எந்த பதிலும் இதுவரை வந்ததில்லை. சமையலறைக்குள் வந்ததும் கேட்பான்:

"ரெடியாவல்லியா" அல்லது "ரெடியாச்சா?" பெரும்பாலும் "இல்லை" அல்லது "ஆயாச்சு" என்று பதில் வரும்.

ஹைதுரூஸின் தலையிலும் தலைநோன்பின் அசதி இருந்தது. தூக்கச் சடவும் சதைப் பகுதிகளில் வேதனையும்! இனியும் விடியும்வரை சிரமப்படவேண்டுமே என்ற ஆயாசமும் அவனை வருத்திக் கொண்டிருந்தது.

அப்போது கழுவி சுத்தமாக்கப்பட்ட பாத்திரங்களில் ஆவி பறக்கும் சோறும் உமிழ்நீர் சுரக்கும், மணமுள்ள குழம்பு வகைகளும் நிறைத்து வைக்கப்பட்டிருந்தது.

ஹைதுரூஸ் தராசுத் தட்டுகளைப் போல் ஒரு புறம் சாய்ந்தும் மறுபுறம் உயர்ந்தும் நடந்தான். திண்ணையில் சுப்ராவைச் சுற்றி பசித்தவர்கள், பகல் பொழுதை நினைத்துப் பயப்படுபவர்கள் பொறுமையிழந்துபோய் காத்திருந்தார்கள். அவன் தன் முழு வேகத்தையும் பயன்படுத்தி ஆகாரங்களை ஐந்து நிமிடத்திற்குள் திண்ணைக்குக் கொண்டு வந்து சேர்த்தான்.

சாப்பிடத் தொடங்கவில்லை. அதற்குள் ஒரு ஆள் கோபத்துடன் அவனிடம் கேட்டார்:

"வெள்ளம்."

'எல்லாவனுவளுக்கும் தாகந்தான்! தாகமில்லாமெ பசியெடுக்கும் எவனும் இந்த ஊட்டுக்கு வாறதில்லெ.'

ஹைதுரூஸ் உள்ளே ஓடினான்.

கையலம்பும் வேளையில் பள்ளி வாசலில் பாங்கு சத்தம் கேட்டது. வெற்றிலையை அசை போட்டவாறும் பீடி இழுத்துக் கொண்டும் அவர்கள் நடந்தார்கள். பள்ளி வாசலில் அவர்களை எதிர்பார்த்து இமாமும் மோதீனும் தொழுவதற்காகக் காத்திருந்தார்கள்.

ரமளான் மாதத்தின் இருபத்து ஏழாவது இரவு விடியத் தொடங்கியது. சுபுஹு தொழுகையை முடித்து பெரிய தங்ஙள் வீட்டுக்குத் திரும்பினார். சாதாரணமாக நோன்பு நாட்களில் வந்ததும் ஒரு தூக்கம் போடுவார். பிறகு எழுந்திருப்பதற்கு பத்துமணி ஆகிவிடும். ரமளான் மாதத்தில் குதிரைச் சவாரியை நிறுத்திவிடுவார். ஆனால் இன்று அப்படித் தூங்க முடியாது. வெளிச்சம் வந்ததும் ஆரம்பித்து விடும் ஜக்காத் ஆரவாரம்! சுற்று வட்டாரங்களில் மிக அதிகமாக ஜக்காத் வழங்கும் ஒரே ஆள் தங்ஙள்தான்.

ஆற்றபீவி சொன்னதுண்டு:

"இப்பிடிக் குடுத்தா குடும்பம் நசிச்சுப் போயிராதா?"

"சக்காத்து குடுத்து நசிச்சுப்போனா போவட்டு. தர்மம் தலெ காக்கும்" என்றபடி ஐந்து ரூபாய் நோட்டுடன் திண்ணைக்கு செல்வார். பள்ளிக்கூட ஆசிரியர் முப்பது ரூபாயும் ஜில்லா கலெக்டர் நூற்றி இருபது ரூபாயும் சம்பளமாக வாங்கிக் கொண்டிருந்த காலம் அது!

நேரம் வெளுத்தது. புகாரி கையில் கம்புடன் மதில் கூட முற்றத்தில் அங்குமிங்கும் ஓடி கூட்டத்தை ஒழுங்குபடுத்திக் கொண்டிருந்தான். ஸ்டேஷன் ரோடு முதல் மதில் கூடம் வரை பெண்களும், குழந்தைகளும், முதியோர்களுமடங்கிய ஜனத்திரள். எல்லாருமே வறியவர்கள். கழுத்திலும் காதுகளிலும் எதுவுமில்லாத பெண்கள். உடுமுண்டும் மந்தம் பிடித்த பெரிய வயிறும் உந்தி நிற்கும் நெஞ்செலும்பும் கொண்ட சிறுவர் சிறுமிகள். வாழ்நாளில் ஒரேயொரு

ஊன்றுகோலை மட்டுமே சம்பாதித்திருந்த முதியவர்கள் பார்வை பழுதுபட்ட கண்களுடன் நின்றிருந்தார்கள்.

பெரிய தங்ஙள் கீழேயிறங்கி வந்தார்.

“என்னெ, இவ்வெளவு பெகளம்?”

புகாரிக்கு கோபம் வந்தது. அவன் கையிலிருந்த கம்பு ஒவ்வொரு தலைமீதும் உயர்ந்தது. வாயிலிருந்து வசைச் சொற்கள் அகம்பாவத்துடன் உதிர்ந்தன.

“புகாரி . . .” அதட்டும் குரலில் அழைத்தார் தங்ஙள்.

“சர்க்கஸ் மாஸ்டர் வேலெ பாக்குதியா நீ! எறங்கிப்போடா, பேசாம!”

புகாரி அமைதியானான்.

ஒரு பெரிய கலம் நிறைய சில்லறையும் இன்னொரு பெட்டியில் ரூபாய் நோட்டுகளுமாக தங்ஙள் மதில் கூடத்தின் முன்வந்து நின்றார். ஆட்கள் ஒவ்வொருவராக வந்தார்கள். தனக்கு முன் நீளும் கைகளின் முகம் பார்த்து தெரிவு செய்து நாணயங்களாகவும் ரூபாய் நோட்டுகளாகவும் வைத்தார்.

கடற்புறத்திலிருந்து வந்திருந்த ஒரு நடுவயதுப்பெண் கையை நீட்டியதும் புகாரி கோபத்துடன் குரலெழுப்பினான்.

“அவொ ரெண்டாவதும் வந்திருக்கா.”

தங்ஙள் கண்களை அகலத் திறந்து கேட்டார்.

“உள்ளதெச் சொல்லு! கொண்ணுபோடுவேன், ஒனக்கு மொதல்ல கெடச்சுதா?”

“ஙே. . .!”

“மொதல்லே வாங்குன பைசா எங்கே?”

அவள் ஒரு எட்டணா துட்டை வெளியே எடுத்தாள்.

“போ! செய்த்தானே, ஒனக்கு சக்காத்து கெடயாது.”

அந்த எட்டணாவை திருப்பி வாங்கி அவள் பிருஷ்டத்தில் ஒரு உதை விட்டார்.

சாயங்காலம் வரை ஆரவாரமிருந்தது. அதுவரை குஞ்ஞாலி தங்ஙளின் அருகிலேயே நின்றிருந்தான். ஜக்காத் வாங்க வருகிறவர்கள் ஒவ்வொருவரையும் அவன் கவனித்துக் கொண்டிருந்தான். இந்த அளவு கஷ்டமும் வறுமையும் உலகத்தில் இருக்கிறது என்பதை அவன் அன்றுதான் தெரிந்து கொண்டான். அவன் மனம் முழுவதையும் ஆக்கிரமித்திருந்த சம்பவம், கொடுத்த காசை தங்ஙள் திரும்ப வாங்கிக் கொண்டபோது அந்தப் பெண்ணின் முகத்தில் தெரிந்த நிராசைதான்.

கூட்ட நெரிசல் தீர்ந்ததும் புகாரி வெளியே இறங்கினான். சூரியன் மேற்குத் திசையில் சாயத் தொடங்கியது. நோன்பு துறப்பதற்கு இன்னும் இரண்டரை மணிநேரம் இருக்கிறது. வயிறு பசியால் எரிந்தது. பகல் முழுவதும் மதில் கூடத்திலேயே இருக்க வேண்டியதாயிற்று.

ஸ்டேஷன்ரோடு வழியே நடந்து, ஒன்பதரைக் கண்ணனின் சாயாக்கடையை அடைந்ததும் இருபுறமும் திரும்பி கண்களை யோட்டினான். யாரும் பார்க்கவில்லை என்பது தெரிந்ததும், எதுவும் யோசிக்காமல் கடையின் பின்புறமாகச் சென்று உள்ளே நுழைந்தான். உள்ளே இருட்டாக இருந்தது. சத்தம் கேட்டு வந்த கண்ணன் கேட்டான்,

“காலயிலெ காணயில்லெ.”

“ஹலாக்கு பிடிச்ச சக்காத்து, நீ சீக்கிரமா குடிக்க எதாவது கொண்டு வா. இண்ணெக்கு இதுவரெ பச்சத்தண்ணி கூட பல்லுல படயில்லே.”

புகாரி தொழுவதில்லை என்பது மட்டுமல்ல, நோன்பும் இருப்பதில்லை. அவன் வயிறு அவனை இதற்கெல்லாம் அனுமதிப்ப தில்லை. அக்னி மட்டும்தான் அந்த வயிற்றுக்குள்ளிருந்தது.

சாயாவும் சுசியனும் சாப்பிட்டுக் கொண்டிருக்கும்போதுதான் அந்த பரிதாபமான செய்தியை அவன் கேள்விப்பட்டான். பள்ளி வாசல் காட்டில் ஏதோ ஒரு ஆள் இறந்து கிடக்கிறார். குடித்த சாயாவும் போதும், தின்ற சுசியனும் போதும் என்று அவன் ஓடினான்.

முகாமின் தெற்குப் புறமாக ஆள் கூட்டம் நின்றிருந்தது. ஆட்களின் இடையில் நுழைந்து பார்த்தான் புகாரி. கூட்டம் ஏதேதோ முனகிக் கொண்டிந்தது. சிலர் மூக்கைப் பொத்திக் கொண்டிருந்தார்கள். எல்லோருக்கும் முன்பாக நின்று கொண்டிருந்த தங்ஙளின் இருபுறமும் பட்டாளம் இபுறாகியும் தயார் செய்தாலியும்!

நொச்சில் காடுகளுக்கிடையில் ஒரு பழைய கபறின் மீது அந்த மய்யத்து கிடந்தது. இறந்து ஒன்றோ இரண்டோ நாட்கள் ஆகியிருக் கலாம். சடலம் ஊதிப்போய் நீர்வடியத் தொடங்கியிருந்தது.

புகாரியும் மூக்கைப் பொத்தினான்.

தயார் செய்தாலிதான் முதலில் சடலத்தைத் தொட்டுப் பார்த்தான். சரிந்து கிடந்த தலையை நிமிர்த்திப் பார்க்க முயற்சி செய்தான். அது அசையவில்லை. பிறகு இரண்டு கைகளாலும் பிடித்து நிமிர்த் தினான். ஆனால் தலையுடன் சேர்ந்து சடலமும் கீழே விழுந்தது. அப்போதுதான் முகம் தெரிந்தது. சிறிது நேரத்துக்கெல்லாம் யாருக்கும் எதுவும் புரியவில்லை. தயார் செய்தாலிதான் முதலில் சத்தமிட்டான்.

"எரமுள்ளான் காக்கா."

பிறகு கூச்சலும் குழப்பமும் எழுந்தது.

மக்கள் கூட்டம் அதிகமானது. அதிகாரி வந்தார். பின்னால் கோல்காரன் அப்புக்குட்டி மாரார். கொஞ்ச நேரத்திற்குப் பிறகு இரண்டு போலீஸ்காரர்கள். ஒரு தலைமைக் காவலரும் ஒரு சாதா காவலரும். பிணத்தை சோதனை செய்து விட்டு கூடிநின்றிருந் தவர்களை விசாரித்தார்கள். அது முடிந்தவுடன் மகஜர் தயார் செய்யப்பட்டது. அத்துடன் எரமுள்ளானின் மரணம் இறுதிக் கட்டத்தை நெருங்கியது.

ஓலைப்பாயில் சுருட்டப்பட்ட எரமுள்ளானின் சடலம், ஒரு மூங்கில் கழியில் சேர்த்துக் கட்டப்பட்டு இரண்டு பறையர்கள் அதை தோளில் சுமந்து வடக்கு நோக்கி நடந்தார்கள். அங்கே அரசு மருத்துவமனை டாக்டர் பிணத்தைப் பரிசோதனை செய்வதற் காக காத்து நின்றார்.

பரிசோதனை முடிந்தபின் புகையும் ஊதுபத்திகளுக்கு பக்கத்தில் நின்றிருந்த டாக்டர் சொன்னார்:

"உயிரோடிருக்கும்போது உன்னை நான் பார்த்தேன், ஆனால் கத்தி வைப்பதற்கான நிலையிலே உன் உடம்பு இல்லை. உன் உடம்புக்குள் என் கத்தி இறங்கியே தீரணும்ங்கிறதை என்னைப் படைத்த ஆண்டவன் என் தலையிலே எழுதியிருக்கிறான். அதனால் தான் பிணமாகவாவது என் மேஜைக்கு உன் உடம்பு வந்திருக்கிறது. நன்றி!"

இதை மனதிற்குள்தான் சொல்லிக் கொண்டார். பிறகு உலகத் திற்கு சொன்னார்:

"எடுத்துட்டு போங்க."

டாக்டரிடமிருந்து உத்தரவு வந்ததும் பறையர்கள் ஓடி வந்தார்கள். அவர்களின் பின்னால் பந்துமித்திரர்கள்.

அதே பறையர்கள் பழைய ஓலைப்பாயில் அதே மூங்கில் கழியில் கீறிப்பிழந்த எரமுள்ளானின் சவப் பிண்டங்களுடன் காரக்காட்டை நோக்கி நடந்தார்கள்.

அறக்கல் இல்லத்தில்தான் எரமுள்ளானின் இறுதிச் சடங்குகள் நடந்தது. சடங்குகள் செய்ய உண்மையில் அது ஒரு மய்யத்தல்ல! ஆஸ்பத்திரிக்காரர்கள் தேவைப்பட்டதையெல்லாம் எடுத்து நீக்கி விட்ட பிறகு மிச்சமிருந்த வெட்டிப்பிளந்த ஒரு சடலம். அதை வைத்து என்ன செய்வது?

உயிரோடிருந்த காலம் முழுவதும் எல்லா மய்யத்துகளையும் சுத்தம் செய்து, குளிப்பாட்டி, வெள்ளைத் துணியால் கபன் செய்த எரமுள்ளானின் உடலை சரியாக குளிப்பாட்ட முடியவில்லை. விதி என்பதைத் தவிர வேறு சொல்வதற்கு என்ன இருக்கிறது?

இல்லையென்றால், இந்த மரணமும் பிரேதப் பரிசோதனையும் ஏன் இப்படி நடந்திருக்க வேண்டும்?

இறைச்சியை சுத்தம் செய்வதுபோல் ஏரமுள்ளானின் தேகம் குளிப்பாட்டப்பட்டது. உத்தேசமான ஒரு சரீர ஆகுருதியில் அதனைப் பொருத்தி அதற்குப் பிறகு சடங்குகள் நிறைவேற்றப் பட்டது.

வெள்ளைத் துணியால் சுற்றப்பட்ட சடலத்தை மய்யத்து கட்டிலில் தூக்கி வைக்கும்போது நீர் வடிந்தது. வெள்ளைத் துணியில் அனேகச் சித்திரங்கள் படர்ந்தன.

முகாமின் தெற்குப்புறம் சயம் பிடித்து இறந்துபோன ஹுசைன் கோயாவின் கபறிலிருந்து நாற்பத்திரண்டு அடி தூரத்தில் எரமுள் ளான் அடக்கம் செய்யப்பட்டார்.

38

அறக்கல் இல்லம் அன்று முழுமையான ஒரு துக்க தினம் அனுஷ்டித்தது.

மய்யத்தை கபறடக்கம் செய்தபின் மிதியடி சத்தம் மட்டும் கேட்க நிசப்தமாக மதில் கூடத்தை கடந்து திண்ணைக்கு வந்தார் தங்ஙள். உள்ளே செல்லவில்லை. வகையறியாத சிந்தனை அவரை ஆக்கிரமித்திருந்தது. அப்படியே செயரில் சாய்ந்தார். கனத்த உடல் மட்டுமல்ல, பருத்த தொந்தியும் கரைந்து விட்டதுபோல் தோன்றி யது. தலைப்பாரம் மட்டும் அதிகரித்துக் கொண்டேயிருந்தது.

திண்ணையில் மேலும் பலர் அமர்ந்திருந்தார்கள். யாரும் எதுவும் பேசிக் கொள்ளவில்லை. பசுமாடுகளைப் போல் வாய்கள் மட்டும் அசைபோட்டுக் கொண்டிருந்தன. அசை போடப்படுவது எரமுள்ளானின் நினைவுகளா, தங்களின் இறுதி காலம் பற்றிய நினைவுகளா என்பது தெரியவில்லை.

“ஆனாலும் வலிய ஒரு வேதனையான விசியம்.”

யாரோ ஒருவர் சொன்னதற்கு யாரும் பதில் சொல்லவில்லை.

ரமளான் மாதம் என்பதால் வேலைக்காரன் குட்டிஹைதுரூஸ் கையைக் கட்டிக்கொண்டு நின்றான். சாதாரணமாக ஆட்கள் கூடும் வேளையில் வேலை செய்து அவன் உடல் தளர்வான். இன்று ஒரு சுருட்டுகூட யாருக்கும் தர வேண்டியதில்லை.

சமையலறையிலும் அன்று முழு வேலைநிறுத்தம். யாரும் எதுவும்

செய்யவில்லை. எல்லா வேலைக்காரப் பெண்களும் சுவரில் சாய்ந்து அமர்ந்திருந்தார்கள்.

பாத்து இடையிடையே பெருமூச்சுவிட்டுக் கொண்டிருந்தாள். தன் பால்ய வயதில் தன்னைத் திருமணம் செய்து கொள்ளத் துடித்த இணைக்குயிலின் மரணம் அவளை ஸ்தம்பிக்கச் செய்து விட்டது. மற்றவர்களை ஊமையாக்கியிருந்தது.

பூக்குஞ்ஞி பீவி பயந்த முகத்துடன் குஞ்ஞாலியின் அறைக்கு வந்தாள். குஞ்ஞாலியைப் பொறுத்தவரை எரமுள்ளானின் மரணம் பெரிய துக்ககரமான சம்பவமாகத் தோன்றவில்லை. ஐந்தாம் வகுப்பு பாஸான மகிழ்ச்சியில் திளைத்திருந்தான் அவன்.

பூக்குஞ்ஞி பீவியைக் கண்டதும் அவள் கைகளைச் சேர்த்துப் பிடித்துக் கொண்டு சொன்னான்:

"நாஞ் ஜெயிச்சுட்டேன்."

"நீ ஜெயிச்சுட்டியா, யாரு சொன்னா?"

மீஸான் கற்கள்

பூக்குஞ்ஞி பீவி ஆச்சரியத்துடன் கேட்டாள்.

"புகாரி."

"அவஞ் செரியான ஒரு ஆள்தான்."

இவ்வளவு பெரிய ரகசியத்தை துப்பறிந்து சொன்ன புகாரியை அவள் ஒரு நிமிடம் பெருமையாக நினைத்தாள். பிறகுதான் தன் சொந்த விசயம் ஞாபகத்துக்கு வந்தது.

"நான் ?"

குஞ்ஞாலி சற்றுயோசனைப் பிறகு பதில் சென்னான்.

"தெரியலே."

அப்போது அவள் சொன்னாள்:

"எனக்குத் தெரியும். நாஞ் ஜெயிக்கமாட்டேன்."

அந்தக் காலத்தில் மாப்பிளை பெண்குழந்தைகளை ஐந்தாம் வகுப்பு பாஸாக்குவதில்லை. அவர்களை வழக்கமாக ஐந்தாம் வகுப்பில் படிப்பை நிறுத்திவிடுவதுதான் வழக்கம் என்பதால் சங்கர குறுப்பு ஒரு மாணவியைக் கூட பாஸாக்குவதில்லை. இந்த ரகசியம் குஞ்ஞாலிக்கும் தெரியும். ஆனால் அவன் சொல்லவில்லை.

கொஞ்ச நேரம் எதுவும் பேசாமலிருந்தார்கள். ஜன்னல் கம்பிகளினூடே தெரியும் ஆகாயத்தைப் பார்த்தார்கள். அரபிப் புளிய மரங்களும் மாமரமும் பலாமரமும் இலைகள் உதிர்ந்து போய் வெறும் எலும்புக்கூடாக நின்றிருந்த தோட்டத்தில் செடி களும் வாடித் தளர்ந்திருந்தன. கட்டெறும்புக்காய் மரங்களும் கருகத் தொடங்கியிருந்தன.

சித்திரை மாதத்தின் இறுதி நாட்கள். ஆகாயம் கார்மேகம் சூழ்ந்து மூடிக் கிடந்தது. திடீரென்று காற்றடிக்கத் தொடங்கியது. குளிர்ந்த காற்று! குஞ்ஞாலி கேட்டான்:

"குற்றியாடி மலயிலெ மழெ பெய்யுதோ ?"

ஆகாயம் மீண்டும் கறுத்து இருள் மூடியது. மழை வருமா, வராதா என்பதைத் தெரிந்து கொள்ள முடியவில்லை. காற்று பலமாக வீசியது. மரக்கிளைகள் பலமாக அசைந்தாடின. லேசாகத் தூறல் விழுந்தது. இரண்டு மூன்று இடிகள் முழங்கின. மின்னல் கீற்றுகள் மின்னி மறைந்தன. அவ்வளவுதான் காற்று வீசுவது நின்றது. மேகங்கள் மெல்ல மேற்கு நோக்கி நகரத் தொடங்கின.

ஆகாயம் மீண்டும் தெளிந்தது.

குஞ்ஞிப் பள்ளி வாசலிலிருந்து குத்துவெடி சத்தம் முழங்கியது. நோன்பு திறக்கும் நேரமாகி விட்டது.

திண்ணையில் இருப்பவர்களுக்கு ஆளுக்கொரு பேரீச்சம் பழமும் ஒரு தம்ளர் தண்ணீரும் கொடுக்கப்பட்டது. அதுமட்டும் தான் அந்த பெரிய இல்லத்தில் அன்று இருந்தது. தங்ஙள் சொன்னார்.

"எல்லாரும் போய்த் தொழுங்கோ."

ஆட்களில்லாத திண்ணையில் ஹைதுரூஸ் மட்டும் மிச்சமிருந்தான். அவனைப் பொறுத்தவரை எரமுள்ளானின் மரண நாள் பொன்னெழுத்துக்களால் பொறிக்கப்பட வேண்டிய ஒன்று. எல்லோரும் காலியான வயிற்றுடன் எழுந்து சென்ற ஒரே ரமளான் நாள் அது. ஒரு தம்ளர் தண்ணீரை அவனும் குடித்தான். இன்று என் சந்தோச தினம். எனக்கு இன்று பச்சத்தண்ணியே போதும்!

பசியைத் தவிர வேறு உணர்வுகள் மனிதனுக்கு இருக்கிறதா என்ற விசயத்தில் குட்டி ஹைதுரூஸுக்கு சந்தேகம் இருந்தது. வயிற்றைத் தவிர வேறெதுவும் மனிதனிடம் இல்லை என்ற சாஸ்திர முடிவுக்கு அவன் சுயமாக வந்திருந்தான். ஆகாரத்தைத் தவிர வேறொரு வஸ்து பூலோகத்தில் இல்லை என்று அவன் புரிந்துகொண்டிருந்தான். அவன் வாழ்க்கை பசி, வயிறு, உணவு என்று ஒரு பதாகையின் மூன்று வர்ணங்களாக ஸ்தாபிதம் செய்யப்பட்டிருந்தது.

ஆற்றபீவி வேகமாக சமையலறைக்குள் நுழைந்தாள். வெள்ளிக் குமிழ் பதித்த மிதியடிச் சத்தம் சமையலறைக்குள் முழங்கியது. நிலவு போன்ற நெற்றியிலிருந்து வடியும் வியர்வையை பெருவிரலால் துடைத்துவிட்டு புருவங்களை வில்போல் வளைத்துக் கேட்டாள்.

"என்னெ எல்லாரும் பேசாம இருக்கிதியோ? எஞ் சொந்தத்துலே யாரும் மரிச்சிப்போவயில்லெ."

வேலைக்காரப்பெண்கள் அவசரமாக எழுந்தார்கள்.

"சட்டுனு பசியாறயும் சோறும் தயாராவணும், இல்லேண்ணா எல்லாவளெயும் கழுத்தெப் புடிச்சித் தள்ளி வெளியாக்கிருவேன்."

விளக்குகள் எரிந்தன. உரல்கள் அலறின, அம்மி ராகம் வைத்தது, அடுப்பிலிருந்து மின்னுட்டாம் பூச்சிகள் பறந்தன. சமையலறை மீண்டும் உயிர் பெற்றது.

பகல் முழுக்க பட்டினி கிடந்தும் குஞ்ஞாலிக்கு பசியெடுக்க வில்லை. அவன் மனம் வெற்றிப்போதையில் மிதந்து கொண்டிருந்தது. நான் ஐந்தாம் வகுப்பு பாஸாகி விட்டேன். இனி ஹைஸ்கூலுக்குப் போக வேண்டும். படித்து பத்தாம் வகுப்பு பாஸாகி டெபுடி இன்ஸ்பெக்டர் ஆக வேண்டும்.

பனிரெண்டு வயதுவரையிலான குறுகிய கால வாழ்க்கை பயணத்துக்குள் அவன் பலரையும் முன்மாதிரியாக நினைத்தது உண்டு. ஒஞ்சியத்தில் துப்பாக்கிச்சூடு நடந்தபோது போலீஸ்காரனாக ஆசைப்பட்டான். அப்துல்ரகுமான் மாமாவின் காரைத் தொட்டுப் பார்க்கும் பாக்கியம் கிடைத்தபோது ஒரு டிரைவராக ஆசைப்பட்டான். பட்டாளத்திலிருந்து சீருடையில் வந்திறங்கிய ரைரு நாயர் மகன் கம்மாரன் நாயரைக் கண்டதும் ராணுவ வீரனாக விரும்பினான். ஆனால் எல்லாவற்றையும் கடந்து அவன் ஆசை அரும்பி

நிலைபெற்றுநின்றது, சங்கர குறுப்பு மாஸ்டர் கூடப் பயப்படும் டெபுடி இன்ஸ்பெக்டரிடம் தான்! இருந்த இடத்தில் இருநாழி அவலும் பதினாறு மைசூர் பழமும் அரைப் பொதி வெல்லத்துடன் குழைத்துத் தின்று விட்டு பத்து நிமிடத்தில் விதவிதமான உணவு வகைகளுடன் மத்தியான சாப்பாட்டுக்கு தயாராகிவிட்ட இராம கிருஷ்ணய்யர். அவர் ஒரு சகலகலா வல்லவர்!

அறைக்குள் சத்தம் கேட்டதும் திரும்பிப்பார்த்தான் சுவரைப் பார்த்து படுத்திருந்த குஞ்ஞாலி.

"உம்! என்னெ?" தன்னைக் கனவுகளிலிருந்து திசை திருப்பிய பூக்குஞ்ஞி பீவியின் மீது கோபம் வந்தது. ஆனால் காட்டிக் கொள்ளவில்லை. பூக்குஞ்ஞி பீவி அல்லவா!

"எனக்கு பேடியாயிருக்கு."

"பேடியாயிருக்கா ஏன்?" குஞ்ஞாலி கேட்டான்

"எரமுள்ளானுக்க பாங்கு சத்தம் இப்பம் எனக்கு கேட்டுது."

முதலில் சிரிப்புதான் வந்தது. யோசித்துப் பார்த்தபோது வியர்த்துப் போனான்.

"நீ போய்ப் பாத்து கூட கெடந்துக்கோ."

"பாத்து ஒடம்புக்கு களியாம போதம் கெட்டு கெடக்கா." பூக்குஞ்ஞி பீவி சொன்னாள்.

ஏதாவது அசம்பாவிதங்கள் நிகழ்ந்து விட்டால் பாத்தும்மா தளர்ந்து விழுந்து மயக்கமாகி விடுவாள். இஸ்டீரியா என்றோ, வேறு ஏதோ என்றோ அதற்கு பெயர் சொன்னார் அவளை ஒருதடவை பரிசோதனை செய்த தம்பான் டாக்டர்.

குஞ்ஞாலி பதில் எதுவும் சொல்லாமல் ஜன்னல் கம்பிகளி னூடே வெளியே பார்த்தான். வெளியே நல்ல இருட்டு. இருண்ட கிழக்கு வானின் பின்னணியில் அரபி புளியமரத்தின் கிளைகள் மைத் துளிகள் தெறித்த நரைத்த குடை போல் தெரிந்தன.

கொஞ்ச நேரத்திற்கு பிறகு குஞ்ஞாலி கேட்டான்:

"நீ ஏன் இனியும் கீளப் போவயில்லே?"

"எனக்குப் பேடியாயிருக்கு."

பூக்குஞ்ஞி பீவிக்கு எப்போதும் பயம்தான்! இரவு வந்து விட்டால் பயம் அதிகமாகி விடும். நரி ஊளையிடும் போது, ஆந்தை அலறும்போது, சுவர்க்கோழிகளின் சத்தம் கேட்டால், எங்கிருந்தாவது வெடிச்சத்தம் கேட்டால், கோயிலில் வாண வேடிக்கை உயர்ந்தால், வெளியே காற்றடித்தால், பள்ளிவளாகத்தில் காய்ந்த சருகுகள் அசையும் சத்தம் கேட்டால் அவளுக்கு பயம் வந்துவிடும். தூங்கும்போது ஜின்களையும் சைத்தான்களையும் மட்டும்தான்

அவள் கனவு கண்டாள். இருட்டுக்கு நீர்ப்பிசாசு களைப் போல் நிறைய கைகள் இருப்பதாக நம்பினாள். என்றாவது ஒரு நாள் தன் பழைய கனவில் வரும் இராஜகுமாரஜின் வந்து தன்னைக் குதிரையில் அள்ளி எடுத்துக் கொண்டு போய் விடும் என்று அவள் பயந்தாள்.

எதையெதையோ நினைத்தபடி குஞ்ஞாலி தூங்கிவிட்டான். நடு இரவில் சத்தம் கேட்டு கண் விழித்தபோது தன் உடலின் மீது ஒரு கை! முதலில் பயந்து அலறிவிடத் தோன்றியது. ஆனால் அந்தக் கை ஏற்கனவே பரிச்சயமுள்ளதாகத் தெரிந்தது. தளர்ந்து தூங்கும் பூக்குஞ்ஞி பீவியின் கை! ஒரு பூவை எடுப்பது போல் மெதுவாக எடுத்து அவள் மீது வைத்தான். பிறகு மெல்ல சுவரோரமாக விலகி படுத்தான். இரண்டு பேருக்குமிடையே சிறிது இடைவெளிவிட்டு!

அதிகாலையில் பாத்தும்மாவுக்கு மீண்டும் சுய போதம் திரும்பியது. தரையில் கிடந்து உருண்டபடியே அறுப்பதற்காக கட்டியிருக்கும் காளையைப்போல் முனகிக் கொண்டிருந்தாள். ஆற்றபீவிதான் முதலில் வந்தாள். வந்ததும் முட்டை விளக்கின் திரியைத் தூண்டினாள். பாத்தும்மா கட்டிலிலிருந்து தரையில் விழுந்து கிடந்தாள். மல்லாந்து அசைவற்று! கண்ணிமைகளிலும் பெருவிரல்களிலும் மட்டும் அசைவு தெரிந்தது.

"என் எரமுள்ளான்!" மீண்டும் கூவினாள். சுவர்க்கோழியைப் போல் நான்கைந்து முறை கூவிய பிறகு சத்தம் அதிகரித்தது. தெளிவாகவும் இருந்தது. கொஞ்சம் கொஞ்சமாக குரல் தேய்ந்து கடைசியில் சத்தம் நின்றது. சுவாசம் சீராகத் தொடங்கியது. பெருமூச்சுகள் அடங்கின. சாந்தமானாள். வேலைக்காரப் பெண்கள் வியர்த்துத் தளர்ந்து கிடந்த பாத்துவைத் தூக்கிக் கட்டிலில் படுக்க வைத்தார்கள். வியர்வையைத் துடைத்தார்கள்.

பாத்தும்மா மெல்லக் கண் திறந்தாள்.

"குடிக்கிதுக்கு ஏதாவது வேணுமா?"

யாரோ கேட்டதும் பாத்தும்மாவின் உதடுகள் சற்று நெகிழ்ந்து கொடுத்தது. பிறகு அது புன்சிரிப்பாக மாறி உறங்கிப்போனாள். அப்போது மறுபுறம் கிடந்த கட்டில் காலியாக இருப்பதை ஆற்றபீவி கவனித்தாள்.

"பூக்குஞ்ஞி பீவி எங்கே?" ஆற்றபீவி சத்தமாக கூப்பிட்டாள். பூக்குஞ்ஞி பீவியைக் காணவில்லை.

முட்டை விளக்குகளைக் கையிலேந்தி பலரும் பல திசைகளுக்கும் ஓடினார்கள். குளியலறையில், சமையலறையில், உள்ளரங்குகளில், முற்றத்தில், பின் கட்டுகளில், திண்ணையில், கட்டில்களின் அடியில்! எங்குமே இல்லை பூக்குஞ்ஞி பீவி.

மீஸான் கற்கள்

ஆற்றபீவி என்ன செய்வதென்று தெரியாமல் திகைத்து நிற்கும் போது ஒரு பெண் மாடியிலிருந்து இறங்கி வந்து நடக்கக்கூடாத ஏதோ ஒன்று நடந்து விட்டதைப்போல் ஆற்றபீவி முன் நின்றாள்.

"என்னெடீ! மண்ணாந்தெ மாதிரி முளிக்கிதே?"

"பீவிக்குஞ்ஞி மாடியிலே இருக்கா!"

எல்லாரும் ஓடினார்கள். ஏணிப்படிகள் உலைந்தன.

முட்டை விளக்குகளைக் கையிலேந்தி அனைவரும் கட்டிலைச் சுற்றி நின்றார்கள். ஆற்றபீவியின் நெஞ்சில் அக்னி படர்ந்தெரிந்தது. நெருப்பை உமிழ்ந்தபடி அவள் சொன்னாள்.

"ஹராமி! இவென் இதெயுஞ் செய்வான், இதுக்கு மேலயுஞ் செய்வான்." கைகளை சேர்த்து நெரித்துக் கொண்டு சொன்னாள்.

"நேரம் வெளுக்கட்டு."

வெள்ளிப் பூண்போட்ட மிதியடிகள் மெல்ல மெல்ல கீழ்நோக்கி தாளமிட்டபடி சென்றன. தாளமில்லா தாளமாக இருந்தது அது. அதற்குப் பின்னால் சேடிப் பெண்களின் சத்த மில்லாத கால்சுவடுகள். வெறும் கால்கள் என்பதால் ஏறும்போது கேட்க விரும்பிய காலடியோசைகள் இறங்கும் போது வருவதை அவர்கள் விரும்பவில்லை.

39

அறக்கல் இல்லம் முழுவதும் அது பாட்டாக மாறியது. குஞ்ஞாலி வெளியில் வரவே விரும்பவில்லை. பூக்குஞ்ஞி பீவி செய்த வேலை! அன்று இரவு அவள் அங்கே வந்து படுக்க வேண்டியது தேவையா?

பூக்குஞ்ஞி பீவி வெட்கப்படவேயில்லை. மயக்கம் தெளிந்த பிறகு பாத்தும்மா கேட்டாள்.

"ஒனக்கு நாணமே இல்லியா பூக்குஞ்ஞி பீவி?"

"எதுக்கு?" தெரியாதது போல் கேட்டாள்.

"பீவிக்குஞ்ஞி ஏங் குஞ்ஞாலிக்க கட்டில்லெ போய்க் கெடந்தெ?"

"ஓ . . . ! அதா?" அந்த சிறு புருவங்களில் கேலி நிறைந்திருந்தது. அவள் சொன்னாள்.

"ஒறக்கம் வந்துது. கெடந்தேன்."

பல் துலக்கிய பிறகு ஒரு தம்ளர் சாயாவும் குடித்து விட்டு சிலேட்டில் ஒரு தடாகத்தின் படம் வரைந்து கொண்டிருந்தபோது

புகாரி மாடிக்கு வந்தான். வந்ததும் கட்டளையிடுவது போல் சொன்னான்.

"தங்ஙளு விளிக்குது ஒன்னை."

குஞ்ஞாலிக்கு பயத்தில் உதறல் எடுத்தது.

"என்னெ பேடியாயிருக்கா? இண்ணெக்கு நல்ல கோளுதான், சட்டுணு போ!"

அவன் மாடிப்படி இறங்கினான்.

தொண்டைக்குள் ஒரு தவளை உட்கார்ந்திருப்பது போல் உணர்ந்தான் குஞ்ஞாலி. கால்களில் பாரம் கட்டி வைத்திருப்பது போலவும் தோன்றியது. எப்படியோ நடந்து திண்ணைக்கு வந்தான். யானைச் செயரில் அமர்ந்து தங்ஙள் சிங்கப்பூர் சுருட்டு புகைத்துக் கொண்டிருந்தார். புகைச் சுருளை வேடிக்கை பார்த்தபடி பட்டாளம் இபுறாகி தூணில் சாய்ந்திருந்தான். இன்னும் பலர் அங்கே இருந்தார்கள். கீழ் வராந்தாவில் குத்தகைக்காரர்களான தியயன்மார்.

ஒரு செயரில் பெரிய கௌரவத்துடன் சங்கர குறுப்பு மாஸ்டர் வெற்றிலை குதப்பியபடி அமர்ந்திருந்தார். சங்கர குறுப்பைக் கண்டதும் குஞ்ஞாலி மேலும் தளர்ந்தான்

"வா!" சங்கர குறுப்பு அவனை கையசைத்துக் கூப்பிட்டார். அவன் நடந்து அவர் பக்கத்தில் சென்றான்.

அவர் அவனைத் தன்னோடு சேர்த்து நிறுத்தினார்.

புளித்த பழங்கஞ்சியின் வாசம் அவன் மனதைப் புரட்டியது. சங்கர குறுப்பின் கண்கள் நிறைந்திருந்ததை குஞ்ஞாலி கவனிக்கவில்லை. முழங்கையில் சூடாக ஒரு நீர்த்துளி விழுந்ததும் புரிந்து கொண்டான்.

"நீ எங்களெ உட்டு போனாலும் காரியமில்லெ, நீ நல்லாயிருக்கணும்! காரக்காடு மாப்பிளை ஸ்கூலுக்கு நீ ஒரு முன்மாதிரியா இருக்கணும்."

அப்போது குஞ்ஞாலியின் கண்களும் நிறைந்துவிட்டன. அவன் தப்பி விட்டான்.

சங்கர குறுப்பு கேட்டார்.

"நீ பத்தாம் வகுப்பு படிச்சி பாஸான பெறவு என்னவா ஆவ ஆசைப்படுதா?"

கொஞ்சமும் தயங்காமல் சொன்னான்.

"டெபுடி இன்ஸ்பெக்டர்."

சங்கர குறுப்பு சிரித்தார். பிறகு கொஞ்ச நேர யோசனைக்கு பின் சொன்னார்.

“செரி! ஆனா, நீ யாரெயுமே சூப்பர் நியூமரியா நெனைச் சிரப்புடாது.”

குஞ்ஞாலிக்கு புரியவில்லை.

மறுநாள் அதிகாலையில் குஞ்ஞாலி சங்கர குறுப்பு மாஸ்டரின் கையைப்பிடித்து ஹைஸ்கூலுக்குப் புறப்பட்டான். போகும்போது இரண்டு பத்து ரூபாய் நோட்டுகளை சங்கர குறுப்பிடம் நீட்டினார் தங்ஙள். சங்கர குறுப்பு தயங்கி நின்றபோது தங்ஙள் சொன்னார்:

“ஃபீஸூம் மத்துள்ள செலவுகளுக்கும் குடுக்காண்டாமா?”

“செரிதான்.” அதைப் பாக்கெட்டில் வைத்தபடி சங்கர குறுப்பு சொன்னார்.

வயல் வரப்புகளினூடே, சிற்றோடையையும், பாலத்தையும், அறக்கல் அம்பலத்தையும் கடந்து புழுதி மண் நிறைந்த பாதை

வழியாக நடந்தார்கள். தூரத்தில் வந்து கொண்டிருக்கும்போதே கடல் அலைகளின் இரைச்சல் கேட்டது.

கடலோரப் பகுதியில்தான் பள்ளிக்கூடம்.

தலைமையாசிரியர் சதாசிவன் பிள்ளையின் அறை ஆரவாரத்துடனிருந்தது. ஆசிரியர்களும் உயர்நிலை வகுப்பில் சேர வந்த மாணவர்களுமாக அந்த அறை நிரம்பியிருந்தது.

குஞ்ஞாலி பள்ளிக்கூடத்தின் நீண்ட வராந்தாவில் நின்று மூன்று புறமும் கண்களை ஓடவிட்டான். மேற்கே சீறிப்பாயும் கடல் அலைகள். கண்ணுக் கெட்டாத கடைசித் தொலைவில், ஆகாயச் சரிவில் கறுத்த பொட்டுகளைப் போல் நிற்கும் தோணிகள். கிழக்கிலும் வடக்கிலும் முகயர்களின் குடிசைகள். குடிசைகளின் முன் வலை பின்னும் வயோதிகர்களும் நூல் பிரிக்கும் வெளுத்த, அழகான முகயப் பெண்களும்.

சங்கர குறுப்பு மாஸ்டர் அவன் முதுகில் தட்டிக் கூப்பிட்டார்: "வா." இரண்டு பேருமாக பள்ளிக்கூடத்தை அடுத்திருந்த சாயாக் கடைக்குச் சென்றார்கள். அதுதான் குஞ்ஞிராமனின் கடை. பல நாட்கள் குஞ்ஞாலியின் மத்தியான வேளைப் பசியை தணித்த குஞ்ஞிராமனின் சாயாக்கடை.

கடையில், பள்ளிக்கூடத்தில் சேர வந்தவர்களின் கூட்டம் நிறைந்திருந்தது. குஞ்ஞிராமன் நெரிசலை சமாளிக்க அங்குமிங்கும் ஓடிக்கொண்டிருந்தான். காலியான கண்ணாடி தம்ளர்களை ஒன்றின் மீது ஒன்றாக அடுக்கி சர்க்கஸ் வித்தை காட்டினான். வெளுத்த, குட்டையான உருவம் கொண்ட அவன் மனைவி ஒரு பாத்திரத்தில் குழம்பு போலிருந்த தண்ணீரில் தட்டுகளையும் தம்ளர்களையும் கழுவிக்கொண்டிருந்தாள். மூக்கு வடித்துக்கொண்டு ஒரு குழந்தை அவள் உடு முண்டை பிடித்தபடி அவளுக்கு தாங்கலாக நின்றிருந்தது.

குஞ்ஞிராமன் கேட்டான்:

"என்னெ ?"

"ஒரு ஃபுல் சாயாவும் ஒரு அரெச் சாயாவும்."

கொஞ்சம் இடைவெளி விட்டு கேட்டார்:

"சாப்பிடுதுக்கு என்னெ இருக்கு?"

"சூடு புட்டும் சிறுபயறு கறியும்."

"வேறெ?"

"சூடா சுசியன்."

"செரி?"

"சூடா பன் இருக்கு."

அங்கே சூடில்லாத எதுவுமே இல்லை!

சங்கர குறுப்பு மாஸ்டருக்கு சுவாரஸ்யம் மிகுந்தது.

"செரி! புட்டும் பயறு கறியும் இருக்கட்டு."

குஞ்ஞிராமனை குஞ்ஞாலி அப்போதுதான் கவனித்தான். ஒற்றைக் கண்ணன். ஒரு கண்ணில் கருவிழி இல்லை.

அது பீங்கான் தட்டின் நிறத்தைப்போல் கலங்கிப்போய் தெரிந்தது. அதனால்தான் அவன் கழுத்தை அங்குமிங்குமாக இடைவிடாமல் திருப்பிக் கொண்டிருந்தான்.

தலைமையாசிரியர் சதாசிவன் பிள்ளையின் அறைக்கு அவர்கள் அழைக்கப்படும் போது மணி மூன்று ஆகிவிட்டது. காகிதங்களும், ஃபைல்களும், புத்தகங்களும் நிறைந்த மேஜைக்குப் பின்னால் தலைமையாசிரியர் சதாசிவன்பிள்ளை அமர்ந்திருந்தார். அழகான மூக்குக் கண்ணாடி, தலையில் ஒட்டிநிற்கும் நீண்ட தலைமுடி ஃபிரில் கிரீமின் வாசனையுடன். மஞ்சள் நிற ஃபுல்கோட்டும் பான்ட்டும். கறுப்பு நிற ஷூ, வெளுத்து சிவந்த நிறம், ரசனையான புன்சிரிப்பு. சிவந்த உதடுகளில் தொடர்ந்து தொங்கிக் கிடக்கும் சிகரெட்.

சதாசிவன் பிள்ளைக்கு வயது இருபத்தைந்துக்குள் தான் இருக்கும். சொந்த ஊர் வைக்கம். மலபார் பகுதியில் முதல் முதலாக வந்த திருவிதாங்கூர் ஆசிரியர். பி.ஏ.பி.டி பாஸானதும் மீன்வளத் துறையில் உத்யோகம். டிபார்ட்மென்டின் முதல் பட்டதாரி! வயதான மற்ற ஆசிரியர்கள் சொல்லிக் கொண்டார்கள்:

"ஆளு வலிய யோகக்காரன்."

அந்த யோகக்காரன் குஞ்ஞாலியிடம் கேட்டார்:

"நீ நல்லா படிப்பியா?"

குஞ்ஞாலிக்கு வெட்கமாகயிருந்தது. பதில் எதுவும் சொல்லாமல் தலையை குனிந்து கொண்டான்.

"செரி! அப்ப உனக்கு சீட் கெடையாது" என்றார் தலைமை யாசிரியர். குஞ்ஞாலி திடுக்கிட்டான்.

"நான் நல்லா படிப்பேன் சார்."

"கெட்டிக்காரன். நீ என்னவெல்லாம் படிப்பே?"

இதற்கு அவனால் பதில் சொல்ல முடியவில்லை. அவன் மீண்டும் தலைதாழ்த்திக் கொண்டான். அந்தத் தலை பிறகு ஒருபோதும் சதாசிவன் பிள்ளையின் முன் உயர்ந்ததேயில்லை.

முதல் நாளன்று நல்ல மழை பெய்தது. வைகாசி மாதம் பதினா லாம் தேதி ஸ்கூல் ஆரம்பித்தது. பொழுது விடிந்த பிறகும் இருட்டு விலகவில்லை. குஞ்ஞாலிக்கு ஏமாற்றமாக இருந்தது. பள்ளிக்கூடம் திறந்த அன்றே மழை! புது சட்டையும், புதுவேட்டியும், புது குடையும், மொட்டைத் தலையும் மழையில் நனைந்தன. நனைந்த படியே பள்ளிக்கூட வராந்தாவில் ஏறினான்.

ஆறாம் வகுப்பில் நுழைந்து குடையைச் சுருக்கி மூலையில் சாய்த்து வைத்துவிட்டு பெஞ்சில் அமர்ந்தான். இன்னும் மணியடிக்க வில்லை. வகுப்பறைக்குள் பழைய மாணவர்கள் விளையாட்டில் மும்முரமாக ஈடுபட்டிருந்தார்கள். ஒரு மாணவன் வந்து அவன் தலையைக் தொட்டுவிட்டு பாடினான்:

"மாப்பிள்ளை மொட்டை

சாக்பீசு கட்டை

இப்போ ஒடையும் பாரு..."

குஞ்ஞாலிக்கு பெரிய சங்கடமாகி விட்டது. மொட்டையடித்த ஒருவன் கூட அந்த வகுப்பில் இல்லை.

மணியடித்தது.

ஆண்டி வாத்தியார் அக்குளில் ஆஜர் பட்டியலும் கையில் பிரம்புமாக வகுப்பறைக்குள் பிரவேசித்தார். மாணவர்கள் பணிவுடன் பயந்து போயிருந்தார்கள். ஆண்டி வாத்தியார் என்றால் மாணவர் களுக்கு சிம்ம சொப்பனம். பிரம்பு அவரது இன்னொரு உறுப்பு. அது பிரயோகம் செய்யப்படாத மாணவர்கள் யாரும் அந்த வகுப்பிலில்லை.

செயரிலமர்ந்து ஆஜர் பட்டியலை மேஜைமீது போட்டார். பிரம்பை மேஜையில் அடித்துக் கேட்டார்:

"கடப்புறத்துப் புள்ளைகளே! ஒங்களுக்கு யாருக்காவது வலை பின்னத் தெரியுமா?"

யாரும் பதில் சொல்லவில்லை.

"ஒங்களுக்கு யாருக்காவது மீன் பிடிக்கத் தெரியுமா. செய்த் தான்களே?"

யாரும் பதில் சொல்லவில்லை.

கம்பை செயர்க் கால்களிலும் மேஜையின் மீதும் அடித்து விட்டு சத்தமிட்டார்:

"இது ரெண்டையும் நான் ஒங்களுக்கு சொல்லித் தருவேன். இது சர்க்கார் மீன் வளத்துறையின் தொழில் நுட்ப உயர் நிலைப் பள்ளி. இதை ஞாபகத்துலே வெச்சிருக்கணும் என்னா?"

மாணவர்கள் ஆலிலை போல் அசைந்தார்கள்.

ஆண்டி வாத்தியார் ஒரு பீடி பற்ற வைத்தார். அவர் ஜிப்பாவின் பை நல்ல ஆழம் கொண்டது. வில் போல் ஒரு புறம் சாய்ந்துதான் அவரால் பீடியும் தீப்பெட்டியும் எடுக்க முடிந்தது. புகையை ஊக்கமாக இழுத்து விட்டு சொன்னார்:

"ஒங்களுக்கு நான் எல்லாப் பாடமும் சொல்லித் தருவேன். இயற்கைப் பாடம், தோட்டக்கலை, வலைப்பின்னல், ஃபிஷரீஸ் சைன்ஸ்."

சிவந்த கண்களால் வகுப்பறையைச் சுற்றி ஆழமாகப் பார்த்து விட்டு இடது புற பையிலிருந்து ஒரு டப்பியை வெளியே எடுத்தார். அதிலிருந்து ஒரு நுள்ளு பொடியை எடுத்து உறிஞ்சிக் கொண்டார். உள்ளங்கையை இடம் வலமாக மூக்கில் தேய்த்து விட்டு ரொம்ப நேரம் தும்மினார்.

"புள்ளைகளே, இயற்கைப் பாடமும் தோட்டக்கலையும் நீங்கோ படிக்காம இருந்தாலும் விட்டுருவேன். ஃபிஷரீஸ் சைன்ஸ் படிக்காம இருந்தாக்கூட விட்டுருவேன். ஆனா, புள்ளைகளே, வலைப் பின்ன நீங்கோ படிக்கலேண்ணா அடிச்சு எல்லாவனுவொ முதுவெயும் நான் சோம்பான் கடப்புறம் போலாக்கிருவேன்."

"ஓம் பேரென்ன?" ஆண்டி வாத்தியார் பெருவிரலை நீட்டி குஞ்ஞாலியிடம் கேட்டார். அவர் பெருவிரலை தூண்டிப் பேசுவது தான் வழக்கம். துப்பாக்கியை நீட்டி குறிபார்ப்பது போலிருக்கும், அப்போது!

"குஞ்ஞாலி" பெஞ்சிலமர்ந்தவாறே பதில் சொன்னான்.

"நீ எந்தெ ஸ்கூல்லேருந்துடா வந்துருக்கே?"

"காரக்காடு மாப்பிளெ ஸ்கூல்."

"அங்கெ மரியாதி சொல்லிக் குடுக்குறது கெடையாதாடா, செய்த்தானே?"

குஞ்ஞாலி திகைத்துப் போய்விட்டான்.

ஆண்டி வாத்தியார் அலறிக்கொண்டே சொன்னார்.

"எளும்பி நெண்ணு பதில் சொல்லுடா பண்ணி."

காரக்காடு மாப்பிளைப் பள்ளிக்கூடத்தில் அந்த வழக்கம் இல்லை. அது சையதுமார்களின் பள்ளிக்கூடம் என்பதால் பதில் சொல்லும்போது எழுந்து நின்று சொல்ல வேண்டும் என்பது போன்ற கீழ் வழக்கம் அங்கே நடைமுறையில் இல்லை. சையதுகள் யாருக்கு முன்னும் எழுந்து நிற்க வேண்டியதில்லை. அது ஒரு புராணக்கதை! அவர்கள் முகம்மது நபியை நேரடியாகப் பின்பற்றிய வாரிசுகள் என்பதால், நம்பிக்கையாளர்களுக்கு முன்போ அவ நம்பிக்கையாளர்களுக்கு முன்போ அவர்கள் எழுந்து நிற்பதில்லை.

குஞ்ஞாலி எழுந்து நின்றான். கண்கள் மழை மேகம் போய் திரண்டிருந்தது.

"என்னெடா குழியாமையெப் போல வெளையாட்டு காட்டுதெ?"

அவன் அழத்தொடங்கிவிட்டான் என்பது தெரிந்ததும் ஆண்டி வாத்தியாரின் மனம் இளகியது.

"செரி, இரு! என்னெ கேட்டாலும் எளும்பி நெண்ணுதான் பதில் சொல்லணும். செரி, ஒரு விசியம் இங்கெ வா."

குஞ்ஞாலி பக்கத்தில் சென்றான். மொட்டைத்தலையை கொஞ்சம் நேரம் தடவி விட்டுச் சொன்னார்:

"இது, நமக்கு இனிவேண்டாம். இங்கெ இப்பிடி ஒரு தலெ இதுவரெ வந்ததில்லெ." சற்று நிறுத்திவிட்டு வகுப்பறையை சுற்றி கூர்மையாகப் பார்த்துச் சொன்னார்:

"வெளங்கிச்சா?"

குஞ்ஞாலிக்கு உண்மையாகவே விளங்கவில்லை. ஆண்டி வாத்தியார் தொடர்ந்தார்.

"வெளங்கல்லெ இல்லியா? இனி மொட்டையடிக்கப்புடாது. ஒஸாயெக் கண்டா ஓடிரணும். மத்ததெ நாம் பாத்துக்கிடுறேன். தங்ஙளு சம்மதிச்சாலும் ஒஸா இதுக்கு சம்மதிக்கமாட்டான்."

மாணவர்களின் சிரிப்பில் வகுப்பறை குலுங்கியது.

"நாய்களே, பேசாமெ இருங்கோ! ஓங்க அத்தனெ வெரெயும் மொட்ட போட வெச்சுருவேன் நான்."

ஷாக் ஏற்றதுபோல் மாணவர்களின் வாய் மூடியது.

அதற்குப் பிறகு குஞ்ஞாலி மொட்டை போடவில்லை ஆண்டி மாஸ்டர் தானாகவே முன்வந்து குஞ்ஞாலிக்காக தங்ஙளிடம் சிபாரிசு செய்தார்.

தலைமுடி வளர்ந்த பின் ஒரு நாள் கண்ணாடியில் பார்த்தான் குஞ்ஞாலி. ஆகா! தலை கறுத்து அழகாக இருந்தது. முகமே மாறிப் போய் தெரிந்தது. நான் நல்ல அழகாக இருக்கிறேன் என்ற எண்ணம் முதல் முதலாக அவனுக்குள் உருவானது.

ஆனால் வெளியே இறங்க முடியவில்லை. ஒரு முறை ஸ்டேஷன் ரோடு வழியாக வரும்போது பின்னாலிருந்து ஒரு சத்தம் வந்தது. "டேய், காஃபிர்."

திரும்பிப் பார்த்தான். கண்களில் கோபம் கொப்பளிக்க மூஸா முஸல்யார் நின்று கொண்டிருந்தார்.

"நீ ஸ்கூல்லே சேர்ந்திருக்கெ, அப்படித்தானெடா? பண்ணி. இனி இங்கிலீஸூம் படிச்சு காஃபிரா மாறுவே இல்லியாடா பண்ணி?"

குஞ்ஞாலி ஒரு வார்த்தை கூட பதில் சொல்லவில்லை முஸல்யார் சொன்னார்:

"நமக்கு அது கூட பிரச்சினை இல்லெ. ஆனா, இந்த தலெமுடி அதெ நம்மாலெ சகிக்கவே முடியாது."

குஞ்ஞாலியின் முடியை வருடிக்கொண்டே சொன்னார். "நீ கிராப்பு வெட்டிக்கோடா! ஆனா, வெளியெ வரும்போ தலெயிலெ ஒரு தலப்பா கெட்டணும்."

குஞ்ஞாலி எல்லாவற்றையும் ஏற்றுக் கொள்வது போன்ற முகபாவத்துடன் மீண்டும் நடக்கத் தொடங்கினான்.

"வாடா, புள்ளெ! கண்ணன் கடெக்கு வா, ஒனக்கு அரெச் சாயா வாங்கித்தாறேன்."

"வேண்டாம் உஸ்தாது! நாம் போறேன்." பாக்கெட்டிலிருந்த பட்டுத் தலைப்பாகையை எடுத்து குஞ்ஞாலி தலையில் கட்டிக் கொண்டான். யாரைப் புறக்கணித்தாலும் மூஸா முஸல்யாரை புறக்கணித்து விட முடியாது.

40

திருவாதிரை நடவு தொடங்கியது! மழை ஓயாமல் பெய்து கொண்டேயிருந்தது. இரவும் பகலும் இடைவிடாத மழை! ஒவ்வொரு வீடுகளிலும் ஜலதோசம், காய்ச்சலால் அவதிப்படுபவர் கள் மழையை சபித்தார்கள். பூமி முழுவதும் வெள்ளக் காடாகக் கிடந்தது. ஆகாயத்தில் நீரைத் தவிர வேறெதுவுமில்லை. சூரியனைப் பார்த்தே நாட்கள் பல ஆகிவிட்டன. அது போல் நட்சத்திரங்களும் தென்படவில்லை.

குழந்தைகள், நனைந்து கிடந்த திண்ணைக்கு வந்து தாழ்வாரத் திலிருந்து கொட்டிக் கொண்டிருந்த மழை நீர்த்தாரைகளில் கையை நீட்டிக்கொண்டு நின்றார்கள். வயதானவர்கள், தீக் கனலின் முன் அமர்ந்து வறண்டு போன தேகங்களை மேலும் வறள வைத்தார்கள். கூலி வேலை செய்பவர்கள் வானத்தைப் பார்த்துக்கொண்டே காலியான வயிற்றுடன் உடுத்தியிருந்த வேட்டியால் மூடி, கட்டிலில் கண் திறந்து படுத்திருந்தார்கள்.

அறக்கல் இல்லம் மட்டும் உற்சாகம் பூண்டிருந்தது. மழைக் காலங்கள்தான் தங்ஙளின் உண்மையான ஓய்வு நாட்கள். மழைக் காலங்களில் அவர் குதிரை சவாரிக்கு செல்வதில்லை.

தங்ஙள் காலையில் எழுந்ததும் தொழுகையை முடித்தார். அப் போது ஹைதுரூஸ் வேக வைத்து தோடு நீக்கிய ஆறேழு முட்டையும் புட்டுக்குழாய் போன்ற கண்ணாடித் தம்ளரில் பாலும் கொண்டு வந்தான். ஒரே இருப்பில் தங்ஙள் முட்டையையும் பாலையும் உள்ளே

தள்ளினார். சிறு ஏப்பம் விட்டு திண்ணைக்கு வந்து யானைச் செயரில் அமர்ந்தார்.

எதிரில் அறுபடாத கண்ணிகளாக மழைச் சங்கிலிகள் இடை விடாமல் முற்றத்தில் விழுந்து கொண்டிருப்பதை பார்த்துக் கொண் டேயிருந்தார். நேரம் போனது தெரியவில்லை. அது வழக்கமான ஒன்றுதான்! குளிரத் தொடங்கிய பிறகுதான் சமகால உணர்வு வந்தது. எழுந்து உள்ளே சென்றார். கொக்கியில் கிடந்த ரோமக்குப் பாயத்தை எடுத்து அணிந்து கொண்டார். திரும்பவும் வந்து திண்ணை யில் அமர்ந்தார்.

மதில்கூட வாசல் இன்னமும் திறக்கப்படவில்லை. மதில் கூடத் திண்ணையில் ஒரு உருவம் போர்த்தியபடி அசைவற்றுக் கிடந்தது. எவ்வளவுதான் மழை பெய்தாலும் குளிரடித்தாலும் புகாரி அதைவிட்டு மற்றொரு இடத்தில் படுப்பதில்லை. யாராவது வந்து தொந்தரவு செய்தாலொழிய எழுந்திருக்கவும் மாட்டான்.

"எடா, ஹைதுரூஸே."

தங்ஙள் உள்ளே பார்த்து சத்தமாகக் கூப்பிட்டார்.

ஒரு காவல் நாய் போல் ஹைதுரூஸ் பாய்ந்து வந்தான்.

"சூடா நல்லெ ஒரு சாயா கொண்டு வா."

உத்தரவை பெற்றுக்கொண்டதும் விறைத்துப்போயிருந்த கைகளை தேய்த்து சூடு படுத்தியபடி நகர்ந்தான்.

சூடான சாயா குடித்ததும் தங்ஙளுக்கு உற்சாகம் தோன்றியது. பேச்சுத் துணைக்கு யாருமில்லை. பொழுது போக வேறு எந்த வழியு மில்லை. தங்ஙள் குழப்பத்திலாழ்ந்தார். அப்போது முதல் நாளன்று யாரோ அங்கே வைத்து விட்டுப் போன புத்தகத்தைப் பற்றிய நினைவு வந்தது. ஹுஸுனுல் ஜமாலும் பதருல் முனீரும் கதை. எத்தனை முறை வாசித்தாலும் ஆசை தீராத காதல் கதை!

தங்ஙள் அதையெடுத்து குரலுயர்த்தி பாடத் தொடங்கினார்.

41

தொடர்ந்து இரண்டு நாட்கள் மழை பெய்யவில்லை. மழைக் காலங்களில் இது எதிர்பாராத ஒன்று! மூன்றாவது நாள் வேனல் காலம்போல் வெயில் பரவியது. வானம் வெளுத்தது. அப்போது தான் குளித்து முடித்த ஒரு பருவப்பெண் போல் தொழுகை

முடிந்து காக்கிக் குப்பாயமும் ஜீன்சும் அணிந்து தங்ஙள் திண்ணைக்கு வந்தார்.

குதிரைக்காரன் வழக்கம் போல் கடிவாளத்துடன் முற்றத்தில் நின்றிருந்தான். மழையோ, பனியோ, வெயிலோ எதுவாகயிருந்தாலும் அவன் குதிரையை சவாரிக்குத் தயாராக கொண்டு வந்து நிறுத்தி விடுவான். இன்று சவாரி இல்லை என்று தங்ஙள் சொன்னால் குனிந்த தலையுடன் லாயத்துக்குத் திரும்புவான்.

புதிய குதிரைக்காரனைப் பொறுத்தவரை குதிரை அவனுக்கு ஒரு பிரச்சினையே அல்ல. அவன் பிரச்சினை முழுவதும் கடிவா ளத்தைக் குறித்ததுதான்! அவன் எப்போதும் சொல்லிக்கொள்வான்:

'கடிவாளத்தில்தான் உயிர் இருக்கிறது. அதன் இன்னொரு அற்றத்தில் குதிரை இருக்கிறது. அதுதான் உண்மை!'

அவன் வேலைக்குச் சேர்ந்த அன்று தங்ஙள் கேட்டார்:

"ஒம் பேரென்னெ?"

அவன் சொன்னான்: "குதிரைக்காரன்."

"இது ஒம் பேரா?"

"ஆமா!" கூசாமல் பதில் சொன்னான்.

தங்ஙள் யோசித்தார். சரிதானே? வண்டியோட்டு பவன் வண்டிக்காரன். மாடுமேய்ப்பவன் மாட்டுக்காரன். திருடு பவன் திருடன். இவர்களுக்கென்று பெயர் இல்லை. செய்யும் வேலைகளின் பெயரால் அறியப்படுபவர்கள் இவர்கள்.

அன்று முதல் அவனை எல்லோரும் குதிரைக்காரன் என்று அழைத்தார்கள். குதிரைக்காரா, குதிரைக்குத் தீனி. குதிரைக்காரா, தங்ஙள் கூப்பிடுகிறார். குதிரைக்காரா, உனக்குச் சாப்பாடு. இவ் வளவு வார்த்தைகளை மட்டும் தான் அவன் இதுவரை கேட்டு வந்தான்.

குதிரைக்காரன் அதிகம் பேசுவதில்லை. கழுதையின் முகம் அவனுக்கு! நீண்டு விடைத்து நிற்கும் காதுகள், தாழ்ந்த கீழ்த்தாடை, ஆழ்ந்த சிந்தனையில் மூழ்கி நிற்கும் கண்கள், எப்போதும் நுரை பதைத்து நிற்கும் உதடுகள்!

தேவைக்கு மட்டும் பேசினான். பசிக்காக மட்டும் ஆகாரம் சாப்பிட்டான். உடல் அசதியை போக்கிக்கொள்ளத் தூங்கினான். மற்ற நேரங்களில் குதிரையோடு பேசிக்கொண்டிருப்பான். மிருகங் களின் மொழி தெரிந்த ஒரே ஆள் அந்த ஊரில் அவன் மட்டும்தான் என்பதால், அவனைப் பார்த்ததும் முகத்துக்கு நேராகவே சொல்லிக் கொண்டார்கள்: "குதிரை."

தங்ஙள் கடிவாளத்தை கையில் வாங்கியதும் கியாலப்பில் கால் வைத்து குதித்து ஏறினார். அரபிக் கதைகளில் வரும் குதிரையைப்

போல் அது மதில் கூடத்தைத் தாண்டிக் குதித்தது. கழிந்த பல நாட்களாக சேமித்து வைத்திருந்த சக்தியின் உந்துதல்.

பள்ளி வளாக நடைபாதை வழியாக மய்யத்துக் குழிகளின் மேடுகளைக் கடந்து குதிரை பாய்ந்தது. குளம்படியோசையால் இந்த பூமியை நடுங்கச் செய்வதுதான் தன் லட்சியம் என்று எண்ணும் விதமாக இருந்தது அந்த பாய்ச்சல். தலையுயர்த்தி இட வலம் பார்த்தவாறு ஓடியது. அதன் காலடித் தடங்கள் பதிந்த இடங்களில் பிறகு பல வருடங்களாக புல் கூட முளைக்க வில்லை. அவ்வளவு வரலாற்று முக்கியத்துவம் வாய்ந்தது அந்த ஓட்டம்.

தங்ஙள் ஆவேசம் பூண்டிருந்தார். பரந்து விரிந்த மார்பை குதிரையின் முதுகோடு அணைத்து, கால் முட்டிகளால் இடை

யிடையே குதிரையின் விலா எலும்புகளில் அழுத்தி காற்று போல் பறந்தார்.

ஸ்டேஷன் ரோடும் மெயின்ரோடும் பின்னிட, மடப்பள்ளி கடற்கரைக்குச் செல்லும் குறுகிய பாதை வழியாக குதிரை ஓடிக்கொண்டிருந்தது. அப்போது பொழுது புலர்ந்திருக்கவில்லை. கடற்கரையின் புதை மணலினூடே கோசாயிக் குன்றுகளின் அடிவாரத்தில் மணலில் புதைந்த கால்களை உருவியெடுத்தவாறே அது தன் பயணத்தைத் தொடர்ந்தது. அதன் வாயிலிருந்து நுரை பதைக்கத் தொடங்கியது. நுரை பதைப்பது பயணம் முடிந்து விட்டதற்கான அடையாளம்.

சிற்றோடை முதல் கோசாயிக் குன்றுவரை தங்ஙளின் சாம்ராஜ்யம். நீண்டு செல்லும் தென்னந்தோப்புகளும் அனேக சிறுசிறு குடிசைகளும் அதில் வாழும் மனிதர்களும் தங்களின் உடைமை.

நுரை பதைத்து தளர்ந்த குதிரை கடைசியில் ஒரு குடிசையின் முன் வந்து நின்றது. குடிசையின் வாசல் ஓலைக்கீற்றால் மறைக்கப் பட்டிருந்தது.

தங்ஙள் இறங்கினார்.

குடிசையின் ஓலைக்கீற்று மறைப்பை விலக்கி உள்ளே பார்த்தார். ஆர்ப்பரிக்கும் கடலின் இரைச்சல் சத்தம் உள்ளே புகுந்தது.

தாழைப்பாயில் படுத்துறங்கிக் கிடந்த இளம் வயதுப் பெண் திடுக்கிட்டு விழித்தாள். எலத்தூர் கடற்கரையிலிருந்து சில நாட் களுக்கு முன் அங்கே வந்த பெரச்சனின் புது மனைவி. கடலுக்குப் போயிருந்த ஒரு இளம் முகயனின் மனைவி. புதிதாக கட்டப்பட்ட குடிசையில் தேனிலவை அனுபவிப்பவர்கள்.

தாழைப்பாயிலிருந்து பதற்றத்துடன் எழுந்தாள் அவள். நீண்டு நிமிர்ந்த உடல்வாகு, பின்புறம் முழுவதும் மூடிய தலைமுடி. பளபளக்கும் அடிவயிறு, சிறிதாக இருந்தாலும் முழுமை பெற்றிருந்த மார்பகங்கள், அலைந்து திரியும் கண்கள்!

தங்ஙள் கொஞ்சமும் தயங்கவில்லை. காமச்சங்கிலியின் கண்ணி கள் தெறிக்கத் தொடங்கின. ஒரு புன்சிரிப்புதான் முதல் தொடக்கம். பிறகு அந்த உருவம் மெல்ல மெல்ல நெருங்கியது.

அழகான அந்த மீனவப் பெண் பயந்து அரண்டு பின்னால் நகர்ந்தபடியே வறண்டு போன நாவால் கேட்டாள்:

“யாரு?”

புன்சிரிப்பு சிரிப்பாக மாறியது. உதடுகள் விரிந்து விரிந்து காதுவரை நீண்டன.

“என்னெத் தெரியாதா? பூக்கோயாவெத் தெரியாதா? ஓம் முகயன் எதுவும் சொல்லல்லியா?”

“இல்லே . . . இல்லே . . . ஒண்ணுஞ் சொல்லல்லெ, ஒண்ணுஞ் சொல்லல்லே.”

இங்கெயிருந்து போயிருங்க என்று சொல்வதற்காக அந்த உதடுகள் அசைந்தன.

அதற்குள் நீராளிப்பிசாசின் கரங்கள் பெரிய தாமரை மலர்போல் அந்த வாயில் பதிந்தது. எதிர்ப்பினூடே அந்த இளம் வயதுப் பெண் நிலை குலைந்து தரையில் விழுந்தாள். அவள்மேல் பெரிய பாரம் விழுந்து அழுத்தியது.

“யாருடா?”

மூன்று நாட்களாக மழையில்லை. ஆனால், ஒரு குரல் இடி முழக்கம் போல் கேட்டது! மீண்டும் முழங்கியது அந்தக்குரல்.

“யாருடா?”

தங்ஙள் எழுந்து விடமுயன்றார். ஆனால், அந்த நிலையில் துள்ளியெழுந்துவிட அவரால் முடியவில்லை. அதற்குள் பெரச்சனின் நீள பிச்சுவாக் கத்தி தங்ஙளின் முதுகில் இறங்கியது. மீண்டும் நான்கைந்து முறை அது திரும்பவும் உயர்ந்து தாழ்ந்தது. தங்ஙள் மல்லாந்து விழுந்தார். பிறகு பிச்சுவாக்கத்தி நெஞ்சில் பதிந்தது. தளர்ந்து போகும்வரை பெரச்சன் ஆவேசத்துடன் குத்தினான். கடைசியாக இறக்கிய கத்தியை உருவி மூக்கினருகே வைத்து வாசம் பிடித்துவிட்டு சொல்லிக் கொண்டான்:

“நாத்தம் புடிச்ச ரெத்தம்.”

பிச்சுவாயில் படிந்த இரத்தத்தை விரல்களால் துடைத்து சுத்தம் செய்தான். இரத்தம் தோய்ந்த விரல்களை தங்ஙளின் முகத்தில் தேய்த்து சுத்தம் செய்துவிட்டு பிச்சுவாக்கத்தியை சொருகியவாறே கிழக்கு நோக்கி நடந்தான்.

அவன் மனைவி, மரண அவஸ்தையில் துடிக்கும் தங்ஙளின் அருகில் தேங்கி கிடந்த இரத்தத்தில் சுய உணர்வற்று கிடந்தாள்.

சூரியன் முழுப்பிரகாசத்துடன் உதித்தது. குடிசையின் உள்ளே தேங்கிக் கிடந்த இரத்தத்தில் அதன் ஒளி பிரதிபலிக்க வில்லை என்பதால், பூக்கோயாத் தங்ஙளின் இரத்தம் குளிர்ந்து கெட்டியாகிக் கிடந்தது.

ஒஞ்சியம் துப்பாக்கிச் சூடு போல் அந்த ஊரைத் திகிலடையச் செய்த மற்றொரு சம்பவம் பூக்கோயாத் தங்ஙளின் கொலை! இதைக் கேள்விப்பட்டவர்கள் குடிசைகளை விட்டு வெருண்டோடி னார்கள். பெண்கள் கதறியபடியே கிழக்கு நோக்கிப் பாய்ந்தார்கள். கடைகள் பூட்டப்பட்டன. கடற்கரை காலியானது. மீன் பிடிக்கச்

சென்ற படகுகள் மட்டும் கடலின் தொலை தூரத்தில் கறுப்புப் பொட்டுகளாக நின்றிருந்தன.

அமைதியான பரந்து விரிந்த அந்த கடற்கரைக்கு முதலில் அதிகாரி குஞ்ஞுண்ணி நாயர் வந்து சேர்ந்தார். பின்னால் கோல் காரன் அப்புக்குட்டி மாரார். அவர்கள் இருவரையும் தவிர அந்த ஊரில் யாருமே இல்லை.

கோல்காரன் அப்புக்குட்டி மாராரை பிணத்துக்கு காவலாக நிறுத்திவிட்டு அதிகாரி காவல் நிலையத்துக்கு நடந்தார்.

அதற்குள் கிழக்குப் பகுதி சம்பவம் அறிந்தது. மக்கள் ஓடி வந்தார்கள். பெரச்சனின் குடிசைக்கு முன் மாப்பிளைகளும் பிற ஜனங்களும் திரண்டார்கள். வாய்விட்டு அழுவதும் ஒப்பாரி வைப்பதும், வாயை மூடிக்கொண்டு விசும்புவதும், சத்தம் வராமல் அழுவதும், மூக்கு சிந்துவதும், காதுகளில் ரகசியம் சொல்வதும், பரஸ்பரம் நோண்டிக் கொள்வதுமான செயல்களில் மக்கள் ஈடுபட்டிருந்தார்கள்.

போலீஸ் வந்தது. ஒரு வேன் நிறைய போலீஸ்காரர்களுடன் கோழிக்கோட்டிலிருந்து சர்க்கிள் இன்ஸ்பெக்டரும் வந்திருந்தார். அவருக்குப் பின்னால் கம்பிவலை கட்டப்பட்ட ஒரு லாரி நிறைய எம்மெஸ்பிகாரர்களுடன் துப்பாக்கிகளும் வந்திறங்கியது. கூடி நின்ற மக்கள் வெருண்டு, எப்படியாவது இங்கிருந்து தப்பியோடி விட்டால் போதும் என்றானார்கள்.

சிறிய தலையும் பருத்த உடல்வாகும் கொண்ட சர்க்கிள் முன்பக்க இருக்கையிலிருந்து இறங்கும்போது வாகனம் சற்று அசைந்துயர்ந்தது. அவரது பெரிய மீசையும், கனத்த வயிறும், சிவந்த கண்களும், கையில் சிறு கம்பும், கண்களில் அக்னிப் பிழம்பும் கண்டபோது முதலில் சிறுவர்கள் மெதுவாக அகன்றகன்று பிறகு ஓடத்தொடங்கினார்கள். துப்பாக்கியேந்திய எம்மெஸ்பி காரர்களையும் சர்க்கிளையும் கண்டதும் புகாரி, “இன்னா இப்போ வெடிக்கும் தோக்கு” என்று சொல்லி ஓடத்தொடங்கினான். மக்கள் பயந்து போய் நின்றிருந்தார்கள். குழப்பமான இந்த சூழ்நிலையில் சர்க்கிள் இன்ஸ்பெக்டர் கொஞ்சமும் தாமதிக்க வில்லை.

“சார்ஜ்.”

லாரியிலிருந்து இறங்கிய எம்மெஸ்பிகாரர்கள் கண்மண் தெரியாமல் லத்தியை வீசினார்கள். இறந்து மரத்துப்போய் கிடந்த தங்ஙளின் சடலத்தை விட்டுவிட்டு உறவினர்களும், அயல்வாசிகளும், ஊர்க்காரர்களும் ஓடினார்கள். சிலர் கிழக்கே ஓடினார்கள். கிழக்குப் பகுதி வெறிச்சோடிக் கிடந்தது. சிலர் மேற்கே ஓடினார்கள். அங்கே ஆர்ப்பரித்து நிற்கும் கடலலைகளைக் கண்டதும் திரும்பியோடிய அவர்களுக்கு மீண்டும் அடி கிடைத்தது. தந்திர சாலிகள் சிலர் கோசாயிக் குன்றில் அபயம் தேடினார்கள்.

குடிசையின் முன் சாந்தம் நிலவியது. போலீஸ் அதிகாரியும் எம்மெஸ்பியும் சடலமும்தான் எஞ்சியிருந்தது.

எழுத்து சம்பிரதாயங்களுக்குப் பிறகு பறையர்கள் பூக்கோயாத் தங்ஙளின் பிணத்தை பச்சை தென்னங்கீற்றால் பொதிந்தார்கள்.

பிணத்தை பறையர்கள் போலீஸ் வாகனத்தில் தூக்கி வைத்தார்கள். கம்பி வலைப் பின்னப்பட்ட வண்டிக்குள் எம்மெஸ்பிகாரர்கள் குதித்தேறினார்கள். முதலில் ஜீப் புறப்பட்டது. பின்னால் வேனும் கம்பிவலை லாரியும். கடைசியாக, கால் நடையாக பறையர்கள் சென்றார்கள். தென்னங்கீற்றில் பொதிந்து, சடலத்தை திருப்பி கொண்டு வருவதற்காக.

அங்கே இவர்களை எதிர்பார்த்து தம்பான் டாக்டர் பிணத்தை பரிசோதனை செய்வதற்கான ஏற்பாடுகளுடன் தயாராக நின்றார்.

42

மய்யத்துக் கட்டில், முகாமின் உள் பக்கம் பாதுகாப்பாக வைக்கப் பட்டிருந்தது. நான்கு கொல்லர்கள் சேர்ந்து முயற்சி செய்தாலும் கூட அதை தூக்கியெடுப்பது சிரமம்தான்! ஊரில் பலசாலியான நான்கு இளைஞர்கள் அந்தக் கட்டிலைத் தூக்கி அறக்கல் இல்லத்துக்கு கொண்டு வந்தார்கள். இவ்வளவு உறுதி வாய்ந்த அந்தக் கட்டிலை தங்ஙள்தான் செய்வித்தார்.

மய்யத்துக் கட்டில் திண்ணையில் வைக்கப்பட்டது.

இல்லத்தின் உட்பகுதிகளிலும் முற்றத்திலும் பெரும் மதிலின் வெளியிலும் ஜனக்கூட்டம் திரண்டிருந்தது. உண்மையாகவே அவர்கள் வருத்தப்பட்டார்கள். எல்லோருக்குமே ஒரு ஊன்று கோலாகவும் இளைப்பாறுதலாகவும் இருந்த ஆள் எதிர்பாராத நிலையில் மண் மறைந்து போவது அவர்களைத் துக்கத்திலாழ்த்தியது. எல்லா முகங்களும் கறுத்து இருண்டிருந்தன. தலைப்பாகைகள் தாழ்ந்திருந்தன.

வெள்ளைத் துணியால் கபன் செய்து மூன்று கட்டுகள் போடப்பட்டிருந்த பூத உடலை இரண்டு மூன்று பேராகச் சேர்ந்து திறந்து வைக்கப்பட்ட மய்யத்துக் கட்டிலில் தூக்கி வைத்தார்கள். ஒருவர் கட்டிலின் மேற்பகுதியில் திறந்து வைக்கப்பட்டிருந்த கதவுகளை அடைத்து உடலை மூடினார்.

“செரி! பெறப்புடலாமில்லியா?” யாரோ கேட்டார்கள். அங்கே யாருக்குமே அப்போது முக்கியத்துவம் இல்லை. எல்லா

வார்த்தைகளும் எல்லா சத்தங்களும் ஓரே செய்தியைத்தான் தெரிவித்தது. கதாநாயகன் இல்லாத ஒரு நாடகம் போல் எல்லாக் காட்சிகளும் நடந்தேறியது.

மய்யத்துக் கட்டில் எஃகுபோல் வார்க்கப்பட்ட தோள்களுக்கு உயர்த்தி வைக்கப்பட்டது.

“லா இலாஹா இல்லல்லா!... லா இலாஹா இல்லல்லா...”

சந்தாக்கு நகர்ந்தது. உள்ளேயிருந்து கதறி அழும் சத்தம் வெளியானது. ஆற்றபீவியின் நொந்துபோன இதயத்திலிருந்து பொங்கிப் பிரவகிக்கும் அழுகைக்குரல்! அன்று வரை திண்ணையிலிருந்தவர்கள் யாருமே கேட்டிராத ஆற்றபீவியின் குரல். தங்கள் உயிரோடிருந்த காலத்தில் அவள் உள்ளேயிருந்து உச்சரித்த ஒரு வார்த்தை கூட திண்ணைக்கு எட்டியதில்லை. ஆனால் இன்று எட்டியது. வார்த்தைகளாக அல்ல, அழுகையாக!

அந்த அழுகையும் கதறலும் அனைவரையும் உணர்ச்சிவசப் படச் செய்தது. சிறு தூரப்பயணம்தான் என்றாலும், ஆட்கள் நிசப்தமாக நடந்தார்கள். ஒரு தீக்குச்சி உரசும் ஓசைகூட அப்போது எழவில்லை.

சந்தாக்குப் பெட்டி பள்ளி வாசலுக்குள் ஏற்றப்பட்டது. இறுதித் தொழுகைக்கு நிறைய ஆட்களிருந்தார்கள். பள்ளிவாசலுக் குள் பிரவேசிக்கக் கூடாதவர்கள் வெளியே நின்று விட்டார்கள். மய்யத்துத் தொழுகை நின்றபடியேதான் நடக்கும். கனத்த குரலில் இமாம் அந்திம வாசகங்களைச் சொல்லிக் கொண்டிருந்தார். அறக்கல் கான்பகதூர் பூக்கோயாத் தங்ஙளுக்கு இனியொரு முறை அதைச் சொல்லிக் கொடுக்க வேண்டியதில்லை.

தொழுகை முடிந்ததும் ஆட்கள் கபறைச் சுற்றிக் கூடினார்கள். இனி எப்போதுமே பார்க்க முடியாத அந்த முகத்தைக் கடைசியாக ஒரு முறை பார்த்துவிடுவதற்காக!

பாய்போல் விரித்த நீளத்துணியில் முறுக்கப்பட்ட கயிறால் கனமான, உயிரற்ற அந்த உடல் குழிக்குள் இறக்கப்பட்டது. அப்போதுதான் குழியின் நீளம் குறைவாக இருப்பது தெரியவந்தது. கால் மூட்டுகள் மடிந்தபடியே இருந்தன. உயிரோடிருக்கும் காலம் வரை யார் முன்பும் யாருக்குமே மடியாத அந்தக் கால்கள்.

ஒவ்வொருவரும் மூன்று பிடி மண் அள்ளிப் போட்டார்கள். குழி நிரம்புவதற்கு அதுவே போதுமானதாகயிருந்தது. அதற்குமேல் கற்களும் மீஸான் கல்லும் உயர்ந்தது.

அப்படியாக பள்ளி வளாகத்தின் கபறுஸ்தானில் ஒரு மீஸான் கல் அதிகரித்தது.

பள்ளிக்காட்டில் கூடி நின்றவர்கள் ஒவ்வொருவராக திரும்பி, பல திசைகளுக்குமாக பிரிந்து சென்றார்கள்.

43

ஒன்பதரைக் கண்ணன் பெரிய தங்ஙளின் இறுதிச் சடங்கில் தூரத்தில் நின்று கலந்து கொண்டு, திரும்பி வரும்போது கண்ண புரான் சுவாமி ஸ்டேஷன் ரோட்டில் நடந்து வந்து கொண்டிருந்தார். மிகவும் அழுக்கடைந்து, நாற்றமெடுக்கும் கிழிந்து போன உடைகள். இருள் மூடிய முகம், இரத்தச் சடை பிடித்த தலைமுடி. புரையோடி யிருந்த கால் புண்ணில் உரசிக்கொண்டிருந்த மேல் அங்கி.

எதுவோ ஒரு குழப்பமிருப்பதாகப்பட்டது கண்ணனுக்கு. சுவாமியின் கண்களில் தென்படும் பிரகாசம் அப்போது இல்லை. மாறாக, ஒரு ஏளனப்பார்வை தெரிந்தது.

அப்போது ரெயில் நிலையத்தில் செய்தி பரவியது. சுவாமியை கம்யூனிஸ்ட்காரன் என்ற சந்தேகத்தின் பேரில் எம்மெஸ்பிகாரர்கள் கைது செய்து கொண்டு போயிருக்கிறார்கள். மூன்று நாட்கள் இரவு பகலாக லாக்கப்பில் போட்டு சித்திரவதை செய்தபிறகும் சுவாமி அசைந்து கொடுக்கவில்லை. எந்த ஒரு இரகசியமும் சுவாமியிட மிருந்து கிடைக்கவில்லை. அப்போது சர்க்கிள் சொன்னார்:

“இவன் செரியான ஒரு சன்யாசிதான்.”

சுவாமியின் நாற்றம்பிடித்த உடையும் அவரது அலங்கோலமும் கண்டு கண்ணன் மனமுருகினான். அப்போது சாயாக் கடையில் நிறைய ஆட்கள் இருந்தார்கள்.

“நாமெ ஒரு வசூலுக்கு எறங்கணும்.”

எல்லோரும் கண்ணனைப் பார்த்தார்கள்.

“நீ மொதல்லெ ஒரு சாயா போடு. நல்லெ ஸ்ட்ராங்கா! ஒன் வசூலும் மண்ணாங்கட்டியும்.”

கக்கொத்திக் கன்னாரன் பொறுமையிழந்து விட்டான்.

“ஒரு மண்ணாங்கட்டியுமில்லெ.” கண்ணனுக்கும் கோபம் பொத்துக்கொண்டு வந்தது.

“சாமி இருக்குத கோலத்தெப் பாருங்கோ. நம்மொ எல்லாருமா சாமிக்கு ஒரு புதிய நீளக்குப்பாயம் தெச்சுக் குடுக்கணும்.”

உடனே வசூல் தொடங்கியது. தெக்கேயில் கோரன் முதலாளி தங்ஙளின் இறுதிச் சடங்கில் கலந்து கொள்ள வந்தவர் அப்போது அங்கிருந்தார். முதல் போணியை அவரே தொடங்கிவைத்தார். ஒரு ரூபாய். தொடர்ந்து பலரும் நன்கொடை செய்தார்கள். ஓரணா, இரண்டணா, அரையணா, ஒரு முக்கால், இரண்டு முக்கால், கால் ரூபாய். ஒரு மணி நேரத்திற்குள் நான்கு ரூபாய் வசூலானது.

நாணுவின் துணிக்கடையிலிருந்து ஆறு கெஜம் கோராத் துணி வாங்கப்பட்டது. அந்த வகையில் மூன்று ரூபாய்தான் செலவு. போக, மீதி ஒரு ரூபாய் இருந்தது. அதில் தையல் கூலி பனிரெண் டணா போக நாலணா. அதற்கு நிறைய பூவும் பொரியும் கிடைத் தது. சுவாமிக்கு திருப்தியாகட்டும்.

நாணு, நீளமாக குப்பாயம் தைக்கத் தொடங்கினான். எல்லோரு மாக சுவாமியை ரெயில் நிலையத்தின் பின்புறமுள்ள கிணற்றங் கரைக்கு கூட்டிச் சென்றார்கள்

கப்பி இரைந்தது. நீர்த்தோண்டி கிணற்றில் தாழ்ந்து, மேலே உயரும்போது தண்ணீர் பாதிதான் இருந்தது. வாளியின் அடிப் பகுதியில் பெரிய ஓட்டை.

அவர்கள் சுவாமியின் மீது தண்ணீரை ஊற்றத் தொடங்கினார்கள்.

சடையிலிருந்து சேறு வடிந்தது. சோப்புப் போட்டு கழுவும் போது நீர் பாயும் சால் நிறம் மாறியது. சாலில் உயிர்வாழ்ந்த கொசுக்களும் இன்ன பிற உயிரினங்களும் இடம் பெயர்ந்தன. அவ்வளவு துர்நாற்றமடித்தது.

ஒரு மணி நேரம், சுவாமியை குளிப்பாட்டி சுத்தம் செய்தார்கள். கிணற்றங்கரை குளம் போலாகிவிட்டது. கிறுக்கன் குஞ்ஞாமது தலையில் கூட இவ்வளவு நீரை ஊரிலுள்ளவர்கள் கோரி ஊற்றியதில்லை.

சுவாமியின் சடைமுடியிலிருந்தும் தாடியிலிருந்தும் நீர்த்துளிகள் வடிந்து கொண்டிருந்தது. உதடுகளில் திருப்தியுடன் புன்னகை அரும்பி நின்றது.

நாணு புதிய நீளக் குப்பாயத்துடன் கிணற்றங்கரைக்கு வந்தான். நீர் வடிந்து முடிந்த பின் உடல் துடைத்து விடப்பட்டது.

நைந்து போன பழைய மாத்ரு பூமியில் பொதியப்பட்டிருந்த குப்பாயத்தை நாணு வெளியே எடுத்தான். தச்சுவேலை செய்பவன் தானே தச்சுக்கழிக்க வேண்டும். குப்பாயத்தை இரண்டு கையால் விரித்துப் பிடித்து நன்றாக உதறினான். தூசு பறந்தது. கோராத் துணியின் வாசம் காற்றிலுயர்ந்து மெல்ல நெல் வயல்களை நோக்கி மிதந்து சென்றது.

புது நீளக்குப்பாயம் அணிந்து சுவாமி நான்கைந்து முறை நடந்து பார்த்தார். உண்மையில் அவர் நடந்து பார்க்கவில்லை. சுற்றிப் பார்த்தார். கிணற்றைச் சுற்றி! தன்னை சுத்தம் செய்த கிணற்றின் மீதான வாஞ்சையுடன்.

குளிப்பாட்டியவர்கள் ஒன்பதரைக் கண்ணனின் சாயாக் கடைக்குள்ளிருந்து வெறுஞ்சாயா குடித்துக் கொண்டிருந்தார்கள். அன்று சாயங்காலம் பால் கிடைக்கவில்லை. கண்ணனின் பசுமாடு திடீரென்று செத்துப் போய்விட்டது. மரச்சீனிக்கிழங்கின் கழிவுகளை தின்றுவிட்டதாம்! கண்ணனின் கஷ்டகாலம் அதோடு தீர்ந்து விடவில்லை. பசு செத்துப்போன துக்கத்தில் கண்ணனின் தியத்தி

மீஸான் கற்கள் 249

நெஞ்சிலடித்து அழுதாள். இப்போது தாங்க முடியாத நெஞ்சுவலியில் போதம் கெட்டு கிடக்கிறாள்.

விபரமறிந்து வீட்டுக்குப் புறப்படப் போகும்போதுதான் சுவாமியின் வினோத செய்கை கண்ணில் பட்டது.

கிணற்றங்கரையின் சிமெண்ட் தளத்தில் தன்னை சுத்தப்படுத்திய சேற்று நீரைப் பார்த்தபடியே அமர்ந்திருந்த சுவாமி மெதுவாக எழுந்து ஒரு தட்டாம் பூச்சியைப்போல் தேங்கி கிடந்த சேற்றில் மல்லாந்து விழுந்தார். பிறகு அதிலேயே கிடந்து நான்கைந்து முறை புரண்டார்.

எழுந்தபோது மாவுக்குள் முக்கி எடுத்தது போலிருந்தார் சுவாமி! வெறுஞ்சாயா குடித்துக் கொண்டிருந்தவர்கள் மூக்கில் விரல் வைத்தார்கள்.

சேறுபடிந்த சடைமுடியும் தாடியுமாக ஆசாரியின் வீட்டுக்கு நடந்தார் சுவாமி. அப்போது வீட்டில் யாருமில்லை. ஆசாரி ஒரு உத்தரம் வைப்பதற்காக வெளியே போயிருந்தார். அவர் மனைவி தோட்டத்தில் இரண்டு தென்னை மரங்களுக்கிடையில் நின்று கயிறு பிரித்துக் கொண்டிருந்தாள். சுவாமி வந்ததை அவள் கவனிக்கவில்லை. நீண்ட நேரமாக கயிறு பிரித்து உள்ளங்கை எரியத்தொடங்கியபோது பிரிப்பதை நிறுத்தினாள்.

நேராக கிணற்றங்கரைக்கு வந்தவள், ஓலைத் தோண்டியை இறக்கி தண்ணீர் இறைத்துக் குடித்தாள். தாகம் தீர்ந்ததும் வயிறு நிறைந்தது. நேராக வீட்டுக்கு நடந்தாள்.

வீட்டுக்குள் சத்தத்துடன் ஏதோ நாற்றமும் வீசியது. பார்த்தபோது சுவாமி சம்மணமிட்டு விடைத்துபோய் அமர்ந்திருந்தார். சுவாமி இதுவரை வீட்டுக்குள் நுழைந்ததில்லை. திண்ணைதான் அவருக்கு வழக்கமான இருப்பிடம். ஆசாரியின் மனைவிக்குப் பயமாக இருந்தது. அவள் சத்தமில்லாமல் திண்ணையிலமர்ந்து விட்டாள்.

இருட்டத் தொடங்கியது.

தொலைவிலுள்ள வயலிலிருந்து வடக்கன் பாட்டின் சுருதி குறைந்து கொண்டே வந்தது. தச்சோளி உதயன் கொலையுண்ட கதையை திய்யத்திகள் பாடிக்கொண்டிருந்தார்கள். ஒரு பெரிய வீரசாகசக் கதையின் கடைசி ஈரடிகள். சிலம்பிய குரல்களுடன் சலசலத்துச் செல்லும் கிராமிய இசை.

வடக்கன் பாட்டு முடிந்தது. தொலைதூர வயல் வரப்புகளின் வழியாக கறுத்த உருவங்கள் நகர்ந்து சென்றுகொண்டிருந்தன.

ஆசாரி வந்ததை அவள் கவனிக்கவில்லை.

"உம்! என்னெ அப்பிடியே ஒரு இருப்பு?"

உளியையும் தச்சு வேலைகளுக்கான உபகரணங்களையும் கீழே போட்டுவிட்டு கேட்டார்.

"சுவாமி!" என்றபடி அவள் உள்ளே விரல்காட்டினாள்.

ஆசாரி உள்ளே எட்டிப்பார்த்தார். இருட்டாக இருந்தது. தீக்குச்சியை உரசி மண்ணெண்ணை விளக்கைப் பற்றவைத்தார். விளக்கு வெளிச்சத்தை சுவாமியின் முகத்தருகே கொண்டு போய்ப் பார்த்தார். முகத்தில் எந்தச் சலனமுமில்லை. கண்கள் திறந்தே யிருந்தன. கருவிழிகள் முழுமையாக மேல்பக்கம் மறைந்துபோயிருந் தன. இரத்த ஓட்டம் நின்று போயிருந்த கண் வெள்ளையில் சிம்னி விளக்கின் ஒளி பட்டு பிரகாசித்தது.

நிச்சலனமான அந்த நிலையைக் கண்டதும் ஆசாரி வெளியே வந்து அடுத்தவீட்டு நாராயணக் குறுப்பை கூப்பிடச்சென்றார். குறுப்பு அப்போது நாராயணீயம் வாசித்துக் கொண்டிருந்தார்.

குறுப்பு வந்து டார்ச் அடித்துப்பார்த்தார் அந்தப்பகுதியில் டார்ச் லைட் வைத்திருக்கும் ஒரு சிலரில் மண்டோடன் நாராயணக் குறுப்பும் ஒருவர். பெரிய பக்திமான். ஸ்நானமும் பூஜையும்தான் நிரந்தர வேலை. இரண்டே இரண்டு தோஷங்கள் அவருக்குமிருந்தது. சாயங்கால நேரத்தில் கொஞ்சம் கள் அடிப்பதும் இரவு நேரங்களில் தேவையில்லாத இடங்களில் டார்ச் அடித்துப் பார்ப்பதுமான இவ்விரு தோஷங்கள்.

குறுப்பு வெளியே வந்து முற்றத்தில் நின்று மூக்கில் விரல் வைத்துச் சொன்னார்.

"கஷ்டமாயிப் போச்சே!"

"ஏன், என்னெ?" என்றார் ஆசாரி

"என் வீட்டுத் திண்ணெயிலே வச்சி, இதுவரெ அந்தப் பாதத்தை தொட்டு நமஸ்காரம் செய்ய எனக்கு குடுத்து வெக்கல்லியே." குறுப்பு டார்ச் வெளிச்சத்தில் நடக்கத் தொடங்கினார்.

"இனி என்னெ செய்ய?"

ஆசாரி பவ்யமாகக் கேட்டார்

"இனி என்னெ செய்ய? என் பாக்கிய தோஷத்துக்கு வேறெ என்னெ பரிகாரம் செய்யமுடியும்?" குறுப்பின் முகத்தில் தென்பட்ட நிராசையை யாரும் கவனிக்கவில்லை.

"அடியேனெ ரெச்சிக்கணும்."

ஆசாரி தாழ்மையுடன் கேட்டார்.

"நீ ரெக்ஷிக்கப்பட்டிருக்கிதியே ஓய்! இதுக்கு மேலெ ஒனக்கு என்னெ வேணும்?"

டார்ச் வெளிச்சத்தில் புறப்பட்டபடியே சொன்னார்.

"சுவாமி சமாதி நெலெக்கு போயிட்டுது." நடக்கும்போது குறுப்பு ஆவலாதியுடன் சொல்லிக் கொண்டார். "இந்தப் பாவியை சுவாமி கைவிட்டுட்டுதே."

சுவாமி மூன்று நாட்களாக இரவும் பகலும் அதே இருப்புதான்! நாலு நாள் ஆகவில்லை, இறுதி மூச்சு வெளியானது. பிறகு நாடி நரம்புகள் நிச்சலன்மாயின. அந்தக் கிராமத்திலுள்ள ஜனங்கள் அத்தனை பேரும் ஆசாரியின் வீட்டின் முன் பொறுமையிழந்து தவித்து நின்றிருந்தார்கள். திடீரென்று முற்றத்திலுள்ள மாமரத்தின் இலைகளிலிருந்து நீர்த் திவலைகள் சொட்டத்தொடங்கி, நீண்ட நேரமாக அப்படியே வடிந்து கொண்டிருந்தது.

சமாதியடைந்து விட்ட சுவாமிக்காக மனிதர்கள் யாரும் அழவில்லை. ஆனால் மாமரத்தின் ஒவ்வோர் இலையும் சுவாமியை நினைத்து கண்ணீர் வடித்தது.

44

தங்ஙளின் மரணத்திற்குபின் “திர” உற்சவம் முடிந்த திருவிழாப் பந்தல் போலானது அறக்கல் இல்லம். ஆளோ, பேரோ, சத்தமோ, வெளிச்சமோ எதுவுமில்லை.

மதில் கூடத்தில் புகாரி இரவும் பகலும் தூங்கிக்கிடந்தான். பகல் தூக்கம் போல் இரவுத் தூக்கமும் அவனுக்கு வசப்பட்டு விட்டது. இனி யாருக்குப் பயப்பட வேண்டும்? குனிந்தால் திண்ணை, நிமிர்ந்தால் கூடம்! கூடத்திற்கு மேல் ஆகாயம்.

இல்லத்தின் திண்ணையில் ஈ காக்கை கிடையாது. எப்போதாவது ஒரு செயரில் அமர்ந்து குஞ்ஞாலி மட்டும் படித்துக் கொண்டிருப்பான். அதைத்தவிர எந்த உயிரோட்டமும் நீண்ட நாட்களாக அந்தத் திண்ணையில் இல்லை.

உள்ளேயும் அப்படித்தானிருந்தது. வேலைக்காரப் பெண்கள் அடைக்கோழிகள் போல் சிறகு விரித்து ஆளுக்கொரு மூலையில் அபயம் தேடினார்கள். வேலைக்காரன் குட்டி ஹைதுரூஸ் வேலை பறிபோன இளைஞனைப்போல் உள் திண்ணை வாசலுக்கும் சமையலறைக்குமிடையே நடந்தும் இருந்தும் தூங்கியும் பொழுதைக் கழித்தான்.

பூக்குஞ்ஞி பீவி அழுதாள்.

ஆற்றபீவி மறைவிருந்தாள். பாவத்தின் மறைவில்!

புருஷன் இறந்து போனால் மனைவி மறைவிருக்க வேண்டும். தொண்ணூறு நாட்கள்! யாரையும் பார்க்காமல், யாரும் பார்த்து விடாமல், ஆண்களின் குரல் கூட கேட்காமல் அஞ்ஞாத வாசம் இருக்கவேண்டும். அந்த பகீரத பிரயத்தனத்திலிருந்தாள் ஆற்றபீவி.

பூக்கோயாத் தங்ஙளுடன் நீண்ட காலமாக இரவுகளை பகிர்ந்து கொண்ட அதே அறையில்தான் இரவு பகல் போக்கிக் கொண்டிருந்தாள். ஜன்னல்கள் முழுவதும் தாளிடப்பட்டது. வாசல் கதவு உட்பக்கமாக பூட்டப்பட்டது. மல ஜலம் கழிப்பதற்காக இரண்டு மூன்று படிக்கங்கள் உள்ளே வைக்கப்பட்டிருந்தன. ஆற்றபீவிக்கு தன் முகத்தைக் கண்ணாடியில்கூட பார்க்கக்கூடாது. அந்த முகத்தை வேறு எப்படிப் பார்ப்பது?

மொட்டையடிக்கப்பட்ட தலை. தங்க ஆபரணங்கள் வெட்டியெடுக்கப்பட்ட காதுகள், அழகான மூளிக் கழுத்து, கறுப்பு வஸ்திரங்கள்.

வெளியே மழை பெய்து கொண்டிருந்தாலும், உள்ளே எப்போதும் சூடுதான். புகை மூட்டம் போடப்பட்டிருக்கும் ஏத்தன் வாழைக் குலை போலிருந்தாள் ஆற்றபீவி. ஒரு உண்மையை மட்டும் அவள் வேதனையுடன் புரிந்து கொண்டிருந்தாள். நான் இனி ஒரு போதும் பழுத்து விடப்போவதில்லை.

பாத்தும்மா தினமும் மூன்று நான்கு முறை வாசலைத் தட்டுவாள். பெரும்பாலும் ஆகாரங்களுடன்தான் வருவாள். உள்ளே நுழைந்ததும் வாசலை அடைத்து விடுவாள். லேசான வெளிச்சத்தில் உணவு வகைகள் நிறைந்த தட்டுகளை மேஜை மீது நிரப்புவாள். மூக்கு அடைத்துப்போய் விட்டதால் எந்த ருசியையும் ஆற்றபீவியால் உணரமுடியவில்லை. வைக்கோல் தின்பது போல் அவள் மூன்று வேளையும் ஆகாரம் உண்பாள். அதில் பெரும் அளவும் தண்ணீராகவே இடம் பிடித்தது. கணக் கில்லாமல் தண்ணீர் குடித்தாள். அதற்கேற்ப வியர்க்கவும் சிறுநீர் கழியவும் செய்தது.

சாப்பாடு முடிந்ததும் பாத்தும்மா படிக்கங்களை வெளியே எடுத்து வந்து சுத்தம் செய்து திருப்பிக்கொண்டு வந்து வைப்பாள். அவள் முழுமனதுடனேயே ஆற்றபீவிக்கு சேவகம் செய்தாள். மறைவிலிருந்து வெளியே வந்ததும் பாத்துமாவின் கருவளையலணிந்த கைகளில் ஒவ்வொரு தங்க வளையல்களை சன்மானம் செய்வதாக ஆற்றபீவி மனத்திற்குள் தீர்மானித்திருந்தாள். பணிவிடை செய்வதை அந்த அளவுக்கு மனமொப்பி செய்து கொண்டிருந்தாள் பாத்தும்மா.

அப்படியிருக்கும்போது ஒரு நாள் ஆற்றபீவிக்கு வயிற்றுக் கோளாறு ஏற்பட்டது. முதலில் அடிவயிற்றில் கடுமையான வலி உருக்கொண்டது. பின் கீழும் மேலுமாக அது படர்ந்தது. சில மணி நேரத்திற்குள் படிக்கங்கள் நிறைந்தன. பாத்தும்மா படிக்கங்களுடன் உள்ளேயும் வெளியிலுமாக அம்மானை ஆடினாள்.

சாயங்காலமானபோது ஆற்றபீவி கட்டிலில் வாடித் தளர்ந்து போய்க் கிடந்தாள். அதற்குப் பிறகு கட்டிலும் படுக்கையும் முழுக்க நனைந்தது. அறை நாறிப்போய் விட்டது. பாத்தும்மா எங்கிருந்தோ தேடிப்பிடித்து கொண்டு வந்த ஊதுபத்திகள் புகைந்தன.

கோமப்பன் வைத்தியர் அப்போது ஓலைக்குடையும் உடு முண்டுமாக முற்றத்திற்கு வந்தார். நோயின் அறிகுறிகளையும் தற்போதைய நிலவரங்களையும் பாத்தும்மா திரை மறைவில் நின்று விஸ்தரித்துச் சொன்னாள்.

அரிஷ்டமும் மாத்திரையும் இரண்டு வேளைமட்டும் தான் சாப்பிடவேண்டியிருந்தது. உடனே கார்க் வைத்து அடைத்தது போல் வயிற்றுப்போக்கு நின்றது. செம்பு நிறைய கஞ்சி தண்ணி குடித்ததும் தாகம் அடங்கியதுடன் தளர்ச்சியும் நீங்கியது. அதுவரை ஸ்தம்பித்து நின்ற வயிறு இயல்பு நிலைக்குத் திரும்பியது.

நேரம் தெரியவில்லை. இரவு பகலென்று வேறுபடுத்தி தெரிந்து கொள்ளவும் ஆற்றபீவியால் இயலவில்லை. சூடு தாங்க முடியாதபோது வடக்குப்புறமிருந்த ஜன்னல் கதவைத் திறந்தாள். நல்ல நிலா வெளிச்சம், ஆகாயம் புதுத்திரி போட்டு பற்ற வைத்த விளக்கு போலிருந்தது. தென்னை ஓலைகளில் குளிரும் பிரகாசமும் இணை சேர்ந்திருந்தது. ஜன்னல் கம்பிகளினூடே வெளியே பார்த்தாள். மாச்சனாரி குன்றின் சரிவுகளில் ஆட்கள் நகர்ந்து சென்று கொண்டிருந்தார்கள். ஊர்வலம் செல்வது போல் வரிசை வரிசையாக ஆண்களும் பெண்களும். மதப்பிரசங்கம் கேட்பதற்காக பள்ளிவாசலுக்கு போய்க் கொண்டிருந் தார்கள். அவர்களோடு சேர்ந்து விட ஆசையாக இருந்தது ஆற்றபீவிக்கு.

ஆவல் பூண்ட மனதுடன் எதையோ நினைத்தபடி படுத்திருக்கும் போது கல்யாண விருந்துக்கு அரைக்கும் தியத்திகளின் பாட்டு காதில் விழுந்தது. எங்கோ நாளை திருமணம் நடக்கவிருக்கிறது. திருமணத்தை விடவும் முதல் நாளன்று நடக்கும் மசால் அரைத்தல் சுவாரஸ்யமானது. தேங்காயையும் மிளகையும் பஸ்பமாக்கும் வித்தை அவர்களுக்குத் தெரியும். அரைப்பதை விடவும் சுவாரஸ்யம், அப்போது அவர்கள் பாடும் பாடல். அந்த பாடலை உன்னிப்பாக கேட்டபடி அவள் படுத்திருந்தாள்.

நாரேரி மனை சுத்தன் நம்பூதிரிக்கு
வாய்க்கு வேண்டாம் வயித்துக்கும் வேண்டாம்.
அடிவயிறிறங்கிக் கனத்துக்கோளி
நீரி மரப்பேனு வெள்ளோக்கானம்
கால்வலியும் மேல்வலியும் தாளாத புறவலியும்
திண்டாடிப்போனாரய்யா திருமேனி.
திங்களும் கிழமையும் திகைந்து வந்து
பேறுகாரியைத் தேடியவளும் வந்தாள்.
கையருகே மெய்யருகே சென்றேயவளும்
அடிவயிறுதொட்டு நோவு பார்த்தாள்
தடிதடவி யாங்கோலத் தைலமிட்டு
அரி திரியும் நாலு நாழி நீரும் வச்சி
நாலு நாளு காத்திருந்து நாளுவந்தும்,
காத்திருந்தபேறுகாரிக்கு கோபம் வந்து,

நாரேரி மனை சுத்தன் பெத்தது போதும்
நாப்பது நாளும் தேச்சுக் குளிப்பாட்டிவிட்டாள்.

பாட்டு கேட்டு அலுப்புத் தட்டியதும் எழுந்து மீண்டும் மெல்ல ஜன்னலருகில் வந்தாள். பூரண சந்திரன்! மனதிற்குள் குற்ற உணர்வு ஏற்பட்டது. பெருந்தீங்கு ஒன்றை செய்து விட்டதாக மனம் உறுத்தியது. கதவை மூடினாள். மறைவிருக்கும் பெண் நிலவைப் பார்க்கக்கூடாது. ஆண்களைப் பார்க்கக்கூடாது. ஆண்களின் குரல் கூட கேட்பது தவறு. சேவல் கூவுவதைக் கூட கேட்கக் கூடாது.

ஆற்றபீவி மனம் தளர்ந்து கட்டிலில் விழுந்தாள். நெருக்கித் தாழிடப்பட்ட கதவுகளின் வெளிப்பக்கமிருந்து ஏதோ அசைவுகள் காதில் விழுந்தது. காலடி சத்தங்களும். கதவில் யாரோ பலமாகத் தட்டியதும் சுய நினைவுக்கு வந்தாள் ஆற்றபீவி. இதுவரை இத்தனை பலமாக யாரும் கதவைத் தட்டியதில்லை. சோம்பலுடன் எழுந்து வந்து தாழ்ப்பாளை நீக்கினாள். உடனே யாரோ கதவை முழுவது மாக தள்ளித் திறந்தார்கள். பாத்தும்மாவும் வேறுசில பெண்களும் வாசலில் சிரித்தவாறு நின்றிருந்தார்கள். சிரிப்பின் எதிரொலி வீடு முழுக்கப் பரவியது.

“வெளியெ வாருங்கோ.” ஆற்றபீவியின் கையைப் பிடித்திழுத் தாள் குறைஷிப்பாத்து.

தொண்ணூறு நாட்கள் பூர்த்தியடைந்து விட்டது என்பதை ஆற்றபீவி அப்போது தான் புரிந்து கொண்டாள். ஜெயில் வாசம் முடித்து வெளியே வந்தவளைப்போல் தெரிந்தாள். மொட்டைத் தலையில் துளிர்த்து நின்ற மயிரிழைகள், குழிவிழுந்த கண்கள், முகத்திலும் கால்களிலும் வீக்கம், வெளிறிப் போயிருந்த உடல்!

குளித்து முடித்து உடைமாற்றி அத்தரும் பூசிவிட்டு முற்றத்திற்கு வந்தாள். பிரபஞ்சத்தின் காற்று உடலை வருடியபோது மீண்டும் மனிதப்பிறவியெடுத்ததுபோல் உணர்ந்தாள் ஆற்றபீவி.

திண்ணையில் நிறைய ஆட்கள் கூடியிருந்தார்கள், ஆரவாரத் துடன்! சமையலறையில் நெய்ச்சோறின் மணம். வேலைக்காரப் பெண்களின் விழாக்கோலம்.

இதெல்லாம் யார் ஏற்பாடு? யாரைக் கேட்டு இது செய்யப் பட்டது? ஆற்றபீவி கோபத்தை வெளிக்காட்டிக் கொள்ளவில்லை. பிறகுதான் தெரிந்தது.

திண்ணையின் திரைவிரிப்பை விலக்கிக்கொண்டு பட்டாளம் இபுறாகி உள்முற்றத்துக்கு வந்தான். ஆற்றபீவியைப் பார்த்து வழக்க மான புன் சிரிப்புடன் சிவந்த கன்னங்கள் துடிக்கச் சொன்னான்:

“இதெல்லாமே எனக்கெ ஏற்பாடுதான்.”

ஆற்றபீவி மறுத்தெதுவும் பேசவில்லை. பட்டாளம் இபுறாகி ஏதோ ஒரு சையதின் மகன் என்பதாக பூக்கோயாத் தங்ஙள் சொன்ன ஒரு சம்பவத்தை அவள் அசைபோடத் தொடங்கினாள். குடும்ப மகிமையை அவன் முதலில் வெளிப்படுத்திவிட்டான். யாருக்கும் தெரியாமல், யாரிடமும் ஆலோசனைக் கேட்டு நிற்காமல், எல்லா வற்றையும் அவனே சரியாகக் கவனித்துக் கொண்டான். விமரிசையான ஒரு விருந்து திண்ணையில் நடந்து கொண்டிருந்தது. கோழி பிரியாணியும் குழம்பும்!

ஆற்றபீவி சமையலறைக்குள்ளிருந்து எல்லாவற்றையும் கவனித்துக் கொண்டிருந்தாள். இனி கவனிக்காமல் இருக்க முடியாது. ஹைதுரூஸ் சாலியனின் ஓடம் போல் அங்குமிங்கும் அலைந்தான். அவன் கைகள் நிமிர்ந்தேயிருந்தன, பிரார்த்தனை செய்வதுபோல்! அந்தக் கைகளில் எப்போதும் ஏதாவது ஒரு பாத்திரமிருந்தது. பீங்கானோ, அலுமினியத் தட்டோ. காலியானதோ அல்லது நிரம்பியதோ எப்போதுமிருந்தது.

ஆற்றபீவிக்கு ஹைதுரூஸிடம் இதுவரை வெறுப்பு தோன்றிய தில்லை. காரணம், அவன் கையிலிருந்து எப்போதும், எந்தப் பொருளும் கீழே விழுந்து பாழாகியதில்லை. அவ்வளவு திறமையான ஒரு வேலைக்காரன் குட்டிஹைதுரூஸ்!

இல்லத்திலுள்ளவர்களுக்கு ஆற்றபீவியின் நடவடிக்கைகள் ஆச்சரியமாக இருந்தது. இதுவரை எதையுமே கண்டுகொள்ளாத அவள், இன்று எல்லாவற்றையும் கண்ணில் எண்ணெய் விட்டு கவனிக்கிறாள். அதுவும் மறைவிலிருந்து வெளியே வந்த உடனேயே!

முற்றத்தில் ஏப்பம் விடும் சத்தம் கேட்டது. பிறகு நிறைய சூட்டுப் பந்தங்கள் எரிந்தன. காறித்துப்பும் சத்தம் கொஞ்சம் கொஞ்சமாக குறைந்தது.

ஆற்றபீவி திரைவிரிப்பை நீக்கி வெளியே பார்த்தாள். பட்டாளம் இபுறாகி போகவில்லை. கூட வேறு சிலரும் அங்கே இருந்தார்கள்.

ஒரு மூலையில் அமர்ந்து புகாரி சாப்பிட்டுக் கொண்டிருந்தான். இடையிடையே எலும்பு நொறுங்கும் ஓசை கேட்டதும் புகாரி ஒரு மனிதனே அல்ல, நிஜமான காவலாளியே தான் என்று தோன்றியதும் சிரிப்பே வராத ஆற்றபீவி அப்போது சிரித்தாள்.

கடைசிச் சூட்டுப் பந்தம் மறைந்ததும் பட்டாளம் இபுறாகி எழுந்தான். திரைவிரிப்பை உயர்த்தி எதையோ சொல்ல வாயெடுக்கும் போது எதிரில் ஆற்றபீவி நின்றிருந்தாள்.

இதுவரை அவன் எதிரில் வராத ஆற்றபீவி! தீயைத் தொட்டது போல் பின்னால் நகர்ந்த இபுறாகி சொன்னான்:

“நாங் கெளம்புதேன்.”

“சாப்புட்டாச்சா?” ஆற்றபீவி கேட்டாள்

"நெறெய."

"செரி!" சற்று நிறுத்திவிட்டுச் சொன்னாள்

"காலத்தெ வரணும்."

பட்டாளம் இபுறாகி உடல் சிலிர்த்தான். டார்ச் அடித்தபடியே மதில் கூடத்தைக் கடந்தான். மதில்கூடத் திண்ணையில் பீடி புகைத்துக் கொண்டிருந்த புகாரியைப் பார்த்துச் சொன்னான்:

"வாசலெ அடெச்சிரு."

"சீ... போ, நாயே!" என்று சொல்லிவிடத்தான் தோன்றியது புகாரிக்கு. ஆனால் சொல்லவில்லை. அவன் உதடுகளில் எப்போதும் ஒரு பூட்டுத் தொங்கிக்கிடந்தது. ஒரு பெரிய ஆமைப்பூட்டு. துப்புவதற் காக மட்டும்தான் அவன் அதைத் திறப்பான்.

மறுநாள் அதிகாலையில் பட்டாளம் இபுறாகி மதில் கூடத்திற்கு வந்தான். வாசல் திறக்கப்படவில்லை. புகாரி அப்போதுதான் தூங்க ஆரம்பித்திருந்தான்.

"கதவெத் தொறடா செய்த்தானே!" சத்தமாகத் தட்டினான்.

திறந்த வாசல்வழியாக அதிகாரத் தோரணையுடன் நுழைந்த இபுறாகி நேராக திண்ணையில் ஏறினான்.

பூமரத்தின் கீழே நின்று குஞ்ஞாலியும் பூக்குஞ்ஞி பீவியும் பல் விளக்கிக் கொண்டிருந்தார்கள். இரண்டு பேரின் கைகளிலும் மிஸ்வாக் இருந்தது. பட்டாளம் இபுறாகியைக் கண்டதும் இருவரும் சிரித்தார்கள். பூக்குஞ்ஞி பீவியின் ஈறுகளில் ரத்தத் துணுக்குகள் கசிந்திருந்தன. அழகான பெண் பிள்ளைகளின் அங்க லட்சணம் அதுதான். எங்கே தொட்டாலும் இரத்தம் கசியவேண்டும்.

"போயி வாய் கொப்புளியுங்கோ."

இரண்டு பேரும் வாயில் நீரை ஏந்தியும் கொப்பளித்தும் நீண்ட நேரம் விளையாடினார்கள்.

இபுறாகி திண்ணையிலுள்ள பெரிய தளத்தில் அமர்ந்தான். அப்போது பாத்தும்மா அங்கே வந்தாள். அவள் கையில் பாலூற்றி கொதிக்க வைத்த சாயா இருந்தது. பின்னால் ஆற்றபீவி. சாயாவை குடித்து ஒரு பீடியும் பற்றவைத்த பிறகு அடுத்து என்ன செய்ய வேண்டும் என்று தெரியாத ஒரு அவஸ்தைக்குள்ளானான் பட்டாளம் இபுறாகி. அடுத்தது என்ன செய்யவேண்டும்? யாரிடம் கேட்க வேண்டும்?

ஆற்றபீவி கேட்டாள்:

"இபுறாகி சாயா குடிச்சாச்சா"

"குடிச்சாயிற்று."

"சாயா நல்லாயிருந்துதா?"

மீசான் கற்கள்

"அருமெயாயிருந்தது."

"பின்னெ, ஒரு விசியம். இபுறாகி தெனமும் விடியகாலம் இங்கெ வரணும். வந்து, இங்கெ உள்ள விசியங்களெ ஒண்ணு கெவனிக்கணும்."

ராக்கெட்டில் அமர்ந்து மேலே பறப்பது போலிருந்தது இபுறாகிக்கு! அவன் றெக்கை கட்டி பறந்து கொண்டிருந்தான். காதுகள் அடைத்துக் கொண்டது போலிருந்தது. சற்று நேரத்திற்கு பிறகுதான் சுய நினைவு திரும்பியது.

அப்போது இரண்டு மூன்று புத்தகங்களுடன் வந்த குஞ்ஞாலி யானைச்செயரிலமர்ந்து புத்தகத்தை விரித்தான்.

எத்தனையோ ஆண்டுகளாக இராவ்பகதூர் பூக்கோயாத் தங்ஙள் அமர்ந்த யானைச்செயரில் சிறு பையன் அமர்ந்திருப்பதை கண்டதும் இபுறாகியால் சகித்துக் கொள்ள முடியவில்லை. தீயைத் தொட்டது போல் துள்ளியெழுந்து குஞ்ஞாலியை அப்படியே புத்தகத்துடன் அள்ளியெடுத்து பக்கத்தில் கிடந்த பெஞ்சில் அமர வைத்துச் சொன்னான்:

"இந்தச் செயர் நீ இருக்கிறதுக்கல்ல!"

குஞ்ஞாலி நிறைந்த கண்களுடன் புத்தகத்தில் ஆழ்ந்தான். காகிதம் நனைந்தது.

ஆற்றபீவிக்கு சந்தோசம் தாங்கமுடியவில்லை. இபுறாகி சரியான காரியஸ்தன்தான். குடும்ப மகிமையுள்ளவன்!

45

ஸ்காலர்ஷிப் தேர்வுக்கான படிவத்தை பூர்த்தி செய்து கொண்டி ருந்தார் ஆண்டி வாத்தியார். குஞ்ஞாலியின் முறை வந்ததும் வெள்ளை நிற ஸ்வான் பேனாவின் மூடியைத் திறந்து எழுதும் பாகத்தின் பின்புறம் சொருகிக் கொண்டார். பிறகு ஒரு சில நிமிடங்கள் மூடியிலிருக்கும் பாதி அன்னத்தை பார்த்துக் கொண்டி ருந்தார்.

குஞ்ஞாலிக்கு அதை பார்த்ததும் இறந்து போன பூக்கோயாத் தங்ஙளின் நினைவு வந்தது. தங்ஙளுப்பப்பா ஒரு போதும் பேனா மூடியை பின்னால் சொருகிக்கொண்டது கிடையாது. அதைத்தனி யாகத்தான் வைத்திருப்பார். மூடியை பேனாவின் பின்பக்கம்

சொருகிக்கொள்வதால் வளையம் ஏற்படுவதை அவர் விரும்புவ தில்லை. பெரிய சௌந்தரிய உபாசகர் தங்ஙள்.

"பேரு?" ஆண்டி மாஸ்டர் கேட்டார். குஞ்ஞாலி, அப்போது தங்ஙளைக் குறித்த நினைவுகளில் மூழ்கியிருந்தான்.

"அடிச்சி முதுவெ சோம்பான் கடப்புறம் போலாக்கிருவேன். என்னடா, யோசனை? பதிலு சொல்லுடா!"

"குஞ்ஞாலி" நடுங்கிப் போய்ச் சொன்னான்.

"வாப்பா பேரு?"

"கான்பகதூர் பூக்கோயாத் தங்ஙள்."

ஆண்டி வாத்தியார் கொஞ்ச நேரம் குஞ்ஞாலியை உற்றுப் பார்த்தார். நரைத்துப்போன புருவ ரோமங்கள் உயர்ந்தது. நெற்றியில் நிறைய சுருக்கங்கள் ஏற்பட்டன. பீடிக்கறை படிந்த உதடுகளில் பரிகாசப் புன்னகை படர்ந்து நின்றது.

"ஓஹோ! இவ்வளவு வலிய ஒரு மனுசனுக்குப் பெறந்தவனா நீ?"

குஞ்ஞாலி தலையைத் தாழ்த்திக் கொண்டான்.

"நீ தலெ குனியணும். திமிரு காட்டுதுக்கு ஒரு அளவு இருக்குடா எரப்பாளி."

ஆண்டி வாத்தியார் படிவத்தில் எதையோ எழுதத் தொடங்கி னார். மை காய்ந்து போயிருந்தது. இடதுகை சிறு விரலால் பேனா முனையை வருடினார். இருந்தும் சரியாகவில்லை. இரண்டு மூன்று முறை வேகமாக உதறிக் கொண்டார். கசங்கியிருந்த வெள்ளை கதர்வேட்டியில் மைத் துளிகள் விழுந்து வரைபடம் போல் விரிந்தது.

"ஹோ...! கஷ்டந்தான்." தனக்குத் தானே சொல்லியபடி குஞ்ஞாலியிடம் ஏதேதோ கேள்விகளைக் கேட்டு எழுதினார்.

மதிய வேளைக்கான மணி அடித்தது. கூச்சலிட்டவாறே மாணவர்கள் வெளியேறினார்கள். பள்ளிக்கூடத்தின் பக்கத்திலுள்ள காப்பிக் கடையில் கூட்டம் கூடியது. சுருட்டிய வாழையிலைகளை நெற்றியில் இடுக்கிய சாப்பாட்டு பாத்திரங்கள் பள்ளிக்கூடத்திற்கு சென்றன. மாணவர்கள் காப்பியும், மரச்சீனிக்கிழங்கு மசியலும், கடலைக் கறியும், புட்டும் தின்றார்கள். ஆசிரியர்கள் சாம்பாரும் மோரும் விட்டு சோறு சாப்பிட்டார்கள். குஞ்ஞாலி எதுவும் சாப்பிடவில்லை. காப்பிக் குடிக்கக் கிடைத்த இரண்டணாவையும் அவன் வேர்க்கடலை சக்கரத்தில் வைத்தான். எட்டு தடவை சக்கரம் சுற்றியதில் மூன்று சைபர் வந்தது போக, எண்பத்து மூன்று வேர்க்கடலை கிடைத்தது. முன்பாகம் மூட்டி தைக்கப்பட்ட குப்பாயத்தை உயர்த்திப்பிடித்து அதில் கடலையை எண்ணி வாங்கினான். அப்போது மாணவர்கள் அவன் பின்னால் திரண்டி ருந்தார்கள் ஆரவாரத்துடன்! வேர்க்கடலை வியாபாரியை விட்டு

குஞ்ஞாலி விலகியதுதான் உண்டு, கூச்சலிட்டபடியே குப்பாயத்தில் கையை விட்டு கடலையை அள்ளிக்கொண்டார்கள். ஒரு நிமிடத்திற் குள் கடலை முழுவதும் மற்றவர்கள் கைக்கு வந்தது. கோபம் பெருக்கெடுத்தோட, கடைசியாக அள்ளியவனுடன் சண்டையிட்டு அவன் தலையில் குத்தினான் குஞ்ஞாலி. இரண்டு பேரும் கட்டிப் பிடித்து கீழே விழுந்து புரண்டார்கள். தோற்றவன் குஞ்ஞாலியைப் பார்த்துச் சொன்னான்:

"அப்பா இல்லாதவன்."

குஞ்ஞாலி மீண்டும் தளர்ந்தான். அந்தப்பள்ளிக்கூடத்தில் தானொரு அதிகப்பற்றாக இருக்கிறோம். மத்தியானத்திற்கு பிறகு எடுக்கப்பட்ட பாடங்களை அவனால் ஊன்றிக் கவனிக்க முடிய வில்லை.

குஞ்ஞுபு சார் சரித்திரப் பாடமெடுத்துக் கொண்டிருந்தார். கைபர் கணவாயும் போலன் கணவாயும் கடந்து வந்த மத்திய ஆசியாக்காரர்களைப் பற்றிய கதைகள். அவர்கள் கால் நடை களுடன் தீவனமும் நீரும் தேடி இந்தியாவுக்குள் நுழைந்தார்கள். நுழைந்து, ஆற்றோரப் பகுதிகளில் விவசாயம் செய்யத் தொடங்கி னார்கள். ஒன்றுக்கு பத்து மடங்காக அமோகமான விளைச்சல் கிடைத்தது. வாழ்க்கை திருப்தியானது. அப்போது அவர்கள் பிராமணர்களாக, க்ஷத்திரியர்களாக, வைசியர்களாக, சூத்திரர்களாக பிரிந்தார்கள். பிறகு வேதங்களை உருவாக்கினார்கள். நில உடைமை யாளர்களாக இருந்த திராவிடர்களை தோற்கடித்து தெற்கே விரட்டினார்கள். அப்படி ஓடி வந்தவர்கள் தான் நாமெல்லாம்! வகுப்பறை அமைதியாக இருந்தது. அவ்வளவு அற்புதமாக பாட மெடுப்பார் குஞ்ஞுபு சார்.

வரலாறு முடிந்ததும் மூணு கால்களேயுள்ள தன் நாற்காலியில் அமர்ந்து கைத்தறி குப்பாயத்தின் பாக்கெட்டிலிருந்து ஒரு பீடியை எடுத்து உதட்டில் வைத்தார். தீக்குச்சியை உரசினார். முதல் தீக்குச்சி கனன்று அணைந்தது. இரண்டாவது தீக்குச்சி மூன்று முறை உரசியும் பற்றாமல் மருந்து மட்டும் தெறித்து விழுந்தது. தீக்குச்சி தீர்ந்தது. காலியான தீப்பெட்டியைக் கோபத்துடன் ஜன்னல் வழியே வீசியெறிந்து விட்டு கிளாஸ் லீடர் கே. டி. பாலகிருஷ்ணன் நாயரிடம் சொன்னார்: "கொஞ்சந் தீ எடுத்துட்டு வா."

அவன் ஓடி குஞ்ஞிராமன் கடையிலிருந்து ஒரு சிரட்டையில் தீக்கனலுடன் திரும்பி வந்தான். பீடியைப்பற்ற வைத்து ஆவேசமாக நான்கைந்து தடவை இழுத்துப் புகையை ஊதினார். பிறகு எழுந்து உதட்டில் விரல் வைத்து ஜன்னல் கம்பி வழியாக கொஞ்சநேரம் துப்பினார்.

வரலாறு எதைப்பற்றியதாக இருந்தாலும் சரி, பாடம் முடிந்ததும் குஞ்ஞுபு சாருக்கு பீடி புகைத்தாக வேண்டும். இதெல்லாம் முடிந்த

பிறகு வழக்கம்போல், நின்றவாறே வகுப்பறையை கூர்மையாகக் கண்ணோட்டமிட்டார்.

"நீ எளும்புடா, அந்த கறுத்த குப்பாயத்துலெ வெள்ளெக் கோடுள்ளவன்."

குஞ்ஞுபு மாஸ்டர் யாரையுமே பெயர் சொல்லி அழைப் பதில்லை. கோழிக்கோட்டை பார்த்தால் கொயிலாண்டியை பாப்பது போல உள்ளவன், அருணாசலம் செட்டியாரு, காலுலே நாத்தம் புடிச்ச கொப்புளம் உள்ளவன், கோமணங் கெட்டாதவன், பித்தம் புடிச்சவன், சின்னெ வழுக்கெ மண்டயன் ... இப்படியான பெயர்கள் இன்னும் உண்டு!

குஞ்ஞாலி எழுந்து நின்றான்.

"நீ சொல்லு! ஆரியர்கள் எங்கிருந்து வந்தார்கள்?"

எப்போதும் பதில் சொல்லும் குஞ்ஞாலி அன்று முழித்துக் கொண்டு நின்றான். யாரும் பதில் சொல்லாத கேள்வியைத்தான் கடைசியில் குஞ்ஞாலியிடம் கேட்பார் இவ்வளவு கதைகளையும் கேட்டுக் கொண்டிருந்த குஞ்ஞாலியின் முகம் காலியான பளிங்கு பாத்திரம் போலிருந்தது.

"நீ இரு."

குஞ்ஞாலி அமர்ந்தான். குஞ்ஞுபு சார் அந்தக் கேள்வியை வேறு யாரிடமும் கேட்கவில்லை. குஞ்ஞாலிக்கு தெரியவில்லை என்றால் வேறு யார் சொல்லிவிடப் போகிறார்கள்!

குஞ்ஞுபு சார் அதற்குப் பிறகு கேள்வி எதுவும் அன்று கேட்கவில்லை. இரண்டு மூன்று பீடிகள் மட்டும் வலித்தார். ஒவ்வொரு முறையும் கிளாஸ் லீடர் கே.டி. பாலகிருஷ்ணன் நாயர் குஞ்ஞிராமன் கடைக்கு தீக்கனல் தேடி ஓடினான்.

மிகுந்த ஏமாற்றத்துடன் குஞ்ஞுபு சார் வகுப்பறையிலிருந்து சென்றார்.

காற்றைப் போல் குஞ்ஞாலி வீட்டுக்கு ஓடினான். சாயங்கால சாயா குடிக்காமல் கட்டிலில் தளர்ந்து கிடந்த அவனருகில் வந்த பூக்குஞ்ஞி பீவி கேட்டாள்:

"ஏன், படிக்கல்லியா?"

தினமும் சாயங்கால வேளைகளில் குஞ்ஞாலி பாடங்களை படிப்பது வழக்கம். குஞ்ஞாலி சொன்னான்:

"ஓண லீவு உட்டாச்சு."

பூக்குஞ்ஞி பீவி கட்டிலில் அவன் பக்கத்தில் அமர்ந்தாள். குஞ்ஞாலியின் மனதிற்குள் ஏதோ வருத்தமிருக்கிறது என்பது அவளுக்குப் புரிந்தது. பூக்குஞ்ஞி பீவி குஞ்ஞாலியின் தலையைத்

தடவிக் கொடுத்தாள். அருவி ஒன்று உடலைத் தழுவிச்செல்வது போலுணர்ந்தான் அவன். கொஞ்ச நேரத்திற்குப் பிறகு எழுந்து அமர்ந்தான். பூக்குஞ்ஞி பீவியின் மையெழுதிய கண்களில் நீர் கோர்த்திருப்பதைக் கண்டான். குஞ்ஞாலி மெல்ல முகம் தாழ்த்தி அவள் கன்னத்தில் முதல் முத்தம் பதித்தான்.

ஏதோ மிகப்பெரிய பாரமொன்றை மனதிலிருந்து இறக்கி வைத்தது போலிருந்தது குஞ்ஞாலிக்கு! அப்போது பட்டாளம் இபுறாகி அங்கே வந்தான். தங்ஙள் உயிரோடிருந்த காலத்தில் இபுறாகி திண்ணையில் அமர்வதைத் தவிர திரை விரிப்பைத் தொட்டது கூட கிடையாது. ஆனால் இப்போது அவன் இல்லத்தில் சர்வ உரிமையையும் பெற்றிருந்தான். திண்ணையிலிருந்து சமைய லறை வரை அவன் சஞ்சரித்தான்.

பூக்குஞ்ஞி பீவியைப் பார்த்து சொன்னான், "இதுகூடாது. நீங்க ஒண்ணும் சின்னக் குழந்தைகளில்லை. வளர்ந்த பீவிகள் ஆண்களோட பக்கத்திலே உட்காரக் கூடாது."

பூக்குஞ்ஞி பீவி தீயைத் தொட்டதுபோல் திடுக்கிட்டெழுந்தாள்.

"பீவிக்குஞ்ஞி கீழ போ!"

பூக்குஞ்ஞி பீவி படியிறங்கிச் செல்லும் சத்தம் குஞ்ஞாலியின் காதுகளில் விழுந்தது.

பட்டாளம் இபுறாகி துப்பாக்கியால் குறிவைப்பதுபோல் வலது கை விரலை நீட்டி குஞ்ஞாலியை நெருங்கி வந்து சொன்னான்:

"நீ அதிகமாகத் திமிரு காட்டக்கூடாது, சொல்லிட்டேன். பாவம் போல இருக்கிறதா இருந்தால் உனக்கிங்கே பட்டினியில்லா மல் காலம் தள்ளலாம்."

இதைச் சொல்லி விட்டு தளர்ந்த தன் காலடிகளை உறுதியாகப் பதித்து, நடந்து சென்று படியிறங்கினான்.

அறக்கல் இல்லத்தில் நிறைய மாற்றங்கள் ஏற்பட்டிருந்தன.

புகாரிக்கு மதில் கூட காவலும் தோட்டத்திற்கு நீர்ப்பாய்ச்சு வதுமாகயிருந்த வேலை விரிவுப் படுத்தப்பட்டு, கடைக்குப் போய் சாதனங்கள் வாங்கிவருவது, முன்புறமிருக்கும் கெண்டியில் தண்ணீர் எடுத்து வைப்பது, பகலில் தூங்காமலிருப்பது என்று மாற்றம் பெற்றது. புகாரியைப் பொறுத்தவரை எதற்கும் ஆட்சேபனை இல்லைதான். ஆனால், பகலில் தூங்கக் கூடாது என்பதை அவனால் தாங்கிக் கொள்ளவே முடியவில்லை. அவன் இபுறாகியை சபித்தான். புகாரி மட்டுமல்ல, பலரும் அவனை சபிக்கத் தொடங்கினார்கள். வேலைக்காரன், குட்டிஹைதுரூஸ், சமையலறைப் பெண்கள், பள்ளிவாசல் மோதீன், குதிரைக்காரன் கூட சாபமிட்டான்.

46

காஸ்பகதூர் பூக்கோயாத் தங்ஙள் இறந்து நீண்ட நாட்களாகி விட்டன. ஆனால் புதிய குதிரைக்காரனை பொறுத்தவரை ஒரு நாள் கூட ஆகவில்லை. அவன் தினசரி வாழ்க்கை ஆரம்பமாவது என்பது, பூக்கோயாத் தங்ஙளின் குதிரை சவாரியுடன் தான். தங்ஙளின் கடைசி சவாரி முடிந்து ஏதோ, சிலமணி நேரம் மட்டும் தான் ஆகியிருப்பதாக நினைத்தான்.

குதிரையின் மூக்கிலும் தாடையிலும் படிந்த இரத்தத்தைத் துடைத்து விடும்போது அவன் நடுங்கிப் போய் விட்டான். ஆழமான அந்தக் காயங்களில் மிருதுவாகப் பதிந்தது குதிரையின் முகம்தான்! ஒரு வேளை அவருக்கு அந்திம வாசகங்களை சொல்லிக்கொடுத்தது குதிரையாக இருக்கலாம். ஆள்துணையில்லாத வேளையில் மிருகம் துணையாக இருந்திருக்கும்.

குதிரைக்காரனுக்குத் தூக்கம் வரவில்லை. குதிரைக்கும் தூக்கம் வரவில்லை. அது குளம்புகளை அடித்துக்கொண்டிருந்தது. பொறுமையிழந்துபோய் இருட்டின் இடைவெளிகளினூடே வெளியே செல்லும் பாதையை அது தேடுவது போலிருந்தது. குதிரையைப் பொறுத்தவரை சவாரி செய்வதுதான் இருப்பின் நியாயம் என்று அர்த்தப்படுத்தியிருக்கலாம்.

தேசாந்திரியாக அலையும் புத்த அத்துராமானின் கட்டிலில் படுத்து குதிரைக்காரன் உறக்கத்தின் மாயாலோகத்தில் சஞ்சாரம் செய்ய முயற்சி செய்து கொண்டிருந்தான். பல சம்பவங்களை அசைபோட்டும் மறந்து விடவும் முயன்றான். தூக்கம் வந்ததா, இல்லையா? சரியாகத் தெரியவில்லை.

“டேய் குதிரைக்காரா!” ஆகாயமே இடிந்து விழுவதுபோல் சத்தமாகக் கூப்பிட்டார் பூக்கோயாத் தங்ஙள்.

குதிரைக்காரன் பதறியெழுந்து தவறு செய்துவிட்டது போன்ற உணர்வுடன் தங்ஙளின் முன் வந்துநின்றான்.

“என்னெ ஒறக்கண்டா இது, ஹமுக்கெ! பாங்கு விளிக்கியது காதுலே உழல்லியா?”

தொலைவில் எரமுள்ளானின் பாங்குச்சத்தம்! பாங்கு அழைப்பு முடியும் தருவாயிலிருந்தது.

“என்னெடா முழிச்சிட்டு நிக்கிதெ? குதிரெயை ரெடியாக்கு.” மீசையை விரித்தபடியே அவனை பார்த்துச் சொன்னார் தங்ஙள்.

ஆவேசத்துடன் லாயத்திற்குள் பாய்ந்தான் குதிரைக்காரன். நின்றவாறே தூங்கும் குதிரையின் முதுகைத் தட்டி உசுப்பினான். குதிரை முகத்தைக் குடைந்து விட்டு தலையுயர்த்தியது.

மீஸான் கற்கள் 263

புளித்த காடி தண்ணீரைக் குடித்து முதுகு பட்டையுமணிந்து முற்றத்தில் வந்து நின்றது.

திடீரென்று விளக்குகள் அணைந்து விட்டதுபோல தோன்றியது குதிரைக்காரனுக்கு! உண்மையாகவே விளக்குகளோ, வெளிச்சமோ அங்கில்லை! அவன் திகைத்தபடி நிற்கும் போது நேரிய நிலவொளி படர்ந்தது.

பள்ளி வாசலிலிருந்து புதிய மோதீனின் பாங்கோசை கேட்டது. பூக்கோயாத் தங்ஙள் இல்லை. பாங்கு கூப்பிடுவது எரமுள்ளானும் இல்லை.

அறக்கல் இல்லத்தில் தாயரங்கின் வாசல் கதவு அடைந்து கிடந்தது.

குதிரைக்காரனின் உடல் சிலிர்த்தது. குதிரைக்கும் சிலிர்த்தது. அவன் இரத்த நாளங்களினூடே எதுவோ ஒன்று நுழைந்து மூளைக்குள் பிரவேசித்தது, விஷம்போல்.

தங்ஙள் தன் கடைசி பயணத்திற்கு முந்தைய பயணத்தின்போது அணிந்திருந்த காக்கிக் குப்பாயமும் ஜீன்சும் சலவை செய்யப்பட்டு லாயத்தினுள் வைக்கப்பட்டிருந்தன. தங்ஙளின் சடலம் பிரேதப் பரிசோதனை செய்து முடித்த பிறகு குதிரைக்காரன் பாதுகாப்பாக எடுத்து வைத்திருந்த அந்த உடைகளை இப்போது எடுத்து அணிந்து கொண்டான்.

காக்கிக் குப்பாயத்தின் நெஞ்சிலும் முதுகிலுமாக பத்து பதி மூன்று துவாரங்கள் இருக்கிறதோ என்ற சந்தேகம் வந்தது குதிரைக் காரனுக்கு. இல்லை, அந்தக் குப்பாயம் போலீஸ்காரர்களிடம்தான் இருக்கும்.

குதிரையை மதில் கூடத்திற்குக் கொண்டு வந்து அதன் முதுகை தட்டிக்கொடுத்துவிட்டு, தாவி ஏறினான். குஞ்ஞாலி அப்போதும் தன்னை மறந்து மதில் கூடத்திண்ணையில் தூங்கிக் கொண்டிருந் தான்.

குதிரை பாய்ந்தோடியது. குதிரைக்காரனின் சிந்தனை முழுவதையும் பட்டாளம் இபுறாகி ஆக்கிரமித்திருந்தான். அவனுக்கு சரியான பாடம் கற்பிக்க வேண்டும். இந்த குப்பாயம் அணிந்து குதிரையில் சவாரி செய்யும் தன்னை இபுறாகி பார்க்க வேண்டும்.

பள்ளி வளாகமும், ரேசன் கடையும், பீச் ரோடும் தாண்டி குதிரை கோசாயிக் குன்றின் அடிவாரத்தையடைந்து சிறிது நேரம் நின்று ஓய்வு எடுத்துவிட்டு மீண்டும் பாய்ந்தது.

பாய்ந்து சென்ற குதிரை பெரச்சனின் ஆளில்லாத குடிசைக்குச் சென்று அதைச்சுற்றி மூன்று முறை வலம் வந்தது. தங்ஙள் விழுந்த

அந்த திண்ணையை கொஞ்ச நேரம் பார்த்துக்கொண்டே நின்றது. அப்போதும் குதிரைக்காரன் குதிரையின் மீதுதான் அமர்ந்திருந் தான். அவன் ஏதோ மாய உலகில் சஞ்சரிப்பவனைப்போல் தெரிந்தான்.

குதிரை மீண்டும் வாயு வேகத்தில் பாயத் தொடங்கியதும் அவனுக்கு சுய நினைவு வந்தது. குதிரை மேற்குத் திசையில் சென்றது. ஓலைக்குடிசைகளையும் மணல் வழிப்பாதைகளும் கடந்து கடற்கரை யோரத்திற்கு வந்துசேர்ந்தது.

கடல் விழித்துக் கொண்டவேளை அது! அலைகள் உற்சாகத்து டன் சிரித்தபடியே ஆர்ப்பரித்து வந்து கரையைத் தொட்டுச்செல் வதை குதிரை ஒரு நிமிடம் பார்த்து நின்றது. அடுத்த பாய்ச்சல் கடலில்! குதிரையும் குதிரைக்காரனும் இப்போது கடலுக்குள் விழுந்து பிரிந்து கிடந்தார்கள். அதற்குப் பிறகு குதிரையை யாரும் பார்க்கவில்லை. குதிரைக்காரனையும் பார்க்க முடியவில்லை.

47

பட்டாளம் இபுறாகி அறக்கல் இல்லத்தில் நிரந்தரமாக தங்கினான். தங்ஙள் நீண்டகாலமாக அமர்ந்த யானைச் செயரில் இபுறாகி தன் இருப்பை உறுதி செய்துகொண்டான்.

தங்ஙளை விடவும் வயதில் சற்று இளையவனாக இருந்தாலும், தோற்றத்தில் மூத்தவனாகவே தெரிவான் இபுறாகி. முகச்சாயல் கிட்டத்தட்ட இரண்டு பேருக்கும் ஓரேமாதிரிதான் இருக்கும். இரண்டு பேரும் ஒரு வாப்பாவுக்குப் பிறந்தவர்கள் என்று தான் ஊரிலுள்ளவர்கள் சொல்லிக்கொண்டிருந்தார்கள். இப்போதும் சொல்லிக் கொண்டுதான் இருக்கிறார்கள்.

தங்ஙளின் வாப்பா கான்பகதூர் தங்ஙள் இல்லத்தை நிர்வாகம் செய்து கொண்டிருந்த காலம். அப்போது இபுறாகி பிறக்கவில்லை. ஆனால் இபுறாகியின் உம்மா பெரிய தங்ஙளின் சம காலத்தில் வாழ்ந்தவள்.

கும்மியடிப் பாடலிலும் ஒப்பனைப்பாடலிலும் கோலாட்டத்தி லும் பெரிய கான்பகதூர் மிகுந்த நாட்டமுள்ளவராக வாழ்ந்தார். இபுறாகியின் உம்மா அந்தக் காலத்தில் ஒப்பனைப் பாட்டிலும் அழகிலும் பெயரும் பிரசித்தியும் பெற்றவள். நீண்டு நிமிர்ந்த உடல் ஆகுருதி, தேனின் நிறம், யாரையும் கவர்ந்துவிடக் கூடிய பெரிய நீலத்தடாகம்போன்ற கண்கள்.

கதீஜா அந்தக் காலத்தில் மிகவும் புகழப்பட்டாள். ஒப்பனைப் பாடல்களிலும் அழகிலும். அவள் குரலிலினிமை ஆண்களை கிறங்கச் செய்திருந்தது. அவள் அழகில் பித்துப்பிடித்து கிடந்தார்கள். பாடல்களில் மிகுந்த ஈடுபாடு கொண்ட பெரிய தங்ஙள் கதீஜாவை அடிக்கடி இல்லத்திற்கு வரவழைத்தார். ஆரம்பத்தில் ஒப்பனை பாடல் கோஷ்டியுடன் வந்து கொண்டிருந்தாள். பிற்பாடு கதீஜா மட்டும் பாடினால் போதும் என்றானார் தங்ஙள்.

இரவு நேரங்களில் பாட்டுக்கச்சேரி முடிந்து வீட்டுக்கு திரும்பி விடுவது அவள் வழக்கமாகயிருந்தது. ஆனால் நேரம் விடிவது வரை பாட்டுக் கேட்பதை தங்ஙள் வழக்கமாக்கிக் கொண்டார். கதீஜா அப்படித்தான் கர்ப்பமானாள்! அதோடு அவள் தங்கியிருந்த இடத்திலிருந்து அடித்துத் துரத்தப்பட்டாள். தனக்கென்று யாருமே இல்லாத கதீஜா தூரத்து உறவினர்களின் வீட்டில் தங்கியிருந்தாள்.

எல்லோராலும் வெறுத்தொதுக்கப்பட்ட கதீஜா பெரிதாகிக் கொண்டிருந்த வயிற்றுடன் ஊர் சுற்றித் திரிந்தாள். பரிதாபமும் சாபமும் மட்டும்தான் அவள் வயிற்றுக்கான ஆகாரமாக கிடைத்தது. ஓங்கிச் சாத்தப்படும் கதவுகளை மட்டும்தான் அவள் எங்குமே கண்டு வந்தாள். தார்மீக ரோசம் கொண்ட மனிதர்கள் ஊரில் நிறைந்திருந்தார்கள். கடைசியில் எந்த விமோசனமும் இல்லை என்றானதும் மாச்சனாரி குன்றின் தாழ்வாரத்தில் மழைநீர் பாயும் பாலத்தின் கீழேயுள்ள நீரோடையில் அபயம் தேடினாள்.

தேளும் அரணையும் தவளையும் குடிவாழும் பாலத்தின் கீழ் இருண்ட பகுதியில் தலைப்பிரசவ வேதனையுடன் கிடந்தாள் கதீஜா. அவள் வேதனைக் குரல் வெளியே யாருக்கும் கேட்க வில்லை. தாங்க முடியாத வலியை அவள் பல்லைக் கடித்துத் தாங்கினாள். குழந்தையின் அழுகைக்குரல் பாலத்தின் மீது உயர்ந்தது. அந்த வழியே கடந்து சென்றவர்கள் மறுபடியும் தார்மீக ரோசம் பூண்டனர்.

இறந்துபோன தாயை கபறடக்கம் செய்து விட்டு உயிரோடிருந்த குழந்தையை ஏற்றுக் கொண்டார்கள்.

எப்படியோ இபுறாகி வளர்ந்தான். அவன் வளர்ந்து பெரியவனானது எப்படி என்று அவனுக்கே நிச்சயமில்லை. பாடசாலைக்குச் சென்றதும், வெறிநாய் கடித்து தொப்புளைச் சுற்றி பதினான்கு ஊசி போட்டுக் கொண்டதும் ஒரு சூரியோதயம் முதல் மறு சூரியோதயம் வரை பட்டினி கிடந்ததும் ராணுவத்தில் சேர்ந்ததும் மட்டும் நினைவில் நின்றது.

பட்டாளத்திலிருந்து பிரிந்து ஊருக்கு வந்தபிறகுதான் தானொரு அகதி என்ற நிதர்சனத்தை அவன் உணர்ந்து கொண்டான். பட்டாளத்தில் வாழ்ந்த காலம் முழுவதும் எதிரிகள் என்ற இலட்சியத் துடன் பெண் எனும் கனவும் அவன் மனதிற்குள் பூத்து நின்றது. அந்த இலட்சியத்துடனும் கனவுகளுடனும் பத்தாண்டுகள் வாழ்ந்தான்.

ஊர் திரும்பியபோது வீடில்லை, குடும்பமில்லை. வாழ்க்கைக்கு ஆதாரமாக பூக்கோயாத் தங்ஙள் மட்டுமிருந்தார். அவருடைய ஒரு தென்னந்தோப்பில் தூக்கி நிறுத்தப்பட்ட ஒரு ஓலைக்குடிலில் தனியாக வாழ்ந்து வந்தான்.

திருமண ஆலோசனைகளுடன் பலரும் வந்தார்கள். அப்பன் பெயர் தெரியாதவன் கல்யாணம் செய்துகொள்ளக் கூடாது என்று பிடிவாதம் செய்தான். ஆனால் தன் அப்பன் யாரென்பது அவனுக்கு நன்றாகவேத் தெரியும். நீறு பூத்த நெருப்பாக அது அவன் மனதில் நின்று கனன்று கொண்டேயிருந்தது.

அது இப்போதும் கனல்கிறது. கனலும் நெருப்பின் பிரதிபலிப்புதான் அவனை யானைச் செயரில் அமரச் செய்தது.

தங்ஙள் இறந்த இரண்டாண்டுகளுக்குள் அவன் திண்ணை யிலிருந்து யானைச் செயருக்கு எழுந்தருளினான். இல்லத்தின் அனைத்து தேவைகளையும் இதுவரை இபுறாகிதான் கவனித்து வந்தான்.

தேங்காய் பறித்தல், நெல் அறுவடை, குத்தகைப் பணம் வசூலித்தல், கோர்ட், வழக்கு என எல்லாவற்றையும் அவன் கவனித்துக் கொண்டான்.

இல்லத்திலுள்ள அனைவரும் அவன் ஆளுமையின் கீழ் வந்தார்கள். ஆற்றபீவி உட்பட! ஆனால் ஒரு ஆளைப் பற்றிய பயம் மட்டும் அவனுக்கிருந்தது. குஞ்ஞாலி! அவன் தான் தனக்கு முக்கியமான எதிரி. அவன் அல்லது நான்! இரண்டு பேரும் இந்த இல்லத்தில் சேர்ந்து வாழ்வது சரியாக வராது.

அப்போது குஞ்ஞாலி ஒன்பதாம் வகுப்பு படித்துக் கொண்டி ருந்தான். ஒரு ஓணப்பண்டிகை காலத்தில் அந்த சம்பவம் நடந்தது. ஓணப் பண்டிகைக்கான பள்ளிக்கூட விடுமுறை காலம் அது.

ஆகாயம் தெளிவாகயிருந்தது. எங்கும் பூக்கள் நிறைந்திருந்தன. குன்றின் தாழ்வாரத்தில் சிறுவர் சிறுமிகளின் ஓணப்பாடல்கள் ஒலித்தன. சுற்றிலுமுள்ள வீடுகளில் பூக்கோலங்கள்.

குஞ்ஞாலியின் அறை மாடியில்தான்! அதில் மாற்றம் ஏதும் அப்போது வரவில்லை. அறையின் ஜன்னலைத் திறந்து குஞ்ஞாலி வெளியே பார்த்தான். ஜன்னலைத் திறந்தால், பள்ளி வளாகமும், காடும், புகை வண்டி நிலையமும், அதைத் தாண்டியுள்ள வயல் வெளிகளும், வயலை எல்கை பிரித்து நிற்கும் குன்றுகளும் தெரியும். குன்றின் சரிவில் அப்போது பாட்டு கேட்டது. பொழுது சாயத் தொடங்கியிருந்தது. ஆனாலும் சிறுவர் சிறுமிகள் பூ பறிப்பதை இன்னும் தொடர்ந்து கொண்டிருந்தார்கள்.

குஞ்ஞாலி ஏனோ எரிச்சலுடனிருந்தான். அப்போது பூக்குஞ்ஞி பீவி வந்தாள். அவள் யாருமில்லாத வேளையில் சந்தர்ப்பம்

வாய்க்கும் போதெல்லாம் குஞ்ஞாலியின் அறைக்கு வருவாள். அங்கே வந்து குஞ்ஞாலியைப் பார்ப்பது அவளுக்குப் பிடித்தமான விநோதங்களில் மிக முக்கியமான ஒன்று!

பூக்குஞ்ஞி பீவியின் கண்களில் அன்று கரு மை அதிகமாக யிருந்தது போல் தோன்றியது.

பூக்குஞ்ஞி பீவி சொன்னாள்:

"இது கோஜாத்தி கண் மையாக்கும்."

குஞ்ஞாலி எதுவும் யோசிக்கவில்லை. உடனே அவளை கட்டியணைத்து முத்தம் கொடுத்தான்.

அவன் உடல் நடுங்கிக் கொண்டிருந்தது. கண்கள் மங்கியது, கால்கள் பலமிழந்து குழைந்தது போலானது. தலை கிறுகிறுத்தது.

அவன் முன் பலமாக மூச்சு விட்டபடி பட்டாளம் இபுறாகி நின்றிருந்தான். கண்களில் தீ எரிந்தது. வலது கை முஷ்டியை இறுக்கிப் பிடித்திருந்தான். ஆனால் எதுவும் சொல்லவில்லை. உடனே திரும்பிப் போனான். ஏறியது போலவே சத்தமில்லாமல் ஏணிப்படிகளில் இறங்கினான்.

ஆற்றபீவி, சமையலறைத் திண்ணையில் கவிழ்ந்து வைக்கப்பட்ட உரலின் மீது அமர்ந்திருந்தாள். எந்த சங்கோஜமுமில்லாமல் இபுறாகி அங்கே வந்தான். ஆற்றபீவியின் தலையில் முக்காடில்லை. அமாவாசை இரவுபோல் தலைமுடி விரிந்து கிடந்தது. கண்ணாடி வளையல்கள் அணிந்த இரண்டு கைகள் அந்த தலையில் பேன் தேடியலைந்து கொண்டிருந்தது.

இபுறாகியின் கனைப்புச் சத்தம் கேட்டதும் பேன் எடுக்கும் பெண் திடுக்கிட்டாள். ஆற்றபீவியிடம் எந்த அசைவுமில்லை. நீண்டகாலமாக தங்களின் காலடி யோசையைக் கேட்டிருந்தும் கூட அவள் திடுக்கிடவில்லை.

இபுறாகியின் சிவந்த கண்களைக் கண்டதும், பேன் பொறுக்கி உள்ளே ஓடினாள். ஆற்றபீவி மெதுவாக எழுந்து சரிகை முக்காடை தலையில் சுற்றிவைத்துவிட்டு விரல் தூண்டி இபுறாகியிடம் சொன்னாள்.

"திண்ணெயிலெ நெண்ணு என்னெ விளிக்கணும், நல்லெ குடும்ப அந்தஸ்துள்ள ஒரு ஆளெப் போலெ பெருமாறணும்."

குற்ற உணர்வுடன் திண்ணைக்கு திரும்பினான் இபுறாகி. பின்னால் ஆற்றபீவி. திரைக்கு பின்புறம் சென்றதும் கேட்டாள்.

"உம்...? என்னெ விசியம்?"

"ஒண்ணுமில்லெ."

"ஒண்ணுமில்லாமெ என்னத்துக்கு அடுப்பளிக்குள்ளெ வரணும்?"

"சும்மா."

"இனிமே ஆவஸ்யமில்லாமெ அடுப்பளிக்குள்ளெ வரப்புடாது. சொல்லீட்டேன்."

பிடித்திருந்த திரைச்சீலையை விட்டு விட்டு அவள் திரும்பி நடந்தாள் மிதியடி சத்தத்துடன்!

"ஆற்றபீவி!" அவன் கூப்பிட்டான்.

"உம்! என்னெ ...?"

"நெலமை மோசமாயிட்டுது."

"யாருக்கெ நெலமெ?"

"பூக்குஞ்ஞி பீவியோட."

இபுறாகி தலையும் வாலும் வைத்து ஆதியோடந்தமாக எல்லா வற்றையும் விவரித்தான். ஆற்றபீவி சொன்னாள்:

"ஒடனே கலியாணம் செஞ்சு வெச்சுரணும்."

"யாருக்கு?"

"அவளுக்குத்தான்."

"யாரெ?"

"குஞ்ஞாலிக்கும் பூக்குஞ்ஞி பீவிக்கும்."

பட்டாளம் இபுறாகி திகைத்துப் போய் நின்றான். இவள் என்ன சொல்கிறாள்? சுயநினைவோடுதான் பேசுகிறாளா? அவன் இடியேற்றது போல் நிற்கும்போது ஆற்றபீவி அந்த சம்பவத்தை சொன்னாள். ஒரு பழைய சம்பவம், பத்து பதினான்கு வருடங்களுக்கு முன் நடந்தது.

குஞ்ஞாலியும் பூக்குஞ்ஞி பீவியும் குழந்தையாக இருக்கும் போது தங்ஙள் ஆற்றபீவியிடம் சொல்லிவைத்த ஒரு உண்மை! ஆற்றபீவியை தன் இடது கையால் சேர்த்தணைத்தபடியே வலது கையால், விளையாடித் திரிந்த குழந்தைகளை சுட்டிக் காட்டி சொன்னார்.

"இதுவொ ரெண்டு வேரெயும் வெளியெ குடுக்கப்புடாது."

இதைக் கேட்டதும் இபுறாகி கொஞ்ச நேரம் யோசனையில் மூழ்கினான். பிறகு சொன்னான்:

"இங்கெ பாரு! இது பேரு கேட்ட ஒரு குடும்பம். பூக்குஞ்ஞி பீவி இந்தக் குடும்பத்தோட கடைசி வாரிசு. அவளை உம்மாயும் வாப்பாயுமில்லாத ஒருத்தனுக்கு கெட்டி வெச்சா ஊரு சிரிக்கும், ஊர்க்காரன் பூராவும் சிரிப்பான்."

தாம்பூலம் தரித்த உதடுகளை கூர்மையாக குவித்தபடி ஆற்றபீவி அமர்ந்திருந்தாள். இபுறாகி அவள் முகத்தையே பார்த்துக் கொண்டு

மீஸான் கற்கள் 269

நின்றான். பிறகு கண்களை நகர்த்தி அவளை முழுமையாகப் பார்த்தான். அகலமான நெற்றி. கசவுத் தட்டத்தின் கீழ் நெற்றியில் பறந்து விழும் குட்டையான சுருள் முடி, அகன்ற பெரிய கருவிழிகள், துடுத்த கன்னங்களும் இரட்டைத் தாடையும். உருக்குலைந்து போகாத மார்பகங்கள். அதற்கேற்ற உடல்வாகு.

இபுறாகி தன்னை கூர்ந்து கவனிப்பதை உணர்ந்ததும் ஆற்றபீவியின் தலை தாழ்ந்தது. ஜலிகை முக்காடை மேலும் சரிப்படுத்திக் கொண்டு கேட்டாள்:

"செரி! என்னெ செய்யிலாம்?"

இபுறாகி தயங்கவில்லை.

"பூக்குஞ்ஞி பீவிக்கு ஒடனே மாப்பிள்ளெ பாக்கணும்."

"செரி! அப்பிடிச் செய்வோம்." அதற்குப் பிறகு ஆற்றபீவி எதுவும் பேசவில்லை. இபுறாகி மட்டும் ஏதேதோ பேசிக் கொண்டிருந்தான்.

இரவுநேரம். விளக்கு அணைந்து விடுவதுபோல் எரிந்தது. திரியைத் தூண்டிவிட்டு இபுறாகி வெளிப்புறமும் ஆற்றபீவி உட்புறமுமாக பாதை மாறிச் சென்றார்கள்.

இரண்டு நாட்களுக்குப் பின், அன்று ஓணப் பண்டிகை நாள். மலர் கொய்த்தும் பூ பாடல்களும் முடிந்து விட்டது. இனி ஓணக் கோமாளியின் வருகைதான் முக்கியமான நிகழ்ச்சி.

ஆண்டி மலயனின் ஓணக்கோமாளி வேசத்தை பார்ப்பதற்காக குஞ்ஞாலியும் பூக்குஞ்ஞி பீவியும் தூங்காமல் காத்திருந்தார்கள்.

பொழுது விடியவில்லை. அப்போது மணி கிலுக்கம் கேட்டது. தூரத்தில் குன்றின் அடிவாரத்திலிருந்து ஆண்டி மலயன் ஓணக் கோமாளி வேஷம் கட்டி ஓடத் தொடங்கினான்.

குஞ்ஞாலியும் பூக்குஞ்ஞி பீவியும் பதறிக் கொண்டெழுந்தார்கள். முகம் கழுவி வெறுஞ்சாயாவும் குடித்துவிட்டு மதிலினருகில் சென்று நிற்கவும், அப்போது இடது தோளில் காவடியும் வலது கையில் மணிக்குடையும் தலையில் கதகளிக் கிரீடமும் அணிந்த ஓணக்கோமாளி வரவும் அதைக் கண்டு அவர்கள் கூக்குரலிட்டுச் சிரித்தார்கள்.

திடீரென்று குஞ்ஞாலியின் கழுத்தில் ஒரு கை விழுந்தது. திரும்பிப் பார்க்கவும் முடியவில்லை. அழுத்தமான அந்தப் பிடியில் கால் இடறி கீழே விழுந்தான். விழுந்த பிறகுதான் யார் என்று தெரிந்தது. பட்டாளம் இபுறாகி!

குஞ்ஞாலி எழுந்தான். மீண்டும் அவன் பிடரியை பிடித்துக் கொண்டான் இபுறாகி. பிறகு அவனை உந்தித் தள்ளி விட்டு சொன்னான்:

“நீ ஒன் வேலெயெப் பாருடா செய்த்தானே.”

குஞ்ஞாலி குப்புற விழுந்தான். முகத்திலிருந்து இரத்தம் வடிந் தது. அது செம்மண் தரையிலும் குப்பாயத்திலும் படிந்தது.

ஓணக்கோமாளியின் மணியோசை அப்போதும் கேட்டுக் கொண்டிருந்தது. கிழக்குத் திசைநோக்கி அது மெதுவாக ஒலித்த படியே மறைந்தது.

48

அன்று பொழுது விடியும்போது மதில் கூட வாசல் திறந்து கிடந்தது. திறந்து கிடந்த வாசல்வழியாக கீழ்த்திசைக் காற்று சீறிப்பாய்ந்து உள்ளே நுழைந்து, திண்ணையில் கோபத்துடன் வந்தேறியது. தாயரங்கின் திரைவிரிப்பு மேலே உயர்ந்து உட்புறமாக இழுபட்டு தலைகீழாக நின்றது.

பட்டாளம் இபுறாகி முதலில் வெளியே வந்தான். சமீப காலமாக அவன் இல்லத்திலேயே நிரந்தரமாகத் தங்கத் தொடங்கியிருந்தான். ஆரம்ப காலங்களில் இடையிடையே இரவு மட்டும் தங்கியவன், பிறகு இரண்டு மூன்று நாட்கள் தொடர்ந்து தங்குவதை வழக்கமாக் கினான். இப்போது அதையே நிரந்தரமாக்கிக் கொண்டான்.

முதலில் தூக்கம் விழிக்கும் வேலைக்காரி, தாயரங்கின் கதவைத் திறந்து திண்ணையை பெருக்கி வெங்கலக் கெண்டியில் தண்ணீர் நிறைத்து வைத்துவிட்டு தியத்தியை அழைத்து முற்றம் பெருக்கச் சொல்லவேண்டும். இதை முடித்துவிட்டு ஒரு தம்ளர் நிறைய வெறுஞ்சாயாவுடன் இபுறாகியை அணுகவேண்டும். இது எல்லாமே இபுறாகியின் நிர்வாக சீரமைப்பையொட்டிய மாற்றங்கள்தான்.

மதில் கூட வாசல் திறந்து கிடப்பதை கண்டதும் இபுறாகிக்கு கோபம் தலைக்கேறியது.

“டேய் நாயே” என்று அலறி விளித்தான்.

யாரும் ஏன் என்று கேட்கவில்லை.

“ஹமுக்கே! எங்கெடா போயித் தொலைஞ்சே.”

மீண்டும் கூப்பாடு போட்டான். மதில் கூடத்திற்கு சென்றான், திண்ணையைப் பார்த்தான். பல வருடங்களாக புகாரி உபயோகித்த தலையணையும் விரிப்பும் சுருட்டி வைக்கப்பட்டிருந்தது. தலை

யணைத் துணி அங்கங்கே தேய்ந்து கிழிந்து பஞ்சு வெளிவரத் தொடங்கியிருந்தது.

புகாரியின் பெயரை அட்சர பிசகின்றி சொல்லியழைத்தபடியே கோபத்தையும் அதிகாரத்தையும் வெளிப்படுத்திக்கொண்டு இல்லத்து மதில்களைச் சுற்றிவந்தான். இருந்தும் அவன் கோபம் அடங்க மறுத்தது. பள்ளி வளாகத்தைச் சுற்றியலைந்து புகாரியைத் தேடினான்.

புகாரி இடத்தை காலி செய்து விட்டான். ஆறரை மணி ரெயிலுக்கு கப்ரியேலிடமிருந்து டிக்கெட் வாங்கிய அவன் கோழிக் கோட்டிற்கு புறப்பட்டுபோய் விட்டான். இதெல்லாம் பின்னால் தான் தெரியவந்தது. இதற்குப் பிறகு புகாரியை யாரும் பார்க்கவில்லை.

புகாரி மாயமானதைக் குறித்து ஒன்பதரைக் கண்ணனின் சாயாக் கடையில் விவாதம் உயர்ந்தது. புகாரியை பட்டாளம் இபுறாகி விரட்டியனுப்பியதாக தயார் செய்தாலி சொன்னான். இல்லை, அவனாகவே பொன்னானிக்கு போயிருக்கலாம் என்று ஆந்தீன் சந்துநாயர் தெரிவித்தார். உண்மை இது ஒன்றுமல்ல, பட்டாளம் இபுறாகி புகாரியை அடித்துக் கொன்று பள்ளிக்கிணற் றில் வீசி விட்டதாக போஸ்ட் மாஸ்டர் கோவிந்த குறுப்பு உறுதிபட நம்பினார்.

அன்று சாயங்காலம் நிறைய பேர் பள்ளிக் கிணற்றை சுற்றி நின்று உள்ளே எட்டிப் பார்த்தார்கள். அதில் இறந்த உடல்களின் எண்ணெய் படர்ந்திருந்த நீரைத்தவிர வேறெதுவும் இல்லை. ஏமாற்றத்துடன் அவர்கள் மீண்டும் கடைக்கே திரும்பிவந்தார்கள். ஆளுக்கொரு சாயா அடித்துவிட்டு மீண்டும் அடுத்தவர்களைப் பற்றி வருத்தப்படத் தொடங்கினார்கள்.

அறக்கல் இல்லத்தில் நிகழும் ஒவ்வொரு சம்பவமும் ஊர்க் காரர்களை திகைக்கச் செய்தன. அதுவரை ஊர்பேர் தெரியாத ஒரு ஆள் திடீரென்று மந்திரியாகி விட்டதை போலிருந்தது. பட்டாளம் இபுறாகி உயிர்த்தெழுந்த சம்பவம். அவன் இல்லத்தின் தலைமைப் பதவியை பிடித்துக் கொண்டான். நிர்வாகம் அவன் கீழ் வந்தது. ஆற்றபீவியும் அவன் கட்டளைக்கு அடி பணிந்தாள்.

"இதுலெ ஆச்சரியப்படதுக்கு என்னெ இருக்கு? அவன் தங்ஙளுக்கெ சொந்தத் தம்பிதானே?" தயார் செய்தாலி சொன்னான்.

"அதெப்பிடி ?" ஆச்சரியமாகக் கேட்டான் வண்டிக்காரன் குஞ்ஞாமன்.

"இபுறாகிக்க உம்மா ஒப்பனெப் பாட்டுக்காரி கதீஜா, அவொ வலிய தங்ஙளுக்கு வெப்பாட்டியா இருந்தா, இப்பம் ஆற்றபீவியை கெட்டியிருக்கியவன் தங்ஙளுக்க சொந்த தம்பிதான்."

செய்தாலி சாயாத் தம்ளரை சத்தமாக பெஞ்சில் வைத்தான்.

"அது உள்ளதுதான்." சர்க்கரை போடாமல் வெங்கல ஸ்பூனை மட்டும் போட்டு கலக்கிக் கொண்டிருந்த ஒன்பதரைக் கண்ணன் ஏற்றுச் சொன்னான்.

பட்டாளம் இபுறாகிக்கோ, இல்லத்திலுள்ள மற்றவர்களுக்கோ இதைப்பற்றி எதுவுமே தெரியாது. பாத்தும்மா மட்டும் ஊரில் என்ன பேசிக்கொள்கிறார்கள் என்பதைத் தெரிந்து கொள்ள முயற்சி

செய்தாள். ஆனால் அவள் வாய் அடைக்கப்பட்டது. அவள் அதிகாரங்கள் கட்டுப்படுத்தப்பட்டன. தனக்கு பாத்து ஒரு முட்டுக் கட்டை என்பதை உணர்ந்த இபுறாகி அவள் வேலைகளில் மாற்றம் ஏற்படுத்தினான். இப்போது பாத்துவின் வேலை சமையல் கட்டுத் தோட்டத்திற்கு நீரூற்றுவதும் வாத்துகளை மேய்ப்பதுமாக மாறியது.

அப்படியான வேளையில், ஒரு நாள் பூக்குஞ்ஞி பீவி புத்தி அறிந்தாள். அவள் யாரிடமும் இதைச் சொல்லவில்லை. முன்பொரு முறை குஞ்ஞாலிக்கு மூக்கிலிருந்து இரத்தம் வந்ததை அவள் பார்த்தாள். பயந்து போன குஞ்ஞாலி பாத்துவிடம் ஓடினான். அப்போது பாத்து சொன்னாள்.

"குஞ்ஞாலி இதெல்லாம் படைச்சவனோட அல்புதம்! ஆணாயிருந்தாலும் பெண்ணாயிருந்தாலும் இந்த மாதிரியெல்லாம் நடக்குந்தான். இதெயெல்லாம் யாருட்டெயும் சொல்லப்புடாது."

பூக்குஞ்ஞி பீவியும் யாரிடமும் சொல்லவில்லை. இருந்தாலும் குறைஷிப்பாத்துவை ஏமாற்றிவிடவா முடியும்? சமையலறை முற்றத் துக்கு வந்த பூக்குஞ்ஞி பீவியைக் கட்டிப்பிடித்து முத்தம் கொடுத்து சிரித்தாள். அந்த ஆனந்த சிரிப்பைக் கேட்டு சமையலறைப் பெண்கள் முற்றத்தில் இறங்கி வந்தார்கள்.

"போங்கோண்ணே, பெம்பிளையோ" பாத்து சீறினாள். பூக்குஞ்ஞி பீவியின் பின்புறத்தை இடது கையால் மறைந்து அவளை குளியலறைக்குள் கூட்டிச் சென்றாள் பாத்து.

பூக்குஞ்ஞி பீவி புதுமலர்போல் பூத்திருந்தாள். நீண்டநாட்கள் அவள் குஞ்ஞாலியின் முன் வரவில்லை. எதிர்பாராமல் ஒரு முறை அவனைக் கண்டதும் அவள் தலை கவிழ்ந்து கொண்டாள். அவளுக்கு வியர்த்தது. வியர்வை துளிர்த்த அவள் மேலுதட்டில் குஞ்ஞாலின் அரும்புமீசை நனைந்தது.

அன்று சாயங்கால வேளையில் சாப்பாடு முடிந்து குஞ்ஞாலி அறையில் படித்துக் கொண்டிருந்தபோது வேலைக்காரன் குட்டி ஹைறதுரூஸ் அங்கே வந்தான். அவன் வேலையும் மாற்றியமைக்கப் பட்டிருந்தது.

"ஒன்னைக் விளிக்கிதாரு."

"யாரு?"

"இபுறாகிகாக்கா."

அறையின் வெளிப்புற இருட்டினூடே குஞ்ஞாலி மரப்படிகள் இறங்கி வந்தான். திண்ணையில் பதினாலாம் நம்பர் விளக்கின் பிரகாசத்தில் இபுறாகி ஆதாரப் பத்திரங்களைப் பார்த்துக் கொண்டி ருந்தான். அவனையடுத்து தரையில் விரிக்கப்பட்டிருந்த கோரைப் பாயில் வக்கீல் குமாஸ்தா நாராயணக் குறுப்பு உடலையும், மனதையும்

முழுமையாகவே ஆட்படுத்தி, கண்ணாடி ஆதாரப் பத்திரங்களில் தொட்டுவிடும்படி ஆராய்ந்து கொண்டிருந்தார். கனத்த சில்லுகள் ஒட்டப்பட்ட கண்ணாடியின் வெள்ளிச்சட்டங்களை பிணைத்திருந்த கறுப்பு நூலின் முடிச்சு, அவரது ரோமமில்லாத பின் தலையில் ஒப்பனை செய்யப்பட்ட பின்குடுமிபோல் தெரிந்தது.

திடீரென்று நாராயணக் குறுப்பு பத்திரத்தை சேர்த்துப் பிடித்து உதறினார். ஒரு பெரிய இரட்டைவால் பூச்சி வால்களை அசைத்து சிமென்ட் தரையில் ஓடியது. இடது காலின் பெருவிரல் நகத்தால் அதை நசுக்கிவிட முயற்சி செய்து தோற்றார்.

அப்போது இபுறாகி தலையை உயர்த்தினான்.

“குஞ்ஞாலியா? குஞ்ஞாலி வந்துருக்கிதான் குறுப்பு.”

குறுப்பு பத்திரத்திற்குள்ளிருந்து தன்னை விடுவித்தார்.

“ஆங்! அப்பொறம்? சொல்லு குஞ்ஞாலி.”

குஞ்ஞாலிக்கு சொல்வதற்கெதுவுமில்லை. அவனைப் பொறுத்த வரை இறந்த காலமும் பயமுறுத்தும் எதிர்காலமும்தான் கண் முன் தெரிகிறது.

“எத்தனாவது படிக்கிதெ இப்பம்?”

“ஒன்பது.”

“பேஷ்” என்றார் குறுப்பு. நீட்டி எச்சில் துப்பிவிட்டு நாக்கால் மேலண்ணத்தை தட்டிக்கொண்டார். பிறகு சொன்னார்:

“இது போதும். தாராளமாப் போதும்! எழுதயும் படிக்கயும் தெரிஞ்சாச்சு! இவ்வளவு வலிய யோகம் வடக்கு மலபாரிலெ எந்த மாப்பிளெக்கும் கிட்டினதில்லெ.”

குஞ்ஞாலி பேசாமலிருந்தான். அப்போது இபுறாகி கேட்டான்:

“சொல்லது விளங்கிச்சில்லே?”

குஞ்ஞாலி கண்களை அகலத்திறந்து இபுறாகியைப் பார்த்தான்.

“நாளெ முதல் பாடசாலெக்கு போகவேண்டாம், இங்கெ நெறைய வேலெ கெடக்கு. கூலிக்கு ஆள்பிடிக்க என்னாலெ முடியாது.”

குஞ்ஞாலியின் காதுகள் அடைத்துக் கொண்டன. கண்கள் நிறைந்தன அவன் எதுவும் பேசாமல் திரை விரிப்பை உயர்த்தி உள்ளே நுழைந்தான்.

அப்போது இபுறாகி சொன்னான்:

“ஆனா, நாளையிலேருந்து ஒனக்கு ஒறக்கம்வராது.”

மாடியில் தன் அறைக்குள் வந்து படுத்தான் குஞ்ஞாலி. மாம்பலகை கட்டிலில் தன் அறைக்குள் வந்து படுத்து அழுது

கொண்டே மூட்டைப்பூச்சிகளுடன் தூங்கினான். கண்ணயர்ந்தது தான் நினைவு. யாரோ வந்து முதுகைத் தடவியதை உணர்ந்தான். கன்னங்களையும் தலை முடியையும் வருடி முடியில் விரல்களை நுழைத்து கோதி விடுவதுபோல் உணர்ந்தான்.

அவன் அந்த இதமான சுகத்துடன் கண்களைத் திறந்தான்.

பூக்கோயாத் தங்ஙள்.

பூக்கோயாத் தங்ஙள்.

தன்னுடலின் மீது இதமாக நகரும் அந்தக் கைகளை பற்றிப் பிடித்து முத்தமிட நினைத்தான். கையைப்பிடித்ததும் பூக்கோயாத் தங்ஙள் பின்னால் நகர்ந்தார். நகர்ந்து நகர்ந்து அப்படியே மதிலை யடைந்து மாயமாக மறைந்தார்.

அவன் சத்தம்போட்டு அலறினான். பயம், ஒரு அறுத்து விடப்பட்ட கோழியைப் போல், அவன் குரல்வளையில் கிடந்து தன் கால்களையும் சிறகையும் அடித்துக் கொண்டிருந்தது.

குஞ்ஞாலி கண்களைத் திறந்தான். காதுகளும் திறந்தன.

அப்போது அறைக்கு வெளியே இபுறாகியின் குரல் கேட்டது.

“செய்த்தானே! பேசாம படுத்து தூங்கு. அழுது ஆர்ப்பாட்டம் செய்து ஒண்ணும் பிரயோஜெனமில்லே! நீ இனிமே பாடசாலெக்கு போவ முடியாது.”

குஞ்ஞாலி கண்களை மூடினான். மனதையும் மூடி தூங்க முயற்சி செய்தான்.

49

நேரம் விடிந்ததும் குஞ்ஞாலி அனாதையைப் போலானான். இனி எங்கே போவது? பல்விளக்கி விட்டு ஒரு சாயாவும் குடித்து, குளிக்காமல், கக்கூசுக்குப் போகாமல் இலவ மரத்தினடியில் அமர்ந்து பழைய ஒரு பத்திரிகையின் துண்டு காகிதத்தை புரட்டி போட்டபடியே இருந்தான்.

“ஏய், இங்கெ வா.”

குரல் திண்ணையிலிருந்து வந்தது. பட்டாளம் இபுறாகி கை தட்டி கூப்பிட்டுச் சொன்னான்.

“ஓம் படிப்பெ நெறுத்தியது வெளையாடுறதுக்கில்லே, நீ வேலெ செய்யணும், ஒரு நேரச்சாப்பாடு கூட நான் யாருக்கும் இனாமா குடுக்கறதில்லே.”

குஞ்ஞாலி குருடன் போல் நின்றான்.

“என்னெ வெளங்கலையா? பூக்கோயாத் தங்ஙளோட காலம் முடிஞ்சி போச்சு. இப்ப மந்திரியோட ஆட்சி காலம்.”

குஞ்ஞாலியை பிடரியில் பிடித்துக்கொண்டு சொன்னான்.

“நீ தேங்காக்காரன் மொய்துவோட கடைக்குப் போயி அவனெ இங்கெ வரச்சொல்லு.”

படிப்பறிவு இல்லையென்றாலும் முடிந்த வரை எழுத்து நடையில் தான் பேசுவான் இபுறாகி.

அவன் மதில் கூடம் இறங்கி பள்ளி வளாகம் வழி வேகமாக நடந்தான் அரபிப் புளிய மரத்தினடியில் வந்தபோது தன்னையுமறி யாமல் மேலே பார்த்தான். பாப்புக்கன்னாரன் தூக்குப்போட்டு இறந்த மரக்கொம்பு. பள்ளி வளாகத்தின் வழி நடக்கும் ஓவ்வோரு முறையும் அவன் தன்னையறியாமல் மேலே பார்த்து விடுவான்.

அவன் கண்களில் அந்த ஒரே ஒரு கிளை மட்டும்தான் படும்! தெற்கு நோக்கி நீண்டுபோகும் அந்தக் கிளை ஒரு தூக்கு மரத்தின் உறுதி கொண்டது.

குஞ்ஞாலி அரபிப் புளியமரத்தின் கீழே அமர்ந்தான். இறந்து போன எரமுள்ளான் மோதீன் படுத்திருந்த அதே இடத்தில் புதிய மோதீன் கிதாபை நெஞ்சின் மீது வைத்து தூங்குகிறார். அதைப் பார்த்து மாடப்புறாக்கள் குறுகுறுத்துத் திரிந்தன. இடை யிடையே பச்சோலைப் பாம்பு சிலம்பும் சத்தம். ஒவ்வொரு முறையும் அது சிலம்பி முடிந்ததும் ஒரு பச்சிலை மரத்திலிருந்து மற்றொன்றுக்கு பறந்து அகன்றது. இவைகளை தவிர்த்துப் பார்த்தால் பள்ளி வளாகம் நிசப்தமும் கொண்டது.

ஏகாந்தமும் நீண்ட நேரம் சென்றது. மண்வெட்டி தரையில் தட்டும் சத்தம் கேட்டது. திரும்பவும் யாரோ ஒரு ஆள் இறந்திருக்கிறார்.

அவன் எழுந்து ஸ்டேஷன் ரோடு வழியாக நடக்கும்போது பள்ளி வாசலின் தெற்குப் புறம் கபறு குழி தோண்டும் மூஸாவையும் அத்துராமானையும் கண்டான். அத்துராமானின் கறுத்த உடலில் சூரிய ஒளி பிரதிபலித்தது. அது வியர்வைத் துளிகளின் மீது பட்டு முத்துக்கள் திரண்டிருந்தன. இன்னும் கொஞ்ச நேரத்தில் ஆரவாரம் தொடங்கும். மய்யத்துக் கட்டிலும் மனித சஞ்சாரமும். பள்ளிக்குள் வைத்து இறந்தவனுக்காகத் தொழுகை நடத்தி விட்டு எல்லோரும் பிரிந்து செல்வார்கள். குழி தோண்டியவர்கள் கூலியும் வாங்கி இடத்தைக் காலி செய்வார்கள். பள்ளி வளாகத்தை மறுபடியும்

ஏகாந்தம் மூடும். மீண்டும் ஒரு சில நாட்களுக்குப் பிறகு மண்வெட்டி சத்தம் கேட்கும்.

குஞ்ஞாலி திரும்பி வந்து மதில் கூட முற்றத்திலிறங்கும் போதும் இபுறாகி அப்படியேதான் அமர்ந்திருந்தான். குஞ்ஞாலியைக் கண்டதும் இரையைப் பார்த்து விட்ட சிங்கத்தைப்போல் குதித் தெழுந்தான்.

“மொய்துவெப் பாத்தியா?”

“பாத்தேன்.”

“என்னெ சொன்னான்?”

“இப்பம் வாறேண்ணு சொன்னாரு.”

பதில் சொல்லி விட்டு குஞ்ஞாலி திரைவிரிப்பை உயர்த்தி உள்ளே நுழைந்தான். இபுறாகி கண்களில் தீ எரிய அவனைப் பார்த்தான், மரப்படிகளில் ஏறிஅவன் தன் அறைக்கு முன்புவந்து நின்றான். அறை பூட்டப்பட்டிருந்தது. உள்ளே இருட்டாக இருந்தது. எதுவும் புரியவில்லை. யார் பூட்டியிருப்பார்கள். பூக்குஞ்ஞி பீவியாக இருக்கலாம். கேலி செய்வது இப்போதெல்லாம் அவளுக்கு நிரந்தர வேலையாகிவிட்டது.

குஞ்ஞாலி மாடிப்படியிறங்கி கீழே வந்தான். உள் கூடத்தின் திரையை விலக்கி சமையலறைக்குள் செல்ல நினைக்கும்போது கை தட்டும் சத்தம் கேட்டு திரும்பிப் பார்த்தான் அப்போது தட்டுவதற் காக உயர்த்திய கையை அசைத்து இபுறாகி அவனைக் கூப்பிட்டான்.

“எங்கெ போகுறே?”

“அடுக்கெளக்கு.”

“ஏன்?”

அதற்கு அவனால் பதில் சொல்ல முடியவில்லை.

“மிஸ்டர், நீ ஒரு வாலிபக்காரன். அடுப்படியிலெயும் உள்ளெயும் பெண்ணுகளும் கொழந்தைகளும் உண்டு, ஞாபகமிருக்கட்டு.”

“அது தெரியும்.” குஞ்ஞாலி சொன்னான்.

“தெரியுமா?”

“தெரியும்.”

“அப்பிடீண்ணா” என்றபடி குஞ்ஞாலியின் பிடரியைப் பிடித்து முற்றத்தின் வழியாகத் தள்ளி கொண்டு போய் மதில் கூடத் திண்ணைக்கு வந்ததும் பிடியை விட்டுச் சொன்னான்.

“பாரு!”

குஞ்ஞாலி பார்த்தான். இரண்டு மதில் கூடத் திண்ணையிலும் அவனுடைய தட்டுமுட்டு சாமான்கள். படுக்கையிலிருந்து முட்டை விளக்கு வரை அதிலிருந்தது. பலவந்தமான இடம் காலி செய்யும்

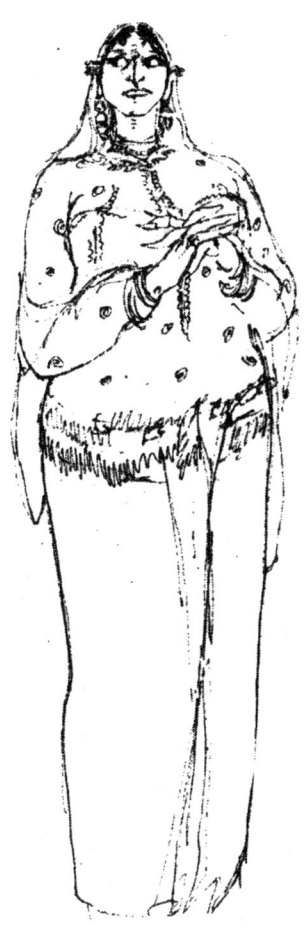

நடவடிக்கை போலிருந்தது. அவன் உபயோகிக்கும் குண்டூசி வரை இடம் மாற்றப்பட்டிருந்தது. அதையே பார்த்தபடி நின்றிருந்தான் குஞ்ஞாலி.

அப்போது இபுறாகி சொன்னான்:

“இனி நீ வீட்டுக்குள்ளெ போவக்கூடாது. இண்ணு முதல் ஒன் இடம் மதில்படி திண்ணெதான். புகாரி செய்த வேலெயை இனிமேல் நீ தான் செய்யணும்.”

அன்றிரவு குஞ்ஞாலிக்கு தூக்கம் வரவில்லை. மதில் கூடத் திண்ணை நிறைய மூட்டைப் பூச்சிகள். இதுவரை புகாரியின் இரத்தத்தை உறிஞ்சிய மூட்டைப் பூச்சிகள், பல நாள் பட்டினி

கிடந்த கோபத்தையும் பசியையும் அன்று தணிக்கத் தொடங்கின. அப்போது இபுறாகியின் சத்தம் கேட்டது.

"படிப்புரெக் கதவு பூட்டியாச்சுதா?"

குஞ்ஞாலி திடுக்கிட்டெழுந்து வாசலைச் சாத்தி பூட்டினான்.

"பூட்டியாச்சுதான்னு கேட்டேன். ஒனக்கென்னெ நாக்கு அசையாதா?"

"பூட்டியாச்சி."

திண்ணை விளக்கு அணைந்தது. முற்றத்தில் இருட்டு படர்ந்தது. தாயரங்கின் கதவு அழுது கொண்டே அடைந்தது.

குஞ்ஞாலிக்கு தூக்கம் வரவில்லை. பூட்டிய மதில் கூட வாசலைத் திறந்து வெளியே வந்தான். பள்ளி வளாகம் வழியே நடந்தான். பள்ளி வாசலில் லாந்தரை அணைத்து விட்டு மோதீனார் தூங்கிக் கொண்டிருந்தார்.

பள்ளி வளாகக் காட்டில் நடந்து பூக்கோயாத் தங்ஙளின் கபறை அடைந்தான். அந்த கபறுஸ்தானைக் கண்டதும் அவனால் கட்டுப்படுத்திக் கொள்ள முடியவில்லை. கல்லறையின் காய்ந்த மண்ணில் அவன் கண்ணீர் துளிகள் விழுந்தன.

அன்று இரவு தூக்கத்தில் பூக்கோயாத் தங்ஙள் வந்தார். தங்ஙள் உயிருடன்தானிருந்தார். திண்ணையில் யானைச் செயரில் சாய்ந்துறங்கும் தங்ஙளிடம் இபுறாகியின் கொடுமைகளைப் பற்றிச் சொல்ல நினைக்கும்போது விழிப்புத் தட்டியது.

மதில் கூடத்திண்ணையிலுள்ள மூட்டைப்பூச்சிகள் அவனை ஆக்கிரமித்திருந்தது. விடிவது வரை தூங்கமுடியவில்லை. விடியற் காலையில்தான் கண்ணயர்ந்தான். அருவருப்பான வார்த்தைகள் கேட்டு, மீண்டும் விழிப்பு வந்தது. கண்களை கசக்கிவிட்டுப் பார்த்தான் இபுறாகி.

"செய்த்தான்கூட இப்போ தூங்கமாட்டான்." ஆட்காட்டி விரலைத் தூண்டி இபுறாகி அலறிக்கொண்டு நின்றான்.

குஞ்ஞாலி பதற்றத்துடன் எழுந்தான். பாயையும் தலையணை யையும் சுருட்டினான். இபுறாகி மதில் கூடத்திலேயே நின்றிருந்தான். குஞ்ஞாலி அடுத்து என்ன செய்வதென்று தெரியாமல் வெளியே இறங்க எத்தனிக்கும்போது அவன் முதுகில் தட்டிச் சொன்னான்.

"செடிகளுக்கு தண்ணி ஊற்றணும், அப்பொறம் சந்தைக்குப் போய் மீன் வாங்கணும்."

இதைச் சொல்லிவிட்டு முற்றத்திலிறங்கிய இபுறாகி மீண்டும் திரும்பி கூடத்தில் ஏறினான்.

"ஒரு விசயம். தோட்டத்துக்கு தண்ணி ஊற்றுததும் சந்தைக்குப் போய் மீன் வாங்குததும் இனிமே ஒன்னோட வேலெகள்தான். ஞாபகமிருக்கணும்!"

தலை குனிந்தபடியே நின்றான் குஞ்ஞாலி.

பூக்குஞ்ஞி பீவியைப் பார்த்து இரண்டு வாரங்களுக்கு மேல் ஆகிவிட்டது. குஞ்ஞாலியின் வாழ்க்கை மதில் கூடத்திலும் திண்ணையிலுமாக பரந்து விரிந்து கிடந்தது. உள் கூடத்தின் திரை விரிப்பை அதற்குப்பிறகு அவன் தொடவில்லை.

அதிகாலையில் எழுந்து பல் விளக்கும்போது வேலைக்காரன் குட்டி ஹைதுரூஸ் சாயாவும் புட்டும் மதில் கூட திண்ணையில் கொண்டு வந்து வைப்பான். பசியெடுக்கும் போது இரண்டும் குளிர்ந்து போயிருக்கும். மதிய உணவு எல்லோரும் சாப்பிட்ட பிறகுதான் கிடைக்கும். அப்போது பசியால் சுருண்டு போயிருப்பான். இரவு, பள்ளிவாசல் மோதீனும் குஞ்ஞாலியும் ஒரே பாத்திரத்திலிருந்து கஞ்சியை சிரட்டை அகப்பையால் கோரிக் குடிக்க வேண்டும். ஆரம்பத்தில் கொஞ்சநாள் குஞ்ஞாலி கஞ்சி குடிக்கவில்லை. மோதீன் அகப்பையை உதடுகளில் சேர்த்துப் பிடித்து வாய் திறக்கும்போது உமிழ்நீர் கஞ்சியில் வடியும். அப்போது வெறும் மசியலை மட்டும் தின்று குஞ்ஞாலி பசியை ஆற்றிக் கொண்டான்.

ஒரு நாள் இரவு தூங்கும்போது அவன் முதுகை யாரோ தட்டியெழுப்பினார்கள். பூட்டியிருந்த மதில் கூட வாசலைக் கடந்து வந்த ஆவி எதுவாகயிருக்கும் என்று நினைத்தபடி குஞ்ஞாலி திடுக்கிட்டு கண் விழித்தான். அங்கே பாத்தும்மா நின்று கொண்டிருந்தாள்.

யாரும் எதுவும் பேசவில்லை. இரண்டு பேர்களின் குரல் வளையிலும் இரும்புத்துண்டுகள் வைக்கப்பட்டிருந்தன. ஆனால் கண்கள் பேசின. குஞ்ஞாலியின் தலைமுடியை விரல்களால் கோதி விட்ட பாத்தும்மா அவன் முகத்தில் நிறைய கண்ணீர் சொரிந்தாள்.

"மக்களே, நமக்கு எங்கெயாவது போயிருலாம். இந்தெ நரகத்துலே இனிமே நாமெ இருக்கவேப்புடாது."

குஞ்ஞாலி எதுவும் சொல்லாமல் எழுந்து அமர்ந்து கொண்டான்.

"இந்தக் குடும்பம் இனிமே அழிஞ்சே போயிரும்."

பட்டாளம் இபுறாகி ஆற்றபீவியின் மனதைக் கலைத்து மயக்கிவிட்டான். பூக்கோயாத் தங்ஙள் தூங்கும் கட்டிலில் இப்போது இபுறாகிதான் தூங்குகிறான்.

பாத்தும்மா இறங்கி நடந்தாள். அதற்குமேல் பேசும் திராணியை அவள் இழந்து, தளர்ந்து போயிருந்தாள். அவள் பேச்சு வெறும் கண்ணீராக மட்டும்தான் இருந்தது.

அப்போது பூக்குஞ்ஞி பீவியின் வாசம் மதில் கூடத்தில் வீசியது. குஞ்ஞாலியால் அதை நம்பவே முடியவில்லை. கண்களை அகலத் திறந்து பார்த்தான். பூக்குஞ்ஞி பீவிதான்!

பூக்குஞ்ஞி பீவி வளர்ந்திருக்கிறாள். முழுமையடைந்த மார்பகங்கள் குஞ்ஞாலியின் நெஞ்சோடு அமிழ்ந்தபோது அவன் இந்த உண்மையை உணர்ந்தான்.

இருவரும் ஒரு வார்த்தை கூட பேசிக்கொள்ளவில்லை. இங்கேயும் கண்ணீர்தான் மொழியாக இருந்தது. சிவந்த கன்னங்களுடன் பூக்குஞ்ஞி பீவி திரும்பி நடந்தாள். நிலவொளியில் அந்த சிவப்பு யார் கண்ணிலும் படவில்லை.

குஞ்ஞாலி முற்றத்திற்கு வந்தான். பாத்தும்மாவும் பூக்குஞ்ஞி பீவியும் குதிரை லாயத்தின் அருகினூடே பப்பாளி மரங்களின் இடைவழியாக நடந்து, சமையலறை முற்றத்திற்கு வந்தார்கள். பூக்குஞ்ஞி பீவி சுவரின் பின்னால் மறைந்துவிட்ட பிறகும் அவள் நிழல் ஓரிரு நொடிகளுக்கு பிறகு தான் மறைந்தது. இருண்ட தடாகத்தில் மூழ்கும் தாமரைத் தண்டுபோல் அந்த நிழல் மதிலின் இறுகிய நிழலுக்குள் மெல்ல மூழ்கி மறைந்தது. மேற்குத் திசையின் ஆகாயச்சரிவில் தாழ்ந்து நின்றிருந்தது பதினாலாம் இரவின் நிலவு.

மறுநாள் இரவும் மதில் கூடத்தில் அசைவு தெரிந்தது. குஞ்ஞாலி போர்வையை உதறி விட்டு எழுந்தான்.

பூக்குஞ்ஞி பீவி!

அவன் லாந்தர் திரியை தூண்டினான். பன்னெடுங்காலமாக புகாரி தூண்டிக்கொண்டிருந்த திரி.

“பூக்குஞ்ஞி பீவி!”

“என்னெ?” அவளிடமிருந்து ஏக்கப் பெருமூச்சு வந்து கொண்டிருந்தது.

“என்னெ?” பெருமூச்சுகளின் ஓசை மட்டும் தான்.

வார்த்தைகளில்லை. கண்கள் பேசும் பாஷைகளை அரையிருட்டில் புரிந்துகொள்ள முடியவில்லை.

“உம்?” குஞ்ஞாலியின் சொற்கிடங்கு வற்றிப் போயிருந்தது.

“என்னை ... என்னை ...”

வார்த்தைகள் வெளிவரவில்லை. தொண்டையடைத்துப் போய் நீண்ட நீண்ட ஏக்கப் பெருமூச்சுக்களுடன் உதடுகளும் முகமும் மேல்நோக்கி உயர்ந்து கொண்டிருந்தது.

“என்னெ எங்கெயாவது கொண்டு போயிரு.”

மாடியிலுள்ள கண்ணாடிக் கதவுகளில் ஒன்று திடீரென திறந்தது. மங்கிய நீல வெளிச்சத்தில் இபுறாகியின் தலை தெரிந்தது. அவனுக்கு

பின்னால் முக்காடு போடாத மற்றொரு தலை. அந்த மங்கிய வெளிச்சத்திலும் பளபளக்கும் கன்னங்களுடன்! நாற்பத்தைந்திலும் அந்த முகம் துடிப்புடனிருந்தது. எண்ணெய் பசையுள்ள அந்த கீழ்த்தாடை உடனே மறைந்தது.

ஆற்றபீவி!

குஞ்ஞாலி எதுவும் அறியாதவன் போல் திண்ணையில் ஏறி போர்த்திக் கொண்டு படுத்துவிட்டான். பூக்குஞ்ஞி பீவி பதுங்கிய படியே முற்றத்தில் இறங்கினாள். காலியாகக் கிடந்த குதிரை லாயத்தையொட்டி இல்லச் சுவரின் இருட்டினூடே வீட்டுக்குள் நுழைய முயற்சித்தாள்.

சமையலறைக் கதவு தாழிடப்பட்டிருந்தது. இவ்வளவு சீக்கிரமாக இதற்குமுன் இப்படி தாழிடப்படுவது வழக்கமில்லை. பூக்குஞ்ஞி பீவி கதவைத் தட்டினாள். பாத்து, பாத்து என்றழைத்து அவளைத் திட்டினாள். சாபமிட்டபடி அவளை மெல்லியக் குரலில் கூப்பிட்டுக் கொண்டிருந்தாள்.

வாசல் திறந்தது. தன்னை ஆசுவாசப்படுத்திக்கொண்டு உள்ளே நுழையும்போது அங்கே பாத்து இல்லை! வாய் பிளந்து நின்றாள் பூக்குஞ்ஞி பீவி இபுறாகி நிற்பதைக் கண்டதும். எதுவும் சொல்லா மல் வாசலை அடைத்து விட்டு அவன் நேராக மாடிப்படிகளில் ஏறினான்.

50

பூக்குஞ்ஞி பீவியைப் பார்ப்பதற்காக கொயிலாண்டியிலிருந்து நாலைந்து பீவிகள் வந்தார்கள். கூடவே, நான்கைந்து சேடிப் பெண்கள். அவர்களைப் பார்த்தால் சேடிப் பெண்கள்போல் இல்லை. அசல் மாப்பிளைப் பெண்கள்தான்! இன்னும் நிறைய பெண்களும் குழந்தைகளும் வந்திருந்தனர்.

பூக்குஞ்ஞி பீவி புது ஆடைகள் அணிந்து, கண்களில் கோஜாத்தி மையெழுதி, கைகளில் மருதாணியுடன் அவளைப் பார்க்க வந்த பெண்களின் நடுவில் கொலுப்பொம்மை போல் நின்றிருந்தாள்.

இல்லம் ஆரவாரம் பூண்டிருந்தது.

மதில் கூடத்தின் முன்பாக இரண்டு ஜட்கா வண்டிகளும் அதை ஓட்டும் குதிரைக்காரர்களும் நின்றிருந்தார்கள். கூடத்தில் தீபஸ்தம்பம் போல் குஞ்ஞாலி.

அப்போது இபுறாகி மதில் கூடத்துக்கு வந்தான். திண்ணையில் கால் மூட்டுகளுக்கிடையே தலை தாழ்த்தி அமர்ந்திருந்த குஞ்ஞாலியின் வளைந்த முதுகெலும்பில் ஓங்கியடித்து விட்டுச் சொன்னான்.

"இங்கெ பாரு."

குஞ்ஞாலி திடுக்கிட்டு கால்களை தொங்க விட்டான்.

"ஒரு விசயம், நீ இங்கேயிருந்து நகரக்கூடாது, அவுங்கோ போறது வரைக்கும் நீ இங்கெயே இருக்கணும். எங் கை பெலத்தை பரிசோதிக்கறதை மாதிரி நடந்துக்கிடக் கூடாது, ஞாபகமிருக்கணும்!"

திண்ணையில் ஆட்கள் நிறைந்திருந்தார்கள். அனைவருமே இபுறாகியின் கையாட்கள். இடையே ஓரிரு தங்ஙள்மாரும் இருந்தார் கள். ஒரு மாப்பிளை அந்தக் குடும்பத்துடன் உறவாடத் தொடங்கிய தும் குடும்ப அந்துஸ்துள்ள தங்ஙள்மார் அறக்கல் இல்லத்தை கை விட்டுவிட்டார்கள். அந்த குடும்பம் சீரழிந்து போகவேண்டும் என்று சாபமிட்டார்கள். ஐந்து வேளையும் இதே பிரார்த்தனையுடன் தொழுதார்கள்.

இபுறாகி உபசாரம் செய்து வேர்த்துப் போய் விட்டான். வந்தவர்களை ஆலிங்கனம் செய்து வரவேற்றான். அவர்களுக்கு சிகரெட்டும் தாம்பூலமும் தன் கைகளால் தந்தான்.

உள் வீடுதான் முழு ஆரவாரத்துடனிருந்தது. ஆற்றபீவி ஓய்வில் லாமல் அங்குமிங்கும் அலைந்தாள். பெண்களை உபசரித்தாள். வந்தவர்களின் தலையில் பன்னீர் தெளித்தாள். குழந்தைகளின் கண்களில் மை தீட்டினாள். இடையிடையே உள்ளே சென்று தன் குப்பாயத்தில் அத்தர் பூசிக் கொண்டாள்.

கொயிலாண்டியிலிருந்து வந்தவர்களில் நான்கைந்து பீவிகளும் இரண்டு மூன்று சேடிப்பெண்களுமிருந்தார்கள். பீவிகளில் மூத்த வளும் புதுமாப்பிள்ளையின் உம்மாவுமான கதீஜாக்குட்டி பீவி ஒரு செயரில் பலாப்பழம் போல் அமர்ந்திருந்தாள். அவளுக்கு அவ்வளவு பெரிய உடம்பு. நரைத்துப் போன தலையில் உத்தேசமாக சுருட்டி வைக்கப்பட்டிருந்த சில்க் தட்டம், காலப்பழக்கத்தால் ஒளிமங்கிப் போயிருந்த பூனைக் கண்கள், கழுத்தில் பதினான்கு சவரனில் அட்டியல், நாபிக்குழி வரை தாழ்ந்து கிடக்கும் மார்பகங்கள். கால்களில் பாதசரம், நகங்களில் தீ போல் ஜொலிக்கும் கொயிலாண்டி மருதாணி.

அவள் இருக்கும்போதும் நடக்கும்போதும் மேலும் கீழுமாக மூச்சுவாங்கினாள். சுவாச மண்டலங்களிலிருந்து அப்போது உருத்திரண்டு வந்த ஆயிரமாயிரம் கோழிக்குஞ்சுகளின் சத்தம் நாசித்துவாரம் வழியாக வெளியானது.

மூச்சு வாங்கியபடியே கேட்டாள்,

"பூக்குஞ்ஞிபீ எங்கெ?"

பாத்தும்மா பூக்குஞ்ஞி பீவியை உந்தித்தள்ளி அவள் முன் கொண்டு வந்து நிறுத்தினாள்.

கதீஜாக்குட்டி பீவி சதைக் கோளங்கள் திரண்டு தொங்கிக் கிடந்த கையை அசைத்து பூக்குஞ்ஞி பீவியை அழைத்தாள்.

"மக்களு வா."

பூக்குஞ்ஞி பீவி முன்னால் நகர்ந்தாள். அவளை இரு கைகளாலும் வாரியெடுத்தாள். பூக்குஞ்ஞி பீவி அந்தக் கைகளைப் பார்த்தாள். விரல்கள் ஒன்றோடொன்று சேர்ந்திருந்தது. அதைக் கண்டதும் அவளுக்கு மலை இஞ்சி நினைவுக்கு வந்தது. புறங்கைகள் வெள்ளைப் பணியாரம் போல் உப்பியிருந்தது. போதாதற்கு ஒவ்வொரு கையிலும் சுண்டுவிரல்களிலிருந்து உடனே அறுந்து விழுந்து விடுவதுபோல் ஆடிக்கொண்டிருக்கும் ஆறாவதுக் குட்டி விரல்கள்.

அவள் பூக்குஞ்ஞி பீவியைப் பிடித்து மடியில் இருத்தினாள். பெரிய பஞ்சுப் பொதியின் மேல் அமர்ந்திருப்பது போலிருந்தது பூக்குஞ்ஞி பீவிக்கு.

தின்று, குடித்து முடிந்ததும் கதீஜாக்குட்டி மீண்டும் கேட்டாள்,

"பூக்குஞ்ஞிபீ எங்கெ?"

பூக்குஞ்ஞி பீவி மீண்டும் காட்சி தந்தாள்.

பூக்குஞ்ஞி பீவியின் மோதிர விரலில், ஒரு சவரன் கட்டியான மோதிரத்தை அணியும்போது சொன்னாள்.

"நீ தான் என் செல்ல மோனுக்கெ பீவி!"

கதீஜாக்குட்டி பீவி நீண்ட நேரம் பூக்குஞ்ஞி பீவியை மடியில் வைத்திருந்தாள். தன் பிரிக்க முடியாத விரல்களால் அவள் தலையை வருடிக் கொடுத்தாள். அப்படியே கழுத்தையும் தடவிக் கொடுத்த அந்தக் கை மெதுவாக கீழிறங்கி பூக்குஞ்ஞி பீவியின் மார்பகங்களில் சஞ்சரித்தது. அப்போது கதீஜாவின் முகத்தில் ஒரு அதிருப்தி தென்பட்டது. கதீஜா சொன்னாள்.

"ம்ஹூம், போராது."

"என்னெத்தெ?" என்று கேட்டாள் ஆற்றபீவி.

"ஒண்ணுமில்லெ" என்றவாறே கையை வயிற்றில் தாழ்த்திய கதீஜா குட்டி பீவி சொன்னாள்.

"சாரமில்லெ. அதெல்லாம் எம் மொவன் செரியாக்கிருவான்."

எதையோ நினைத்து மூச்சு வாங்க நீண்ட நேரமாகக் குலுங்கி குலுங்கி சிரித்தாள் கதீஜாக்குட்டி பீவி. இவளுக்கு தலைக்கு சொகமில்லையோ என்று சுற்றி நின்றவர்கள் நினைத்துக் கொண்டார்கள்.

பூக்குஞ்ஞி பீவியை மடியிலிருந்து கீழே இறக்கி, அவள் நெற்றியில் அழுத்தமாக ஒரு முத்தம் பதித்து விட்டு, புறப்படுவதற்கு ஆயத்த மானாள் கதீஜாபீவி.

"நாங்கோ பெறப்புடுதோம்."

திண்ணையிலிருந்த ஆண்கள் எழுந்து விலகி நின்று கண்களை மூடிக்கொண்டார்கள். அப்போது பீவிகளும் சேடிப்பெண்களும் மதில் கூடத்தை கடந்து பொதுப்பாதையில் இறங்கினார்கள். எல்லா வற்றிற்கும் முன்னும் பின்னுமாக இயங்கிக் கொண்டிருந்தான் இபுறாகி.

ஜட்கா வண்டிகள் புறப்படத் தயாராயின. குதிரைகள் கழுத்தை உயர்த்தி தெற்கு வடக்காகப் பார்த்து விட்டு குளம்புகளை அடித்துக் கொண்டன.

முதல் வண்டி நிறைந்ததும் அடுத்த வண்டியில் ஆட்கள் ஏறி நெருக்கிக் கொண்டு உட்கார்ந்தார்கள். குழந்தைகளின் கூச்சலும்

பெரியவர்களின் அதட்டலும் வண்டிக்குள்ளிருந்து வெளிப்பட்டன. கடைசியாக எல்லோரையும் பார்த்து சிரித்தபடி கதீஜாக்குட்டி பீவி விடைபெற்றாள்.

அவள் வலதுகாலை வண்டியின் படிக்கட்டில் வைத்து உள்ளே ஏறிவிட முயற்சி செய்தாள். ஆனால் எங்கே பிடித்துக் கொண்டு ஏறவேண்டும் என்ற விசயத்தில் அவளுக்குள் அபிப்ராயபேதம் ஏற்பட்டிருக்கவேண்டும். வண்டியின் பல பாகங்களிலுமாக பிடித்து ஏறிவிட முனைந்தாள். ஆனாலும் அந்த சரீரம் உயரவில்லை. கடைசியாக பட்டாளம் இபுறாகி சற்று தாங்கிப்பிடித்ததும் படிக் கட்டுக்கு உயர்ந்தாள். வண்டிமேலும் அசைந்து தாழ்ந்து கொடுத்தது. அப்போது ஒரு பெருமூச்சு வெளியானது. எல்லா சில்க் படுதாக் களும் தாழ்ந்தன.

வண்டி நகர்ந்தது.

பட்டாளம் இபுறாகி தாயரங்கிற்கு வந்தான்.

குஞ்ஞாலி எல்லாவற்றையுமே பார்த்துக் கொண்டு நின்றிருந் தான். அவன் குரல்வளையில் மாடப்புறா குறுகுறுத்தது.

அப்போது வேலைக்காரன் குட்டி ஹைதுரூஸ் ஆறித் தணுத்த நெய்ச்சோறும் இறைச்சியும் கொண்டு மதில் கூடத்திற்கு வந்தான். எதிர்த் திண்ணையில் அதை வைத்துவிட்டுக் கேட்டான்.

“என்னெ? சாப்புடல்லியா? கடேசி நெய்ச்சோறு இது.”

குஞ்ஞாலி அவன் முகத்தைக் கூர்ந்து பார்த்தான். பரந்த மூக்கு மேலும் பரந்து போய்த்தெரிந்தது. மஞ்சள் நிற முகத்தில் பரிகாசப் புன்னகை ஹி . . .ஹி! என்று சிரித்தபடி ஹைதுரூஸ் முற்றத்திலிறங்கினான். முற்றத்தின் புழுதி மண்ணில் அவன் சிறு காலடித்தடங்களை உற்றுப் பார்த்தபடியே அப்படியே அமர்ந்திருந் தான் குஞ்ஞாலி.

ஒரு ஃபக்கீர்ஷா மதில் கூடத்துக்கு வந்தார். அவர் தோளில் பெரிய தண்டம் இருந்தது. கையில் ஒரு ஊன்று கோல், முகத்தில் நிறைய சுருக்கங்கள், பாதங்களில் செம்மண் புழுதி.

“உம்?” குஞ்ஞாலி கேட்டான்

“பசிக்குது.”

எதுவும் யோசிக்கவில்லை. எதிர்த் திண்ணையிலிருந்த தட்டுக் களை சுட்டிக்காட்டி சொன்னான்.

“சாப்புடணும்.”

வார்த்தை காதில் விழுந்த அடுத்த நொடியில் ஃபக்கீர் பெரு மூச்சுடன் பாய்ந்தார். ஆவேசத்துடன் அதை அள்ளி அள்ளி விழுங்கினார். கண்கள் பிதுங்கின. நெற்றியில் வியர்வை வடிந்தது.

தட்டு காலியானது. கை விரல்களை சூப்பிவிட்டு கை அலம்பும் போது ஏப்பமிட்டார். குஞ்ஞாலிக்கு திருப்தியாக இருந்தது.

திண்ணையில் அமர்ந்து ஒரு சுருட்டை பற்ற வைத்து முதல் புகையை வெளியேற்றி விட்டு குஞ்ஞாலியைப் பார்த்துக்கேட்டார்.

"எந்தெ ஊரு?"

குஞ்ஞாலி வருத்தப்படவில்லை. சாதாரணமாகச் சொன்னான்.

"சொந்த ஊரு இல்லெ."

"பெறவு?"

"நானும் ஒரு ஃபக்கீர்தான்."

பிறகு இருவரும் பேசிக்கொள்ளவில்லை. சுருட்டு தீர்ந்ததும் ஃபக்கீர் எழுந்து வெளியே வந்தார். அவரின் பின்னால் குஞ்ஞாலியும் வந்தான். குஞ்ஞாலி நேராக பள்ளிவளாகத்திற்கு நடந்தான்.

முதலில் அவனை வரவேற்றது அரபிப் புளியமரம். தெற்கு வடக்காக நீண்டு நின்ற கிளையை ஒரு முறை கவனித்துப் பார்த்துக் கொண்டான். இப்போதும் பாப்புக்கன்னாரன் அதில் தொங்கிக் கொண்டிருப்பதைப் போன்ற பிரமை.

தடுப்புச் சுவரில்லாத கிணற்றினருகில் சென்றதும் எரமுள்ளானின் மணம் காற்றில் பறந்து வந்தது. எரமுள்ளான் தலை சாய்த்து படுத்திருக்கும் ஜன்னல்படி காலியாகக் கிடந்தது. புதிய மோதீன் அடுத்த படியில்தான் தலை வைத்து படுப்பார். எரமுள்ளான் தலை வைத்து நீண்டகாலம் படுத்திருந்த ஜன்னல்படி அந்த அளவுக்கு குழிந்திருந்தது.

கிணற்று நீரை கொஞ்ச நேரம் பார்த்துக் கொண்டே நின்றான். எண்ணெய் பசையுள்ள நீரின் தெற்கு ஓரத்தில் ஒரு ஒளி தெரிந்தது. பூக்கோயாத் தங்ஙளின் உடம்பிலுள்ள எண்ணெய்! அவன் கண்கள் கலங்கின. உடல் சிலிர்த்துக் கொண்டது. தலை பாரமிழந்து போயிருந்தது.

அவன் உடனே பூக்கோயாத் தங்ஙளின் கல்லறையை நோக்கி நடந்தான். பெரிய தங்ஙளின் அருகில் தான் அவர் மகனும்! யாரோ பற்ற வைத்திருந்த சந்தணத்திரி அப்போதும் புகைந்து கொண்டிருந்தது. அதன் சுகந்தம் பள்ளிக்காடு முழுவதையும் வியாபித்து நிற்பது போல் தோன்றியது. தங்ஙளின் மீஸான் கல்லில் முகம் அமர்த்தி நீண்ட நேரம் இருந்தான். நேரம் போனது தெரியவில்லை. இருட்டியபிறகுதான் சுய நினைவுக்கு வந்தான்.

அப்போது அந்திநேரத் தொழுகைக்கான பாங்கோசை முழங்கியது. எரமுள்ளானின் கபறையும் புல் முளைக்காத ஹஸன் கோயாவின் கபறையும் தாண்டி அறக்கல் இல்லத்தின் மதில் கூடத்திற்கு மூச்சு வாங்க ஓடினான்.

51

பூக்குஞ்ஞி பீவியின் திருமண இரவு. மதில் கூடத்திலும் முற்றத்திலும் பகல்போல் பிரகாசத்தை உமிழ்ந்து கொண்டிருந்தன பெட்ரோமாக்ஸ் விளக்குகள்.

மருதாணியணிந்த கைகளின் இரத்தச் சிவப்பு வெளிச்சத்தை மேலும் அதிகரித்துக் காட்டியது.

மாடியிலுள்ள அறையில் பூக்குஞ்ஞி பீவி அலங்காரம் செய்து அமர்த்தப்பட்டிருந்தாள். சரிகை வேலைப்பாடுகள் செய்யப்பட்ட செருப்பணிந்த கால்கள். அசையும் போது ஓசை வராத தங்கக் கொலுசு. ஐப்பான் சில்க் உடுமுண்டு, பாராச்சூட் குப்பாயம், சாட்சாத் தங்க ஒட்டியாணம். அது பூக்குஞ்ஞி பீவியின் இடுப்பிலிருந்து நழுவிவிட எத்தனித்தது தங்க ஆபரணங்களின் பாரம் தாங்க முடியாத அவள் கழுத்து முன்பக்கமாக தாழ்ந்திருந்தது. காதுகளை காணவேயில்லை. தலையில் நீண்ட கூந்தலும் கூந்தலைப் பொதிந்து தரை வரை தாழ்ந்து கிடக்கும் பனாரஸ் முக்காடும்.

நெற்றியில் வியர்வைத் துளிகள்.

கண்களில் நிராசையும் துக்கமும்.

மனதுக்குள் கோபம்.

பூக்குஞ்ஞி பீவி கையில் பாலுடன் அறைக்குள் பிரவேசித்தாள். வந்ததுமே உடன் அவள் கட்டிலைத்தான் பார்த்தாள். கொயிலாண்டி பெரிய தங்ஙளின் மகனாகிய புது மாப்பிள்ளை, முருங்கைக்காய் போல் நீண்டு, மெலிந்த ஒரு இளைஞன்.

பரந்து, முன்புறமாக உந்திநிற்கும் நெற்றி, சிறிய தலை, குழிவிழுந்த கண்கள், ஒட்டிய கன்னங்கள், இடதுபுறமாக கோட்டிக் கொண்ட உதடுகள், திறந்தே இருக்கும் வாயில் புழு அரித்து ஓட்டை விழுந்த பற்கள், சுருக்கம் நிறைந்த முகம், முகம் நிறைய வைசூரித் தழும்புகள்.

வேர்த்து நாற்றமடிக்கும் அக்குள், சிறு ரோமத்துணுக்குகள் கூட இல்லாத எலும்பு துருத்திக் கொண்டிருக்கும் மார்புக்கூடு, உந்தி நிற்கும் வயிறு, இரைக் கோளாறாகவும் இருக்கலாம். மேலே உயர்ந்து நின்ற துணியின் கீழ் மூங்கில் குச்சியைப் போன்ற கணுக்கால்கள், தேய்ந்த சிறு பாதங்கள், தூங்கும் போதும் அசைந்து கொண்டிருக்கும் கால்களில் சிதலரித்தது போலிருந்த நகங்கள், வறண்ட சதுப்பு நிலம் போல் விண்டு பிளந்த பாதங்களின் அடிப்பாகம்.

நிமிடத்திற்கு பத்து முறை மட்டுமே சுவாசம் விடும் நெஞ்சு.

மீண்டும் ஒரு முறை அந்த முகத்தைப் பார்த்தாள் பூக்குஞ்ஞி பீவி. புதுமாப்பிள்ளை மயக்கத்திலாழ்ந்திருந்தான். கடைவாயின்

இடது ஓரத்திலிருந்து உமிழ்நீர்வடிந்து கொண்டிருப்பதைக் கண்டதும் அவளுக்குக் குமட்டியது. பூக்குஞ்ஞி பீவி பால் தம்ளரை மேஜைமீது வைத்தாள்.

அறைக்கு வெளியே சிரிப்பும் கும்மாளமுமாக இருந்தது. அவளை உள்ளே அழைத்து வந்த பெண்களில் சிலர் ஜன்னலினூடே எட்டிப் பார்த்தனர். பூக்குஞ்ஞி பீவி ஜன்னல் கதவுகளை சாத்தினாள். வெளியே சிரிப்பும், வளையோசையும், ஆர்ப்பாட்டங்களும் தொடர்ந்து கேட்டது.

பூக்குஞ்ஞி பீவிக்கு மூச்சடைத்தது. தலையில் கிடந்த நீள முக்காடையும் பாராச்சூட் குப்பாயத்தையும் கழற்றினாள்.

உள் குப்பாயத்துடன் அடுத்த கட்டிலில் படுத்தாள். அப்போது இருமல் சத்தம் கேட்டது. மனிதர்களின் இருமல் இவ்வளவு சத்தமாக இருக்க முடியும் என்பதை அப்போதுதான் அவள் தெரிந்து கொண் டாள். வார் அறுந்த செண்டையில் அடிப்பது போன்ற சத்தம்.

புதுமாப்பிள்ளை இருமுகிறார். சளி நிறைந்த வாயுடன் எழுந்து கட்டிலில் அமர்ந்து கொண்டு முகத்தை உயர்த்தி வைத்தபடி கேட்டார். "எம் படிக்கம் எங்கெ?" ஒரு கொழுத்த திரவம் போல் வார்த்தைகள் வெளியாயின. அந்த அறையில் படிக்கம் இல்லை. மீண்டும் அவன் ஏதேதோ பேசினான். அப்போதும் வேழாம்பலைப் போல் தலை உயரே பார்த்தபடியேதான் இருந்தது. வார்த்தைகள் தெளிவாக இல்லை. பெரிய தங்ஙள் ஹுக்கா இழுக்கும் ஓசை போலிருந்தது பூக்குஞ்ஞி பீவிக்கு.

புதுமாப்பிள்ளை படிக்கமெல்லாம் எதிர்பார்க்கவுமில்லை. கட்டிலுக்கு கீழே துப்பினான். அத்துராமானின் குதிரை சாணி போடுவதைப் போல் சத்தத்துடன் சளியும் எச்சிலுமாக தரையில் விழுந்து பரந்தது. அவன் இருமிக்கொண்டேயிருந்தான். இருமும் போதெல்லாம் எச்சில் துப்பினான்.

பூக்குஞ்ஞி பீவி திரியைத் தூண்டினாள்.

மஞ்சள் நிறத்தில் சளியும் இரத்தமுமாகக் கெட்டி, கட்டிலுக் கடியில் தேங்கிக் கிடந்தது. அந்த இடத்தில் இரத்தம் புழு போல் நகர்ந்து கொண்டிருந்தது.

பூக்குஞ்ஞி பீவி அலறினாள். அதைக் கேட்டதும் சமையலறைக் குள்ளிருந்தவர்கள் மாடிக்கு ஓடிவந்தார்கள். படியேறத் தொடங்கிய பெண்களை தடுத்து நிறுத்தி இபுறாகிக் கேட்டான்.

"எங்கே போறீங்கோ?"

யாரும் எதுவும் பேசவில்லை.

"இதெல்லாம் நடக்கக்கூடியதுதானே? பேடிக்கதுக்கு பூக்குஞ்ஞி பீவி ஒண்ணும் கொழந்தைபுள்ளெ இல்லியே?"

இபுறாகியின் கையை தட்டி விலக்கிக் கொண்டு பாத்தும்மா படியேறி மாடிக்கு வந்தாள். வாசலைத் தட்டியதும் பூக்குஞ்ஞி பீவி வாசலைத் திறந்தாள். பாத்துவைக் கண்டதும் அவளைக் கட்டிப் பிடித்து அழத்தொடங்கினாள்.

எல்லோரும் மாடிக்கு வந்திருந்த நேரம் பார்த்து மாப்பிள்ளை வீட்டார்கள் இடத்தை காலிசெய்தார்கள்.

மணவறை குழப்பத்துடனிருந்தது. இபுறாகி அஞ்சு கட்டை டார்ச் அடித்துப் பார்த்தான். கட்டிலின் அடியில் தேங்கி படர்ந்து கொண்டிருந்த சளியையும் இரத்தத்தையும் பார்த்தபடியே சொன்னான்.

“பத்தாயிரம் பறெ குத்தகெ நெல் வசூல் செய்யுறவனாக்கும்!

“பத்தாயிரம் பறெ குத்தகெ நெல் வசூல் செய்யுறவனாக்கும்! அம்பத்தொரு கண்டி நெலத்துக்கு சொந்தக்காரன். கண்ணுக்குத் தெரியாத தூரம் வரெயுள்ள தென்னந்தோப்புக்கு ஓடமஸ்தன். இரத்த வாந்தி எடுத்தாத்தான் என்னெ? ஒண்ணோ, ரெண்டோ மாசம் சகிச்சுக்கிட வேண்டியதுதான்.”

இபுறாகி தளர்ந்து கிடந்த மாப்பிள்ளையின் நெற்றியில் கை வைத்துப் பார்த்தான்.

“நல்ல காய்ச்சல்! தீ போலெ சுடுது.”

அவனை நீண்டநேரம் குலுக்கி எழுப்பிக் கேட்டான்.

“குடிக்கிதுக்கு எதாவது வேணுமா?” உதட்டோரத்தில் கட்டிப் பிடித்து நின்ற இரத்தத்துளியுடன் தலையை ஒரு பக்கமாக சாய்த்து புதுமாப்பிள்ளை மயக்கத்திலாழ்ந்திருந்தான்.

இரவோடிரவாக கோமப்பன் வைத்தியர் வந்தார். ஓலைக் குடையை திண்ணையில் வைத்து தோள் வேட்டியை உதறி மறுபடியும் தோளிலிட்டார். நூல் கண்ணாடியை சரியாகப் பொருத்தி விட்டு கைவிரல்களை விரித்து நோயாளியின் நெஞ்சில் தட்டிப் பார்த்தார். கண்களையும் மூக்கையும் பரிசோதித்த பிறகு கழுத்திலும் குரல்வளையிலும் விரல்களால் அமுக்கினார். கடைசியாக நாடி பிடித்துப் பார்த்து விட்டு சொன்னார். “கஷ்டம்!”

இபுறாகி வைத்தியரின் அருகில் சென்று அவரின் தோளில் கை வைத்து காதில் எதையோ மந்திரித்தான். வைத்தியர் இபுறாகியின் கையை தோளிலிருந்து தட்டிவிலக்கினார். கனத்த சில்லுகளினூடே இபுறாகியை கோபமாகப் பார்த்தார்.

“எல்லாருக்கும் தெரியட்டு. சயரோகம்தான் இது. தெரிஞ்சி செய்த ஏற்பாடுதானே?”

கோமண வாலை வெடுக்கென உதறி தன் எதிர்ப்பைக் காட்டி விட்டு வாசலில் இறங்கும் போது இபுறாகி ரூபாய் நோட்டு ஒன்றை நீட்டினான். இபுறாகியை வெறுப்பு பொங்க அதட்டினார் வைத்தியர்.

“சீ!”

அதற்குப்பிறகு கோமப்பன் வைத்தியரின் கால்கள் அறக்கல் இல்லத்தில் பதியவில்லை.

அதற்குப் பிறகு நோயாளிக்கு தம்பான் டாக்டர் சிகிட்சை செய்தார். அவர் மூன்று நாட்கள் இரவுபகலாக நோயாளியுடன் மல்லுக் கட்டினார். காலையிலும் சாயங்காலமும் வந்து பரிசோதனை செய்தார். ஒவ்வொரு முறையும் ஜட்கா வண்டி ஆஸ்பத்திரிக்கு போய் வந்தது.

நான்காவது நாள் நோயாளி கண் திறந்து பேசும்போது தம்பான் டாக்டர் இபுறாகியை தனியாக அழைத்துச் சொன்னார்.

“இது இப்போதெய பரிகாரம் தான். இந்த வியாதிக்கு இனி மருந்தில்லெ! வியாதி முற்றிப் போயிட்டுது.”

“அப்புறம், என்னெ செய்யலாம்?”

இபுறாகி பதைத்து நின்றான்.

கொஞ்சமும் தயங்காமல் சொன்னார் தம்பான் டாக்டர்

“ஒரு கபறு குழி தோண்டலாம். புது மாப்பிள்ளெ அல்லவா? புதிய கபறு தோண்டவே ஏற்பாடு செய்யலாம்.”

வெடிகுண்டு விழுந்ததை போலிருந்தது அந்த இடம்!

அன்று இரவு பூக்குஞ்ஞி பீவி அறைக்குள் வரும் போது புதுமாப்பிள்ளை எழுந்து அமர்ந்திருந்தான். பூக்குஞ்ஞி பீவியைக் கண்டதும் சிணுங்கியைப்போல் சிரித்தான். இரத்த சோகை பிடித்த முகம் மேலும் வெளிறியது. கண்கள் குழியான்களைப்போய் பின்னோக்கி நகர்ந்தது.

ஒரு பறவையின் லாவகத்துடன் எழுந்து ஒரிரு தடவை அங்குமிங்கும் நடந்தான். மூச்சு வாங்கியதும் கட்டிலில் அமர்ந்தான். கொஞ்ச நேரத்திற்கு பின் மூச்சு நிதானத்துக்கு வந்ததும் ஒரு கேள்வி கேட்டான்.

“இந்தப்பக்கம் அரிசி முறுக்கு கெடெக்குமா?”

பூக்குஞ்ஞி பீவி நிலை குலைந்து போனாள். அரிசி முறுக்கு தின்றிருக்கிறாளே தவிர, எங்கே கிடைக்கும் என்பது அவளுக்குத் தெரியாது. என்ன பதில் சொல்வது என்று அவள் திகைத்துக் கொண்டிருக்கும்போது அவன் கேட்டான்.

“நீ அரி முறுக்கு திண்ணுருக்கியா?”

“இல்லெ.”

“அய்யோ, பாவம்!” மிகப்பெரிய வாழ்க்கை அனுபவத்தை தவறவிட்ட ஒரு மனிதனைப் பார்ப்பது போல் அவளை உற்றுப் பார்த்துவிட்டுச் சொன்னான்.

“நீ கரையாதெ, நான் நாளெக்கு கொயிலாண்டியிலேயிருந்து வரும்போ ரெண்டு முறுக்கு கொண்டு வாறேன்.”

சற்று நிறுத்தி விட்டு தொடர்ந்தான்.

“ஒண்ணு ஒனக்கு, ஒண்ணு எனக்கு.”

சொல்லும்போதே மூச்சுவாங்கியது. மீண்டும் இயலாமை முகத்தில் நிழலாடியது. உடனே கட்டிலில் விழுந்து மயங்கினான்.

பூக்குஞ்ஞி பீவி தளர்ந்து கிடந்த அந்த உயிரை கவனிக்காமல் எதையோ நினைத்தபடி ஜன்னல் பக்கமாக நகர்ந்தாள். விளக்குத் திரியை தாழ்த்தினாள். அறை அரை இருட்டில் மூழ்கியது.

ஜன்னலைத் திறந்ததும் குளிர்ந்த காற்று வேகமாக வீசியது. பள்ளி வாசலில் விளக்கு அணையவில்லை. மோதீனார் எதுவோ ஓதிக்கொண்டிருந்தார். அந்த மங்கிய வெளிச்சத்தைத் தவிர பள்ளிக்காடு முழுவதும் இருட்டு படர்ந்து கிடந்தது. இருட்டில் வட்டமிட்டுப் பறக்கும் எண்ணற்ற மின்னுட்டாம் பூச்சிகள். அவை கல்லறைகளைச் சுற்றி நர்த்தனம் செய்தன. அவற்றின் நடனத்திற்கு கை தட்டி தாளமிடும் எண்ணற்ற பிரேதங்கள், ஜின்கள், சைத்தான்கள்.

இதைப் பார்த்தபடியே நின்று சோர்வு தட்டியதும் பூக்குஞ்ஞி பீவி ஜன்னல் கதவுகளைச் சாத்திவிட்டு ஏதுமறியாதவள் போல் வந்து கட்டிலில் விழுந்தாள். அடுத்த கட்டிலிலிருந்து ஹுக்கா இழுப்பது போன்ற சத்தம் அப்போதும் கேட்டுக்கொண்டிருந்தது.

தூக்கம் எப்போது வந்தது என்பது நினைவில்லை. எவ்வளவு நேரம் தூங்கினோம் என்பதும் தெரியவில்லை. ஜன்னல் கதவு தொடர்ந்து தட்டும் சத்தம் கேட்டு விழிப்புத் தட்டியது. மங்கிய வெளிச்சத்தில் கண்களைத் திறந்தாள். கண்முன் ஒரு மாயப்பிரபஞ்சம்.

ஒரு மாயப்பிரபஞ்சம் அவளுக்கு முன் திறந்து கிடப்பதைப் போல் தோன்றியது. புதிய சூழல், புதிய வாசம், புதிய பிரகாசம். அப்போதும் ஜன்னல் கதவில் விரல்களை மடித்து தட்டும் ஓசை கேட்டுக்கொண்டிருந்தது. புதுமாப்பிள்ளை ஆழ்ந்த தூக்கத்திலிருந் தான்.

அவள் எழுந்து போய் ஜன்னலைத் திறந்தாள். வெளியே பதினாலாம் இரவின் ஒளி. அந்த நிலவொளியில் அவளுடைய இராஜகுமாரன் நின்று கொண்டிருந்தான், அருகில் குதிரையுடன். நீண்ட காலங்களாக அவள் எதிர்பார்த்துக் கொண்டிருந்த அவளுடைய இராஜகுமாரன்!

“வா!” அவன் மெல்லிய குரலில் பூக்குஞ்ஞி பீவியை அழைத் தான். அந்த அழைப்பில் ஒரு சொர்க்கலோக ஸ்வரம் இருப்பதாக அவளுக்குத் தோன்றியது. இராஜகுமாரன் சுட்டு விரலை குவித்த உதடுகளின் மீது வைத்து சூழ்நிலையின் கௌரவத்தையும் எச்சரிக்கையாக இருக்க வேண்டிய அவசியத்தையும் தெரிவித்தான்.

புதுமாப்பிள்ளை நல்ல தூக்கம்! அவள் விளக்குத் திரியை மேலும் தாழ்த்திக் கொண்டாள். பிறகு வாசலையடுத்துச் சென்று காதை கூர்மையாக்கிக் கொண்டு நின்றாள். வெளியே எந்த அசைவுகளுமில்லை. அப்போது இராஜகுமாரனின் சத்தம் காந்த விளக்கின் ஓசை போல் கேட்டது.

“வா. . .வா. . .வா. . .!”

பூக்குஞ்ஞி பீவி சத்தம் எழாமல் வாசல்களை ஒவ்வொன்றாகத் திறந்தாள். எல்லா வாசல்களும் உட்புறமாக சாய்ந்தது.

அதிகாலையில் இபுறாகி எழுந்து வெளியே இறங்கும்போது ஆச்சரியத்துடன் நின்றான். தாயரங்கின் வாசல் கதவு திறந்தே

கிடந்தது. தன் ஞாபகப் பிசகை எண்ணி வருந்தியபடி நடக்கும் போதுதான் எல்லா வாசல் கதவுகளும் திறந்தே கிடக்கும் பயங்கர மான காட்சியை அவன் கண்டான். நேராக முற்றத்திற்கு வந்தான். மதில் கூட வாசலும் திறந்தே கிடந்தது. கோபத்துடன் கூடத்தில் ஏறி திண்ணையில் குஞ்ஞாலியைப் பார்த்தான். அவன் தூங்கிக் கொண்டிருந்தான்.

“எழுந்திருடா செய்த்தானே.” அலறிக்கொண்டே குஞ்ஞாலியை எழுப்பினான். இடி முழக்கம் கேட்டதைப் போல் பதறிக் கொண் டெழுந்தான் குஞ்ஞாலி.

“நீ படிப்புரெ வாசலெ பூட்டல்லியாடா தெம்மாடி.”

அப்போது உள்ளேயிருந்து கூப்பாடுசத்தம் கேட்டது முதலில் கேட்டது பாத்துவின் சத்தம், தொடர்ந்து ஆற்றபீவி.

“பூக்குஞ்ஞி பீவியெ காணயில்லே.”

பூக்குஞ்ஞி பீவியைக் காணவில்லை. ஆட்கள் நாலாபுறமும் ஓடினார்கள். சமையலறையில், சமையலறைத் திண்ணையில், குளியலறையில், கக்கூஸில், குதிரைலாயத்தில், நெல்லறையில். ஆனால், பூக்குஞ்ஞி பீவி எங்குமே இல்லை!

எல்லோரும் மதில் கூட வாசலைத் தாண்டி வெளியே ஓடத் தொடங்கினார்கள். பெண்களும் குழந்தைகளும் பெரியவர்களும் சிறுவர் சிறுமிகளும்! ஆர்ப்பாட்டமும் கூப்பாடுகளும், கதறல்களும் ஊர் முழுக்கக் கேட்டது. ஒன்பதரைக் கண்ணன் தன் கடையை ஹர்த்தால் அனுஷ்டிப்பதைப் போல் அடைத்தான். சாயா குடிக்க அமர்ந்திருந்தவர்கள் பல திசைகளுக்கும் பாய்ந்தார்கள்.

ஆர்ப்பாட்டத்தைக் கேட்டதும் ஸ்டேஷன் மாஸ்டர் கப்ரியேலும் அவர் மனைவியும் கையில் விளையாடிக் கொண்டிருந்த சீட்டுகளு டன் வெளியே வந்தார்கள். அப்போது தண்டவாளத்தில் ஆட்கள் ஓடுவதை கண்டார்கள். ஆட்கள் தெற்கும் வடக்குமாக பிரிந்து ஓடினார்கள்.

குஞ்ஞாலி இதுவரை ஸ்தம்பித்து நின்றதில்லை. அவன் மூக்கை பிடித்தபடி நீண்ட நேரமாக அபபடியே அமர்ந்து விட்டான். காற்றில் பூக்குஞ்ஞி பீவியின் மெல்லிய வாசம் எங்கிருந்தோ பறந்து வந்தது. உடனே அவன் மதில் கூடத்திலிருந்து வெளியே வந்தான். அவனுக்கு லட்சியம் எதுவும் இருக்கவில்லை. சுவாசத்தில் தங்கி நின்ற வாசத்தை இலக்காக வைத்து நடந்தான். ஒவ்வொரு அடி முன்வைக்கும் போதும் பூக்குஞ்ஞி பீவியின் வாசம் அவன் சுவாசத்தை ஆகர்ஷித்தது. அவன் முன்னோக்கி நடந்து கொண்டிருந்தான்.

ஸ்டேஷன் ரோடும், ராஜபாதையும், கடற்கரையும் கடக்கும் போது பூக்குஞ்ஞி பீவியின் வாசனையை முழுமையாக உணர்ந்தான்.

அவன் நடந்து கொண்டேயிருந்தான். மடப்பள்ளியும் ஹைஸ்கூலும், கடற்கரையும், கடற்கரையை நெடுக பிளந்து செல்லும் நீரோடையும், கடற் சிப்பிகள் பூத்து விரியும் பாறைகளும் தாண்டி அவன் கோசாயிக் குன்றின் அடிவாரத்தையடைந்தான்.

கோசாயிக் குன்றின் அடிவாரத்தில், கடற்கரையின் ஏகாந்தத் தில், ஒரு தங்கமீன் போல் பூக்குஞ்ஞி பீவி ஒடுங்கிக் கிடந்தாள். ஈரமணலில் நுரைக்கும் திரையலைகள் குளிர்ந்த அவள் உடலை அடிக்கடி நனைத்துச் சென்றன.

நீண்ட நேரமாக குஞ்ஞாலி அங்கேயே நின்று கொண்டிருந் தான். அதுவரை கதறிப்பாய்ந்து வந்து நின்று தேம்பி அழும் அலைகளையும் விரிந்து வியாபித்துச் செல்லும் கடலையும் பார்த்த வாறே நின்றிருந்தான். அவன் ஏதோ மாய உலகில் சிக்குண்டு போயிருந்தான். எப்போது சுய உணர்வு வந்தது என்று தெரியவில்லை. பெரிய ஆரவாரம் கேட்டது. தூரத்திலிருந்து வந்த ஆரவாரம் பிறகு கூட்டக் கதறல்களாகவும் காலடி சத்தங்களாகவும் கேட்டது.

குஞ்ஞாலி வடக்கு திசையில் பார்த்தான். கடற்கறையின் நீண்ட விசாலமான புழுதி மணலில் கூட்டமாக ஆட்கள் நடந்து தெற்கு நோக்கி வந்து கொண்டிருந்தார்கள். அதில் தெரிந்த முகங்களும் தெரியாத முகங்களுமிருந்தன.

எல்லோருக்கும் முன் பட்டாளம் இபுறாகி. அவனைத் தொடர்ந்து வந்த அத்தனை பேரும் ஆண்கள்.

பிறகு குஞ்ஞாலி அங்கே நிற்கவில்லை. அவன் தெற்கு திசையைப் பார்த்து நடந்தான். நடந்து நடந்து பூக்குஞ்ஞி பீவியின் உடலை விட்டு தொலைவில் வந்ததும் அவனின் மனப்பதற்றம் அதிகரித்தது. இனி எங்கே செல்வது? எதை நோக்கி செல்வது? திடீரென்று ஒஞ்சியம் மலையிடுக்குகள் அவன் நினைவுக்கு வந்தது. அதை லட்சியமாகக் கொண்டு கடற்கரையைக் கடந்து, கரையோர மாக நடந்து சென்றான்.

❋

◆

நாவலில் இடம்பெற்றிருக்கும்
சில வழக்குச் சொற்கள்

◆

ஆணுறுப்பு காணிக்கை	-	இஷ்ட சந்தானம் வேண்டி நேர்வது
ஆயத்து	-	மந்திர சொற்கள்
இஃப்ரீத்	-	துஷ்ட ஆவி
இமாம்	-	தொழுகையை முன்நின்று நடத்துபவர்
கபறு	-	கல்லறை
கலீபா	-	லெப்பை
கறாமத்	-	அற்புதம்
காஃபிர்	-	முஸ்லிம் அல்லாதவன்
காக்கா	-	அண்ணன்
காவா	-	மூலிகை காபி
கிதாபு	-	குர்ஆன்
கியாமத்	-	இறுதித் தீர்ப்புநாள்
கீசை	-	பாக்கெட்
கும்பம்	-	மாசி
சந்தாக்கு	-	சவப்பெட்டி
சபறு	-	தடவை
சஹர்	-	நோன்பு வைப்பதற்கான அதிகாலை உணவு
சுப்ஹு	-	அதிகாலைத் தொழுகை
சேல்	-	அழகு
தட்டம்	-	முக்காடு
திய்யர்	-	ஒரு ஜாதி
தெம்மாடி	-	அயோக்கியன்
நிஸ்காரம்	-	தொழுகை
நீக்கம்பு	-	காலரா
ஃபக்கீர்	-	தேசாந்திரி
படிக்கம்	-	எச்சில் துப்பும் பாத்திரம்

பாத்தி	-	ஆயுர்வேத சிகிட்சை முறை
பிலாய்	-	வசைச்சொல்
புத்தி அறிவது	-	வயதுக்கு வருவது
பைத்து	-	ஆன்மீக கீதம்
மத்திச்சாளை	-	ஒரு வகை மீன்
மய்யத்து	-	சடலம்
மிஸ்வாக்	-	பல்துலக்கும் குச்சு
மீஸான் கல்	-	சமாதி மீதான அடையாளப் பலகை
ரப்பு	-	இறைவன்
வேழாம்பல்	-	ஒரு வகைப்பறவை
ஹமுக்கு	-	வசைச்சொல்
ஹராமி	-	முறைகேடாக பிறந்தவன்
ஹலாக்	-	தொந்தரவு
ஷான்	-	பெரிய தட்டு
ஜின்	-	அமானுஷ்ய சக்தி

பிற மலையாள நாவல்கள்

மஹ்ஷர் பெருவெளி

(நவீன இந்திய கிளாசிக் வரிசை நாவல்)

தமிழில் : குளச்சல் மு. யூசுப்

ரூ.130 (வி.பி.பி.யில் ரூ.130)

மஹ்ஷர் பெருவெளி, படைப்பு வேடம் புனைந்த யதார்த்தம். அனைத்துவகை முன் முடிவுகளையும் படைப்பு சார்ந்த நிலையிலிருந்தே அது கலைத்துப் போடுகிறது. முன்கூட்டித் திட்டப்படுத்தாத புனத்திலின் கதைகள் சுயம்புவாகக் கிளம்பிவிடுகின்றன. ஆசிரியர் அதைப் பின்னால் நின்று செலுத்திச் செல்கிறார்.

அழியாமுத்திரை

(மலையாள நாவல்)

இ.பி. ஸ்ரீகுமார்

ரூ. 275 (வி.பி.பி.யில் ரூ. 275)

நவீன மலையாளப் படைப்பிலக்கியத்தில் கருத்து சார்ந்தும் வடிவம் சார்ந்தும் அதிர்வுகளை உருவாக்கிய நாவல் இ.பி. ஸ்ரீகுமாரின் 'அழியா முத்திரை.'

பொருளாதார நிலையில் உச்சத்திலிருக்கும் உபரி வர்க்கத்தினர், உடலுழைப்பால் துவண்டுபோகும் தொழிலாளிகள், நித்யகர்மம் போல் அலைந்துதிரிய விதிக்கப்பட்ட 'தொழில் பிச்சைக்காரர்'களை மையமாகக்கொண்ட இந்த நாவல், அதீதக் கற்பனைப் புனைவுகளால் கட்டமைக்கப்பட்டுள்ளது. இந்தப் புனைவுகளின் பின் முகம்காட்டும் யதார்த்தத்தின் குரூரம் – சரியும் தவறும், நெறியும் நெறியின்மையும் பிரித்தறிய முடியாமல் கலந்துபோன பெரும் சமூக அவலம் – அறிவியலின் அதிவேகப் பாய்ச்சலுடன் கைகோர்த்து வரும் உலகமயமாக்கலின் ஆதிக்கம் குறித்து நம்மைத் தீவிரமாகச் சிந்திக்க வைக்கிறது.

சின்ன அரயத்தி

நாராயண்
தமிழில்: **குளச்சல் மு.யூசுப்**
ரூ. 200 (வி.பி.பி.யில் ரூ. 200)

கேரளத்தின் ஆதிவாசி சமூகமான மலையரையர்களைக் குறித்து ஆதிவாசி ஒருவர் எழுதிய நாவல் இது.

இடுக்கி மாவட்டப் பழங்குடியினரின் பண்பாடு, வாழ் வியல் சூழல், அவர்கள்மீது நிகழ்த்தப்படும் சுரண்டல், நாகரிக சமூகம் அவர்களை நடத்தும் விதம் அனைத்தும் இந்தப் புனைவின் அடிப்படைகளாக அமைகின்றன. பழங்குடிய இனத்தைச் சேர்ந்த ஒருவரே இதை எழுதியிருக்கிறார் என்பது இந்த நாவலுக்கு அனுபவத்தின் ஈரத்தையும் உண்மையின் தெளிவையும் அளிக்கிறது.

சாகித்திய அக்காதெமி, கேரள சாகித்திய அக்காதெமி பரிசுகளைப் பெற்ற நாவலின் தமிழாக்கம்.

தோட்டியின் மகன்

(நவீன இந்திய கிளாசிக் வரிசை நாவல்)
தகழி சிவசங்கரப் பிள்ளை;
தமிழில் : **சுந்தர ராமசாமி**
ரூ. 75 (வி.பி.பி.யில் ரூ. 85)

'தோட்டியின் மக'னைப் படித்தபோது விருப்பமும் வியப்பும் மனதில் அலை மோதின. வெளியுலகத்துக்கே தெரியாத ஒரு இருண்ட வாழ்க்கையினூடே எப்படி இவரால் இவ்வளவு சகஜமாகப் புகுந்து மன உணர்ச்சிகளை அள்ளிக்கொண்டு வரமுடிகிறது? தகழி வெளிப்படுத்தியிருப்பது தோட்டிகளின் வாழ்க்கை சார்ந்த தகவல்களை அல்ல என்பதையும் காலம் அவர்களது அடி மனங்களில் மூட்டும் நெருப்பு என்பதையும் உணர்ந்தபோது மிகுந்த வியப்பு ஏற்பட்டது. கொடுமையில் மனம் கொள்ளும் கோபத்தில், ரத்தத்தில் உஷ்ணம் ஏறாமல் என்னால் அப்போதெல்லாம் 'தோட்டியின் மக'னின் எந்தப் பக்கத்தை யும் படிக்க முடிந்ததில்லை.

முன்னுரையில் **சுந்தர ராமசாமி**

மதில்கள்

(குறுநாவல்)

வைக்கம் முகம்மது பஷீர்

தமிழில் : **சுகுமாரன்**

ரூ. 50 (வி.பி.பி.யில் ரூ. 60)

மலையாளப் புனைவிலக்கிய உலகில் தனிப்பெரும் சுல்தானாகத் திகழ்ந்த வைக்கம் முகம்மது பஷீர் எழுதிய மனத்தை நெகிழ வைக்கும் மகத்தான காதல் சித்திரமான 'மதிலுகள்' நாவலின் தமிழாக்கம்.

பஷீரின் தனித்துவம் வாய்ந்த மொழி நடையின் மெருகு குலையாமல் சிறப்பாக மொழியாக்கம் செய்துள்ளார் நவீனத் தமிழின் முக்கியமான கவிஞர்களுள் ஒருவரான சுகுமாரன்.

'மதில்கள்' நாவலைப் பஷீர் எழுதிய பின்னணியைக் கூறும் பழவிள ரமேசன் கட்டுரையும் அதைத் திரைப்படமாக்கியது குறித்து அடூர் கோபாலகிருஷ்ணன் எழுதிய கட்டுரையும் பின்னிணைப்பாகக் கொடுக்கப்பட்டுள்ளன.

பால்யகால சகி

(நவீன இந்திய கிளாசிக் வரிசை குறுநாவல்)

வைக்கம் முகம்மது பஷீர்

தமிழில்: **குளச்சல் மு.யூசுப்**

ரூ. 60 (வி.பி.பி.யில் ரூ. 70)

பஷீர் ஐம்பத்தைந்து ஆண்டுகளுக்கு முன்பு எழுதி வெளியிட்ட நாவல் 'பால்யகால சகி'. இன்று வரை வெவ்வேறு தலைமுறை வாசகர்களால் தொடர்ந்து வாசிக்கப்பட்டு வரும் மலையாளப் படைப்பும் இதுதான்.

தோல்வியடைந்த காதலின் கதை என்னும் எளிய தோற்றத்துக்குப் பின்னால் பஷீரின் சொந்த அனுபவங்களின் சாயலும் இஸ்லாமியப் பின்புலமும் உணர்ச்சிப் பெருக்கும்கொண்ட புனைகதை 'பால்யகால சகி'. எழுத்தின் கூறுகளாக மட்டுமல்லாமல் வாழ்க்கையின் அம்சங்களாகத் திரண்டிருப்பதுதான் நாவலை இலக்கிய முக்கியத்துவம்கொண்டதாகவும் தொடர்ந்து வாசிக்கக் கூடியதாகவும் ஆக்குகிறது. அதன் பின்னுள்ள படைப்பு மனம்தான் பஷீரை மலையாளப் படைப்பாளிகளில் 'உம்மிணி வலிய ஓர் ஆளாக' – இன்னும் பெரிய ஒருவராக – ஆக்குகிறது. 'பால்யகால சகி'க்கு இன்று உருவாகியிருக்கும் செவ்வியல் தகுதியும் அதனால்தான்.

சுகுமாரன்

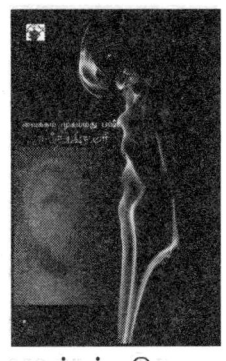

சப்தங்கள்
(குறுநாவல்கள்)
வைக்கம் முகம்மது பஷீர்
ரூ. 80 (வி.பி.பி.யில் ரூ. 90)

வைக்கம் முகம்மது பஷீரின் புகழ்பெற்ற இரண்டு குறு நாவல்கள் – 'சப்தங்கள்', 'மூணுசீட்டு விளையாட்டுக் காரன் மகள்' – இந்தத் தொகுப்பில் உள்ளன.

ஒரே உலகத்தின் இருவேறு தோற்றங்கள் இந்தக் குறு நாவல்கள். இது ஒரு விளிம்புநிலை உலகம். 'சப்தங்க'ளில் இந்த உலகம் இருண்டது. அச்சுறுத்துவது. காமத்தின் கவிச்சையில் புரள்வது. அதன் மனிதர்கள் வேசிகள், அநாதைகள், பிச்சைக்காரர்கள், ஓரினச் சேர்க்கை யாளர்கள். 'மூணுசீட்டு விளையாட்டுக்காரன் மக'ளில் அதேபோன்ற மனிதர்கள் இடம்பெற்றாலும் இந்த உலகம் ஒளிமயமானது. வேடிக்கையானது. நகைச்சுவை ததும்புவது.

சென்ற நூற்றாண்டின் மையப் பகுதியில் (1950களில்) பஷீர் எழுதிய இந்த நூற்றாண்டுக் கதைகள் இவை.

எங்க உப்பப்பாவுக்கொரு ஆனையிருந்தது
(நவீன இந்திய கிளாசிக் வரிசை நாவல்)
வைக்கம் முகம்மது பஷீர்
தமிழில்: குளச்சல் மு. யூசுப்
ரூ. 80 (வி.பி.பி.யில் ரூ. 90)

'எங்க உப்பப்பாவுக்கொரு ஆனையிருந்தது' நாவலில் ஒரு முஸ்லிம் குடும்பத்தின் அகக் காட்சிகளை முன் வைத்து அந்தச் சமூகத்தைப் பற்றிய ஓர் உருவகத்தை வைக்கம் முகம்மது பஷீர் உருவாக்குகிறார்.

இறந்த காலத்தின் நினைவுகளுடன் நிகழ்காலத்தை வாழப்பார்க்கிறது அந்தக் குடும்பம். வட்டனடிமைக் காக்காவுக்கு ஊர்ப் பிரமுகராக இருப்பதன் பெருமை. மனைவி குஞ்ஞுத்தாச்சும்மாவுக்கு அவள் அப்பா யானை வளர்த்த காலம் பற்றிய பெருமை. மகள் குஞ்ஞு பாத்தும்மாவுக்கு மணமகன் யானை மேல் வரும் கனவு. இந்தப் பழம் பெருமைகளெல்லாம் கால மாற்றத்தில் கலைந்து போகின்றன. தாத்தாவின் யானை கொம்பானையல்ல, வெறும் குழியானைதான் என்று புதிய தலைமுறை கற்பிக்கிறது. மூவரும் புதிய உலகத்தின் விதிகளுக் கும் நடைமுறைகளுக்கும் இணங்க நேர்கிறது.

அரை நூற்றாண்டு கடந்தும் வாசகர்கள் போற்றிப் பாராட்டி வாசிக்கும் புனை கதையின் புதிய தமிழாக்கம்.